ரவீஷ் குமார்

ரவீஷ் குமார் இந்தியாவின் முன்னணி பத்திரிகையாளர்களில் ஒருவர். அவர் இந்தியாவின் மதிக்கத்தக்க அறிவு ஜீவிகளில் ஒருவரும்கூட. என்டிடிவியின் மூத்த செயல் ஆசிரியராக அவர் 2022ஆம் ஆண்டின் பிற்பகுதி வரை பணிபுரிந்து அதன் பின்னர் அறநெறிகளின் அடிப்படையில் அங்கிருந்து ராஜினாமா செய்தார்.

தற்போது அவர் யூடியூபில் மிகவும் பிரபலமான, செல்வாக்கான செய்தி சேனலை நடத்தி வருகிறார். 2019இல் அவருக்கு ரமோன் மகசேசே விருது வழங்கப்பட்டது. இதழியலில் சிறந்து விளங்கியதற்காக அவருக்கு 2017இல் ராம்நாத் கோயங்கா விருது வழங்கப்பட்டது. அதே 2017இல் குல்திப் நய்யர் ஆரம்ப விருதும் அவர் பெற்றார். அதற்கு முன்பு ஹிந்தி இதழியல் மற்றும் படைப்பாற்றல் மிக்க எழுத்துக்காக கணேஷ் ஷங்கர் வித்யார்த்தி விருதினை 2010இல் பெற்றார்.

இவரது பிற நூல்கள்:

இஷ்க் மேன் ஷஹார் ஹோனா *(நேசத்தில் ஒரு மாநகரம் பிறக்கிறது)*
தேக்தே ரஹியே *(கவனித்துக் கொண்டிருங்கள்)*

பி.கே. ராஜகோபால்
மொழிபெயர்ப்பாளர்

உயர் நீதிமன்ற வழக்கறிஞர். இடைவிடாத புத்தக வாசகர். சிந்தனையாளர். மேலும் கலை, இலக்கியம், சமூகம், பகுத்தறிவு, அறிவியல், மூடநம்பிக்கை எதிர்ப்பு, பாசிச எதிர்ப்பு ஆகிய தளங்களில் நீண்ட காலமாக இயங்கி வருகிறார். தமிழ்நாடு கலை இலக்கியப் பெருமன்றத்தின் முன்னாள் மாநிலத் தலைவர். உலகம் சுற்றுவதில் பெருவிருப்பம் கொண்ட ஓயாத பயணி.

‘சுதந்திரப் பேச்சு’ நூலைப் புகழ்ந்து எழுதப்பட்டவை

“குமாரின் இந்தியா கொஞ்சமும் அழகாக இல்லை. அது மிருகத்தனமானதும் அச்சம் நிறைந்ததுமான குடிமக்களைக் கொண்டது. ஒரு மேலான உலகை, வெறுப்பும் வன்முறையும் இல்லாத பொருள் தேசத்தை, தேடிக் கண்டடைய வேண்டுமென்று அவர் பிடிவாதமாகப் பேசுகிறார்... இந்த நூல், *சுதந்திரப் பேச்சு*, உணர்ச்சிகரமானது, சிரத்தையானது. இந்த நூல் உணர்வுபூர்வமான எதிர் வினையை எழுப்புகிறது. இனி செல்ல வேண்டிய வழியைக் குறித்த ஒரு விவாதத்தை இது துவங்கி வைக்கும்.” – கீதா சேஷு, *பிப்லியோ.*

நிறுவன, உடல் ரீதியான, மனத்தின் மீதான வன்முறை பற்றிய பயம் ஆகியவை எவ்வாறு விவாதம், பேச்சுவார்த்தை, சமூக இணக்கம் ஆகியவற்றைப் புறந்தள்ளி அவர்களின் இடத்தில் வந்த அமர்ந்து விட்டன என்பதை ரவீஷ் குமாரின் நூல் வெளிச்சத்துக்குக் கொண்டு வருகிறது... ஒரு பத்திரிகையாளர் என்பவர் மதில் மேல் பூனையாக இருக்கக் கூடாது; அவர் ஏதாவது ஒரு பக்கம் நின்றாக வேண்டும். அவரது கருத்துகளை நாம் ஒப்புக்கொண்டாலும் இல்லாவிடினும் ஒரு பத்திரிகையாளர் என்ற முறையில் ரவீஷ் குமார் தனது தொழிலில் ஆகச்சிறந்து விளங்குகிறார் என்பதை யாரும் மறுக்க முடியாது. அவரது பெருமுயற்சியின் தன்மையை ஹிந்தி கவிஞர் ராம்தாரி சிங் திங்கரின் இந்த வரி சுருங்கச் சொல்கிறது: “கேடு விளைவிப்பவரை மட்டுமே குறைசொல்லிப் பயனில்லை; அதைக் கண்டும் காணாமல் இருப்பவர்கள் அனைவருமே பாவிகள்தான்.” – சந்தீப் சின்ஹா, *தி ட்ரிப்யூன்.*

“இது (சுதந்திரப் பேச்சு), வாசிக்கப்பட வேண்டிய, ஈடுபட வேண்டிய, பெரிய அளவில் விவாதிக்கப்பட வேண்டிய ஒன்றாகும். கருத்தை உருவாக்குபவர்களும் பத்திரிகையாளர்களும், மேலும் ஒவ்வொருவரும் கவனமாகப் படித்து அதனால் தாக்கத்துக்கு உள்ளாக வேண்டும்.” – சித்ரா அஹந்தம், *இம்பால் ஃப்ரீ பிரஸ்.*

“(சுதந்திரப் பேச்சு) நூலை மதவெறியையும் வெறுப்பையும் எதிர்கொள்கையில் மௌனமாக இருந்து கவனத்தை வேறுபக்கம் திருப்பிக் கொள்ளும் அனைவரும் படிக்க வேண்டியது அவசியம். அரசாங்கத்திற்கு எதிரான விமர்சனங்கள் அனைத்தையும் தானே சென்சார் செய்து கொள்ளும் ஊடக நிறுவனங்களுக்கு இது மறுபடி தம்மை எவ்வாறு கண்டறிவது என்பதற்கான துணிச்சல் வழிகாட்டியாகும். நமது கண் முன்னரே இந்தியாவும் இந்தியர்களும் எவ்வாறு மாறிக் கொண்டிருக்கிறார்கள் என்பதற்கான முக்கியமான பதிவாகவும் இது இருக்கிறது.” – பிரியா ரமணி, *தி ஸ்கிரீன் டாட் இன்.*

“மக்களாகிய நாம் இந்த அடர் இருளின், குளிரூட்டும் அச்சத்தின், பொய்மையின், கொடுமைப்படுத்துதலின், இரவைக் கடந்து விடியலின் இதமான வெம்மையை உணரும் வேளையில், இந்த நூல் இந்தக் காலகட்டத்தின் நாணயமான நினைவூட்டலாகவும், அறிக்கையாகவும் இருக்கும். குமார் சில சமயங்களில் அவ நம்பிக்கையாளரைப் போல் பேசக்கூடும்... ஆனால் உண்மையில் இந்த நூலின் தாக்கம் நேர்மறையானது. இது நம்பிக்கையின், ஒற்றுமையின், காருண்யத்தின் தீப்பொறிகளைப் பற்ற வைப்பதாக இருக்கிறது.” – பிரகாஷ் கே ரே, *தி வயர்.*

“ரவீஷ் குமார் நமது ஜனநாயகத்தின், மனசாட்சியின் காப்பாளராக இருக்கிறார்” – ஜிக்னேஷ் மேவானி.

சுதந்திரப் பேச்சு

ஜனநாயகம், கலாச்சாரம், தேசம்

ரவீஷ் குமார்

தமிழில்

பி.கே. ராஜகோபால்

எதிர் வெளியீடு

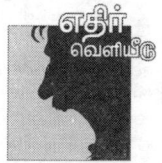

சுதந்திரப் பேச்சு
ஜனநாயகம், கலாச்சாரம், தேசம்
ரவீஷ் குமார்

ஹிந்தியிலிருந்து ஆங்கிலத்தில்: சித்ரா பத்மநாபன், அனுராக் பாஸ்நெட், ரவி சிங்
தமிழில்: பி.கே. ராஜகோபால்

முதல் பதிப்பு: ஜனவரி 2025

எதிர் வெளியீடு,
96, நியூ ஸ்கீம் ரோடு, பொள்ளாச்சி - 642 002
தொலைபேசி: 04259 226012, 99425 11302

விலை: ரூ. 375

Cutantirap peccu
Jananayakam, Kalaccaram, Tecam
The Free Voice
On Democracy Culture and The Nation
Ravish Kumar

Copyright © Ravish Kumar 2018
First Published in the English language in India by Speaking Tiger Books in 2018

Translated by P.K. Rajagopal
First Edition: January 2025

Published by
Ethir Veliyeedu, 96, New Scheme Road, Pollachi - 2
Email: ethirveliyedu@gmail.com
www.ethirveliyeedu.com

ISBN: 978-81-19576-43-2
Cover Design: Santhosh Narayanan
Printed at Jothy Enterprises, Chennai.

All rights reserved. No part of this book may be reprinted or reproduced or utilised in any form or by any electronic, mechanical or other means, now known or hereafter invented, including Photocopying and recording, or in any information storage or retrieval system, without permission in writing from the Publisher.

உள்ளடக்கம்

மொழிபெயர்ப்பாளர் குறிப்பு 09

2024ஆம் ஆண்டு பதிப்பின் முகவுரை 11

திருத்திய பதிப்பின் முன்னுரை 23

1. வெளியில் பேசுதல் 43

2. ரோபோ – பொதுமக்களும் புதிய ஜனநாயகத்தைக் கட்டமைத்தலும் 72

3. அச்சத்தை விதைப்பதற்கான நாடளாவிய திட்டம் 104

4. கும்பல் கூடும் இடமெல்லாம் ஹிட்லரின் ஜெர்மனியே 116

5. மக்களாக இருப்பது 124

6. இந்தியாவின் பாபாக்கள் இங்கே நிரந்தரமானவர்கள் 165

7. நாம் எப்படி நேசிக்கிறோம் 177

8. அந்தரங்கத்துக்கான அடிப்படை உரிமை 192

9. அச்சத்திலிருந்து விடுதலை என்பது இன்றைய நாளில் முதன்மை ஊடகங்களில் இருந்து விடுதலை பெறுவதே 202

10. 1984–ஐ 2019இல் வாசித்தல் 210

11. இந்த சுதந்திர தினத்தில் ஐஸ்கிரீம் உண்டு அனுபவிப்போம் 217

12. ஜனநாயகத்தை முன்னெடுப்பதற்கான குடிமக்கள் பத்திரிகையின் சக்தி 224

13. காந்தியைக் குறித்து மோடியும் ஷாவும் பொய் சொல்லி வருகிறார்கள். சிறுபான்மையினரைப் பற்றி காந்தி உண்மையில் சொன்னது இதுதான் 244

14. இன்று இந்தியாவில் நமக்கு இருப்பது இதழியலின் உண்மையான இருண்ட காலம்தான் 254

15. ஆரோக்கியமான, கடப்பாடு மிக்க, சுதந்திரமான ஊடகங்களுக்குப் பெரும்பணம் உத்தரவாதம் அல்ல 265

மொழிபெயர்ப்பாளர் குறிப்பு

நான் எழுதி நெடுநாட்கள் ஆகியிருந்தன. இருபத்தைந்து வருடங்களுக்கு முன் நான் இரண்டு ஆங்கிலப் புத்தகங்களை மொழிபெயர்த்திருக்கிறேன். சில கவிதைகளையும் கட்டுரைகளையும் சிறு பத்திரிகைகளுக்காக மொழிபெயர்த்ததுண்டு. அதற்கும் முன்னர் பேச்சு மேடை, இலக்கியம், கவியரங்கம், பட்டிமன்றம், தமிழ்நாடு கலை இலக்கியப் பெருமன்றம் என சில தளங்களில் சிலகாலம் இயங்கியிருக்கிறேன்.

பின்னர் பல ஆண்டுகள் நான் மொழிபெயர்ப்பும் செய்யவில்லை, எழுதவும் இல்லை. ஆகவே என்னை யாரும் ஒரு மொழிபெயர்ப்பாளராகக் கருதி என்னிடம் ஒரு புத்தகத்தை மொழிபெயர்க்கக் கேட்டிருக்க மாட்டார்கள்.

ஆனால் நண்பர் அனுஷ், நான் அவருடன் பழகிய கடந்த மூன்று ஆண்டுகளில் எனக்கும் அவருக்கும் நடந்த சமூக, இலக்கிய உரையாடல்களிலிருந்து என்னைப் பற்றி என்ன தெரிந்து கொண்டாரோ, என் மீது நம்பிக்கை வைத்து இந்தப் புத்தகத்தை மொழிபெயர்க்கும் பணியை என்னிடம் ஒப்படைத்தார். நானும் என் வழக்குரைஞர் பணிகளுக்கும் வேறு பொறுப்புகளுக்கும் இடையே என்னால் முடிந்த அளவில் மொழிபெயர்த்தேன். அதற்குச் சற்றுக் காலம் பிடித்தபோதும் நண்பர் அனுஷ் பொறுமையாக இருந்து என் பணியை முடிக்க உதவினார். அவருக்கு என் நன்றி.

அவர் என் மீது வைத்த நம்பிக்கைக்கு நான் நியாயம் செய்திருக்கிறேன் என்று நம்புகிறேன். மொழிபெயர்ப்பதற்காக இந்த நூலை நான் படித்தபோது அது ஹிந்தி மூலத்திலிருந்து ஆங்கிலத்தில் மொழிபெயர்க்கப்பட்டதாக இருந்தாலும், அந்த மொழிபெயர்ப்பும் இலக்கியத் தரம் வாய்ந்ததாக இருந்ததைக் கண்டேன். நூலின் மொழிநடையும் உள்ளடக்கமும் இன்றைய சமூகத்தின் மீதும் அரசியலின் மீதும் ஓர் ஆரோக்கியமான விமர்சனமாகவும், அதேசமயம் இன்றைய

இந்திய ஜனநாயகத்தில் குடிமகனுக்கு மிகவும் தேவைப்படுகிற விழிப்புணர்வை ஏற்படுத்துவதாகவும் இருந்தது. அதனால் இந்த மொழிபெயர்ப்பின் மீது எனக்கு ஓர் ஈடுபாடு ஏற்பட்டது.

இந்த நூலின் முதல் பதிப்பு 2018ஆம் ஆண்டு வெளிவந்தது. பின்னர் இரண்டாவது பதிப்பு மூன்று புதிய கட்டுரைகளுடன் 2024ஆம் ஆண்டில் வெளிவந்திருக்கிறது. இதில் வரும் கட்டுரைகளை அவை எழுதப்பட்ட காலத்திற்குப் பொருத்தி வாசிப்பது அவசியம். 2014ஆம் ஆண்டுக்குப் பிந்தைய இந்தியாவின் நிகழ்வுகளைப் பற்றிய, சமூக வரலாற்று நோக்கிலான இந்த நூலின் கட்டுரைகளில் உள்ள கருத்துகளும் எச்சரிக்கைகளும் தொடர்ந்து இன்றளவும் பொருத்தப்பாடு உள்ளதாகவே இருக்கின்றன.

மொழிபெயர்ப்பு நடக்கையில் நான் இதை வாசிக்கப்போகும் அறிவுஜீவி அல்லாத, சராசரியான வாசகனை நினைத்துக் கொண்டிருந்ததால், கூடுமானவரை அந்த வாசகனுக்குப் புரிய வேண்டும் என்ற எண்ணத்தில்தான் மொழியைக் கையாண்டிருக்கிறேன். எனவேதான் சராசரி வாசகனுக்கு அறிமுகமான சொற்களையே கூடுமானவரை பயன்படுத்தியிருக்கிறேன். அதேசமயம் இலக்கியத் தரமுள்ள சில பகுதிகளை அந்தத் தரம் குறையாத மொழியில் என்னால் முடிந்த வரை தமிழில் கொண்டு வர முயன்றிருக்கிறேன். எனவே இது குறித்து தூய தமிழாளர்கள் என் மீது வருத்தம் கொள்ள வேண்டாம் என்று கேட்டுக்கொள்கிறேன்.

நீண்ட காலமாக என்னை ‘எழுது, எழுது’ என்று ஓயாமல் தூண்டிக்கொண்டே இருக்கும் இரண்டு பேருக்கு நான் இங்கே நன்றி சொல்ல வேண்டும். ஒருவர், என் அன்புக்கும் மதிப்பிற்கும் உரிய அண்ணன் கவிஞர் புவியரசு அவர்கள். அவருக்கும் எனக்கும் இடையிலான வயது கடந்த நட்பின் வயது 51 ஆண்டுகள். இன்னொருவர், என் மனைவியும், ஏற்கனவே எழுதிக் கொண்டிருப்பவருமான வழக்குரைஞர் சாந்தகுமாரி. அவர்கள் இருவருக்கும் என் அன்பும் நன்றியும்.

பி.கே. ராஜகோபால்

2024ஆம் ஆண்டு பதிப்பின் முகவுரை

2018ஆம் ஆண்டின் துவக்கத்தில் இந்த நூலின் முதல் பதிப்பு வெளிவந்த வேளையில், இந்திய ஜனநாயகத்தில் பொய்மையின் ஒரு புதிய அடித்தளம் அமைக்கத் தொடங்கப் பட்டிருந்தது. அப்போதிலிருந்து அந்த அடித்தளத்தின் மீது ஒன்றல்ல, பல பெரும் கட்டடங்கள் எழுப்பப்பட்டுவிட்டன. வாய் பேசாத, மௌனமான ஒரு பெரும்பான்மையின் ஆட்சி நிறுவப்பட்டுவிட்ட ஒரு சீர்மிகு அரசியல் பெருநகரம் எழுப்பப்பட்டிருக்கிறது. இந்த மௌனம் அடையாளம் காணப்பட்டாக வேண்டும். மௌனமாக்கப்பட்டு விட்டவர்களைப் பற்றி நான் பேசவில்லை. அச்சத்தால் எழுந்த அமைதியைப் பற்றியும் நான் பேசவில்லை. மௌனமாக இருப்பதற்குச் சம்மதித்து விட்டவர்களின் மௌனத்தைப் பற்றித்தான் நான் பேசுகிறேன். இந்தப் பெரும்பான்மையினர், இழைக்கப்படும் ஒவ்வொரு அநியாயத்தைக் குறித்தும் மௌனமாக இருப்பது மட்டுமல்லாமல், கேட்கப்படும் கேள்விகளுக்கும் தங்களது காதுகளைப் பொத்திக்கொள்கிறார்கள். தகவல்களையும், பதிலளிக்கும் கடப்பாட்டையும் வேண்டுகிற அனைவரையும் நமது ஜனநாயகத்திலிருந்து விலக்கி வைக்கும் ஒரு சுவராக இந்தப் பெரும்பான்மையினரின் கள்ளமௌனம் இருக்கிறது. யார் பேசுகிறார்களோ, அவர்களுக்குச் செவிகொடுப்பதை இந்தச் சமூகம் நிறுத்திவிட்டது. அவர்களைப் படிப்பதையும் நிறுத்திவிட்டது. அதிகாரத்துக்கு மட்டுமே அது செவிகொடுக்கிறது.

பொய்மையின் சீர்மிகு பெருநகரம் அரசியலின் சீர்மிகு பெருநகரமாகவும் இருக்கிறது. 2014இல் தொடங்கப்பட்ட அந்தத் திட்டப்பணியை விடவும் இந்தக் கட்டுமானத் தொகுப்பு மிகவும் பெரியதாக வளர்ந்துவிட்டது. நாட்டின் எந்த நகரம் உண்மையில் சீர்மிகு பெருநகரமாக மாறி இருக்கிறது என்பது ஒரு விஷயமாகவே இல்லை. தேர்ந்தெடுத்த மௌனத்தைக் கடைப்பிடிக்கிற இந்தப் பெரும்பான்மையினர் இந்தப்

பொய்மையின் சீர்மிகு பெருநகரத்தைத் தங்களது ஒளிரும் எதிர்காலமாக ஒப்புக்கொண்டுவிட்டார்கள். இந்து தேசம் இன்னும் முறைப்படி அறிவிக்கப்படவில்லை என்பதும் இங்கே ஒரு பொருட்டே அல்ல. பொய்மையின் சீர்மிகு பெருநகரத்தின் தேசியம் என்பது ஹிந்து தேசியம்தான். இந்து மதத்துக்கான இந்த மாபெரும் நகரத்தின் தன்மையை நாம் தவறாகப் புரிந்துகொள்ளக்கூடாது - மோடியே அதன் மதம். நரேந்திர மோடிதான் அதன் சங்கராச்சாரியார். இந்து மதம் எந்த இடத்திற்கு வந்து சேரக்கூடாது என்று பல பத்தாண்டுகளாகப் பலர் அஞ்சினார்களோ அந்த இடத்திற்கே அது கொண்டுவரப்பட்டிருக்கிறது. அதுவும் பத்து ஆண்டுகளுக்கும் குறைவான காலத்திலேயே அந்தப் பயணம் நடந்துவிட்டது.

நான் இந்த முகவுரையை எழுதிக்கொண்டிருக்கிற இந்த நேரத்தில், அயோத்தியாவில் உள்ள ராமர் கோவிலில் நடக்கப் போகிற ப்ரான் பிரதிஷ்ட்டா சடங்கில் கலந்து கொள்ள நான்கு சங்கராச்சாரியார்கள் மறுத்துவிட்டார்கள். இந்த சங்கராச்சாரியார்களைக் கேலி செய்ய ஐ.டி செல்லில் பயன்படுத்தப்படும் வசைகளின் கேவலமான சொல்லாடலும், அது குறித்து எவ்விதமான கோபமும் இந்தப் பொய்மையின் சீர்மிகு பெருநகரத்தில் எழவில்லை என்பதும், ஜனநாயகத்தோடு சேர்த்து மதவிசுவாசம் கூடக் கடத்தப்பட்டு விட்டது என்பதற்கான நிரூபணங்களாக விளங்குகின்றன. இனிமேல் எதுவும் எப்படி இருக்க வேண்டுமோ அப்படி இருக்காது. நமது ஜனநாயகம் அப்புறப்படுத்தப்பட்டு அதன் இடத்தில் ஒரு மதநாயகம் வந்துவிட்டது. சங்கராச்சாரியார் மற்றும் தர்மச்சாரியார் என்ற முறையில் நரேந்திர மோடிதான் அதன் தலைவர். எந்த அதிகாரத்துக்கும் தலைவணங்காதிருந்த மதமும் வெற்றி கொள்ளப்பட்டு அடக்கப்பட்டுவிட்டது.

இனிமேலும் அரசியலையும் மதத்தையும் பிரித்துப் பார்க்க முடியாது என்னும் அளவுக்கு நமது ஜனநாயகத்தின் காட்சி ஒழுங்கு மாற்றப்பட்டுவிட்டது. எந்த அரசியல் அல்லது நிர்வாகச் செயல்பாட்டை நோக்கினாலும் அது மதத்தின் ஆடையை அணிந்திருப்பதை நாம் காண முடிகிறது - அதாவது ஒரு குறிப்பிட்ட மதத்தின் ஆடை. இந்தியாவின் ஜனநாயகத்தை வரையறுப்பவைகளாக விளங்கிய சின்னங்கள்,

உருவகங்கள், பெயர்கள் மற்றும் நிறுவனங்கள் இப்போது காணக் கிடைப்பதாக இல்லை. இதை நான் ஒரு புதிய காட்சி ஒழுங்கு அல்லது காட்சியமைப்பு என்று அழைக்கிறேன். அங்கே நாட்டின் தலைவர், நாட்டின் பூசாரியைப் போல இருக்கிறார், ஒரு பிரதமரைப் போல இல்லை. எனவே அந்த நான்கு சங்கராச்சாரியார்களும் ராமர் கோவிலின் தொடக்க விழாவுக்கு வர மறுத்தபோது அவர்கள் இந்தப் புதிதாகச் செய்யப்பட்ட மதநாயகத்துக்கு வெளியே தூக்கி எறியப்பட்டார்கள். இன்னும் கட்டி முடிக்கப்படாத ஒரு கோவிலில் விக்கிரகத்தைப் பிரதிஷ்டை செய்ய முடியாது. அப்படித்தான் ஹிந்து பாரம்பரியம் சொல்கிறது. ராமர் கோவில் இன்னும் கட்டி முடிக்கப்படவில்லை. அப்படியானால், கட்டி முடிக்கப்படாத ஒரு கோவில் ஏன் திறக்கப்பட வேண்டும்? இந்தியாவின் புதிய மதநாயகத்தின் ஊடகங்கள் இந்தக் கேள்வியை நொறுக்கிவிட்டன. ஏனென்றால், சமயப் பாரம்பரியங்களை பற்றிக் கேள்விகளை எழுப்புவது என்பது இப்போது மோடியைக் கேள்வி கேட்பதாக எடுத்துக்கொள்ளப்படுகிறது. இந்தப் புதிய ஒழுங்கமைப்பில் மோடியைக் கேள்வி கேட்பது ஒரு குற்றமாகும். இதற்குச் சிறைவாசம்தான் வழக்கமான தண்டனை என்று இல்லை. இப்போது மிகப்பெரிய தண்டனை என்பது இந்த மதநாயகத்தின் கீழ் இருக்கும் சமூகம் உங்களை விலக்கி வைத்துவிடும் என்பதாகும். அது உங்களுக்குச் செவிகொடுப்பதை நிறுத்திவிடும். அது உங்களை ஒரு கறையை அழிப்பது போல அழித்துவிடும். பொய்மையின் சீர்மிகு பெருநகரத்தின் சட்டம் இதுதான்.

மதநாயக அரசின் கீழுள்ள ஒரு குறுநில மன்னனாக நமது ஜனநாயகம் இப்போது இருக்கிறது. அரசியலமைப்பு ரீதியாக இழைக்கப்படும் பாவங்களில் இருந்து விடுபட இப்போது ஒரு புதிய பாதை இருக்கிறது: அது மோடியைப் புகழ்வது, மோடியை ஆராதிப்பது. பக்தியின் இந்த நதியில் அனுதினமும் முங்கி எழுந்து, நூற்றுக்கணக்கான நீதிபதிகள், ஆளுநர்கள், அதிகார வர்க்கத்தினர், பத்திரிகையாளர்கள் ஆகியோர் தமது அரசியல் அமைப்புப் பாவங்களைக் கழுவிக்கொள்கிறார்கள். இந்த மதநாயக அரசில் பெரும்பான்மையினருக்கு இந்தப் பாவங்களுக்கு எந்த விளைவும் இல்லை. இந்தக் குடிமக்களுக்கு எந்த அரசியல் அமைப்பு அவர்களைக் குடிமக்களாக ஆக்குகிறதோ, அந்த அரசியலமைப்பு குறித்து எந்தவொரு

கவலையும் இல்லை. அவர்களுக்கு அது புனிதமானதும். அழிவற்றதும் அல்ல. தலைமை பூசாரிக்குத் தன்னை அர்ப்பணித்துவிட்ட சனாதன ஹிந்து ஆத்மாதான் அழிவற்றது. அரசியலமைப்பின் ஆத்மா மறைந்து போகலாம். அதனால் எந்த விளைவும் இல்லை. மதம் என்பது மன்னிப்பை வேண்டவும், ஒருவர் தம்மைத் தூய்மைப்படுத்திக்கொள்ளவும் ஒரு பாதையாக இருந்த காலம் ஒன்று இருந்தது. இப்போதோ, பாவங்களையும் பொய்களையும் மூடி மறைக்க மதம் பயன்படுத்தப்படுகிறது. ஒரு மதநாயகத்தில் மதத்திற்கு இதுதான் நிகழ்கிறது.

பொய்மையின் சீர்மிகு பெருநகரத்தில்வீட்டு வசதி சங்கங்களின் whatsapp குழுக்கள்தான் மிகப்பெரிய ஊடக வலையமைப்பாகத் திகழ்கின்றன. மற்ற எந்த வலையமைப்பை விடவும் மிக விரிவாக இந்த வலையமைப்பில்தான் செய்தி உற்பத்தி செய்யப்படுகிறது, திரிக்கப்படுகிறது, ஒளிபரப்பப்படுகிறது. ஆனால் ஒரு ஆய்வாளர் இந்தக் குழுக்களைப் பற்றி மிகச் சொற்பமான தகவலைத்தான் தேடிக் கண்டுபிடிக்க முடியும். தன் மதநாயகத்தின் விதிகளுக்கு அப்பால் எதையும் தெரிந்து கொள்ள இந்த whatsapp குழுக்களின் வலைப்பின்னல் விரும்புவதில்லை. தங்களது மதத்தின் தலைமைப் பூசாரி இடும் ஒவ்வொரு ஆணையையும் அது பணிவுடன் பின்பற்றுகிறது. எண்ணிப் பார்க்க முடியாத அளவு பெருகிவிட்ட இந்த whatsapp குழுக்களின் வலைப்பின்னல் மூலம் ஒவ்வொருவரின் வாழ்க்கையும் 24 மணி நேரமும் வாரத்தின் ஏழு நாள்களும் தொடர்ந்து கண்காணிக்கப்படுகிறது: யார் என்னப் படிக்கிறார்கள், என்ன பார்க்கிறார்கள், என்ன சொல்கிறார்கள், என்ன எண்ணுகிறார்கள் என்பதனைத்தும் கண்காணிக்கப்படுகிறது. எத்தனை விளக்குகள் ஏற்றப்பட்டன, எத்தனை தட்டுகள் ஓசை எழும்ப அடிக்கப்பட்டன; மதநாயகத்தின் கொடிகள் எவ்வளவு முற்றங்களிலும் கூரைகள் மேலும் ஏற்றப்பட்டிருக்கின்றன என்பதெல்லாம் கண்காணிக்கப்படுகின்றன. தங்கள் விசுவாசத்தை நிரூபிப்பதற்காக இந்த whatsapp சமூகத்தின் உறுப்பினர்கள் ஒரே உள்ளடக்கத்தைத் திரும்பத் திரும்ப ஒவ்வொரு காலையிலும், ஒவ்வொரு நாளிலும், இடுகை செய்துகொண்டே இருக்கிறார்கள். காலை வணக்கம் - குட் மார்னிங் என்பதற்கு எதிரான பெரும் யுத்தத்தில் அவர்கள் வெற்றி பெற்றுவிட்டார்கள் - அது இப்போது கொல்லப்பட்டு அதன் இடத்தில் 'சுப்ரபாத்', 'சூரிய நமஸ்கார்', 'நமோ நமோ',

ஆகியவை வந்தமர்ந்துவிட்டன. விஸ்வகுரு உலகத்தைத் தன்முன் மண்டியிட வைத்துவிட்டார். ஆனால் தான் தோற்கடிக்கப்பட்ட விஷயம் உலகத்துக்குத் தெரியாது.

தம்முடைய வெற்றியைக் கொண்டாடுவதில் ஆழ்ந்திருக்கும் இந்த *whatsapp* குழுக்கள் தங்களது மதநாயகத்தின் புனை கதைகளையோ, தங்கள் தலைமைப் பூசாரியையோ கேள்விக்கு உள்ளாக்கும் எந்தத் தகவலையும் இனியும் விரும்புவதில்லை. நரேந்திர மோடி அரசின் உரிமை கோருதல்களைக் கேள்வி கேட்கும், தவறு என நிரூபிக்கும் ஊடகங்களை அவர்கள் விரும்புவதில்லை. பொய்மையின் சீர்மிகு பெருநகரத்தின் சான்றளிக்கப்பட்ட குடிமக்களாகிய அவர்கள், மோடி ஜி என்ன சொல்கிறாரோ அதை மட்டுமே காது கொடுத்துக் கேட்பார்கள். மோடி ஜி அவர்களுக்கு என்ன காட்டுகிறாரோ அதை மட்டுமே கண்கொண்டு பார்ப்பார்கள். எந்தப் பொய்யையும் உண்மை என்று நிரூபிக்குமளவு சக்தியை அது அவர்களுக்குக் கொடுத்திருக்கிறது. உண்மைதான் மிகப்பெரும் பொய். இந்த நிலையை அடைந்துவிட்டால் எல்லாமே பேரின்பம்தான். ஒரு புதிய மகிழ்ச்சி பிறந்திருக்கிறது. அதை நான் ஹிந்து மகிழ்ச்சி என்று அழைக்கிறேன். மதநாயகத்தின் சான்றளிக்கப்பட்ட குடிமக்களும் பொய்மையின் சீர்மிகு பெருநகரமும் ஹிந்து மகிழ்ச்சியை அடைந்துவிட்டனர். இனி அரசியலின் துன்பங்களைப் பற்றியோ உலகின் துக்கங்களைப் பற்றியோ அவர்களுக்குச் செய்வதற்கு ஒன்றுமில்லை. ஜனநாயகத்தின் மரணத்தைக் குறித்து அவர்கள் துக்கப்படுவார்கள் என்று எதிர்பார்ப்பது பயனற்றது.

***

பொய்மையின் சீர்மிகு பெருநகரத்தின் முதல் கட்டுமானங்கள் இந்த நூல் எழுதப்படும் நேரத்தில் கட்டி எழுப்பப்பட்டுக் கொண்டிருந்தன. இன்றைக்கு இந்தப் புதிய பதிப்பின் முன்னுரையை நான் எழுதிக்கொண்டிருக்கிற நேரத்தில் அந்தப் பெருநகரம் விரிந்து பரந்த, ஓசை எழுப்புகிற, கோபுரங்களின் நிலப்பரப்பாக இருக்கிறது. உண்மையின்மையின், இரைச்சலின் கோபுரங்கள். இந்த நூலின் பேசுபொருள்கள் இந்த நூலுக்கு வெளியே நாள்தோறும் புதுப்பிக்கப்பட்டுக் கொண்டிருக்கின்றன. நமது ஜனநாயகத்தைப் பற்றி நமக்கு முன்னர் தெரிந்ததை

விடவும் மிகவும் குறைவாகவே இப்போது நமக்குத் தெரியும். இதைப் பற்றி யாருக்கும் கவலையில்லை.

இந்திய ஜனநாயகத்தை நீங்கள் புரிந்துகொள்ள விரும்பினால் இந்தியாவின் செய்திப் பத்திரிகைகளையும் செய்தி சேனல்களையும் ஒரு பார்வை பாருங்கள். இதழியல் என்ற விரிந்து பரந்த தொழில் நம் கண் முன்னே நொறுக்கப்பட்டது. நூற்றுக்கணக்கான, ஆயிரக்கணக்கான இளந்தலைமுறையினர் இதழியல் கற்று இந்தத் துறைக்கு வர வேண்டும் என்று கனவு கண்டார்கள் - புலனாய்வு செய்யவும், பேசவும், கேள்வி கேட்கவும் அவர்கள் கனவு கண்டார்கள். இன்றைக்குப் பல இதழியல் பள்ளிகளும் கல்லூரிகளும் உள்ளன. ஆனால் பத்திரிகையாளர்களுக்கான ஒரு நிறுவனமும் இங்கே இல்லை. இதழியல் கற்கும் மாணவர்கள் பட்டங்களும் பட்டயங்களும் பெற்று, பிரதமர் நரேந்திர மோடியின் அரசியலுக்குச் சேவை செய்யும் நிறுவனங்களில் பணியில் சேர்வார்கள். ஊடகங்கள் என்பன பாஜகவுக்கு ஆள் எடுக்கும் முகமைகளாக மாறிவிட்டன. ஊடகங்களில் நீங்கள் சேர்ந்த உடனேயே தானாகவே நீங்கள் பாஜகவின், நரேந்திர மோடியின் பணியாளராக ஆகிவிடுகிறீர்கள்.

செய்திப் பத்திரிகைகளின் பக்கங்களில் செய்தி இல்லாது போய்விட்டது. மாறாக, சீராகத் திருத்தப்பட்ட தோற்றத்துடன், மாசற்ற உடையணிந்து பிரதம மந்திரி அந்தப் பக்கங்களில் நிரம்பியிருக்கிறார். இந்திய இதழியலின் வெற்றிடத்தை அவர்தானே நிரப்பிவிட்டார். அவர் அயோத்தியாவுக்கோ லட்சத்தீவுகளுக்கோ போகாத நேரங்களில், அவரது பெயரை இடைவிடாமல் உச்சரிக்கக் கூடிய பத்திரிகையாளர்கள் வெற்று நாட்களையும் இரவுகளையும் வெறித்துப் பார்த்துக் கொண்டிருக்கிறார்கள். நமது குடியரசின் நிலையைப் பற்றிக் கவலைப்பட வேண்டிய அவசியத்தில் இருந்து 2014க்குப் பிறகு ஊடகங்கள் விடுதலை செய்யப்பட்டுவிட்டன. செய்தி செத்துப்போய்விட்டது. ஜனநாயகத்தின் நான்காவது தூணாக இருக்க வேண்டிய சுமை மிகுந்த பொறுப்பை ஊடகம் உதறிவிட்டது. நமது நாட்டின் ஜனநாயகத்தின் வீழ்ச்சியில் மிகவும் செயலூக்கமான பங்கை ஆற்றியது என்ற சிறப்பை ஊடகத்திற்குக் கொடுத்தாக வேண்டும். ஜனநாயகத்தின் படுகொலை முறைப்படி அறிவிக்கப்படுவதற்கு முன்பே

அது ஜனநாயகத்தின் மரணத்தைக் கொண்டாடியபடி இருக்கிறது. உங்களுடைய கட்டுரை எது, செய்தி எது என்று அதனிடம் வினவ வேண்டிய அவசியம் இனிமேலும் இல்லை. எல்லோரும் ஒரே செய்தியைத்தான் வைத்திருக்கிறார்கள்: அந்தச் செய்தி - பிரதமர் மோடியும் அவரது புதிய இந்தியாவும். இந்தப் புதிய இந்தியாவையும் அதன் மதத்தையும் அதன் தலைமைப் பூசாரியையும் பாதுகாக்கும் பொறுப்பை இந்தப் பத்திரிகையாளர்கள் தங்கள் பொறுப்பாக ஏற்றுக்கொண்டு விட்டார்கள்.

இருந்தாலும், இரவு பகலாக மோடியின் பெயரை உச்சாடனம் செய்துகொண்டிருக்கிற இந்தத் தொலைக்காட்சி சேனல்களில் ஒன்று கூட, பதவியில் இருந்த இந்தப் பத்து வருடங்களில் பிரதமர் மாற்றியிருக்கும் உடைகளின் எண்ணிக்கையைக் குறித்த விவரம் எதையும் சேகரிக்கவில்லை. அவைகளின் வண்ணங்கள் குறித்தும் வடிவமைப்பு குறித்தும் எவ்விதமான வகைப்பாடும் இதுவரை செய்யப்படவில்லை. நிச்சயமாக இந்த வடிவமைப்புப் பத்திரிகையாளர்கள் பிரதமரின் உடை அடுக்குகள் என்ற பொருள் குறித்துத் தங்களது தனித்திறமைகளைக் காட்டக் கூடாதா? அது அவர்களது இதயத்துக்கு நெருங்கிய ஒரு விஷயம்தானே. ஒவ்வொரு நாளும் பிரதமர் அற்புதமாக வெட்டித் தைக்கப்பட்ட புதிய உடைகளை அணிகிறார். இந்த உடைகளைத் தைப்பதற்கான ஒரு ஏற்பாடு இருந்தாக வேண்டும். அவர் தினமும் தேர்ந்தெடுப்பதற்காகப் புதிய உடைகள் அவர் முன்னர் ஒவ்வொரு நாளும் எடுத்து வைக்கப்படுகின்றனவா? அல்லது ஒவ்வொரு மாதத்தின் கடைசி நாளிலும் அடுத்த முப்பது நாள்களுக்கு அவர் அணிய வேண்டிய உடைகளைத் தேர்ந்தெடுப்பதற்காக ஆடைகளின் ஒரு முழுமையான அணிவகுப்பு அவர் முன்பு வைத்துக் காட்டப்படுகிறதா? எவ்வளவு உடைகள் நிராகரிக்கப்படுகின்றன? எவ்வளவு மாற்றித் தைக்கப்படுகின்றன? ஒரு குறிப்பிட்ட மாதத்தில் தான் தேர்ந்தெடுத்த எல்லா உடைகளையும் பிரதமர் அணிந்து கொள்கிறாரா? அவர் அணியாத உடைகளும், ஒரு முறை அணிந்திருந்து கழிக்கப்பட்ட உடைகளும் என்னவாகின்றன? அவைகள் அவரது ரசிகர்களுக்கு வழங்கப்பட்டுவிடுகின்றனவா? நிச்சயமாக இதற்காகவே தயாராகிக்கொண்டிருக்கிற ஒரு அருங்காட்சியகத்தில் வைப்பதற்காக அவைகள் எடுத்து வைக்கப்பட்டு இருக்கின்றனவா? நமக்குத் தெரியாது.

நமது பிரதமருக்காகவே வாழ்ந்து, சுவாசித்து, அவருக்காக அங்கப் பிரதட்சணம் செய்யும் நமது ஊடகங்களைப் பற்றி இதிலிருந்து என்ன தெரிகிறது? பிரதமர் மோடிதான் இந்த நாட்டின் ஒரே செய்தி என்றால், அவரது செல்லக் குட்டி நாயான ஊடகத்திடம் அவரைப் பற்றித் தகவல்களே இல்லை என்பது ஆச்சரியமாக இல்லையா? இன்றைய இந்தியா ஒவ்வொரு நாளும், ஒவ்வொரு மணி நேரத்திலும் தான் பார்த்துக்கொண்டிருக்கும் பிரதமரைத் தாண்டி அதற்கு எதுவும் தெரியாது. மாறாக அவருக்கோ ஏறத்தாழ எல்லோரைப் பற்றியும் எல்லாமும் தெரியும்.

***

எல்லாக் குரல்களும் மௌனத்தில் விழுந்துவிட்டன என்று சொல்ல முடியாது. ஆனால், அதைக் காது கொடுத்துக் கேட்க வேண்டியவர்கள் கேட்பதில்லை என்று முடிவு செய்து விட்டார்கள். தமது பிடிவாதத்திற்காகத் தாம் கொடுக்க வேண்டிய விலை மிகவும் அதிகமாக இருந்த போதும், செய்தியை அகழ்ந்து எடுப்பதற்காகப் பெரும் சிரமங்களை ஏற்றுக்கொள்ளும் பத்திரிகையாளர்கள், விரல் விட்டு எண்ணக்கூடிய அளவிலேயே உள்ளவர்கள், இன்னும் இங்கே எஞ்சியிருக்கிறார்கள். இவர்கள், இதழியல் என்பது உறுதிப்பாடும் அச்சமின்மையும் இன்றி நிலவ முடியாது என்ற நம்பிக்கையைக் கைவிட்டுவிட்ட ஒரு தொழிலைக் காப்பாற்றுவதற்காகத் தங்கள் நலன்களையும், பாதுகாப்பையும், சில சமயம் தங்கள் உயிர்களையும் ஆபத்துக்கு உள்ளாக்கிக்கொள்கிறார்கள். அடிமைத்தனம் என்பதும் இதழியலாக இருக்கக்கூடும் என்பதை இந்தியா இந்தக் கடைசி 10 வருடங்களில் நிரூபித்திருக்கிறது. பத்திரிக்கையாளராக இருப்பதற்குத் துணிச்சலும், உண்மையாக இருத்தலும் இப்போது தேவையில்லை. உண்மையில் சொல்லப் போனால், இதற்கு மேலும் நீங்கள் ஒரு பத்திரிகையாளனாக இருக்க வேண்டும் என்று கூட இதழியலானது வேண்டவில்லை. இந்த ஊடகம் மரணித்த பிறகு மக்களின் குரல் கேட்கப்படுவது எப்படி முடியும்? மக்களாகிய நாம் இந்தக் கேள்வியைக் குழி தோண்டிப் புதைத்துவிட்டோம். வாசகனாகவும், பார்வையாளனாகவும் இருப்பதன் அர்த்தத்தையே நாம் மாற்றி விட்டோம். நாம் நமது குரலைக் கேட்க விரும்புவதில்லை. மோடியின் குரலையே கேட்க விரும்புகிறோம். நாம் செய்திப்

பத்திரிகைகளைப் படிப்பது என்பது நமது உலகையும் நமது வாழ்வையும் பற்றிய செய்திகளைப் படிப்பதற்காக இல்லை. மோடியைப் புகழ்வதற்காகவே நாம் பத்திரிகைகளை வாசிக்கிறோம். அதே வேளையில், இன்னும் இதழியலை நடத்த முயலும் விரல்விட்டு எண்ணக்கூடிய சிலரும், எஜமானரின் குரல் இரவு பகலாக எதிரொலித்துக்கொண்டே இருக்கும் ஒரு பெரிய வீட்டின் ஒரு தொலைவான காரிருள் கவிழ்ந்த மூலைக்குள் சிறைப்படுத்தப்பட்டுவிட்டார்கள்.

இது இந்தியாவில் மட்டும் நடக்கவில்லை. உலகம் நெடுகிலும் அச்சு ஊடகங்களும் காட்சி ஊடகங்களும் இப்போது அரசு பிரச்சாரத்தின் பிரசுரங்களாகவும், கருவிகளாகவும் உருமாற்றம் செய்யப்பட்டுவிட்டன. இதழியலின் எல்லா மாளிகைகளும் இடித்து நொறுக்கப்பட்டுவிட்டன. காசாவின் மீது இஸ்ரேலின் தாக்குதலானது, இதழியலின் உலகளாவிய நிறுவனங்களை மண்டியிடச் செய்துவிட்டது. இஸ்ரேல் நெருங்கவே முடியாத தூரத்தில் உள்ள நிறுவனங்களும் கூட அதன் முன்பு தலைவணங்குகின்றன. தென் ஆப்பிரிக்கா சர்வதேச நீதிமன்றத்தில் இஸ்ரேல் மீது இனப்படுகொலை நிகழ்த்தியதாக குற்றம் சாட்டிய வேளையில் பெரும்பாலான சர்வதேசச் செய்தி ஊடகங்கள் அந்தச் செய்தியை ஒளிபரப்பவில்லை. அந்தக் குற்றச்சாட்டை இஸ்ரேல் வெட்கமற்ற பொய்களைக் கொண்டும், இறுமாப்போடும் எதிர்கொண்டபோது அதே ஊடகங்கள் அந்த நாட்டின் அடாவடிமிக்க எதிர்வினையை ஒளிபரப்பு செய்தன. துல்லியமாக இதுதான் இந்தியாவிலும் நடக்கிறது. எதிர்க்கட்சிகள் பேசுவது காணாமல் அடிக்கப்படுகிறது. அயோத்தியில் கோவில் ஆரம்பிக்கப்படவிருந்த நிலையில் பிரதமர் உண்ணா நோன்பு மேற்கொண்டார் என்பதுதான் ஒரே தலைப்புச் செய்தி.

இதழியல் எல்லா இடங்களிலும் மிதித்துத் துவைக்கப்பட்டு விட்டது. இதழியல் எவ்வாறு இருக்க வேண்டும், ஒரு காலத்தில் அது எப்படி இருந்தது என்பதற்கான குறிப்புப் புள்ளி எந்த நாட்டிலும் யாரிடத்தும் இல்லை. அதிகாரத்துடன் கைகோத்துக் கொண்டதன் மூலம் இந்திய, மற்றும் உலகளாவிய செய்தி நிறுவனங்கள் அதிகாரத்தின் குற்றங்களில் தம்மைப் பங்காளிகளாக்கிக் கொண்டுவிட்டன. தயக்கமிக்க பயணிகளாகவோ, கடத்தப்பட்டவர்களாகவோ அவர்கள் இந்த

நிலைக்கு வந்து சேரவில்லை. அதிகாரத்தின் அடியாட்களாக இருப்பதை அவர்கள் நல்ல சுயநினைவுள்ள தேர்வாகவே ஏற்றுக்கொண்டுவிட்டார்கள்.

இந்திய ஊடகத்தின் வீழ்ச்சியை நாம் பிந்தைய-உண்மை உலகின் ஒரு சாதாரணக் கதையாகப் பார்க்கவே கூடாது. அது ஆயுதமாகவும், குற்றத்தன்மை கொண்டதாகவும் மாற்றப்பட்டதையும் நாம் நிச்சயம் பார்க்க வேண்டும். இந்திய ஊடகம் ஒரு குறிப்பிட்ட சமூகப் பகுதியையும் எதிர்க்கட்சிகளையும் குறிவைக்கும் விதம் எப்படிப்பட்டது என்பதையும், அது எவ்வாறு அரசாங்கத்தின் ஊது குழலாகவும், தனியார் ராணுவமாகவும் ஆகிவிட்டது என்பதையும் கூட நாம் பார்த்தாக வேண்டும். இது முன்னெப்போதும் நடந்ததில்லை. இந்திய குடியரசின் வரலாற்றில் ஊடகங்கள் ஒருபோதும் 'ஹிந்து தேசத்தின்' அரசியல் கற்பனையோடு ஒன்று கலந்ததோ அல்லது அதன் தொழில் தர்மத்தை விலக்கி அந்த இடத்தில் 'ஹிந்து தேசியத்தை' நிலை நிறுத்தியதோ கிடையாது.

'மிகவும் உயர்ந்த மதிப்பீட்டுப் புள்ளி'களைக் (டிஆர்பி) கொண்ட டிவி சேனல்களின் தொகுப்பாளர்கள் ஒவ்வொரு சந்தர்ப்பத்திலும் அரசாங்கத்தை உரத்த குரலில் நியாயப்படுத்துகிறார்கள். ஆனால், தீவிரமான செய்தி இருக்கையில், அரசாங்கம் செயல்பட்டே ஆக வேண்டும் அல்லது செயல்படாமைக்காகக் கண்டிக்கப்பட வேண்டும் என்ற சூழ்நிலை வரும்போது, இந்தத் தொகுப்பாளர்களில் எவரும் அது பற்றி வாய் திறப்பதில்லை. இரண்டு சமீபத்திய உதாரணங்களை நான் உங்களுக்குத் தருகிறேன். முதலாவது, பிரதமர் மோடியின் தொகுதி, பனாரஸ். இந்திய தொழில் நுட்பக் கல்லூரியும் பனாரஸ் ஹிந்து பல்கலைக்கழகமும் நாட்டின் முதன்மையான கல்வி நிறுவனங்களின் பட்டியலில் வருபவையாகும். அங்கே 2023ஆம் ஆண்டு நவம்பர் 1ஆம் தேதி இரவில் ஒரு மாணவியைத் துப்பாக்கி முனையில் மூன்று ஆண்கள் தாக்கி கூட்டு வன்புணர்ச்சி செய்ததாகக் குற்றச்சாட்டு எழுந்தது. நவம்பர் இரண்டாம் தேதி இதன் மீது நடவடிக்கை எடுக்கக்கோரி அந்தப் பல்கலைக்கழக மாணவர்கள் போராட்டம் நடத்திக்கொண்டிருந்த வேளையிலேயே அந்த மூன்று நபர்கள் யார் என்பது போலீசாருக்கு ஏற்கெனவே தெரியும் என்பது குறித்த நம்பத் தகுந்த செய்திகள் உள்ளன. ஆனால், அந்த

நபர்கள் 60 நாள்கள் கழித்துதான் கைது செய்யப்பட்டார்கள். அவர்கள் ஆளும் பாரதிய ஜனதா கட்சியின் ஐ.டி செல்லைச் சேர்ந்தவர்கள் என்பது தெரிய வந்தது. இரண்டு மாத காலம் அங்கே ஊடகங்களும் இதைக் குறித்து சொல்லத்தக்க அளவில் எந்தப் புலனாய்வும் மேற்கொள்ளவில்லை. சில பத்திரிகைகள் அந்த நபர்கள் கைது செய்யப்பட்ட பின்னரே இதுகுறித்து செய்திகள் வெளியிட்டன. முக்கிய ஊடகங்களின் தொலைக்காட்சித் தொகுப்பாளர்களிடம் இது பற்றிச் சொல்ல ஏதும் இருக்கவில்லை.

இரண்டாவது உதாரணம்: இரண்டு ஹிந்து இளைஞர்கள் போலியான முஸ்லிம் பெயர்களைப் பயன்படுத்தி அயோத்தியிலுள்ள ராமர் கோவிலைத் தாங்கள் வெடிவைத்துத் தகர்க்கப் போவதாக மின்னஞ்சல்கள் அனுப்பினார்கள். போலீசாரும் அவர்களைக் கைது செய்தார்கள். ஆனால், இது தொடர்பாகப் பரந்த விளைவுகள் ஏற்படும் தீவிர ஆபத்துகள் இருந்த போதும், முக்கிய ஊடகங்களில் இதைப் பற்றிய விவாதங்கள் ஏதும் நடக்கவே இல்லை.

இது போன்ற மிகப்பல உதாரணங்கள் உண்டு. ஒரு குற்றவாளியோ, குற்றம் சாட்டப்பட்டவரோ முஸ்லிமாக இருக்கும் போதும், எதிர்க்கட்சிகளின் மெய்யான அல்லது கற்பனை செய்யப்பட்ட தவறுகள் குறித்து அவர்கள் எதிர்க்கட்சிகளை வசை பாட முடிவு செய்யும்போதும் இந்தச் செய்தித் தொகுப்பாளர்கள் கட்டவிழ்த்துவிடும் வன்தாக்குதலிலிருந்தும், பரபரப்பிலிருந்தும் மேற்சொன்ன உதாரணங்கள் அப்பட்டமாக வேறுபடுகின்றன. இது, இந்திய ஜனநாயகத்தில் இந்தியாவின் முக்கிய ஊடகங்கள் இப்போது அக்கறை கொண்டவைகளாக இல்லை என்பதற்கான தெளிவான அடையாளமாகும்.

தலைவருடனும் அவரது கட்சியுடனும் ஒன்று கலந்து விட்ட கோடிக்கணக்கானவர்களுக்கு மேற்படி விஷயம் எந்தத் தாக்கத்தையும் ஏற்படுத்தவில்லை. நம்மில் மீதிப் பேர், நமது நம்பிக்கைகளின் பெரும் தோல்வியின் வெற்றுப் பார்வையாளர்களாக ஆகிவிட்டோம். இந்தப் பெரும் இருள்சூழ் இரவு நெருங்குவதைப் பார்த்தவர்களாக நம்மில் ஒரு பகுதியினர் பத்தாண்டுகளாக நமது அச்சங்களைக் குறித்து ஒவ்வொரு வீட்டிலும் பேசுவதற்கு முயற்சி செய்தோம்; அந்த வீடுகளும் தங்கள் கதவுகளை நமக்கு மூடிக்கொண்டுவிட்டன.

2024இல் ஒருவேளை நமது அச்சங்கள் உண்மையாகவும் கூடும். நம்மைச் சுற்றியுள்ள பூமி வேகமாக ஒரு தீவாக மாறி வருகிறது; நாளுக்கு நாள் பெரிதாக விரிந்துகொண்டிருக்கும் ஒரு சமுத்திரம் நம்மைச் சூழ்ந்திருக்கிறது. நொறுக்கப்பட்டு, வெல்லப்பட்டு விட்டவர்கள் என்று பிரகடனப்படுத்தப்பட்ட அனைவருக்கும் இது ஒரு மிகப்பெரிய தருணம் ஆகும். தலைவணங்க மறுத்ததற்காகவும், தலைநிமிர்ந்து இருந்ததற்காகவும், தனி வெளியிலும் பொதுவெளியிலும் வெளிப்படையாகப் பேசியதற்காகவும் சிறியதாகவோ, பெரியதாகவோ ஒரு விலை கொடுத்தவர்களின் - அவர்களின் தருணம் இது. யாராவது, எங்காவது, தங்கள் குரலைக் கேட்டுக்கொண்டிருப்பார்கள் என்ற நம்பிக்கையில் அவர்கள் தொடர்ந்து பேசிக் கொண்டிருக்கிறார்கள். அப்படி யாரும் கேட்கவில்லை என்றாலும் கூட அவர்கள் பேசித்தான் ஆக வேண்டும் என்பதை அவர்கள் அறிவார்கள். தங்களுக்குள்ளாகவாவது பேசிக்கொண்டும் தங்களுக்குள்ளாகவாவது கேட்டுக்கொண்டும் இருந்தாக வேண்டும்.

இந்தப் பக்கம் உயர்ந்து நின்று மறுபக்கத்தைப் பாருங்கள். அத்தோடு, பேசுங்கள். அதிகம் இல்லாவிட்டாலும் ஹலோ. மைக் டெஸ்டிங். செக் செக் செக் செக். ஒன், டூ, த்ரீ, செக் என்றாவது பேசுங்கள், உங்களுக்கு ஒரு குரல் இருக்கிறது என்பதை உங்களுக்கே நினைவூட்டிக்கொள்வதற்காவது, பேசுங்கள்.

இந்த மைக் டெஸ்டிங் நீண்ட காலம் நிகழும் என்று நான் உணர்கிறேன். அதைத் தொடர்ந்து செய்துகொண்டிருங்கள். உங்கள் குரலைச் சோதித்துக்கொண்டே இருங்கள்.

ரவீஷ் குமார்
புதுடில்லி
14 ஜனவரி 2024

திருத்திய பதிப்பின் முன்னுரை

இது 2019ஆம் ஆண்டு. உண்மையில் ஒரு புதிய உலகம் நம்மீது வந்துள்ளது. இதை எழுதத் தொடங்கும்போது, எனக்கு ஒரு வாட்ஸ்அப் செய்தி வருகிறது. ஆங்கில எழுத்துகளில், இந்தி மொழியில் அது எழுதப்பட்டுள்ளது. 'ஆஜ் தேரி லீன்ச்சிங் கி ஜாயேகி'- நீ இன்று கேள்விமுறையின்றிக் கொல்லப்படுவாய் - என்று அது சொல்கிறது.

விசாரணையின்றி, கேள்வி முறையின்றிக் கொல்லப்படுவது என்பது நம்மில் சிலருக்கு, ஏன், பலருக்கும்கூட பயங்கரமாகத் தோன்றலாம். ஆனால் நம்மில் சிலருக்கு அது ஒரு அன்றாட நடைமுறையாக ஆகிவிட்டதோ என்று தோன்றுகிறது. யாராவது உங்கள் கருத்துடன் முரண்பட்டால், அவர்களைக் கொன்றுவிடலாம் என்று நினைப்பது சாதாரணமாகிவிட்டது. கொல்லப்படுபவர்களின் எண்ணிக்கையை விடக் கொல்பவர்களின் எண்ணிக்கை பெரிதாக இருந்தால் போதும்.

ஜார்க்கண்ட் மாநிலத்தில், தப்ரேஸ் அன்சாரி என்ற ஒரு இளைஞன். ஒரு கும்பல், அவனைக் கடந்த ஜூன் 17ஆம் தேதியன்று விடிய விடியக் கட்டிவைத்து அடித்தது. வழக்கப்படி, போலீசார் தாமதமாக வந்தனர். தப்ரேஸை மருத்துவமனைக்குக் கொண்டு போனார்கள். அங்கே அவனது ரத்த அழுத்தம்கூடப் பரிசோதிக்கப்படவில்லை. நான்கு நாள்கள் கழித்து அவன் இறந்துபோனான்.

இதேபோன்ற இன்னொரு கும்பல், டெல்லியின் புறநகர்ப் பகுதியில் உள்ள புலந்த்ஷாஹரில் இன்ஸ்பெக்டர் சுபோத் குமார் சிங்கை விரட்டி விரட்டிக் கொன்றது. புலந்த்ஷாஹர் அருகிலுள்ள காட்டில் டிசம்பர் 2018இல் சில பசுக்கள் இறந்துகிடந்தன. அதைத் தொடர்ந்து அந்தக் கும்பல் ஊரைச் சூறையாடியது. சுபோத் குமார் சிங் கும்பலைக் கட்டுப்படுத்த முயன்றபோது அவர் கொல்லப்பட்டார்.

அப்போதெல்லாம் இத்தகைய செயல்கள் பசுவின்பேரால் நடந்தன. அரசு காப்பகங்களில் பசுக்கள் பட்டினியால் இறப்பது குறித்தும், சுற்றித் திரியும் கால்நடைகள் பயிர்களை அழித்ததால் விவசாயிகள் கோபமடைந்தது குறித்தும் செய்திகள் வரத்தான் செய்தன. அப்போது அரசியல் போக்கு, பசுவைக் கண்டு கொள்ளவில்லை. என்றாலும் பசுவின்பேரால் தொடங்கப்பட்ட அச்சுறுத்தல்கள், வன்முறைத் திட்டங்கள் இன்றும் கூடத் தொடர்கின்றன.

பசு இருந்த இடத்தில் இப்போது 'ஜெய் ஸ்ரீ ராம்' என்ற கோஷம் இருக்கிறது. தப்ரேஸ் அன்சாரியை அடிக்கும்போது அவர்கள் அவனை "ஜெய் ஸ்ரீ ராம்" எனச் சொல்லச் சொன்னார்கள். அவனும் சொன்னான். ஆனால், அது அவனைக் காப்பாற்றவில்லை.

'கும்பல்' என்பது வெறும் வார்த்தையல்ல. அது பத்து, நூறு, ஆயிரக்கணக்கான பேரைக் கொண்டது. அவர்கள் அடிப்பார்கள், கொல்வார்கள்; அடிப்பதை, கொல்வதைத் தங்கள் கைப்பேசியில் பதிவு செய்வார்கள்; அவ்வாறு அடிப்பதை ஒன்றும் பேசாமல் நின்று வேடிக்கை பார்ப்பார்கள். தங்கள் சமூகத்தைச் சேர்ந்த இளைஞர்கள் பலர் கொலைகாரர்களாக ஆனபோதும், அவர்கள் தங்கள் சமூகத்தின் காலாட்களாக இருக்கத் தகுதியற்றவர்கள் ஆகிவிட்டாலும், அடிதடி, கொலைக் குற்றங்களுக்காக அவர்கள்மீது வழக்கு நடந்தாலும்கூட இவர்கள் வாய்திறப்பதில்லை. அலைந்துதிரியும் கும்பல்கள் படுவேகமாக உருவாக்கப்படுகின்றன. ஒரு கும்பல் எங்கே, எப்போது உருவாகும் என்பதை அறியவே முடியாது.

மக்களவைக்குத் தேர்ந்தெடுக்கப்பட்ட நாடாளுமன்ற உறுப்பினர் அசாதுதீன் ஓவைசி பதவியேற்ற நிகழ்வின்போது 'ஜெய் ஸ்ரீராம்' என்ற முழக்கம் ஒலித்தது சாதாரண நிகழ்வல்ல. ராமன்மீது இருந்த அன்பினால் இந்தக் கோஷம் எழவில்லை. அசாதுதீன் ஓவைசியை மிரட்டவும், கேலி செய்யவும் அது சொல்லப்பட்டது. அவர் பதிலுக்கு 'அல்லாஹ்ஹு அக்பர்' என்று முழங்கினார்.

ஆத்திரத்தைத் தூண்டிய அந்த முழக்கமும், எதிர்வினையும் அவைக் குறிப்பில் இருந்து நீக்கப்பட்டன. ஆனால், இந்தச்

சம்பவம் தெருக்களில் 'நடவடிக்கைகள்' துவங்க ஓர் அறைகூவலாக அமைந்தது.

இன்றைய நாள்களில் வகுப்பு வாதத்தைத் 'தேசியம்' என்று பெயரிட்டு நியாயப்படுத்துகிறார்கள். வகுப்புவாதப் பேச்சுகள் ஏற்கெனவே மேட்டுக்குடிகளின் வரவேற்பு அறைகளில் இரவு விருந்துக்குப் பின் உண்ணும் இனிப்புகள் போல் ஆகிவிட்டன.

மதவெறி எப்போதும் அலங்கோலமாகத்தான் இருக்க வேண்டும் என்பதில்லை. இப்போது அது உயர்பண்பாட்டின் உடைகளோடு வலம்வரத் துவங்கிவிட்டது. அதிகம் படிக்காதவர்கள், வேலை கிடைக்காதவர்கள், நல்ல வேலை இல்லாதவர்கள் ஆகியோருக்கு அழகான வாக்கியங்களில் வாதங்களை எடுத்துவைக்கும் திறமை இருப்பதில்லை. அவர்கள் பொதுவெளியில் உரக்கப் பேசிவிடுவார்கள். சகமனிதனை அடிப்பதும், கொல்வதும் சில வேளைகளில் கேடுதரும் என்பதை மெத்தப் படித்தவர்களும், உயர்பதவிகளில் இருப்பவர்களும் உணர்ந்திருப்பதால், ஒரு குறிப்பிட்ட பிரிவினரை 'மாட்டி விடுவது' அல்லது அவர்களுக்குப் பாடம் கற்பிப்பது என்பதன் அரசியலை அவர்கள் மெல்லிய குரலில், அலங்காரமான சொற்களில், பேசிக்கொள்வார்கள். நாமும் அவர்களை நல்லவர்கள், நியாயவான்கள் என்று அழைப்போம்.

இது ஒன்றும் புதிதல்ல, இந்தியாவிலும் மற்ற இடங்களிலும் இதற்கு முன்னரும் நடந்தது தான். ஆனால் இன்று முற்றிலும் புதிய வழிகளில் அது நடக்கிறது. பிரதமர் நரேந்திர மோடியின் அதிர்ஷ்டத்தால் 2019 கிரிக்கெட் உலகக் கோப்பையை இந்தியா வெல்லும் என்று ஒரு முன்னணித் தொலைக்காட்சி கூறுகிறது. செய்தித் தொகுப்பாளரின் உரத்த குரல் லட்சக்கணக்கான வீடுகளில் எதிரொலிக்கிறது. மேலும், அது மேல் தட்டு வர்க்கத்தின் சொல்லாடலின் ஒரு பகுதியாக மாறுகிறது.

அதே நேரத்தில், மற்ற செய்திகளும் உள்ளன: பொருளாதாரத் தேக்கத்தின் காரணமாக வேலையின்மையின் அளவு முன் எப்போதும் இல்லாத நிலைக்கு உயர்கிறது; மூளைக் காய்ச்சலால் பீகாரின் முசாபர்பூரில் 140 குழந்தைகள் இறந்துபோகிறார்கள்; குஜராத்தில் கழிவுநீர்க் கால்வாய்களைச் சுத்தம் செய்து கொண்டிருக்கும்போது ஏழு பேர் உயிரிழந்தார்கள். இந்த நிகழ்வுகளில் எல்லாம் பிரதமரின் அதிர்ஷ்டம் அல்லது

தலையீடு ஏதாவது உள்ளதா என்பது பற்றிச் செய்தி ஊடகங்கள் வாய் திறப்பதில்லை.

இந்தத் தொலைக்காட்சி சேனல்களின் கோடிக்கணக்கான நேயர்களுக்கு நல்ல செய்தி ஊடகம் என்பது எப்படி இருக்க வேண்டும் என்பது நன்றாகத் தெரியும். ஆனாலும், அவர்கள் அர்த்தமற்ற செய்தியாளர்களோடு அணி சேர்ந்துகொண்டு விட்டார்கள் என்று தோன்றுகிறது.

முடிவில், பிரதமரின் அதிர்ஷ்டத்தால் உலகக் கோப்பை கிரிக்கெட்டில் இந்தியா தோற்பதைத் தடுக்க முடியவில்லை. ஆனால் பிரபலமான டிவி சேனல்களின் தொகுப்பாளர்களுக்கு நல்ல பொழுதுகளை அது உறுதி செய்தது. நல்ல இதழியல் என்பதன் சாயல் உள்ள எதையும் இந்தப் பேசும் தலைகள் செய்வதில்லை. எனினும் அவர்கள் இந்திய இதழியலின் முகமாக ஆகிவிட்டார்கள்.

இனிமேல் அவர்கள் ஆட்சியில் உள்ள அமைப்பைத் தவிர வேறு யாருக்கும் பதில் சொல்ல வேண்டியதில்லை. அவர்கள் செய்ய வேண்டியதெல்லாம், மாலை நேரங்களில் தொலைக்காட்சியில் தோன்றி, பரஸ்பர எதிரிகளான அமைப்புகளின் செய்தித் தொடர்பாளர்களுக்கு இடையே கூச்சல் போட்டிகளை நடத்துவதும் அதே போக்கில் 'செய்தி' என்கிற விஷயத்தைத் துடைத்து அழிப்பதும்தான். அறம், நாணயம், நேர்மை ஆகியவற்றை இங்கே எதிர்பார்க்கவே முடியாத அளவுக்கு இந்தக் கோளாறு பரவிவிட்டது. மோசமான இதழியல், தான் என்றும் பெற்றிராத நம்பகத்தன்மையை இன்று பெற்றிருக்கிறது.

செய்தித் தொலைக்காட்சிகள் இந்தியாவின் ஜனநாயகத்தைக் கொல்ல அயராது உழைக்கின்றன. விளைவு? இந்தத் தொலைக்காட்சிகளைப் பார்க்கும் மிகப்பெரும் எண்ணிக்கையிலான மக்கள் அரசாங்கத்தை எதிர்த்துக் கேள்விகேட்பதில்லை. இந்தச் சேனல்கள் ஒரு குறிப்பிட்ட வகைத் தொலைக்காட்சியை மட்டும் பார்ப்பதற்கு அவைகளின் பார்வையாளர்களைப் பழக்கிவிட்டன. தங்களது நேயர்கள் நிகழ்ச்சிகளைப் பார்க்கும் அந்த நேரத்தில், தமது கொள்கைகள் எல்லாவற்றையும் சற்றே விட்டுவிட வேண்டும், எந்த ஒழுக்க நியதியும் அற்றவர்களாக இருக்க வேண்டும் என்பதை மட்டுமே இந்தத் தொலைக்காட்சிகள் அவர்களிடம்

எதிர்பார்க்கின்றன. மக்களின் தேர்ந்தெடுக்கப்பட்ட பிரதிநிதிகள் கொலைகாரர்களுக்கு மாலை போடலாம், மந்திரிகள் பொய் பேசலாம், செய்தி வாசிப்பவர்கள் செய்தி என்ற பெயரில் அரசாங்கச் செய்திக் குறிப்புகளை வாசிக்கலாம். இது யாரையும் பாதிப்பதில்லை.

இரண்டாவது முறை வெற்றி பெற்று ஆட்சியமைத்த பாரதிய ஜனதா கட்சியின் முதல் பட்ஜெட்டுக்குப் பிறகு அதன் நிதி அமைச்சகம், தன் அலுவலகங்களுக்குள் பத்திரிகையாளர்கள் முன் அனுமதியின்றி நுழையத் தடை விதித்தது. அதற்கு முன்பு பிரஸ் இன்பர்மேஷன் பீரோ அடையாள அட்டையைக் காண்பித்து எந்த ஒரு பத்திரிகையாளரும் அமைச்சகத்திற்குள் சென்று எவரையும் சந்தித்து வந்து செய்தி எழுதலாம். அதனால்தான் பத்திரிகையாளர் சோமேஷ் ஜா, இந்தியாவில் வேலையின்மையின் அளவு 2017-18இல் முந்தைய 45 ஆண்டுகளாக இல்லாத அளவுக்கு உயர்ந்ததை பிசினஸ் ஸ்டாண்டர்ட் என்ற பத்திரிகையில் எழுத முடிந்தது; அந்த விவரம் அரசாங்கத்தால் மறைக்கப்பட்ட ஒன்றாக இருந்த போதும்.

அப்படிப்பட்ட செய்தி அறிக்கைகள் வெளியாவது இப்போது இயலாத காரியம். பத்திரிகையாளர்களுக்கான காத்திருப்புப் பகுதி மேம்படுத்தப்பட்டு, பத்திரிகையாளர்களின் வசதி அதிகரிக்கப்பட்டிருப்பதாக நிதி அமைச்சகம் கூறுகிறது. ஆனால், ஒரு மூத்த அதிகாரியைச் சந்திக்க நேரம் ஒதுக்கப்பட்ட பின்னரே, பத்திரிகையாளர்கள் அந்தப் புனிதமான அதிகாரப் பிரகாரத்தினுள் நுழைய முடியும். பத்திரிகையாசிரியர் குழுமம் (Editors Guild) அரசின் இந்த நகர்வைக் கண்டித்துள்ளது. ஆனால், நாட்டு மக்களோ இதையெல்லாம் கண்டுகொள்ளாமல் முகத்தை வேறுபக்கம் திருப்பிக்கொள்ள முடிவு செய்து விட்டார்கள்.

2019ஆம் ஆண்டு தேர்தல்களின் போது, முக்கிய ஊடகங்கள் அனைத்திலும் ஒரு குறிப்பிட்ட அரசியல் கட்சியையும், ஒரு குறிப்பிட்ட தலைவரையும் புகழ்ந்து பேசும் செய்திகள் மட்டும் நிரம்பிக் கிடந்ததையும் அவர்கள் கண்டுகொள்ளவில்லை. பரந்துவிரிந்த, பன்முகத்தன்மை கொண்ட, மாபெரும் ஜனநாயக நாடான இந்தியாவில், ஒட்டுமொத்த எதிர்க்கட்சிகளும் காணாமல் அடிக்கப்பட்டபோது அது பற்றிய எந்தக் கேள்வியும் கேட்கப்படவில்லை. நடுநிலையற்றது, ஒரு சார்பானது என்கிற

குற்றச்சாட்டுக்குத் தொடர்ந்து ஆளாகியிருக்கும் தேர்தல் ஆணையத்தினிடமும் நீங்கள் எதையும் எதிர்பார்க்க முடியாது.

நாட்டின் பிரதமர், தேர்தல் நடத்தை விதிகளை மீண்டும் மீண்டும் மீறியதைக் கண்டுகொள்ளாமல் இருந்ததன் மூலம், அந்த ஆணையம் காலத்திற்கு ஏற்பத் தன் கோலம் மாறிவிட்டதை வெளிக்காட்டிக்கொண்டது. நடுநிலைக்குத்தான் இங்கு எந்த மரியாதையும் இல்லையே. இது போன்ற விஷயங்களுக்குக் கடந்த காலத்தில் நாம் பெரும் விலை கொடுத்ததுண்டு. ஆனால், இனி யாரும் வரலாற்றைக் கண்டு அஞ்சப் போவதில்லை. வரலாறுதானே, எளிதில் மாற்றலாம் என்றாகிவிட்டது.

நிகழ்வுகளும், ஆளுமைகளும் பள்ளிப் பாடப் புத்தகங்களில் இருந்து அழிக்கப்பட்டதைப் போலவே, தேசத்தின் பொது நினைவில் இருந்தும் எளிதாக அழிக்கப்படக்கூடும். அச்சு ஊடகம் அதிகாரப் பூர்வ பிரச்சாரத்தின் கருவியாக இருக்கிறது என்பது இப்போது நமது ஜனநாயக அமைப்பின் அப்பட்டமான உண்மை. செய்திகள் மறைக்கப்படுவதும், மாற்றப்படுவதும், தயாரிக்கப்படுவதும் இங்கே வெகுசாதாரணமாக நடக்கின்றன. அதைச் செய்பவர்கள் தண்டனைக்கு அஞ்ச வேண்டிய அவசியமில்லை.

அதிகமான செய்தி அமைப்புகள் இந்திய மக்களுக்கு ஒருபோதும் இருந்ததில்லை. ஆனால், எவருடைய உண்மையான நோக்கங்களை அறிந்துகொள்ள முடியாதோ, அத்தகைய சக்திகளிடம் இருக்கும் கொஞ்சநஞ்ச அமைப்புகளும் சரணடைந்துவிட்டதாகத் தெரிகிறது. சுதந்திர இந்தியாவின் வரலாற்றில், அரசியல் அதிகாரத்தின் மீது இந்த அளவு விசுவாசமும், செய்திகள் அல்லாத செய்திகளின் மீதும், போலிச் செய்திகள் மீதும் இந்த அளவு தாகமும் இருந்ததில்லை. உலகப் பத்திரிகை சுதந்திரக் குறியீட்டில், 180 நாடுகளில் இந்தியா 140 ஆவது நாடாக உள்ளது. இதற்கு அரசு மட்டுமே காரணம் அல்ல. நேயர்களும், வாசகர்களும்கூட நம்மை அந்த இடத்திற்குக் கொண்டு சேர்த்துள்ளனர். நாள் தவறாமல் அரசாங்கத்திற்குத் துதிபாடும் சேனல்களும் பத்திரிகைகளும் அதிகமான மதிப்பீட்டு எண்களையும் வாசகர் சந்தாக்களையும் கொண்டுள்ளன.

***

தேசிய மதிப்பீடு மற்றும் அங்கீகாரத்திற்கான சபை (NAAC), நமது பல்கலைக்கழகங்களில் அறுபத்தெட்டு சதவீதத்தைச் சராசரி அல்லது சராசரிக்கும் கீழானவை என்றே மதிப்பிடுகிறது என்பதை இந்திய அரசின் சொந்த வரைவுக் கல்விக்கொள்கை நமக்கு அறிவிக்கிறது. 91% கல்லூரிகள் பெற்றுள்ள மதிப்பீடு சராசரி அல்லது சராசரிக்கும் கீழாகத்தான் உள்ளது. இந்த இரண்டாம் மற்றும் மூன்றாம் தரக் கல்லூரிகள் சராசரி அல்லது சராசரிக்கும் குறைவான மாணவர்கள் மற்றும் அறிஞர்களின் தலைமுறைகளைத்தான் உருவாக்கியிருக்கும்.

அறிந்துகொள்ளும் ஆர்வத்தையும், அறிவையும் தகவலுக்கான பசி ஆகியவற்றைத் தீர்த்துக் கட்டுவதற்கு இங்கே மிகப்பெரிய அளவில் கடினமாக உழைத்திருக்கிறார்கள். இன்றைய இந்திய இளைஞர்கள் பல பத்தாண்டுகளாக உருவாக்கப்பட்டவர்கள். துன்பமயமான ஒரு கேலிக்கூத்தின் திரைக்கதையானது உருவாக்கிக் கொண்டிருந்த போதும் அவர்கள் உறங்கிக் கொண்டிருந்தார்கள் என்பதையும், அவர்களைப் பலவீனமாக்கி அடிமைப்படுத்தும் அந்தத் திட்டம் முழுமையடைந்து கொண்டிருக்கிற இந்த நேரத்திலும் அவர்கள் தூங்கிக்கொண்டிருக்கிறார்கள் என்பதையும் தவிர, அந்த இளைஞர்கள் மீது குற்றம் சொல்வதற்கு ஒன்றுமில்லை. தங்களுக்குப் பத்தாயிரம் ரூபாய் சம்பளம் கூட இல்லாத வேலைதான் இதனால் இறுதியில் கிடைக்கும் என்றான போதும், தாங்கள் இன்ஜினியரிங் படிப்பு படிப்பதற்கு லட்சக்கணக்கில் செலவழிக்கக் காரணமான அந்த அமைப்பைப் புரிந்துகொள்ள இப்போதைய இளைஞர்கள் விரும்புவதில்லை.

ஏராளமான பொறியியல் கல்லூரிகள் ஏன் துவங்கப்பட்டன, ஏன் மூடப்பட்டன என்பது குறித்து இந்திய இளைஞர்கள் கேள்வி எழுப்புவதே இல்லை. பயிற்சி மற்றும் வேலை வாய்ப்புகள் குறித்து இவர்களுக்கு உத்திரவாதம் கொடுத்த கல்லூரிகளில் சேரவும், படிக்கவும் இவர்கள் கடன் வாங்கினார்கள். அந்தக் கல்லூரிகள் இப்போது இல்லை, ஆனால் அந்தக் கடன்களை இவர்கள் இன்னும் திருப்பிச் செலுத்திக்கொண்டிருக்கிறார்கள்.

இதனிடையே, நமது புதிய ஆட்சியாளர்களின் தகவல் தொழில்நுட்பக் குழுக்களில் மென்பொருள் பொறியாளர்களின் படை ஒன்று மிக மோசமான வேலைச்சூழலில் அடிமைகளைப் போல் உழைத்துக்கொண்டிருக்கிறது. முழுவதும் பொய்கள்,

வெறுப்பு, அவதூறு மற்றும் தனிமனித இகழ்வு ஆகியவற்றின் அடித்தளத்தில் எந்தப் புகழ்மிக்க ஒரு தேசிய வரலாற்றைக் கட்டமைப்பதற்கு இந்த இளைஞர்களும் இளம்பெண்களும் வேலைக்கு அமர்த்தப்பட்டிருக்கிறார்களோ, அந்த வரலாற்றின் பகுதியாக இவர்கள் ஒருபோதும் ஆகப்போவதில்லை. எவ்வாறு அவர்களது கல்லூரிகள் காணாமல் போயினவோ, அவ்வாறே இவர்களும் புகழ்மிக்க வரலாறு என்று சொல்லப்படும் அந்தப் போலியான வரலாற்றின் நிலவறைகளில் வீசப்படுவார்கள்.

ஜனநாயக அமைப்புகள், தாம் வாழும் உலகை அறிந்து கொள்வதற்கான தேடல் கொண்ட, அது பற்றிய தகவல்களின் மீது வேட்கை கொண்ட, தமது காலத்தில் நிலவுகிற நிலைமைகளைப் பற்றிக் கேள்வி எழுப்புகிற, லட்சியவாதிகளால் உருவாக்கப்பட்டு, தாங்கப்படுகின்றன. இன்றைய இளைஞர்கள் படிக்கும் கல்லூரிகளில் 99 சதவீதம் சராசரியானவை, அல்லது அதற்கும் கீழானவை. இந்நிலையில் இந்த இளைஞர்களிடம் அப்படிப்பட்ட ஜனநாயக லட்சியங்களை எப்படி எதிர்பார்க்க முடியும்?

இந்திய மக்களில் 65 சதவீதம் வரை 35 வயதுக்குக் கீழே உள்ளவர்கள் இருக்கக்கூடும். ஆனால் அவர்களது சிந்தனையில் எதுவும் புத்தம்புதிதாக இருப்பதற்கான அறிகுறிகள் ஏதுமில்லை. அவர்களது மனங்களில் இளமை இல்லை. முன்பு அவர்கள் மீது பெரும் அறியாமையின் சுமை இருந்தது. இப்போது வகுப்புவாதம் அவர்களை அறிவுக் குருடர்களாக ஆக்கியிருக்கிறது. பொருளாதார, சமூகச் சமத்துவமின்மை குறித்து நாம் பேசிக்கொண்டிருக்கிறோம். இந்திய நாட்டின் இந்த அறிவுச் சமத்துவமின்மை குறித்தும் நாம் பேசியாக வேண்டும். அறிவுச் சமத்துவமின்மை இப்போது எந்த அளவிற்கு வேரோடி இருக்கிறது என்று சொன்னால், ஒரு நல்ல புத்தகத்தின் மூலமோ அல்லது ஒரு நல்ல விவாதத்தின் மூலமோ அதைச் சரிசெய்ய முடியாது என்கிற அளவிற்கு அது வேரோடியிருக்கிறது. நமது இளைஞர்களில் பெரும்பாலோர் பவர்பாயிண்ட் மற்றும் 140-எழுத்துகள் கொண்ட ட்வீட்களின் மொழியை மட்டுமே புரிந்துகொள்கிறார்கள்; அவர்களின் புரிதல்திறன் அதைத் தாண்டி வளர அனுமதிக்கப்படவில்லை.

நாட்டின் தொண்ணூற்றொரு சதவீதக் கல்லூரிகள் இரண்டாம் மற்றும் மூன்றாம் தரமானவைகளாக இருப்பதால், அவைகளின்

மாணவர்களுக்கும் அறிவுலகுக்கும் இடையே பெரும் இடைவெளி ஏற்படுவதைத் தவிர்க்க முடியவில்லை. 'வாட்ஸ்அப் பல்கலைக்கழகம் ' இந்தியாவில் பிரபலமடைந்ததற்கு இதுவே காரணமாக இருக்க வேண்டும். அதன் பளபளக்கும் மீம்கள், சிலிர்க்கும் படிமங்களில், குறைந்த சொற்களில், உலகை விளக்கிக் கூறும் ஒரு புதிய, எதையும் வேண்டாத புத்தகத்தின் பக்கங்களைப் போல் இருந்தன.

நமது பெரிய பெருநகரங்களின் அறிஞர்களும், அறிவுஜீவிகளும் இந்தியா நெடுகிலும் இந்தக் கோடிக்கணக்கான இளைஞர்களுக்கு இழைக்கப்பட்ட, மற்றும் தொடர்ந்து இழைக்கப்படும் அநீதியைப் பற்றி அரிதாகவே பேசுகிறார்கள். இதைப் பற்றிப் பேசிய மிகச் சில அறிஞர்களும் சோசலிஸ்டுகள் என்றும் தேசவிரோதிகள் என்றும் முத்திரை குத்தப்பட்டு, கல்விப் புலத்தில் ஒதுக்கி வைக்கப்பட்டுள்ளனர். இளைஞர்கள் பொறுமையாகக் கல்வி கற்றுக்கொள்ளாதவர்களாய், அதிகாரம் அற்றவர்களாய் உணர்கிறார்கள். ஆனால், அறிவைப் பெறுவதற்கான எல்லா வழிகளும் தகர்க்கப்பட்டுவிட்டன.

அவர்களுக்கு விஷயங்களை அறியும் பெருமையை முதன்முதலாக வாட்ஸ்ஆப் பல்கலைக்கழகமே வழங்கியது. அவர்களைத் திசை திருப்பவும், வன்முறைக்குத் தூண்டவும் வடிவமைக்கப்பட்ட பொய்களும், தவறான தகவல்களும் தனிப்பட்ட குறுஞ்செய்திகளின் வடிவில் அவர்களின் ஸ்மார்ட் ஃபோன்களை அடையத் தொடங்கின. இது, அறிவை வீடு வீடாக வழங்குவதாக ஆயிற்று. அத்தகைய தகவலைப் பெற்ற இளைஞன் இறுதியில், தான் அதிகாரம் பெற்றுவிட்டதாக உணரத் தொடங்கினான். அவனது பெருமை உண்மையைக் கண்டு கொண்டதனால் வரவில்லை. எனவே, அவன் பொய்யில் பெருமை கொள்ளத்தொடங்கினான். அது பொய் என்றும், முன்னர் அவன் உழன்றுகொண்டிருந்த அறியாமையை விடவும் மேலானதல்ல என்பதையும் அவனுள் ஒரு பகுதி அறிந்து கொண்டது. எனவே அவனுடைய பெருமை பகுத்தறிவற்றதாய், உறுத்தலானதாய் ஆயிற்று. தன்னை விமர்சித்தவர்களைத் தாக்கும் ஆயுதமாக அதை அவன் மாற்றிக்கொண்டான்.

முழுமையான அர்த்தத்தில் குடிமக்களாக மாறவும், அதிகாரத்திடம் உண்மையைப் பேசவும் உங்களுக்குத் தேவைப்படுவது அறிவு. உண்மையை அறிவதற்கான ஒவ்வொரு

முயற்சியும், தகவல்களை வெளியிடாமல் இருப்பது அல்லது பொய்களைப் பரப்புவது ஆகிய வழிகளில் முடக்கப்படும் போது, வெளிப்படையாகப் பேசும் சாதாரண நடைமுறை மெதுவாக மறைந்துபோகிறது.

கடினமான ஆய்வு மற்றும் புலன் விசாரணை கொண்டு திரட்டப்படும் செய்திகள், அறியும் ஆவலை மேலும் வளர்க்கும். அப்படிப்பட்ட செய்திகள் சில ஆண்டுகளுக்கு முன்பு இந்திய செய்தி சேனல்கள் மற்றும் பத்திரிகைகளில் இருந்து மறையத் தொடங்கின. குறிப்பாக, இந்தி மொழியில் வெளியாகும் செய்தித்தாள்கள், இந்த இளைஞர்கள் படிக்கும் சராசரி மற்றும் சராசரிக்கும் கீழான 91 சதவீதக் கல்லூரிகள் எப்படி இளைஞர்களை உருவாக்கினவோ, அப்படியே அவர்களைத் தொடர்ந்து வைத்துக்கொள்ளக் கடுமையாக உழைத்துள்ளன.

பத்திரிகைகள் தங்களுக்குத் தகவல்களைத் தருவதாக மக்கள் நம்புகிறார்கள். ஆனால் பெரும்பாலான முக்கிய ஊடக நிறுவனங்கள் எதை மக்களிடம் சொல்லும்படி அவர்களுக்கு மேலிருந்து சொல்லப்பட்டதோ அதை மட்டுமே மக்களுக்குச் சொல்கின்றன. தகவல் கிடைக்கப்பெறும் மக்கள் பொதுவெளியில் விவாதிப்பார்கள் என்பது அரசு அதிகாரத்தில் இருப்பவர்களுக்கு நன்கு தெரியும். ஆகவே, பொய்களை அல்லது பொறுக்கி எடுக்கப்பட்ட தகவல்களை மட்டுமே பரப்பும் ஒரு திட்டத்தின் ஊடாக ஊடகங்கள் விலைக்கு வாங்கப்பட்டிருக்கின்றன; அல்லது கட்டாயச் சேவைக்கு உட்படுத்தப்பட்டிருக்கின்றன.

இதனால் அதிகாரத்தை எதிர்கொள்வதற்கும், கேள்விகளைக் கேட்பதற்குமான திறன் வெகுமக்களிடம் குறைந்து வருகிறது. பெற்றோர்கள் தங்கள் குழந்தைகளை அளவுக்குமீறிப் பேசவோ எழுதவோ கூடாது என்று சொல்கிறார்கள். ஆசிரியர்கள், தங்கள் மாணவர்களைப் 'படியுங்கள், அரசியலில் ஈடுபடாதீர்கள்' என்று அறிவுறுத்துகிறார்கள். இந்தியாவின் மாபெரும் ஜனநாயகம், தன்மீதே நம்பிக்கை இழந்து என்ன நடக்குமோ என்று அச்சம் கொண்டு தவிக்கும் ஒன்றாக மாறுவதற்கு ஏதுவாய், சமூக முழுமையும் இங்கே ஒன்று சேர்ந்துள்ளது.

***

மே 2019இல், பிரதமர் நரேந்திர மோடி, இந்திய மக்களிடமிருந்து இரண்டாவது முறை ஆட்சி அதிகாரத்தைப் பெற வேண்டி, தி இந்தியன் எக்ஸ்பிரஸின் ராஜ் கமல் ஜா மற்றும் ரவீஷ் திவாரி ஆகியோருக்கு என்றைக்கும் இல்லாத திருநாளாக அபூர்வமாக ஒரு பேட்டி கொடுத்தார். பேட்டியின்போது ஒரு கட்டத்தில், அமைச்சரவை அல்லது கட்சிக் கூட்டங்களில் அவர் எப்போதாவது எதிர்க்கருத்தை ஒடுக்கினாரா, எப்போதாவது தோற்கடிக்கப்பட்டாரா என்றும் கேட்கப்பட்டது.

அவரது பதில்கள் பின்வருமாறு -

"மன்மோகன் சிங் அரசின் அமைச்சரவைக் கூட்டங்கள் சராசரியாக எவ்வளவு நேரம் என்றால் 20 நிமிடங்கள். எனது அமைச்சரவைக் கூட்டங்களின் சராசரி நேரம் மூன்று மணி நேரம். அந்த நேரத்துக்குள் என்ன நடக்குமென்று நினைக்கிறீர்கள்? பல அமைச்சரவை முன்மொழிவுகள் கைவிடப்பட்டன. மேலும் பல தற்காலிக அமைச்சர்கள் குழுக்களுக்கு அனுப்பப்பட்டன. கூடுதலாக, நான் எனது முழு அமைச்சரவைக் கூட்டங்களை நடத்தியுள்ளேன், அங்கு அனைவரும் பேசவும் விவாதிக்கவும் அழைக்கப்படுவார்கள். அறிக்கைகள் சமர்ப்பிக்கப்படுகின்றன. ஆனால் இவை ஊடகங்களுக்கு வெளியிடுவதற்கல்ல.

சரி, எங்களுக்கு இதில் என்ன செய்தி கிடைக்கும்?

"அது உங்கள் பிரச்சினை. நான் ஜனநாயக விரோதி அல்ல. நான் டெல்லியில் தலா மூன்று மணி நேரம் கொண்ட கட்டற்ற விவாதங்கள் ஒவ்வொன்றிலும் 250 பேரைச் சந்தித்துள்ளேன். அரசின் சிந்தனையும் ஊடகவியலாளர்களின் சிந்தனையும் வெளிப்படையாக இருக்க வேண்டுமென்று நான் நம்புகிறேன். செய்திகள் பிரசுரமாவது என்பது மட்டும் ஜனநாயகத்தின் ஒரே விஷயமல்ல."

இந்த இடத்தில் பத்திரிகையும் அரசாங்கத்தையும் மாற்றுவது பற்றி இந்தியாவின் பிரதமர் பேசிக்கொண்டிருந்தார். பத்திரிகையாளர்களுக்குத் தடையற்ற நுழைவை மறுக்கும் நிதி அமைச்சகத்தின் உத்தரவு, பிரதமர் என்ன அர்த்தத்தில் பேசினார் என்பதற்கான ஆரம்ப அறிகுறியாக இருக்கலாம்.

"செய்திகள் வெளியாவது என்பது மட்டும் ஜனநாயகத்தின் ஒரே விஷயம் அல்ல."

தி இந்தியன் எக்ஸ்பிரஸ் கூட இந்த வரியின் முக்கியத்துவத்தைத் தவறவிட்டது எனக்கு ஆச்சரியமாக இருந்தது, இது உண்மையில் ஒரு முக்கியத் தலைப்பாக ஆகி இருக்கவேண்டும். ஒருவேளை அப்படித் தவறவிடுவது நடக்காத ஒரு விஷயம் அல்லவோ என்னவோ.

இதற்கிடையில், நமது சிவில் சமூகத்தின் மாபெரும் சாதனைகளில் ஒன்றான தகவல் அறியும் உரிமைச் சட்டம் திருத்தப்பட்டிருக்கிறது. திருத்தம் என்னவென்றால், இதுவரை சுதந்திரமாகச் செயல்பட்ட மத்திய, மாநில அரசுகளின் தலைமைத் தகவல் ஆணையர் மற்றும் தகவல் ஆணையர்கள் மத்திய அரசின் நேரடி கட்டுப்பாட்டின்கீழ் கொண்டுவரப்பட்டிருக்கிறார்கள். அதனாலென்ன, பரவாயில்லை. மக்கள் விரும்பும் தகவல்கள் கிடைக்குமா இல்லையா என்பது மட்டும் ஜனநாயகத்தின் ஒரே விஷயமா என்ன?

சட்டவிரோத நடவடிக்கை தடுப்புச் சட்டம் என்று அழைக்கப்படும் UAPA சட்டமும் மக்களவையால் திருத்தப்பட்டிருக்கிறது. அந்தத் திருத்தத்தின்படி எந்த ஒரு தனி நபரையும் பயங்கரவாதி என்று அறிவிப்பதற்கு அரசு அதிகாரிகளுக்கு அதிகாரம் அளிக்கப்பட்டுள்ளது. சட்டம் திருத்தப்படுவதற்கு முன்பேகூட அந்தச் சட்டத்தில் பயங்கரவாத அமைப்புகளுடன் தொடர்புடையவர்களைக் கையாள்வதற்கு ஷரத்துகள் இருந்தன; தடை செய்யப்பட்ட இயக்கங்களுக்குச் சாதகமாக இருக்கக்கூடிய அல்லது தடை செய்யப்பட்ட இயக்கங்களுக்கு ஆதரவாக இருக்கக்கூடிய புத்தகங்கள் வைத்திருந்ததாகக் குற்றம் சாட்டப்பட்டாலே அந்த இயக்கங்களுடன் அவர்களுக்குத் தொடர்பு இருந்ததாகவும் அவர்கள் மீது குற்றம் சுமத்த முடியுமென்றும் இருந்தது.

அப்படியானால், புதிய உள்துறை அமைச்சர் அமித் ஷாவால் கொண்டுவரப்பட்ட சட்ட திருத்தத்தின் நோக்கம்தான் என்ன?

அதுவும், பயங்கரவாதி என்று குற்றம் சாட்டப்பட்ட ஒரு மனிதன் தண்டனை அடைவான் என்பது நிச்சயம் இல்லாத போது?

லைவ்லா.இன் என்ற இணையதளத்தில் மனுசெபாஸ்டியன் எழுதியுள்ள கட்டுரையில் நமக்கு இதுகுறித்து ஒரு குறிப்பு கிடைக்கிறது. ஒருவர் அதிகாரப்பூர்வமாகப் பயங்கரவாதி என்று அறிவிக்கப்படுவது அவருக்கு 'சிவில் மரணம்' போன்றது. (சட்டத்தின்படி சிவில் மரணம் என்று சொன்னால் ஒரு மனிதன் தொடர்ந்து ஏழு வருடங்களுக்கு மேல் காணாமல் போயிருந்தால் அவரைப் பற்றி எந்தத் தகவலும் இல்லாமல் இருந்தால் அவர் இறந்துவிட்டதாகக் கருதப்படுவார். அது உரிமையியல் சட்டத்தின் ஒரு யூகம்- மொழிபெயர்ப்பாளர்). எனவே எந்தத் தனி நபரும் "சமூக விலக்கம், வேலையிழப்பு, ஊடகங்களால் வேட்டையாடப்படுதல் மற்றும் சட்டத்திற்குப் புறம்பான வழியில் அவர் தண்டனை அடைய கும்பல்களுக்கு நடுவே தூக்கி வீசப்படுதல் போன்ற ஆபத்துக்கு இப்போது உள்ளாகலாம். சரி, இதுவும் முக்கியமில்லை. தனிநபர்கள் சுதந்திரமாக, அச்சமின்றி வாழவும், பேசவும், சிந்திக்கவும் முடியுமா என்பது மட்டும் ஜனநாயகத்தின் ஒரே விஷயமா என்ன?

ஜார்ஜ் ஆர்வெல், தனது சிறந்த நாவலான 1984 ஐ 1949இல் எழுதினார், அது வரவிருக்கும் எதிர்காலத்தைப் பற்றிய ஒரு பார்வையாக அமைந்தது. நான் அதை 2019இல் படித்தேன். அவர் பிறந்த அதே சம்பாரன் மாவட்டத்தில் இருந்து வந்தவன்தான் நானும். ஆனால், 2019ஆம் ஆண்டில் நான் அந்த நாவலுடன் இன்னும் நெருக்கமான தொடர்பை உணர்கிறேன். ஏனென்றால் அவருடைய நாவலின் ஒவ்வொரு கதைக் கருவும், விவரணையும் இன்று நாம் வாழும் உலகின் துல்லியமான பிரதிபலிப்பாகும். அந்த நாவலில் ஒரு பாத்திரம். அதன் பணி, அச்சிடப்பட்ட அனைத்திலிருந்தும் பழைய சொற்றொடர்களையும் கொள்கை முழக்கங்களையும் அழிப்பது தான்.

துல்லியமாக அதே வழியில் நேருவுடனும் காந்தியுடனும் தொடர்புடைய பல நிகழ்வுகளும் நினைவுகளும் நம் நாட்டில் அழிக்கப்படுகின்றன. நாவலில், எல்லா இடங்களிலும் தொலைக்காட்சித் திரைகள் உள்ளன; இதன் வழியே குடிமக்கள் அனைவர் மீதும் 'பெரியண்ணன்' (பிக் பிரதர்) ஒரு கண் வைத்திருக்கிறார். ஒரே நேரத்தில் இந்தத் திரைகளிலிருந்தே செய்திகள் ஒளிபரப்பப்படும். இதுவும்

நமக்குப் பரிச்சயமானதுதான். நம்மில் பலருக்கு நமது தொலைபேசிகளும் கணினி திரைகளும் நம்மால் கற்பனை செய்ய முடியாத வழிகளில் நம்மைக் கட்டுப்படுத்தும் கருவிகளாக இருக்கின்றன.

ஒரே விதமான அறிவிப்புகளையும் ஒரே விதமான செய்திகளையும் தாங்கி வருகின்ற தொலைக்காட்சி சேனல்கள் குறைந்தபட்சம் சில நூறு இங்கே உள்ளன. செய்தி அமைப்பு என்று நம்பப்படும் இந்த அமைப்பு, குடிமக்களைச் சுயசிந்தனை அற்ற ரோபோக்களாக மாற்ற இடைவிடாமல் செயல்படுகிறது.

செய்திகள் வெளியிடப்படுவதோ வெளிவராமல் போவதோ பெரிய விஷயமே இல்லை என்று நமது பிரதமர் நம்பலாம், ஆனால் தகவலும் அதன் நம்பகத்தன்மையும் ஜனநாயகம் என்ற கருத்துக்கு மையமானது.

மக்கள், பிரதமருடன் தாராளமாக உடன்படலாம். என்றாலும் அவர்கள் தங்கள் சொந்த வாழ்க்கையில் சந்தேகங்களையும் கவலைகளையும் எதிர்கொள்கையில், அவற்றுக்கான பொறுப்பான பதில்களையும் தேடுகையில், எங்களைப் போன்ற ஒரு சில பத்திரிகையாளர்கள் மட்டும் எவ்விதமான பத்திரிகைகளை மீட்டெடுக்க விரும்புகிறோமோ, அந்த மாதிரி பத்திரிகைகள் இருக்க வேண்டுமென்றுதான் விரும்புவார்கள். நிலைமைகள் ஒருபோதும் முற்ற முழுக்க சரியானதாக இருந்ததில்லைதான். ஆனால், முந்தைய நிலையின் நிழல்கூட இப்போது இல்லை. இதுவும் நம்மில் பல பலருக்குச் சரியென்றே தோன்றுகிறது; இது அவ்வளவு பெரிய சோகம் இல்லைதான்.

ஆனால், உங்கள் ஓய்வூதியம் கிடைக்கத் தாமதமாகும் போதும், உங்கள் குழந்தைகளின் கல்விக் கட்டணம் அநியாயத்துக்கு எகிறும் போதும், அல்லது தனிப்பட்ட முறையில் நீங்கள் அநீதிக்கு உள்ளாகும் போதும் பத்திரிகையாளர்களை நாடுகிறீர்கள். அப்போது ஊடகங்கள் விலை போய்விட்டதாக நீங்களே புலம்புவீர்கள்.

தொலைக்காட்சி சேனல்கள் மற்றும் செய்தித்தாள்களின் செய்தி அறைகள்மீது அரசாங்கத்தின் நிழல் படிந்திருக்கிறது. அரசைக் கேள்வி கேட்பதையும் அரசைப் பொறுப்பாக்குவதையும் இவர்கள் நிறுத்திச் சில ஆண்டுகள் ஆகிவிட்டன.

நம் பிரதமரிடம் கேட்கப்படும் கேள்விகளைப் பார்த்து நம்மில் சிலர் இன்னும் சிரித்துக்கொண்டிருக்கலாம். ஆனால், நமது மக்கள்தொகையில் பெரும் பகுதியினர் கேட்கத்தக்க சரியான கேள்விகளாக ஏற்கனவே பார்க்கத் தொடங்கியுள்ள கேள்விகள் இவைதான்:

நீங்கள் ஒரு மாம்பழத்தை எப்படிச் சாப்பிடுவீர்கள்?

பணப் பை வைத்திருக்கிறீர்களா?

ஒரு துறவியின் மனப்பாங்கை உங்களுக்குத் தருவது எது?

ஓராயிரம் ஏற்றத்தாழ்வுகள் உள்ள நமது நாட்டில், 2019 தேர்தல் பிரச்சாரத்தின் நடுவில் ஒளிபரப்பப்பட்ட ஒரு நேர்காணலில், ஒரு திரை நட்சத்திரம் அவரிடம் கேட்ட கேள்விகள் இவை. 'ஒரு மாம்பழத்தை எப்படிச் சாப்பிடுவீர்கள்?' இதுதான் பத்திரிகை தர்மமாக அப்போது ஒப்புக்கொள்ளப்பட்டது. இது குறித்து மக்கள் சீற்றம் ஏதும் கொள்ளவே இல்லை. எனவே ஊடகவியலாளர்களுக்கு அமைச்சக அலுவலகங்களுக்குள் நுழைய அனுமதி மறுக்கப்படும்போதும், குடிமக்களின் தகவல் அறியும் உரிமை சாமர்த்தியமாகப் பறிக்கப்படும்போதும், அவர்களைத் தொடர்ந்து அச்சத்திலேயே வைத்திருக்கும் படியான சட்டங்கள் இயற்றப்படும்போதும் எதிர்ப்புக் குரல்கள் எழாமல் இருப்பதில் வியப்பொன்றுமில்லை.

இன்னும் இதை நீங்கள் உறுதிப்படுத்திக்கொள்ள வேண்டும் என்றால் ஒரு எளிய முறையைக் கையாளுங்கள். இந்திய தொலைக்காட்சிகளில் மிகவும் பெயர் பெற்ற செய்தி அறிவிப்பாளர்கள் மற்றும் அலங்காரமான பதவிப் பெயர்களைத் தாங்கியிருக்கிற செய்தி ஆசிரியர்களின் ட்விட்டர் பக்கங்களைக் கவனமாக நோக்குங்கள். அவர்களது நிகழ்ச்சிகள் மற்றும் தலையங்கங்களின் தலைப்புகளைப் பாருங்கள். அங்கே அரசாங்கத்தை நோக்கிக் கேட்கப்பட்ட ஒரு கேள்வியையும் மாதக் கணக்கானாலும் காணமுடியாது. ஆனால், ஒவ்வொரு நாளும் காலையிலும் மாலையிலும் அவர்களால் அரசின் கொள்கைகளில் புதிய மேன்மைகளைக் காணமுடிகிறது. அதற்காக அவர்கள் பிரதமரைப் பாராட்டுகிறார்கள், வாழ்த்துகிறார்கள்.

சில நாள்களுக்குப் பிறகு, பிரதமர் இந்த அறிவிப்பாளர்களையும் செய்தி ஆசிரியர்களையும் ட்விட்டரில் பின்தொடரத் தொடங்குகிறார். அதன்பின் அவர்கள் அதையே தமது தொழில் ரீதியான சாதனைகளுக்குச் சான்றாக வெளிச்சம் போட்டுக் காட்டுகிறார்கள். அதுமட்டுமல்ல. மற்ற பத்திரிகையாளர்களும், பிறரைப் போலவே தாமும் கீழ்ப்படிதலோடு இருப்பதை பிரதமர் கண்டுகொள்ளவில்லை என்பதை உணர்த்துவதற்காகப் பிரதமரை ட்வீட் செய்யத் தொடங்குகிறார்கள். எனவே அரசாங்கமும் ஊடகங்களும் 'லைக்ஸ்' மற்றும் 'ஃபாலோ'களைப் பகிர்ந்து கொள்கின்றன. இதுதான் எங்கள் வீரமிக்க புதிய உலகில், பண்டிகைக் காலப் பரிசுப் பொருள்களையும் இனிப்புகளையும் பரிமாறிக்கொள்வது என்பதாகும்.

நமது பிரபலமான, அனைத்து ஆற்றலும் வாய்ந்த பிரதமரால் ட்விட்டரில் பின்தொடரப்பட வேண்டும் என்பதே இந்தியப் பத்திரிகை உலக நட்சத்திரங்களின் மிகப்பெரிய தொழில்முறை வேட்கையாகும். இந்த ஊடகவியலாளர்கள் 2014இல் இருந்து என்ன மாதிரியான செய்தி அறிக்கைகளைத் தந்திருக்கிறார்கள் என்பதைப் பார்ப்பது நமக்கு ஒரு பாடமாக இருக்கும். சமூகச் செயலூக்கம், ஜனநாயகத்தைப் பேணுவது, அல்லது புதுமை படைக்கும் செய்தி அறிக்கைகளைத் தருவதில் அவர்களின் சாதனைகள் என்ன? பிரதமரே அவர்களைத் தொடரும் அளவுக்கு அவர்களது செய்தி அறிக்கைகளும் செய்தி அலசல்களும் இருக்கின்றனவா?

ஆனால், இதில் ஆச்சரியப்படுவதற்கு ஒன்றுமில்லை. ஏனெனில் நமது பிரதமரும் அவதூறான ட்ரோல்களைப் பின்தொடர்கிறார். இந்த அறிவிப்பாளர்களும் செய்தி ஆசிரியர்களும் கூட ட்ரோல்கள்தான். தங்கள் நிகழ்ச்சிகளில் அவர்கள் எதிர்க்கட்சிகளைத் தாக்கிச் சவால்விடுகிறார்கள். ஒவ்வொரு மாலை வேளையிலும் மாற்றத்தை விரும்புவோரை வேட்டையாடுகிறார்கள். அவர்கள் மூர்க்கர்களின், கொடுமைக்காரர்களின் மொழியில் பேசுகிறார்கள்.

அலைபரப்பிலும் அச்சில் வெளிவரும் எதிலும் 'செய்தி' என்ற விஷயம் ஏன் இல்லாமல் போய்விட்டது என்பது குறித்து செய்தி அறைகளில் கேட்பார் யாருமில்லை. நிருபர்களைச் சார்ந்திருந்த அமைப்பு முடித்துக் கட்டப்பட்டுவிட்டது. செய்தி ஆசிரியர்கள் மட்டுமே இப்போது பிழைத்திருக்கிறார்கள்.

மூத்த குழு ஆசிரியர், குழு ஆசிரியர், மூத்த நிர்வாக ஆசிரியர், நிர்வாக ஆசிரியர், தேசிய ஆசிரியர், அரசியல் ஆசிரியர், இணை ஆசிரியர். இதர பல வகையான செய்தி ஆசிரியர்கள்.

இப்போது ஒரு செய்தி ஆசிரியர் இன்னொரு செய்தி ஆசிரியரிடம், "செய்தி எங்கே? ஏன் இவ்வளவு நாளாக எங்களுக்கு எந்தச் செய்தியும் தரவில்லை?" என்று எப்படிக் கேட்க முடியும்? பெரும் எண்ணிக்கையில் உள்ள சேனல்களின் செய்தியறைகளில் செய்யப்படுவதெல்லாம் விவாதத் தலைப்புகளை முடிவு செய்வது தவிர வேறில்லை. குடிமக்களில் பலர் இதுதான் இதழியல் என்று நம்பும் நிலைக்கு வந்து விட்டார்கள். எனவேதான்அவர்கள் சொல்கிறார்கள், "எங்கள் பகுதியில் ஒரு சம்பவம் நடந்தது. அதுபற்றி ஒரு விவாதம் நடத்த ஏற்பாடு செய்ய முடியுமா?" அந்தச் சம்பவத்தைச் செய்தியாக்கவும் ஒளிபரப்பவும் அவர்கள் கேட்பதில்லை. அது அவர்களைப் பாதிக்கவில்லை. அவர்கள் தனிப்பட்ட முறையில் பாதிக்கப்படும் நேரம் வரும்போது அவர்கள் அங்கே இல்லாத நிருபர்களே இல்லாமல் போன ஒரு இடத்தில் நிருபரைத் தேடத் தொடங்குகிறார்கள்.

ஜூலை 2019இல், பல ரயில்வே மண்டலங்களில் வேலைநிறுத்தங்கள் நடந்தன. இதில் ஆயிரக்கணக்கான ரயில்வே ஊழியர்கள் கலந்துகொண்டனர். ஊடகங்கள் வேலைநிறுத்தங்களைச் செய்தியாக்காத நிலையில், இந்தத் தொழிலாளர்கள் தங்கள் போராட்டங்களைப் பற்றிய செய்திகளை வாட்ஸ்ஆப்பில் பரப்பத் தொடங்கினர். ஊடகங்கள் விலைபோய்விட்டதாக அந்தச் செய்திகள் கூறின. அதற்குமுன்பு வரை அதே தொழிலாளர்கள் அதே ஊடகங்களால் வெளியிடப்பட்ட செய்திகளை விமர்சனமில்லாமல் ஏற்றுக்கொண்ட வழக்கமான நுகர்வோர்களாக இருந்தனர். இப்போது, அவர்களின் வெகுஜனப் போராட்டங்கள் இருட்டடிக்கப்படும்போது, ஊடகங்கள் விலைபோய்விட்டதை அவர்கள் காணத் தொடங்கினர். உண்மை என்னவெனில், இந்தியாவின் முக்கிய ஊடகங்கள், மக்களின் சொந்த அவலங்களைக் காணொளிகளாக மாற்றி அவைகளை மக்களே பார்க்கும் நிலைக்குத் தள்ளிவிட்டன.

தாங்களும், தங்களுடைய நண்பர்களும், குடும்பத்தாரும் என்னுடைய சேனலைத் தவிர்த்து மற்ற சேனல்களை மட்டுமே

பார்க்க விரும்புவார்கள் என்றும் ஆனாலும், அவர்களது பிரச்சினைகளை என்னுடைய நிகழ்ச்சிகளில் பேசமுடியுமா என்றும் கேட்கும் நபர்களிடமிருந்து நாள்தோறும் எனக்குத் தொலைபேசி அழைப்புகள் வருவதுண்டு. எனவே, எது நல்ல பத்திரிகை, எது நல்ல பத்திரிகை அல்ல என்பது அவர்களுக்குத் தெரியும். ஆனாலும், இதழியலைச் சற்றும் பின்பற்றாத சேனல்கள் என்று அவர்கள் நன்கறிந்த அவற்றைத்தான் அவர்கள் தொடர்ந்து பார்க்கிறார்கள்.

ஒரு குறிப்பிட்ட அரசியலை, அரசியல் கட்சியை நோக்கித் தங்கள் பார்வையாளர்களை வழிநடத்தி, செய்திகளுக்குப் பதிலாகப் பிரச்சாரத்தை ஒளிபரப்ப மேலதிகமாக உழைக்கும் சேனல்களின் தரந்தாழ்ந்த நிலைக்கு அவர்கள் தங்களை ஆட்படுத்திக்கொண்டுவிட்டார்கள்.

வெறுமனே 9 மணி முதல் 5 மணி வரை செய்யும் வழக்கமான வேலையைச் செய்ய விரும்பாத காரணத்தால் தாங்கள் இந்த வேலையைத் தேர்ந்தெடுத்ததாகப் பத்திரிகையாளர்கள் சொன்ன காலம் ஒன்று இருந்தது. ஆனால், அது இப்போது 9 மணி முதல் 5 மணி வரை செய்யும் வழக்கமான வேலையாகவே ஆகிவிட்டது. உண்மையில், இது அதைவிட மிகவும் மோசமானது. ஏனெனில், நேர்மையாகச் செய்யப்பட்ட ஒன்பது மணி முதல் ஐந்து மணி வரையான வேலையின் சிரத்தையும் நேர்மையும் இதில் இல்லை.

துணிச்சலும் நெறிமுறைகளும் செய்தியறைகளிலிருந்து விலக்கப்பட்டுக்கொண்டிருக்கின்றன. இன்னும் தங்கள் தொழிலில் நம்பிக்கைகொண்ட, பத்திரிகைத் துறையின் பழைய இலட்சியங்களைக் கைக்கொள்ள முயலும் பத்திரிகையாளர்கள் பணி நீக்கத்திற்கு ஆளாகிறார்கள். அவர்களது பொருளாதாரப் பாதுகாப்பு ஆபத்துக்குள்ளாகிறது.

ஓரிரு செய்தித்தாள்களோ அல்லது சேனல்களோ சுதந்திரமான செய்திகள் தர ஒருவாறு துணியுமானால், அவைகளுக்கு விளம்பரங்கள் தருவதை நிறுத்தி அரசு அவைகளைத் தண்டிக்கிறது. அவ்வாறாக, அரசால் தண்டிக்கப்பட்ட பத்திரிகைகள் அந்த உண்மையை வெளியிடுவதில்லை என்பது ஒரு சுவாரஸ்யமான விஷயம். அவ்வாறு மிரட்டிப் பணியவைக்கப்பட்ட செய்தியைக் கூட முக்கிய

ஊடகங்களுக்கு நேர்மையான மாற்றாக வளர்ந்துவரும் சில வலைதளங்கள் வழியாகத்தான் நாம் அறிகிறோம். இந்த வலைதளங்கள் இல்லாமலிருந்திருந்தால், இசைக்கருவியின் கம்பிகளூடே வில்லை இழுப்பதுபோல ஒருவரது கழுத்து கத்தியால் அறுக்கப்பட்டு அதன் விளைவாக அவர் தனது கொலையாளியை வாழ்த்தி இசையெழுப்புவது போன்ற ஓர் அசாதாரணமான சூழ்நிலை பற்றி நமக்குத் தெரிந்திருக்காது.

2019ஆம் ஆண்டு நடந்த தேர்தலென்பது சுதந்திரமான, நியாயமான பத்திரிகைகள் வேண்டும் என்கிற கோரிக்கைக்கு எதிரான தீர்ப்பா? இந்தக் கேள்விக்கு முழுமையான விடை இன்னும் கிடைக்கவில்லை. ஆனால், ஒன்று மட்டும் புரிகிறது: பத்திரிகைச் சுதந்திரத்துக்கு இந்தியமக்கள் - நிச்சயமாகப் பெரும் எண்ணிக்கையில் உள்ளவர்கள் - பெரிய முக்கியத்துவம் அளிப்பதில்லை. இந்தப் பெரும் மக்கள் பிரிவைப் பொறுத்தவரை ஊடகங்கள் விலைபோவதும் இதழியல் அழிந்துபோவதும் குறித்து எந்தக் கவலையுமில்லை. அதிகாரத்திடம் விலைபோய்விட்ட ஊடகங்களை அளவுகோலாக வைத்து அரசாங்கங்களை மதிப்பிடமுடியாது. ஆனால், இந்தியாவில் இன்று அதுதான் நடக்கிறது. அரசியல், பெருவணிகம், சமரசமாகிவிட்ட ஊடகங்கள் ஆகியவற்றின் கூட்டு காரணமாக நமது ஜனநாயகம் வெறுமையாக்கப்படுகிறது.

இவையனைத்தையும் தாண்டி மாற்றம் வருமென்று நான் இன்னும் நம்புகிறேன். அதிகாரத்தின் முற்றங்களில் சுதந்திரமும் பத்திரிகைகளின் நடுநிலையும் இறந்துவிட்ட பிரச்சினைகளாக இருக்கலாம். ஆனால், பொதுமக்களுக்கு அது வாழ்க்கையாகவும் வாழ்வாதாரமாகவும் ஒருநாள் மாறும். ஏனெனில், ஒற்றை மனிதனாவது பசியை உணரும் வரையிலும், யாராவது ஒருவருக்கு வாய்விட்டுப் பேசவேண்டும் என்று உந்துதல் இருக்கும் வரையிலும் உண்மையை அறிவதற்கான வேட்கை இருந்தே தீரும்.

இன்றைக்கு ஒரு மயான அமைதி இருக்கிறது. ஆனால், மக்களின் உணர்வு நாளை விழித்தே தீரும். அது நிகழும்போது, இந்தியாவின் ஊடகங்கள் அதிகாரத்துக்கு அடிமையாக இருக்க விரும்புகையில், செய்தித் தொகுப்பாளர்கள் அதிகார வர்க்கத்தின் கூலிப்படையினர்போலப் பேசுகையில், இந்தியா

எவ்வாறு ஒரு பெரும் ஜனநாயகமாகத் தொடர முடியும் என்பதை மக்கள் அறிய முயலுவார்கள்.

***

ஒரு நூலின் முன்னுரையை ஏன் செய்தி அறிக்கையாக எழுத வேண்டும்?

செய்தியறிக்கைகள் இருக்கவேண்டிய இடத்தில் இல்லாமல் போகும்போது, ஒரு நூலை மேம்படுத்துவதற்கு ஒரு முகவுரையே சிறந்த தளமாகிறது. புத்தகங்களைக் கொளுத்துபவர்களின் கவனத்திலிருந்து முகவுரைகளும் அறிமுக உரைகளும் தப்பிவிடுவதும் ஒரு காரணம். ஆனால், அவர்களில் சிலரும் இந்தப் புத்தகத்தைத் திறந்து படிப்பார்கள் என்று நம்புகிறேன். அவர்கள் என்னுடன் உடன்படுகிறார்களா, இல்லையா என்பது பிரச்சினையில்லை. அவர்கள் படிக்க வேண்டும் என்பது மட்டுமே என் விருப்பம். உண்மையில் நான் விரும்புவது அவர்கள் எந்தப் புத்தகத்தையும் படிக்கவேண்டும், குறிப்பாக அவர்கள் யாரை எதிர்க்கிறார்களோ அவர்களது புத்தகத்தை நிச்சயம் படிக்க வேண்டும் என்பதே.

ஆங்கிலம், மராத்தி மற்றும் கன்னட மொழிகளில் சுதந்திரப் பேச்சு என்னும் இந்தப் புத்தகத்தின் முதல் பதிப்பை ஏராளமானோர் வாங்கிப் படித்தார்கள் என்பதைக் குறித்து நன்றியுணர்வு கொண்டுள்ளேன். இப்போது, இந்த நூல் இந்தி மொழியிலும் கிடைக்கிறது. ரவி சிங்குடன் நான் நடத்திய உரையாடலிலிருந்து இந்நூல் பிறந்தது. ரவி சிங்குக்கும் இதை ஆக்கியதில் எனக்கு உதவிய அனைவருக்கும் எனது நன்றி.

ரவீஷ் குமார்
புதுடில்லி
ஜூலை 2019

1

வெளியில் பேசுதல்

ஒரு நீதிபதி இறந்துபோகிறார். அவருடைய மகனும் மனைவியும் தங்கள் மனதில் உள்ளதைச் சொல்லத் துணிவு கொள்ளவில்லை. அவர்களது பாதுகாப்பை உத்தரவாதப்படுத்தி அவர்கள் பேசுவதைச் சாத்தியமாக்குவது இந்திய தலைமை நீதிபதியின் பொறுப்பல்லவா? அச்சத்தின் காரணமாக ஒரு குடிமகன், வாழ்வதற்கும் பேசுவதற்குமான துணிவையும் விருப்பத்தையும் இழந்துவிட்டால், அவனுக்குத் தைரியமளிப்பது யார்? அரசியலமைப்புச் சட்டத்தைப் பாதுகாப்பவர்கள் என்கிற வகையில், உச்ச நீதிமன்றத் தலைமை நீதிபதியும், பிரதமரும் அந்தத் தைரியத்தை வழங்க முடியாது என்றால், வேறு யாரால் முடியும்? அதிகாரத்தைக் குறித்த அச்சம் நம்மைப் பயமுறுத்திக் கொண்டே இருக்க, அந்த நடுங்க வைக்கும் பயங்கரத்தையே நமது பாதுகாப்புக்கான போர்வையாக நம்மீது போர்த்துக் கொண்டு நாம் நிராதரவாகக் கிடக்கும் அளவுக்கு, அதிகாரம் பயத்தின் போர்வையாக மாற நாம் அனுமதித்து விட்டோமா? ஒரு சாதாரண குடிமகனுக்கும் இதற்குப் பதில் கிடைக்க வேண்டும். இல்லையெனில், ஒரு நீதிபதிக்கே இது நடக்குமானால் இங்கு யாருக்கும் பாதுகாப்பு இல்லை என்று அனைவரும் நம்பத் தொடங்கிவிடுவார்கள்.

நான் உங்களிடம் ஒரு ஒப்புதல் வாக்குமூலம் சொல்கிறேன். அந்த நிகழ்வைப் பற்றி வாசித்த போது எனக்கும் பயம்தான் வந்தது. ஆனாலும், அனுராதா பியானி, தன் சகோதரரான அந்த நீதிபதியின் மரணம் ஒருவேளை கொலையாக இருந்திருந்தாலும் யாரும் அது பற்றிப் பேசவில்லை என்று விரக்தி அடைந்துவிடக்கூடாது என்பதற்காகவே நான் இந்த பிரைம் டைம் நிகழ்ச்சியை அந்த மரணம் குறித்துப்

பேசுவதற்காக ஒதுக்கினேன். நீதிபதி லோயாவின் மகன், தன் தந்தையை யாரோ கொன்றுவிட்ட போதும் தனது நாட்டு மக்கள் அவருக்காகப் பேசமாட்டார்கள் என்று நினைக்கவிடக் கூடாது. நமக்குப் பயமில்லாமல் இல்லை. நாம் பயப்படத்தான் செய்கிறோம். என்றாலும் அந்த பயத்திலிருந்து விடுபடும் ஒரே வழி இந்த நிகழ்வை ஊரறியப் பேசுவதுதான். இப்போது என்ன வேண்டுமானாலும் நடக்கலாம்.

"என்ன வேண்டுமானாலும் நடக்கலாம்." 23 நவம்பர் 2017 இன் *NDTV* இந்தியா பிரைம் டைம் ஷோவின் இந்த இறுதி வாக்கியம் எனது நேயர்களுக்கு மட்டுமல்ல, அது எனக்காகவும்தான். இரண்டு நாள்களாக இருந்த மூச்சுத் திணறவைக்கும் பயத்தின் பிடியில் இருந்து என்னை விடுவித்துக்கொண்டேன். நிகழ்ச்சி நடந்த நேரம் முழுவதும், 'போதும், மேற்கொண்டு செல்ல வேண்டாம்' என்று ஒவ்வொரு வார்த்தையும் என்னைத் தடுத்து நிறுத்துவதாக உணர்ந்தேன். உங்கள் அச்சத்தை வெல்வதற்காக வேண்டி உங்களைச் சார்ந்தவர்களையும் உங்களையும் ஆபத்துக்கு உள்ளாக்க முடியாது. நீங்கள் மனதில் உள்ளதைப் பேசி முடித்த பிறகு உங்கள் அச்சம் முடிந்துபோவதில்லை. நீங்கள் பேசி முடித்த பிறகும், அச்சம் அதன் வலைகளுடனும் பொறிகளுடனும் உங்களுக்குக் காத்திருக்கிறது."

ஆனால், நான் பேசிவிட்டேன், சுதந்திரமாக இருந்தேன்.

***

அந்த நவம்பர் பிற்பகலில், எனது வழக்கமான பிரைம் டைம் நிகழ்ச்சியை நடத்துவதற்காக என்டிடிவி ஸ்டுடியோவுக்குச் சென்றபோது, சந்தேகத்திற்குரிய சூழ்நிலையில் ஒரு நீதிபதி இறந்துவிட்டார் என்ற விஷயத்தைச் சுற்றியிருந்த நிசப்தத்துடன் நான் போராடிக்கொண்டிருந்தேன். செய்தி வெளியாகி மூன்று நாள்களுக்குப் பிறகும் ஒரு அடர்ந்த நிசப்தம் நிலவியது. குஜராத்தில் நடந்த சோராபுதீன் ஷேக் என்கவுண்டர் மரணம் குறித்த வழக்கில் பி.ஜே.பி. தலைவர் அமித்ஷா குற்றம் சாட்டப்பட்டார். அந்த வழக்கு நடந்து வந்த சி.பி.ஐ. நீதிமன்றத்தில் நடுவராக இருந்த நீதிபதி பிரிஜ்கோபால்

ஹர்கிஷன் லோயாவின் மரணம் குறித்து சந்தேகம் இருப்பதாக கேரவன் இதழில் ஒரு செய்தி அறிக்கை வெளியானது.

அந்தக் கட்டுரை வெளிவந்த பிறகு நீதிபதியின் மனைவி மற்றும் மகனிடமிருந்து எந்த அறிக்கையும் வரவில்லை. ஏதோ ஒரு அச்சுறுத்தல் காரணமாக அந்தக் குடும்பத்தாரால் எதுவும் சொல்ல முடியவில்லையா? ஒருவர் மீது கூட நம்பிக்கை வராத அளவுக்கு யாரும் அச்சப்படுவது சாத்தியம்தானா? தங்கள் மீது கூட அவர்களுக்கு நம்பிக்கை இல்லையா? அவர்களுக்குள் எந்தப் பயம் இருக்குமோ அந்த பயத்தை நானே வாழ்ந்து கொண்டிருந்தேன். கேரவனில் வந்த கதை தவறானதாக இருக்குமோ என்றும் கவலைப்பட்டுக்கொண்டிருந்தேன். எப்படியோ என்னை அந்த வரிசையில் நானே சேர்த்ததுபோல உணர்ந்தேன். இந்தக் கதை என்னுடையதில்லைதான், ஆனாலும் இப்போது அது என்னுடையதாகிவிட்டது.

கேரவனில் வந்த கதை உண்மையா, பொய்யா என்பதை நான் சொல்லவில்லை. ஆனால் அதைச் சுற்றியிருந்த அச்சமும் அமைதியும் எனக்குள் ஒரு நடுக்கத்தை ஏற்படுத்தியது. ஒருவேளை அச்சம் என்பதைவிடச் சந்தேகம் என்பதுதான் இதற்குச் சிறந்த வார்த்தையாக இருக்கக்கூடும். சந்தேகங்கள் ஒருவருக்குள் எல்லாவிதமான அமைதியின்மையையும் உருவாக்குகின்றன. யாரோ ஒருவர் ஒரு சுவரைப் பெயர்க்க ஒரு சுத்தியலையும் உளியையும் பயன்படுத்துவது போல அவை ஒரு மனிதனை உள்ளிருந்து உடைத்துவிடுகின்றன. நான் உடைந்துபோய் இன்னும் சிதையும்முன், நீதிபதி லோயாவின் கதையை பிரைம் டைமில் ஒளிபரப்ப முடிவு செய்தேன்.

கிட்டத்தட்ட இரவு 9 மணி ஆகியிருந்தது. அந்தப் பயம் என்னை ஆட்கொள்வது போல் அச்சுறுத்தியது. என் கலக்கங்களைப் பகிர்ந்துகொள்ள என்னைச் சுற்றி யாரும் இல்லை. ஒரு செய்தித் தொகுப்பாளன் ஒரு ஆழ்ந்த, இருட்டான கிணற்றுக்குள் விழுந்துகொண்டிருப்பதை நான் எனக்குள் கண்டேன். தன்னைக் காப்பாற்றிக்கொள்ள, அவனிடம் இருந்ததெல்லாம் அவனுடைய குரல் மட்டுமே. அந்தக் குரல் உச்சமான அளவில் மக்களிடம் சென்று சேர வேண்டும் என்று அவன் விரும்பினான். நான் ஒவ்வொரு சொல்லையும் ஒரு ஏணியின் படியைப் போலப் பயன்படுத்தி என் பயத்தின் ஆழத்திலிருந்து வெளியேறத் துவங்கினேன். கூடுதலாக, அந்த

பிரைம் டைம் அத்தியாயத்தை ஒளிபரப்பி முடித்த பிறகு, நீதிபதி லோயாவின் மனைவிக்கு நான் கொடுத்த வாக்குறுதியை நிறைவேற்றியதாக உணர்ந்தேன். நானும் பயத்தில் இருந்து விடுதலை அடைந்துவிட்டேன்.

ஆனால், அதன்பின் மற்றவர்களின் அச்சம் எனக்காகக் காத்திருந்தது. என் தொலைபேசி இடைவிடாமல் ஒலித்தது. மறுமுனையில் இருந்த குரல்கள் அனைத்தும் உறைந்திருந்தன. வீடு திரும்பக்கூட முடியாதுபோல் உணர்ந்தேன். ஒவ்வொரு உரையாடலின் உள்ளும் நெருடலான சந்தேகங்கள் ஊடுருவின. மெல்லமெல்ல, நான் தனியே இருப்பதாக உணர ஆரம்பித்தேன். ஒவ்வொருவரும் விடைபெறுமுன் இறுதி எச்சரிக்கையை வழங்குவது போல் உணர்ந்தேன். கேரவனின் கதை பிழையானதாகவும் இருக்கலாம்; ஆனால், அந்தச் சந்தேகத்தைத் தவிர இன்னொரு கேள்வியும் எனக்குள் எழுந்தது, சில நபர்களைப் பற்றியும் சில கதைகளின் சில பதிப்புகள் குறித்தும் கேள்வி எழுப்பக்கூடாது என்று கட்டளையிடும் அந்த எல்லைக்கோட்டை நான் ஒருவேளை தாண்டிவிட்டேனோ? நீதிபதி லோயாவின் கதை கடைசியாக யாருடைய வாசற்படியில் சென்று நின்றதோ அவரைக் கண்டு உண்மையாகவே மக்கள் அஞ்சுகிறார்களா?

அச்சம் என்பது உண்மையானதாக இருக்கலாம். அது கற்பனையாகவும் இருக்கலாம்; ஆனால், கற்பனையான அச்சத்தை உருவாக்கிக் கட்டுப்படுத்தும் காரணிகள் மிகவும் மெய்யானவை. எனவே வெளியில் பேசுவது எப்போதும் எளிதல்ல. அது ஒரு வீரச்செயலாகக்கூட இருக்கலாம், வேறொரு விஷயம் இங்கே முக்கியமானது. நீங்கள் பேசுகையில் உங்களுக்கு நீங்களே சவாலாக இருக்க வேண்டும். அடுத்தவரைக் கேள்வி கேட்கும் முன் உங்களை நீங்களே பரிசோதித்துக் கொள்ள வேண்டும். உங்கள் வாழ்க்கை அப்பழுக்கற்றதாகவும் நேர்மையானதாகவும் இருந்தால் உங்கள் குரலில் சத்தியத்தின் ஓசை இருக்கும்.

பேசுவது என்பது கணத்தில் எழுகிற, செயலூக்கமற்ற வேலையல்ல. எனவே, பேசுவதற்கு நீங்கள் தொடர் முயற்சிகள் கொண்டிருக்க வேண்டும். அதற்கு நீங்கள் உங்கள் முழு இருப்பையும் பிரயோகிக்க வேண்டும். உசைன் போல்ட், இறுதிக்கோட்டில் காற்றின் ஊடே தனது உடலை முன்னோக்கிச்

சாய்த்துக்கொள்வது போல நீங்கள் அதைச் செய்யவேண்டும். பேசும்போது நீங்கள் எவ்வளவு தூரம் உங்கள் உடலை இறுதிக்கோட்டில் முன்னோக்கிச் சாய்கிறீர்களோ, அவ்வளவு தூரம் நீங்கள் உண்மைக்கு நெருக்கமாக வருவீர்கள். ஆனால் உண்மை என்பது எளிதாகத் திரட்டிச் சொல்லப்படும் வெறும் உள்ளீடற்ற விவரங்களின் தொகுப்பல்ல. உண்மை என்பது அதன் காலம், நிலவும் சூழல் மற்றும் அந்தச் சூழலில் நிறுவனங்களை நடத்தும் அமைப்பு முறைகளால் வரையறுக்கப்படுகிறது. எனவே, இறுதிக்கோட்டில் உசைன் போல்ட் துணிநாடாவைத் தாண்டினால் போதும். ஆனால் எங்களைப் போன்றவர்களுக்கு அந்தக் கோட்டில் ஒரு கான்கிரீட் சுவர் காத்திருக்கிறது. நீங்கள் இறுதிக்கோட்டை அடையும்போது, நீங்கள் நேராக அந்த சுவருள் நுழையவேண்டும். எல்லாமே, உங்கள் வேலை, உங்கள் நம்பகத்தன்மை, ஏன், உங்கள் வாழ்க்கையே இதைப் பொறுத்துத்தான் உள்ளது.

எங்கே உங்கள் அச்சம் முடிகிறதோ, அந்தப் புள்ளியில் அதிகார அடுக்கின் உச்சியில் இருப்பவர்கள் தமது வேலையை ஆரம்பிக்கிறார்கள். ஒரு அச்சத்திலிருந்து நீங்கள் விடுபடும்போது அவர்கள் இன்னும் பத்து அச்சங்களை உங்களைச் சுற்றிப் புதைக்கப்பட்ட கண்ணி வெடிகள்போல் விதைக்கிறார்கள்.

துணிச்சல் என்பது அச்சம் வரைந்த வட்டங்களை ஒவ்வொன்றாகத் தாண்டிச் செல்லும் போராட்டம்தான். அச்சத்திலிருந்து விடுபடுவதற்கான தொடர்போராட்டம் அது. இன்றைய நாள்களில் நான் எதையாவது எழுதிய பின்னரோ, பேசியபின்னரோ அச்சத்தின் புதிய வகைகளை மக்கள் எனக்கு அறிமுகப்படுத்திவிடுகிறார்கள். நான் சொல்வது சாதாரண விஷயமாயினும், சர்ச்சைக்குரியதாயினும் "உனக்கு அச்சமாக இல்லையா? உன்னை ஜாக்கிரதையாகப் பார்த்துக்கொள்" என்று எச்சரிக்கிறார்கள். ஒவ்வொரு முறை அந்த வார்த்தைகளை நான் கேட்கும் தருணத்திலும் சொல்பவர்கள் முகங்களில் அச்சத்தின் உலகத்தைக் காண்கிறேன். பாதுகாப்பாக இருக்கும்படி அறிவுறுத்தும் வார்த்தைகள் மக்களைக் கோழைகளாக்கி விட்டன. ஏனெனில் அவை கவனமாகப் பேசவேண்டும் என்ற எச்சரிக்கைகள் அல்ல, பேசவே கூடாது என்ற எச்சரிக்கைகள்.

நான் வெளியில் பேச அஞ்சுகிறேனா என்று யாராவது என்னிடம் கேட்கையில், அச்சம் என்னுள் சிறகு விரிக்கிறது.

ஹனுமான் சாலிசாவைப் படித்து, ‘ஜெய் பஜ்ரங் பலி’ என்று கோஷமிட்டு, பேரீச்சை மரத்தடியில் நடந்து செல்லும் என் சிறுவயது காலத்தின் ரவீஷை நோக்கி, கடந்த காலத்திற்குப் போகிறேன். பேரீச்சை மரங்களில் பேய்கள் இருக்குமென்று யாரோ சொல்லக் கேட்டிருக்கிறேன். சாலையில் யாரும் இல்லை என்றால், என் கையில் என் செருப்புகளுடன், என்னால் முடிந்தவரை வேகமாக ஓடுவேன். நான் ஓடுகையில் என் உடல் இளகி வலுவடையும். பேயை மறந்துவிடுவேன்; ஓடும் வேகத்தைக்கூட குறைப்பேன். பேரீச்சை மரத்தை விட்டு வந்து பல வருடங்களாகிவிட்டதால், எனது பயம் மறைந்துவிட்டது என்று நீண்ட நாள்கள் நினைத்ததுண்டு. உடலின் நெகிழ்வும் வலிமையுமே அச்சத்தை ஒழித்தது என்பது இப்போது புரிகிறது. அச்சத்தின் முகத்திற்கு நேரே நாம் மன வலிமையையும் உடல் வலிமையையும் காட்டாவிட்டால், அது நம்மைப் பேரீச்சை மரத்தின் அடியிலேயே எப்போதும் நிற்கவைத்துவிடும்.

திரையரங்குகளினுள்ளும் எனக்கு இதுதான் நடந்தது. அரங்கின் விளக்குகள் மங்கி இருள் சூழ்கையில், அச்சம் என்னைப் பற்றிக்கொள்ளும். வன்முறைக் காட்சிகள் வரும்போது நான் கண்களை இறுக மூடிக்கொள்வேன். ஒரு திரைப்படத்தில் கற்பழிப்புக் காட்சியின்போது கண்களைத் திறந்து அமர்ந்திருக்க என்னால் ஒருபோதும் முடிந்ததில்லை.

பள்ளியில் படிக்கையில் தேர்வுகள் வரும்போது தோல்வி பயம் என்னைத் தினமும் கொல்லும். நான் ஒரு சாதாரண மாணவனாக இருந்தேன். எனக்கு அறிவியல் பாடங்களில் புரிதலில்லை. அதனால் மார்ச் மற்றும் ஏப்ரல் மாதங்கள் மிகவும் சோகமானதாக இருந்தன. இவ்வாறு நான் பயந்திருந்த ஒருவேளையில் என் அப்பா என்னிடம், “ஆண்டு முழுவதும் கொஞ்சம்கொஞ்சமாகப் படித்துவிட்டால், தேர்வின்போது கடினமாகப் படிக்கவேண்டிய அவசியம் இருக்காது. அஞ்சி நடுங்கவும் தேவையிருக்காது” என்று சொன்னார்.

எனது பள்ளியிறுதித் தேர்வுகளின்போது கணிதத் தேர்வை எழுத வீட்டிலிருந்து கிளம்பிக் கொண்டிருந்தேன். நான் அழுத அழுகையில் பாபுஜி என்னுடன் பள்ளிக்கு வரவேண்டியதாயிற்று. திருமணத்திற்குப் பிறகு முதல் முறையாக ஒரு பெண் தனது புகுந்த வீட்டை விட்டு வெளியேறும்போது செய்வதுபோல ஒரு வாளியில் தண்ணீர் நிரப்பப்பட்டு அதன் மேற்பரப்பில்

ஒரு ரோஜா மிதந்தது. நான் வீட்டை விட்டுப் போகமாட்டேன் என்று அடம்பிடித்தேன். பாபுஜி அந்த நாளில் ஏன் என்னுடன் வந்தார் என்று எனக்கு இன்றுவரை தெரியவில்லை. சாதாரணமாக நான் எந்த வகுப்பில் படிக்கிறேன், எந்தப் பாடங்களில் மோசமாக இருந்தேன், எந்தப் பாடத்தை நன்றாகப் படித்தேன் என்பதைப் பற்றி அவர் கவலைப்பட்டதில்லை. நாங்கள் பிரியும் வேளையில் நான் அவரைப் பற்றிக்கொண்டு இன்னொருமுறை அழவேண்டும்போல் உணர்ந்தேன். என்னைப் பள்ளி வாசலில் விட்டுச் செல்கையில், "நீ இவ்வளவு பயப்படக்கூடாது. ஏன் உனக்குள் இவ்வளவு பயம்? நீ நன்றாகப் படித்திருக்கிறாயல்லவா?" என்று பாபுஜி என்னைக் கேட்டார்.

பாபுஜியின் அந்த வார்த்தைகளை நான் எப்போதும் நினைவில் வைத்திருக்கிறேன். நான் டெல்லிக்கு வந்து பட்டப்படிப்பைத் தொடங்கியபோது தேர்வில் தோற்றுவிடுவேனோ என்ற அச்சத்தை வெற்றிகொண்டேன். விடுமுறைக்கு என் நண்பர்கள் பாட்னாவில் அவர்களது வீடுகளுக்குச் செல்வார்கள். அவ்வேளையில் என் பயத்தை வெற்றி கொள்ள நான் நூலகத்தில் அமர்ந்து படித்துக்கொண்டிருப்பேன். நான் எனது இளங்கலை தேர்வுகளை என் நண்பர்களாக ஆக்கிக்கொண்டேன்.

என் தாயார் எந்தச் சூழ்நிலையிலும் கலங்கியதில்லை. சிரித்தபடி, நயனாவிடம் அவர் அடிக்கடி சொல்வது, "எதுவும் நடக்குமுன்பே இவன் அழத் தொடங்கிவிடுவான். தேர்வு என்ற சொல்லே போதும் அவனை அழ வைக்க." என் வாழ்வில் மற்ற பகுதிகளில் நான் பயத்திலிருந்து விடுபட இதே நயனாதான் காரணமாக இருந்தார். ஆனால், அந்தக் கதை வேறொரு உரையாடலுக்கானது.

கவனமாகவும் எச்சரிக்கையாகவும் இருக்கும்படி மற்றவர்கள் கேட்டுக்கொள்ளும் இந்த மனிதன், தன் வாழ்க்கையின் பெரும்பகுதி ஒரு கோழையாக இருந்தான்.

இன்றும் நான் மிகுந்த பயத்தை உணர்கிறேன். தவறுகள் செய்வதற்கு நான் மிக மிக பயப்படுகிறேன். ஒவ்வொரு நாளும் பயத்தில் இருந்து துணிவை நோக்கிச் செல்கிற அந்தப் பயணத்தை மேற்கொள்கிறேன். ட்ரோல்களின் வசைகளுடனும் அச்சுறுத்தல்களுடனும் தொடங்கி எனது வேலைகுறித்து நான்

கவனமாக இருக்க வேண்டுமென்ற எண்ணத்துடன் எனது நாள் முடிகிறது.

கடந்த மூன்று ஆண்டுகளில் என் வேலையை இழக்கும் வாய்ப்பு குறித்து மற்றவர்கள் பேசாத ஒரு நாளையும் நான் கடந்ததில்லை. ஆனால் பயம்தான் உங்களை அலட்சியத்திலிருந்து காப்பாற்றுகிறது. துணிவுக்கும் அசட்டுத் தைரியத்துக்கும் இடையே உள்ள ஓய்விடம் என்று அதைச் சொல்லலாம். செயல்பாட்டுக்கு நீங்கள் உறுதிகொள்ளும் துவக்கப்புள்ளி அதுவே.

தான் அணிவகுத்துச் செல்லும் பாதையிலிருந்து யார், எப்போது, அகற்றப்பட வேண்டுமென்பது அதிகாரத்திற்கு நன்றாகத் தெரியும். அதிகாரம் ஒரு கண்டிப்பான நாள்காட்டியை, அட்டவணையை வைத்திருக்கிறது. அதையும் தாண்டி வெளியில் பேசும் செயலை மக்கள் ஒரு ஜனநாயக நாட்டில் உயிர்ப்போடு வைத்திருப்பார்கள். எனவே, பயத்துக்கும் துணிவுக்கும் இடையிலான இந்தப் பயணத்தின் சிலிர்ப்பு என் உறக்கத்தை அழித்து எனக்கு வசைகளைப் பரிசாகக் கொடுத்ததுண்டு, சிலசமயம் என் செவிகள் அதிரக் கைதட்டல்களையும் கொடுத்ததுண்டு.

வெளியில் பேசக்கூடிய ஒருவர், வேறு சிலவற்றையும் விலையாகக் கொடுக்க வேண்டும். இருபது ஆண்டுகளாக என்னுடன் பணிபுரிந்த சக ஊழியர்கள் நிறுவனத்தை விட்டு வெளியேற நேரிட்டபோது, அவர்களில் பலர் நான் இருக்கும் திசையைப் பார்த்தார்கள். அவர்களின் கண்களில் பெரும் விலகல் தெரிந்தது. அந்த நிறுவனத்தை அரசு தண்டித்ததற்கு நான்தான் காரணம் என்று அவர்கள் நினைப்பதை நான் உணர்ந்தேன்.

அந்த நேரத்தில் நான் அலுவலக ஓய்வறையில் ஒரு முன்னாள் சக ஊழியரைச் சந்தித்தேன். அவர் என்னிடம் கேட்டது இதுதான் “நமது வேலை முறையை மாற்றி இருக்கக்கூடாதா?” நான் அவரிடம், “அப்படியானால் நாம் பத்திரிகையாளர்களாக இருந்தது தவறா?” என்று கேட்டேன். அவரிடம் பதில் இல்லை. அவர் கேட்ட கேள்விக்கு, என் கேள்வி பதில் அல்ல. அவரிடம் சொல்ல எனக்கு வேறு பதிலும் இல்லை. வேலையை இழந்த அனுபவம் அனைவருக்கும் கசப்பானது என்றே நான்

எண்ணினேன். அப்படிப்பட்ட நேரத்தில் ஒருவர் மற்றவரை வார்த்தைகளால் வருத்தப்படும்படியோ புண்படும்படியோ பேசக்கூடாது. ஏற்கெனவே நேரம் கடந்துவிட்டதுபோல்தான் நான் அவர் முன் நின்றுகொண்டிருந்தேன். அவரைப் பிரிவதில் எனக்கு ஏற்பட்ட வேதனையை அங்கே வெளியிடுவதால் எந்தப் பயனும் இல்லை. கரையோரத்தில் நிற்கும் ஒருவனைப்போல உள்ளுக்குள் உடைந்து போனவனாய் அங்கே நின்றிருந்தேன். எனது சக ஊழியரின் பார்வையில், ஒரு பத்திரிகையாளன் வெளியில் பேசுவதை விரும்பாத மனிதர்களும் என்னைப் போலவே குற்றவாளிகளாகத் தெரிந்தார்கள் என்று நான் நம்புகிறேன்.

“நாம் வேலை முறையை மாற்றியிருக்க முடியாதா?” - இந்த வாசகம் என்னுள் நங்கூரம் இட்டது போல ஆழமாகப் பதிந்தது. நான் பத்திரிகையாளனாக இருந்ததற்குப் பதிலாக ஓடும் புகைவண்டியில் ஒருவரைக் கொலை செய்கிற, ஒருவரின் சொந்த வீட்டிற்குள் அவரை ஒரு மூலையில் மடக்கிக் கொல்லுகிற, ஒரு நீதிமன்றத்தின் கூரை மீது ஏறி அதன் மீது காவிக்கொடியை ஏற்றுகிற, ஒரு கும்பலில் ஒருவனாக நான் ஆகி இருக்க வேண்டுமா? நான் குளியலறையிலிருந்து மெதுவாக வெளியேறும்போது இப்படி எல்லாம் எண்ணலானேன். வெளியில் பேசும் செயலானது, உங்களைத் தனியாளாக்குகிறது. என்னுடைய இந்தத் தொழிலில் எனக்கு நண்பர்கள் இல்லை. நான் யாரோடு பேசினாலும் அவர்கள் என்னைப் பேசாமலிருக்கச் சொல்கிறார்கள்.

இன்றும் கூட நான் அதிகாரம் என்ற மாபெரும் பேரீச்சை மரத்தின் அடியில் ஓசை எழுப்பாது முன்னங்கால்களால் மெதுவாக நடப்பது போல் உணர்கிறேன். ஒரேயொரு வித்தியாசம்தான். நான் இப்போதெல்லாம் *ஹனுமான் சாலிசாவை* உச்சாடனம் செய்வதில்லை. என் உயிரைக் காப்பாற்றும்படி நான் கடவுளிடம் மன்றாடுவதில்லை. மாறாக, அவர் எனக்கு வழங்கிய அனைத்திற்கும் நான் அவருக்கு நன்றி கூறுகிறேன். எனக்குக் கிடைக்கும் விவரங்களை கவனமாக அலசி ஆராய்கிறேன், என் பேனாவை செம்மையாகப் பிடித்திருக்கிறேன், என் நாவை அப்பழுக்கின்றி வைத்திருக்கிறேன். எனவே பேசும் திறன் இயல்பாகத் தொடர்கிறது.

***

2014க்கு பிறகு என்ன நடந்ததோ அதுதான் நான் பேசுவதற்கும் என் பேச்சுத் துணிவின் சட்டகத்துக்குள் இருப்பதாக ஏற்கப்படுவதற்கும் காரணமாகும். 2014க்குப் பிறகு அரசியல் காற்று திசை மாறத் துவங்கியது. அரசின் மீதான விமர்சனம் தேசத்தின் மீதான விமர்சனமாகக் கருதப்படுவது தொடங்கியது. ஐடி செல் என்ற தொழிற்சாலை ஆரம்பிக்கப்பட்டு அதன் நிலவறைகளில் புதுவிதமான அச்சங்கள் உற்பத்தி செய்யப்பட்டன. எதிர்த்துக் கேள்வி கேட்கத் துணிந்த எவர் மீதும் ஐடி செல்களின் ட்ரோல்கள் கடுமையான தாக்குதல்களை நடத்தின. தேசவிரோதிகள், மதவிரோதிகள் என்பது முதல் எதிர்க்கட்சிகளின் தரகர்கள் என்பது வரை பலவிதமாக அவர்கள் மீது வசைபாடல்கள் நடந்தன. பத்திரிகையாளர்கள் பலர் ஒரு எதிர்க்கட்சியின் வடிவங்களாகவே சித்திரிக்கப்பட்டனர். அவர்கள் மோடியின் விரோதிகள் அல்லது மோடிக்கு எதிரானவர்கள் என்று அழைக்கப்பட்டனர். அமைச்சர் பதவியில் இருந்தவர்களும் கூடப் பத்திரிகையாளர்களைத் தாக்க ஆரம்பித்தனர். ஐடி செல் எனப்படும் தகவல் தொழில்நுட்பக் குழுவானது, ஊடகங்களை அதிகாரத்தின் மடியில் அமர்ந்திருக்கிற செல்லப் பிராணிகளாக உருமாற்றியது. செய்தித் தொகுப்பாளர்கள், பத்திரிகையாளர்கள் பலர் அதிகாரத்தின் மடியில் தவழ்ந்து 'மோடி சாலிசா'வைப் பாடத் தொடங்கினர்.

ஐடி செல் என்பது ஒரு குறிப்பிட்ட கட்சியின் கிளை மட்டுமல்ல. அது சமூகத்தின் பெரும் பிரிவினரிடையே உருவான மனநிலை. அந்த முழுமையை, அந்த மனநிலையைப் பகிர்ந்துகொள்ளும் மக்களின் கூட்டத்தை, 'ஐடி செல்' என்று அழைக்கிறேன். இந்த ஐடி செல், குடிமக்களில் கணிசமான பகுதியினரை ட்ரோல்களாக மாற்றியுள்ளது. ஐடி செல்களின் மனநிலை குறித்த இந்தக் கருத்தைப் பலர் நகைச்சுவையாகக் கருதுகின்றனர். ஆனால், இந்தியாவில் பெருநகரங்களிலிருந்து நாட்டின் தொலைதூரப் பகுதிகள் வரை இது விரிவாகச் செயல்படும் மனிதவளத்தின் முழுமையான திரட்டாகும். இன்றைய இந்தியாவில் இயங்கும் பல செய்தி சேனல்கள் இந்த ஐடி அமைப்பின் விரிவாக்கமேயாகும்.

இந்த ஐடி செல்லுக்குச் சொந்தமாக ஆய்வகம் உண்டு. அதுதான் வாட்ஸ்ஆப் பல்கலைக்கழகம். இந்த வாட்ஸ்ஆப்

பல்கலைக்கழகம் மூன்றாண்டுகளில் கற்பிக்க முயன்ற வரலாற்றை, சுதந்திரம் அடைந்த எழுபது ஆண்டுகளில் அனைத்து வரலாற்றாசிரியர்களும் சேர்ந்து கற்பித்திருக்க மாட்டார்கள். ஒரே வித்தியாசம் என்னவென்றால், வாட்ஸ்ஆப் பல்கலைக்கழகத்தில் கற்பிக்கப்படும் வரலாறு போலியானது, விஷம்போன்றது.

இந்தியாவின் முதல் பிரதமர் ஜவஹர்லால் நேருகூட இந்த வாட்ஸ்ஆப் பல்கலைக்கழகத்திற்குப் பலியாகினார். அவருடைய குலம், மதம், பெயர் என அனைத்தும் மாற்றப்பட்டுத் திரிக்கப்பட்டன. ஐடி செல் மற்றும் அதன் தாய்க் குடும்பத்திற்கு மிகப் பெரும் தீய சக்தியாக இருந்த ஜின்னாவை விடவும் நேரு பெரிய வில்லனாகக் காட்டப்பட்டார். அவர்கள் காந்தியையும் விட்டுவைக்கவில்லை. தங்கள் மனதினுள் காந்தி பிறந்திருக்கவே கூடாது என்று விரும்பும் சில அரசியல்வாதிகள் பொதுவெளியில் செய்ய முடியாதவற்றையெல்லாம் கூட இந்த விஷயத்தில் ஐடி செல் செய்திருக்கிறது.

பத்திரிகையாளர்களான ராஜ்தீப் சர்தேசாய், ராணா அய்யூப், சகாரிகா கோஸ், பர்கா தத் உட்பட என்னையும் மற்ற சிலரையும் வாட்ஸ்ஆப் பல்கலைக்கழகம் பெரிய அளவில் அவதூறு செய்துள்ளது, பழிதூற்றியுள்ளது, வசை பாடியுள்ளது. விரல் விட்டு எண்ணக்கூடிய அளவிலான, தங்கள் வேலையை மட்டும் செய்துகொண்டிருக்கிற, பத்திரிகையாளர்களாகிய நாங்கள் துரோகிகள் என்று அறிவிக்கப்பட்டோம். இந்தியாவில் நடக்கும் ஒவ்வொரு அநீதிக்கும் எங்கள் மீது குற்றம் சொல்லப்பட்டது. "நீங்கள் அப்போது ஏன் பேசவில்லை? இப்போது ஏன் பேசுகிறீர்கள்? இப்போது மட்டும் ஏன் பேசுகிறீர்கள்?" என்று நாங்கள் பேசும்போது அல்லது பேசுவதைக் குறித்துக் கேள்வி எழுப்பப்படுகிறது. இந்த நஞ்சு கலந்த வாசகம் மக்கள் கைகளில் ஆயுதமாக மாறுகிறது. "எந்த நேரத்திலும் அவர்களிடம் ஒரு கேள்வி கேளுங்கள். அது நடந்த போது நீங்கள் எங்கே போயிருந்தீர்கள்" என்று மக்களிடம் சொல்லப்பட்டிருக்கிறது.

நீண்ட காலம் இந்தக் கேள்விகளுக்குள் நான் மாட்டிக் கொண்டிருந்தேன். நான் ஒரு பத்திரிகையாளன். நானே ஒரு பத்திரிகை அல்ல. எல்லாவற்றையும் நான் விமர்சித்துக் கொண்டிருக்க முடியாது. மேலும் மௌனமாக இருப்பதாலேயே நான் அநீதிக்குத் துணை போய்விட்டேன் என்று அர்த்தம்

சுதந்திரப் பேச்சு | 53

இல்லை" என்று நான் நினைத்தபடி இருந்தேன். "ஏன் அப்போது பேசவில்லை" - இது கேள்விகளைக் கேட்கும் ஒருவருக்குள் குற்றவுணர்வை ஏற்படுத்தக்கூடிய ஒரு தந்திரமாகும். பேசிக் கொண்டிருப்பவர்களிடம் இந்தத் தந்திரமான கேள்வியைக் கேட்பவர்கள், வாய் திறவாமலேயே இருப்பவர்களிடம் ஏன் அவர்கள் மௌனமாக இருக்கிறார்கள் என்று கேட்காமல் வசதியாகத் தவிர்த்துவிடுகிறார்கள்.

2014 முதல், நான் எதிரிடுவதும், வாதிடுவதும் அரசாங்கத்துடன் அல்ல. மாறாக, அரசு நமது சமூகத்தில் ஏற்படுத்தி வைத்திருக்கிற புதிய ராணுவங்களுடன்தான் நான் அதைச் செய்கிறேன். வாட்ஸ் அப் பல்கலைக்கழகத்திலிருந்து உருவான புதிய தலைமுறை, அரசின் கவசமாக இருந்து, அரசை விமர்சிக்கும் எவராயினும் அவர்களது பெயரையும் முகவரியையும் மிரட்டிக் கேட்கிற ஒரு தனியார் ராணுவமாகிவிட்டது.

இன்னும் கொஞ்ச நாள்களில் மோடி அரசிடம் நாம் ஏதேனும் கேள்விகள் கேட்கலாமா வேண்டாமா என்பதை அவர்களே முடிவு செய்யக்கூடும்; அதற்கு முன் நமது ஆதார் எண்களை நம்மிடம் கேட்கக்கூடும். அதிகாரத்தின் சார்பில் நம்மைத் துன்புறுத்தி மிரட்டும் ஒரு கும்பல் உருவாக்கப்பட்டுள்ளது. அதிகார அமைப்பை உற்சாகப்படுத்தும் குழுவாக இருக்கும் வரை அது யாருக்கும் பதில் சொல்லத் தேவையில்லை. அரசாங்கம் எந்த விஷயத்திலாவது பொறுப்பேற்க வேண்டும் என்று நாம் கேட்கும் போது இந்தக் கும்பல் நம்மீது கட்டவிழ்த்து விடப்படும்.

நாள்தோறும் இந்தக் கும்பல் புதிய வதந்திகளையும் பொய்களையும் பரப்புகிறது. இந்தப் பொய்கள் ஒரு வெற்றிடத்தினுள் மறைந்துவிடுவதில்லை. அவை லட்சக்கணக்கான, ஏன், கோடிக்கணக்கான மனங்களுக்குள் கசிவதை நான் கண்டிருக்கிறேன். ஒருவரை எங்கும், எந்த நேரத்திலும் சூழ்ந்துகொள்ளும் இந்தச் சலியாத கும்பலுக்கு அதிகார அமைப்பு தன் சக்தியை வழங்கியுள்ளது. நாள்தோறும் ஒரு புதிய பொய் என்னைத் தொடர்கிறது. நாள்தோறும் ஒரு புதிய பொய்யுடன் நான் போரிடுகிறேன். இந்தப் போரினால் பயன் இல்லாமல் இல்லை என்று எப்போதாவது தோன்றும்; இல்லாவிடில், இது மிகவும் சலிப்பூட்டுவதாக இருந்திருக்கும்.

ஜனவரி 2018இல், பிரைம் டைமில் நாட்டின் வேலைவாய்ப்பு குறித்து ஒரு தொடரை நடத்திக்கொண்டிருந்தேன். கோடிக்கணக்கானவர்கள் வேலை தேடிக்கொண்டிருக்கும் சூழ்நிலையில், அதிலும் பணியிடங்கள் கொஞ்சமாகவே இருக்கும் நிலையில், ஒரேயொரு பணியிடத்தை நிரப்புவதற்கு அரசு நிறுவனங்கள் சராசரியாக 4 ஆண்டுகள் எடுத்துக் கொள்கின்றன. இந்தத் தொடரின் தொடக்க நிகழ்ச்சிகளில் ஒன்றிற்குப் பிறகு, பீகாரின் ஆரா நகரத்திலிருந்து ராகுல் என்ற இளைஞன் என்னைத் தொலைபேசியில் அழைத்தான். 2015இல் பீகாரில் மிகப் பரபரப்பான சட்டமன்றத் தேர்தல் நடக்கையில் அங்கே நான் செய்திகளைச் சேகரித்துக் கொண்டிருந்தபோது அவனைச் சந்தித்திருக்கிறேன். அந்தச் சந்திப்புக்கு இரண்டு ஆண்டுகளுக்குப் பிறகு அவன் இப்போது ஒரு மன்னிப்புக் கோரலுக்காக என்னை அழைத்தான். வேலைவாய்ப்புகள் பற்றிய எனது தொடரில் அவனைப் போன்ற இளைஞர்களைப் பற்றி யாரும் கவலைப்படாத காலத்தில் நான் முன்னர் பேசினேன் என்றும், அந்தக் காலத்தில் அவனும், அவனது நண்பர்களும் என்னை நீண்டநாள்கள் வெறுத்துத் திட்டிக்கொண்டிருந்தார்கள் என்றும் அவன் கூறினான். பஜ்ரங் தளத்தின் உள்ளூர் உறுப்பினர்கள், நான் இந்துவிரோதி, மோடிக்கு எதிரானவன், இந்தியாவின் விரோதி, ஒரு கம்யூனிஸ்ட் என்றும், எனது மாதச் சம்பளம் ஒரு கோடி ரூபாய்க்கு மேல் என்றும் அவர்களை நம்ப வைத்திருந்தார்கள். அது உண்மை என்றால் நான் ஒரு மிக அபூர்வமான கம்யூனிஸ்ட் ஆகியிருப்பேன்! முஸ்லீம்களை வெறுக்கத் தனக்குக் கற்றுக்கொடுக்கப்பட்டதாகவும், வகுப்புவாத விஷம் தன் மனதில் நிரப்பப்பட்டதாகவும் ராகுல் மேலும் கூறினான். அவன் தனது வாழ்க்கையை வீணடித்துவிட்டதாகவும், அந்த விஷத்தில் இருந்து அவர் தன்னைத் தூய்மைப்படுத்திக் கொண்டிருப்பதாகவும், கூறினான்.

அதே விஷத்தை எதிர்த்துதான் நானும் போராடுகிறேன். அது என்னைச் சுற்றிலும் பரவியுள்ளது. அது பல இளம் மனங்களைப் பாழ்ப்படுத்திவிட்டது. இந்த இளைஞர்கள் கொந்தளிக்கும் வெறுப்புடன் அலைகிறார்கள். தாங்கள் தள்ளப்பட்டுள்ள நரகத்திலிருந்து வெளிவர ஒரு வழியைக் கண்டறிய விரும்புகிறார்கள். ஆனால், அவர்கள் வெளியேற

உதவுவதற்கு அருகில் யாருமில்லை. அமைதியான நாள்களில், அவ்வாறு உதவக்கூடியவன் நான்தான் என்பதாக உணர்கிறேன்.

வானிலை அறிக்கைபோன்ற சுவாரசியமற்ற ஒன்றைப் பற்றி நான் எழுதும்போதுகூட, என்மீது வந்துவிழும் வசைகளைத் தாண்டி நான் கவனம் சிதறாமல் இருக்கமுடிவதற்கு இதுவும் ஒரு காரணம். இந்த வசைகள் மக்கள் வழமையாகப் பயன்படுத்தும் வசைகள் அல்ல. இவை அதிகாரத்தால் எறியப்பட்டு நம்மைச் சுற்றிலும் விழுந்து மன விரக்தி என்னும் சுவரை உருவாக்கும் கற்களும் பாறைகளுமாகும். இந்த வசைகளைச் சகித்துக்கொள்வது, அதிகாரத்தின் உண்மையான வலிமையை உணரும் ஒரு பயிற்சியாகத் தோன்றுகிறது.

வசைபாடல் இந்திய கலாச்சாரத்தின் ஒரு பகுதியாகும். திருமணங்களின் போதும் வசைகள் பரிமாறப்படுகின்றன; சில உறவுகளில் அவதூறு செய்வதற்குச் சமூக அனுமதி உண்டு. ஆனால், அதிகாரத்தின் கைகளில் அவதூறு ஒரு ஆயுதமாக இன்றைக்குமுன் எப்போதும் இருந்ததில்லை. அதிகாரத்திற்கு ஆதரவாக நிற்கும் கும்பல் அவதூறு செய்யும்போது, அது இன்னும் தீவிரமாகிறது. அந்தக் கும்பல் உங்களைப் பயமுறுத்த விரும்புகிறது. எனில், நீங்கள் எடுக்க வேண்டிய முடிவு இதுதான்: முழுவதும் அவதூறு நிறைந்துவிட்ட ஓர் அமைப்பு நிலவும்போதும் உங்களுடன் நிற்க யாரும் இல்லாதபோதும் நீங்கள் மிரட்டப்பட உடன்படுகிறீர்களா?

என்னால் புரிந்துகொள்ள முடியாதது: அந்த அளவுக்கு ஒருவர் என்ன தவறுசெய்கிறார்? என்பதுதான். ஒரு சில கேள்விகளைக் கேட்டார் என்பதற்காக அவர் மீது ஒரு கும்பலை ஏவிவிடும் அளவுக்கு அவர் கடுமையாகத் தண்டிக்கப்பட வேண்டுமா?

பல இடங்களில் மக்களின் கோபத்திற்கு ஆளாகும் இடத்தில் நான் இருந்தேன். சில சமயங்களில் கைகளில் கட்டைகளுடன் என்னைத் துரத்தினார்கள், மற்ற சமயங்களில், என் சட்டைக் காலரைப் பிடித்தனர். தள்ளி நெருக்குதல் போன்ற சம்பவங்களும் நடந்துள்ளன. இந்தச் சம்பவங்களின் போக்கில் நான் மேன்மேலும் தனிமையானேன். என் தனிமையோடு போரிட வேண்டி வெளியில் பேசத் துவங்கினேன். அந்தச் செயல்பாடு மட்டுமே என் தனிமையை அழிக்க வல்லதாக இருந்தது.

இந்தச் செயல்கள் ஒவ்வொன்றும் என் தொழிலில் என்னை மேலும் மேலும் விரும்பப்படாதவனாக ஆக்கிற்று. என் நண்பர்களுடன் பத்திரிகைத் துறை குறித்து நான் நடத்திய ஒவ்வொரு உரையாடலிலும் அவர்களிடம் வேறு யாருக்கும் முன் நான்தான் என் வேலையை இழக்கப்போகிறேன் என்றும், வேறு எங்கும் எனக்கு வேலையும் கிடைக்கப் போவதில்லை என்றும் அவர்கள் எனக்குச் சொல்வது சகஜமான விஷயமாயிற்று. நான் தொழில் செய்யும் இடத்தின் கதவுகளும் என் வாழ்க்கையின் கதவுகளும் இழுத்து மூடப்படும் என்பது பற்றி அறிவுரைகள் ஏராளமாக வந்து என் காதில் விழுந்த போது வெளியில் பேசுவது மட்டுமே என்னுடைய ஒரே சாளரம் என்று நான் தேடி அடைந்தேன். அந்தச் சாளரத்தின் வழி மட்டுமே குறைந்த அளவிலேனும் காற்றும் வெளிச்சமும் என்னை வந்தடையக் கூடும்.

***

இந்தியாவில் நானும் தன் குடும்பத்தாரும் பாதுகாப்பற்ற சூழலில் இருப்பதாக உணர்ந்தது குறித்து நடிகர் ஆமீர் கான் 2015ஆம் ஆண்டில் தன் கவலையைப் பொதுவெளியில் சொன்ன உடனே ஐடி செல் கும்பல் அவரைத் தாக்கியது. ஆனால் அதே கும்பல், பத்மாவதி திரைப்படத்தை வெளியிடுவதற்கு எதிர்ப்புத் தெரிவிக்கும் வகையில் ராணுவ உணவகங்களில் சாப்பிடுவதை நிறுத்துமாறு ராணுவத்திலுள்ள சத்திரிய பணியாளர்களுக்குக் கர்ணி சேனா என்ற அமைப்பானது அழைப்பு விடுத்தபோது மௌனமாக இருந்துவிட்டது. ராணுவத்திற்குள் வகுப்புவாதக் கிளர்ச்சியைத் தூண்டுவது பற்றி ஒருவர் வெளிப்படையாகப் பேசியபோது அரசாங்கம் முழுமையும் அவருக்கு முன்பு மன்றாடித் தலைகுனிந்து நின்றது.

இங்கே கும்பலானது அச்சத்தின் அரசாங்கத்தை நிறுவியுள்ளது. அந்தக் கும்பல் பின்பற்றும் மதத்திலிருந்து வேறுபட்ட ஒரு மதத்தை அவர் பின்பற்றுகிறார் என்கிற காரணத்திற்காக அவர் பிறர் சார்பில் செயல்படுவதாக் கூறி அமீர் கானைப் பயமுறுத்தலாம், அந்தக் கும்பல் விரும்பினால், தனது மதத்தையே சேர்ந்த சஞ்சய் லீலா பன்சாலியின் இதயத்திலும் பயத்தை ஏற்படுத்தலாம். ஒரே ஒரு நியதிதான் இங்கே செயல்பாட்டில் உள்ளது; அது அச்சத்தின் நியதி.

ஒவ்வொரு கும்பலும் அச்சத்தைத்தான் அடிப்படையாகக் கொண்டுள்ளது. தங்களுக்கு வெளியே இருக்கும் அச்சங்களுக்கு எதிர்வினையாகத்தான் பலரும் கும்பலின் ஒரு பகுதியாக மாறத் தொடங்கினர். இவர்கள் முதலில் தங்கள் சக குடிமக்களின் மதத்தை வைத்துதான் அவர்களைப் பார்த்து அஞ்சத் தொடங்கினார்கள்; கும்பலில் சேர்ந்த பின்னர் அச்சத்தை அவர்கள் கும்பலின் எஜமானர்களிடமிருந்தும் மேய்ப்பர்களிடமிருந்தும் கற்றுக்கொண்டனர். அவர்களின் மௌனத்திற்கான காரணம் எளிமையானது. 'இந்தக் கும்பல் அதை அவர்களுக்குச் செய்ய முடிந்தால் அதையே எனக்கும் செய்ய முடியும்' என்பதை அவர்கள் அறிந்துகொண்டார்கள். மற்றவர்களை வாயை மூட வைக்க இந்த மக்கள் கும்பலுடன் சேர்ந்தனர்; அவர்கள் உணராதது என்னவென்றால், தாங்களும் வாயை மூடிக்கொண்டிருக்கப் பழகிவிட்டார்கள் என்பதுதான்.

சமூக ஊடகங்களிலும் கூட, ஐடி செல்லின் மிரட்டலுக்குப் பயந்து, பேசுவதை மக்கள் நிறுத்திவிட்டனர். குறிப்பாக அதிக எண்ணிக்கையிலான பெண்கள் அரசியல் விஷயங்களில் கருத்து சொல்வதை நிறுத்திவிட்டனர். அவர்கள் தங்கள் கருத்தைக் 'கருத்துகள்' என்ற பிரிவில் தெரிவிப்பதில்லை. மாறாக, சமூக ஊடகங்களில் செய்திப்பெட்டிக்கு அனுப்பப்படும் தகவல்களாக அதையே அனுப்புகிறார்கள். பெண்கள் மட்டுமல்ல, இப்போது பலரும் அதையேதான் செய்கிறார்கள்.

நான் @RavishKaPage என்ற எனது முகநூல் பக்கத்தை ஆரம்பித்தபோது, எனது இடுகைகளுக்கு அவர்கள் கருத்து தெரிவித்த பின்னர் சிலர் தங்களை எவ்வாறெல்லாம் அவதூறு செய்வோம், தாக்குவோம் என்று ட்ரோல் செய்ததாகப் பல பெண்கள் என்னுடைய செய்திப் பெட்டிக்குத் தகவல் அனுப்பினர். எனது இடுகைகளுக்கு மீண்டும் மீண்டும் ஆயிரக் கணக்கான கருத்துகள் வருகின்றன, ஆனால் அதை அனுப்புபவர்களில் பெண்களின் எண்ணிக்கை ஒரு நூறு கூட இல்லை. அதிகாரத்தை உந்துவிசையாகக் கொண்ட வசைகள் துப்பாக்கித் தோட்டாக்கள் போல் செயல்படுகின்றன. தோட்டாக்களைக் கண்டு எல்லோரும் பயப்படுகிறார்கள். எனது வலைப்பக்கத்தில் கருத்து தெரிவிக்கப் பெற்றோர்களால் தடை விதிக்கப்பட்டுள்ளதாகப் பல இளைஞர்கள் கூட என்னிடம் கூறியுள்ளனர். பயத்தைச் சமூகமயமாக்கும் பணி

நிறைவடைந்துவிட்டது. அச்சப்படுவது என்பதுதான் இந்தப் புதிய, பலவீனமாக்கப்பட்ட ஜனநாயகத்தின் பண்பாடாக ஆகிவிட்டது. ஆனால் நான் அதைப் பண்பற்றதாகவும் அறிவற்றதாகவும் காண்கிறேன். இது ஜனநாயகத்தின்மீது திணிக்கப்படும் ஓர் அறிவின்மையாகும்.

அச்சத்தை நிறுவும் பணியை ஐடி செல்லானது மூர்க்கத்தனமான அம்சங்களுடனும் செயல்திறனுடனும் நிறைவேற்றியுள்ளது. ஐ.டி. செல்லின் சொல்லாடல், அரசு அமைச்சர்களின் சொல்லாடலாகவும், அரசு ஆதரவாளர்களின் மொழியாகவும் மாறிவிட்டது. முன்னர் குடிமக்களின் இதயங்களில் அரசாங்கம் தான் அச்சத்தை ஏற்படுத்திக்கொண்டிருந்தது. இப்போது முக்கிய ஊடகங்களும், சமூக ஊடகங்களும் இதில் அரசின் செயல் கூட்டாளிகள் ஆகிவிட்டன.

பேஸ்புக் மற்றும் வாட்ஸ்ஆப்பில் எனது தொலைபேசி எண் அடிக்கடி உலகறிய அறிவிக்கப்படுகிறது. எனது எண்ணை அறிவிக்கும் செயலுடன் இணைந்துவரும் ஆத்திரமூட்டும் சொல்லாடலைக் குறித்து ஒரு சிறப்பு ஆய்வே நடத்தலாம்.

எனக்கு ஒரு கொலை மிரட்டல் விடுக்கப்படுகிறதா அல்லது என்னை வார்த்தைகளால் அவதூறு செய்ய ஆணையிடப்படுகிறதா என்பது தெளிவாகத் தெரியாத அளவுக்கு மிகவும் சாதுரியமாக வாக்கியங்கள் அதில் எழுதப்படுகின்றன.

“இது பாகிஸ்தானியர் ரவீஷ் குமாரின் நம்பர். அவரைத் தொலைபேசியில் அழைத்து அவருக்குத் தேசியம் குறித்து ஒரு பாடம் கற்பியுங்கள்”- அந்தப் பதிவுகள் இந்தத் தோரணையில் உள்ளன. ஒரு மனிதனைப் பயமுறுத்த இவைகளே போதும். இதில் ஒரு நல்ல விஷயம் என்னவென்றால், எனது எண் அறிவிக்கப்பட்டவுடன் மிகவும் மகிழ்ச்சியடைந்த சிலரும் உண்டு. எங்கிருந்து என் நம்பர் கிடைத்தது என்று என்னிடம் தகவல் சொல்வதற்காக என்னை அழைத்தனர். அவர்கள் தாங்கள் ட்ரோல்கள் அல்ல என்றும், எனது நேயர்கள் என்றும் தெளிவுபடுத்தினர். தொடர்ந்து அவர்கள் வெறுப்பை வெளிப்படுத்தும் பதிவுகளின் தொடுதிரைப் படங்களை (ஸ்கிரீன் ஷாட்ஸ்) எனக்கு அனுப்பினார்கள்.

அச்சமும் சந்தேகமும் நிறைந்த சூழலில் நாம் வாழ்வதாகத் தோன்றுகிறது. 'பொறுங்கள். வாட்ஸ்ஆப்பில் அழைக்கிறேன், வழக்கமான தொலைபேசியில் பேசவேண்டாம்.' - எந்த அலுவலரிடம் பேசினாலும், ஏதோ ஓர் அமைச்சர் தன் தொலைபேசியை ஒட்டுக்கேட்க ஏற்பாடு செய்திருக்கிறார் என்று அவர் நினைக்கிறார். அமைச்சர்களோ, தங்கள் அழைப்புகளை மூத்த அமைச்சர்கள் பதிவு செய்கிறார்கள் என்று நினைக்கிறார்கள். பத்திரிகையாளர்கள், தங்கள் உரையாடல்களை யாரோ கேட்டுக்கொண்டிருப்பதாக உணர்கிறார்கள். மற்ற எல்லா உரையாடல்களிலும், நிருபர்கள் தொலைபேசி ஒட்டுக்கேட்பைக் குறிப்பிடுகின்றனர். இந்த விஷயங்களுக்கு யாரிடமும் ஆதாரம் இல்லை, ஆனால், தங்கள் அழைப்புகள் பதிவு செய்யப்படுகின்றன என்று எல்லோரும் பயப்படுகிறார்கள். சாதாரணமான சந்திப்புகளைக் கூடச் சந்தேகத்திற்குரியதாக ஆக்குமளவுக்கு இந்த அச்சம் பரவிக்கிடக்கிறது. அச்சத்தினால் ஏற்படும் சந்தேகம் சந்திப்புகளின்மீதும், பேசுவது என்ற செயலின்மீதும் ஒரு ஆழமான தாக்கத்தை ஏற்படுத்துகிறது.

உங்களை நீங்களே கேட்டுக்கொள்ள வேண்டியது: வெளியில் பேசுவதென்பது ஆபத்து நிறைந்ததாகிவிட்டதா? அரசாங்கத்தைப் பற்றிப் பேசுவது உங்களை அச்சுறுத்துகிறதா? நீங்கள் யாரைப் பார்த்து அஞ்சுகிறீர்கள்? அரசாங்கத்தையா, அல்லது உங்களைச் சுற்றி வெவ்வேறு வடிவங்களில் இருக்கும் அந்தக் கும்பலையா? நீங்கள் ஒரு கட்டம் வரை பேசிவிட்டு நிறுத்திவிடுவீர்களா, அல்லது நீங்கள் சொல்ல நினைப்பதை முழுமையாகச் சொல்லி முடிப்பீர்களா? மக்கள் எவ்விதக் காரணமும் இன்றி அரசுக்கும் ஏதாவது ஒரு கும்பலுக்கும் பயந்து ஊர்ந்து கொண்டிருக்கக் கூடிய, இரவும் பகலும் தொடர்ந்து அரசாங்கத்திற்குத் துதிபாடிக் கொண்டிருக்கிறவர்கள் மட்டுமே நெஞ்சை நிமிர்த்திக்கொண்டு திரியும்படியான, ஒரு சமூகத்தையா நீங்கள் நாடுவீர்கள்? மேலும் அரசாங்கத்தை விமர்சிப்பவர்கள் மட்டுமே அச்சத்துக்கும் சந்தேகத்துக்கும் ஆளாக வேண்டி இருப்பது எதற்காக? எல்லா அமைப்புகளின் மீதும் நம்பிக்கை அற்றுப் போய்விட்ட காரணத்தால்தானா? எந்த வழக்கில் மாட்ட வைக்கப்பட்டு எத்தனை ஆண்டுகள் நீதிமன்றங்களுக்கு அலைந்துகொண்டிருக்கக் கூடும் என்பதை

யார் அறிவார்? இந்தியாவில் இது மிகச் சாதாரணமாக நடக்கிறது.

இந்தியாவின் அதிகார அரசியலின் மையமாக விளங்கும் டெல்லியில், ஐயங்களின், அச்சங்களின் விளைவு மக்கள் உரையாடும் முறையையே மாற்றிவிட்டது. சிலர் பேஸ்புக்கில் தங்கள் புகைப்படங்களை வெளியிடுவதைத் தவிர்க்கிறார்கள்; மற்றவர்கள், தாங்கள் அனுப்பும் செய்திகள் தங்களுக்கு எதிரான வழக்கு ஆதாரங்களாக மாறிவிடக்கூடாது என்பதற்காக வாட்ஸ்ஆப்பில் தொடர்புகொள்வதில்லை. நான் மக்களைச் சந்திக்கும் போதெல்லாம் அரசாங்கம் தங்களை ஒட்டுக் கேட்டால் கண்டுபிடிக்க முடியாமல் இருக்க வேண்டும் என்ற ஒரே காரணத்துக்கான ஒரு புதிய சங்கேதச்சொல் எனக்கு அறிமுகம் ஆகிறது. இந்த அறிக்கை மிகவும் வழக்கமான ஒன்றாக ஆகிவருகிறது: 'நாம் இந்த விஷயம் பற்றித் தொலைபேசியில் பேசக்கூடாது'. மாற்றுக் கருத்துகள் கொண்ட ஒருவரை துரோகி என்று அழைக்கும் அளவுக்கு அரசியலானது சமூகத்தை மாற்றும் என்றால், தனக்கும் குடிமக்களுக்கும் இடையே மிரட்டல் என்றொரு முள்வேலியை அது அமைத்துக்கொள்ளுமானால், அதுவும் ஒருவகை வன்முறைதான்.

தில்லியில் அரசுப் பணியுடன் தொடர்புடையவர்களுக்கு, அரசின் பணிகளை மதிப்பீடும் ஆய்வும் செய்பவர்களுக்கு, செல்போன்கள்-அதிக விலையுயர்ந்த மாடல்கள் கூட- பெரும் பாதுகாப்பின்மையின் காரணிகள் ஆகிவிட்டன. அவர்கள் தங்கள் தொலைபேசிகளைத் தங்கள் உடனே எடுத்துச் செல்கிறார்கள் என்றாலும் அவர்களுக்கு அவைகளின் மீது நம்பிக்கை இல்லை. ஆளுங்கட்சியில் இருக்கும் அரசியல்வாதிகள் அழைக்கையில் 'தெரியாத எண்' என்ற சொல் தொலைபேசியின் திரையில் பளிச்சிடும் ஒரு நிலை வந்து விட்டது. அரசியல்வாதிகளோ, தங்கள் நாவில் இருந்து எந்த விமர்சனமும் வந்துவிடக் கூடாது என்பதில் மிகவும் விழிப்பாக இருக்கிறார்கள்.

***

"அவருக்கு எதிராக உயர்த்தப்பட்ட அந்த விரல், அவருக்கு எதிராக உயர்த்தப்பட்ட அந்தக் கை; அந்தக் கையை

உடைக்கவோ அல்லது தேவைப்பட்டால், அதை வெட்டவோ நாங்கள் திரண்டு வருவோம்."

இந்த வார்த்தைகள் பீகார் மாநில பாரதிய ஜனதா கட்சியின் செயலாளரும் பாராளுமன்ற உறுப்பினருமான நித்தியானந்தராயின் வாயிலிருந்து வெளிப்பட்டன. காரணம், மக்கள் மனதில் அச்சத்தை ஏற்படுத்துவது இப்போது சாதாரணமாகிவிட்டது என்பதுதான். இந்திய அரசியலில் இப்படிப்பட்ட அறிக்கை வெளியாவது இது முதல் முறையல்ல. கடைசி முறையும் அல்ல. எதிர்காலத்தில் இதுபோன்ற பலவற்றைக் கேட்கப் போகிறோம். நீங்கள் செய்யக்கூடியதெல்லாம் உங்கள் விரல்களுக்கு ஒரு உலோகக் கவசத்தை மாட்டிக்கொள்வதுதான். உங்கள் கழுத்துக்குக் கூட அப்படி ஒரு கவசத்தை மாட்டிக்கொள்ளலாம். ஏனென்றால் விரல்களை வெட்டுவதில் தொடங்கி கழுத்தை வெட்டுவது வரையிலும் இப்போது விஷயம் மேல்நோக்கிப் போய்விட்டது.

'பத்மாவத்' (இப்போது பத்மாவதி) திரைப்படம் வெளியானது தொடர்பான சர்ச்சையின் போது, தீபிகா படுகோனின், சஞ்சய் லீலா பன்சாலியின் தலைகளைக் கொண்டு வருபவர்களுக்கு 10 கோடி ரூபாய் பரிசுத் தொகை வழங்கப்படும் என்று பாஜகவின் ஹரியானா நிர்வாகி சூரஜ்பால் அறிவித்தார். மீரட்டைச் சேர்ந்த ஒருவர் ஏற்கெனவே இதற்கு 5 கோடி ரூபாய் பரிசை அறிவித்திருந்தார். விமானப் பயணி ஒருவரை எகானமி வகுப்பில் இருந்து பிசினஸ் வகுப்புக்கு மேம்படுத்துவது போலப் பரிசுத் தொகையை சூரஜ் பால் ஐந்திலிருந்து பத்து கோடியாக உயர்த்தினார். அதே மீரட்டில், 2006இல், பகுஜன் சமாஜ் கட்சியைச் சேர்ந்த யாகூப் குரேஷி, டென்மார்க்கைச் சேர்ந்த ஒரு கேலிச்சித்திரக்காரரின் தலைகளுக்கு விலையாகப் பதினோரு கோடி ரூபாய் பரிசு அறிவித்தார். சில ஊடகங்கள் அப்படி நிர்ணயிக்கப்பட்ட தொகை உண்மையில் ஐம்பத்தோரு கோடி என்று அறிவித்தன. (தலைகளை வெட்டுவதற்காகத் தவணை முறையில் மீரட்டில் உள்ள எந்த வங்கியும் கடன் வழங்குவதில்லை என்று நான் நம்புகிறேன்!).

அன்றைய நாள்களில் இத்தகைய குற்றம் அபூர்வமாக இருந்தது. இப்போது அது சாதாரணமாகிவிட்டது. 12 ஏப்ரல் 2017 அன்று, பாஜக யுவ மோர்ச்சாவைச் சேர்ந்த அரசியல்வாதியான யோகேஷ் வர்ஷ்னி, மேற்கு வங்க முதல்வர் மம்தா பானர்ஜியின்

தலையை யார் கொண்டு வந்தாலும் அவருக்குப் பதினொரு லட்சம் ரூபாய் வழங்கப்படும் என்று அறிவித்தார். கால மாற்றத்தால் இன்று அந்தத் தொகை அற்பமாகத் தெரிகிறது. இது நவம்பர் 2016 பணமதிப்பிழப்பு நடவடிக்கையின் ஒரு விளைவாக இருக்கலாமோ? அல்லது ஒருவேளை அந்த மனிதரிடம் அவ்வளவு பணம் இல்லையோ என்னவோ?

பிரதமருக்கு எதிராகப் பேசினால் எதிர்வினையாகக் கையை வெட்டிவிடுவேன் என்று மிரட்டுவது ஒன்றும் சாதாரணமாக நடக்கக் கூடியது அல்ல என்று நீங்கள் நினைப்பவரானால் கூகுள் செயலியில் இருந்து நான் சேகரித்த ஒரு புள்ளிவிவரத்தை உங்கள் கவனத்திற்குக் கொண்டுவர வேண்டியிருக்கிறது. 2014 முதல் நவம்பர் 2017 வரையிலுமான காலத்தில் பிரதமர் மோடியையும் உ.பி முதல்வர் யோகி ஆதித்யநாத்தையும் விமர்சித்ததற்காகவோ அல்லது அவர்களைப் பற்றி கருத்துகளைப் பகிர்ந்ததற்காகவோ நாற்பதுக்கும் மேற்பட்டோர் கைது செய்யப்பட்டனர், அல்லது அவர்கள் மீது வழக்குகள் பதிவு செய்யப்பட்டுள்ளன.

அதிகாரத்தில் உள்ளவர்களை எதிர்த்து வெளியில் பேசுவது சாதாரண விஷயமல்ல. நீங்கள் பேசுவதற்கு முன் சிறைபடச் சித்தமாக இருக்கிறீர்களா அல்லது கையை இழக்கச் சித்தமாக இருக்கிறீர்களா என்பதை நீங்கள்தான் முன்முடிவு செய்துகொள்ள வேண்டும். நீங்கள் கேள்வி முறையின்றிக் கொலையும் செய்யப்படலாம். ஏனென்றால், கும்பல்கள் என்றுமே சட்டத்துக்கு அஞ்சுவதில்லை.

பல்வேறு வகையான கும்பல்கள் உண்டு. ஒரு கும்பலுக்குப் பசுவதை பிரச்சினையாக இருக்கலாம்; இன்னொன்றுக்கு லவ் ஜிஹாத் என்ற மற்றொரு போலியான விஷயம் பிரச்சினையாகலாம்; மற்றொரு கும்பலுக்கு ஒரு குறிப்பிட்ட திரைப்படம் தயாரிக்கப்பட்டது பிரச்சினையாக இருக்கலாம். வெவ்வேறு கும்பல்களின் சமூகக் கட்டமைப்பு ஒன்றிலிருந்து ஒன்று வேறுபட்டதாக இருக்கலாம். ஆனால் அவை அனைத்திற்கும் பொதுவான ஒரு அம்சம் உண்டு: அவர்கள் தங்கள் மீது அங்கியாக அணிந்திருக்கும் மத ஆர்வம்தான் அது. அரசியலைப் பற்றிப் பேச விரும்பும் பல இளைஞர்களை இந்தக் கும்பல்கள் குறித்த பயம் மௌனமாக்குகிறது. அவர்கள் இப்போது முகநூலிலிருந்துகூட முற்றிலும் ஒதுங்கிவிட்டார்கள்.

ஒரு பேச்சற்ற சூழ்நிலை இப்படித்தான் உருவாக்கப்படுகிறது. பேசியாகவேண்டிய நேரங்களில் நாம் பேசுவதில்லை.

வெளியில் பேசுவதற்கான சமூக அனுமதி குறைந்து கொண்டே வருகிறது. இவ்வாறு நடப்பதற்கு அரசாங்கத்தின் மேலும், கும்பல்களின் மேலும் இருக்கிற அச்சம் மட்டும் காரணமல்ல, குடிமக்களில் ஒரு பெரும் பகுதியினரின் மீது மதப் பற்று உறுதியாக நிறுவப்பட்டுவிட்டதும் ஒரு காரணம். அந்தப் பற்றுதான் பெரும்பான்மை மக்களின் மௌனத்துக்கான அடித்தளத்தை உருவாக்குகிறது. அந்தப் பற்றின் காரணமாகத்தான் தங்கள் மதத்தின் பெயரால் ஜனநாயகம் ஒரு கேலிப்பொருளாக்கப்படுவதை அவர்கள் சௌகரியமாக ஏற்றுக்கொள்கிறார்கள். இன்னும் துல்லியமாக, தற்போதைய ஆட்சியாளர்களின் செயல்பாடுகளையும் சொல்லாடல்களையும் பார்க்கும்போது, இதை இந்து மதப் பற்று என்றுதான் குறிப்பிட வேண்டும். இந்து மதத்தின் விசாலமான, பெரும்போக்கான பாரம்பரியத்திலிருந்து இந்தப் பற்று உருவாகவில்லை என்பதும், மாறாக, விரல் விட்டு எண்ணக்கூடிய ஒரு சில வன்முறை அமைப்புகளைப் பற்றிய அச்சம்தான் இந்தப் பற்றை உருவாக்கியிருக்கிறது என்பதும்தான் இதில் வேதனையான விஷயம். இந்த அமைப்புகளால் உருவாக்கப்பட்ட அச்சத்தால் சூழப்பட்ட ஒரு குடிமகன், தான் அரசியலமைப்புக்கு விசுவாசமானவன் என்று பெயரளவுக்கு நம்பலாம். ஆனால் அவனது நடத்தையோ, அரசியலமைப்பு எவற்றிற்கெல்லாம் ஆதாரமாக இருக்கிறதோ, அவற்றிற்கெல்லாம் முரணாகவே இருக்கிறது.

இந்திய ஜனநாயகம் நவீனமயமாக்கப்பட வேண்டுமானால், நாட்டின் அரசியலமைப்பின் மீதான விசுவாசம் பரவலாக ஊக்குவிக்கப்பட வேண்டியது அவசியம். எந்த மதத்தின் மீதானாலும் குருட்டுப் பற்றானது அரசியலமைப்பின் மீதான விசுவாசத்தைத் தாழ்த்திக் கீழிறக்கிவிடும். பத்மாவதி திரைப்படத்திற்கு எதிர்ப்புத் தெரிவிக்கும் வகையில் இந்திய ராணுவத்தின் க்ஷத்ரிய ராணுவ வீரர்களை ராணுவ உணவகத்தின் உணவைப் புறக்கணிக்குமாறு ஸ்ரீ ராஜ்புத் கர்னி சேனாவின் செயலாளர் மஹிபால் சிங் மக்ரானா அழைப்பு விடுத்ததற்கும் இந்தக் குருட்டுப்பற்றுதான் காரணம். சாதாரண குடிமக்களுக்கு அதன் உள்ளர்த்தம் புரியவில்லை. இந்த

அழைப்பைத் தயக்கமின்றிக் கண்டிக்க எந்த அரசியல் கட்சியும் துணியவில்லை. படத்திற்கு எதிர்ப்பு தெரிவிக்க ராஜபுத்திரர்கள் அரசியல் சாசன வழிகளைக் கையாண்டிருக்கலாம். மாறாக, அவர்கள் தெருக்களில் கூடி வன்முறையைக் கட்டவிழ்த்து விட்டனர். பள்ளி செல்லும் குழந்தைகள் நிரம்பிய பேருந்தின் மீது கற்களை எறியும் அளவுக்கு அவர்களுக்கு எதனால் துணிச்சல் வந்தது? அவர்கள் மீது கண்டனம் தெரிவிக்கவும் நடவடிக்கை எடுக்கவும் அரசாங்கமும் எதிர்க்கட்சிகளும் ஏன் ஒன்றுபடவில்லை? ஏன் அது குறித்து பொதுமக்கள் கூக்குரல் எழுப்பவில்லை? மக்கள் பெரும்பான்மை இது குறித்து நடவடிக்கை கோரவில்லை. இந்து மதத்தின் மீதான அவர்களின் பக்தி அவர்களைத் தடுத்ததா? இதே பள்ளிப் பேருந்து மீது வேற்று மதத்தவர்கள் கல்லெறிந்திருந்தால் அவர்கள் மௌனமாக இருந்திருப்பார்களா? பகிரப்பட்ட மத அடையாளம் இதை எவ்வாறு அர்த்தப்படுத்துகிறது?

இந்தக் குருட்டுத்தனமான மதவுடமை உணர்வுதான் கும்பலின் செயல்பாட்டுக்கான அனுமதியை வழங்குகிறது. அரசியல் சட்டத்தை விடவும் மேலான ஒரு நிலையைக் கும்பல்கள் அடைந்துள்ளன.

***

தொலைக்காட்சி சேனல்களில் வெறித்தனமான விவாதங்கள் மீது ஒரு சக்திவாய்ந்த பயம் உருவாக்கப்படுகிறது. கேள்வி எழுப்புபவர்கள் மீது செய்தித் தொகுப்பாளர்கள் அச்சமூட்டும் கூட்டம் போலக் குவிந்து தாக்குகிறார்கள். தொலைக்காட்சி சேனல்களைப் பார்க்கும் நடுநிலையான பார்வையாளர் இதைப் பார்த்து நம்பிக்கை இழக்கத் தொடங்குகிறார். கேள்வி எழுப்புபவர்களுக்கு என்ன நடக்கும் என்பதை அவரால் காண முடிகிறது. கும்பலுக்கு அப்பாற்பட்டு நிற்பதில் ஆபத்திருப்பதாக அவர் உணர்கிறார். எனவே அவர் மௌனமாக இருக்கிறார். மேலும், அந்த மௌனத்தின் காரணமாகவே அவர் கும்பலின் ஒரு பகுதியாக மாறுகிறார். அச்சம் மக்களின் மனதினுள் கசிந்து ஊடுருவுகிறது.

இது சிறுபான்மைச் சமூகத்தில் பெரும் தாக்கத்தை ஏற்படுத்தியுள்ளது. அது எல்லாவிதமான விவாதங்களிலிருந்தும் விலகியிருக்கத் துவங்கிவிட்டது. அதனால் ஏற்பட்ட

வெற்றிடத்தை மௌலானாக்கள் நிரப்புகின்றனர். அவர்கள் முஸ்லிம்களின் பிரதிநிதிகளாக ஆகியிருக்கிறார்கள். ஆனால் இந்த மௌலானாக்கள் பெரும்பான்மை அமைப்புகளின் வகுப்புவாதத் திட்டங்களில் சிக்கிக்கொண்டிருப்பதால் அந்த நிறுவனங்களைப் போலவே பேசுகிறார்கள். இந்த மௌலானாக்கள் முஸ்லிம்களை மேலும் பாதுகாப்பற்றவர்களாக ஆக்கியுள்ளனர். தங்கள் சமூகம் தொடர்பான பிரச்சினைகள் விவாதிக்கப்படும் மேடைகளை விட்டுத்தள்ளி இருக்கும்படி என் முஸ்லிம் நண்பர்கள் என்னிடம் கோரிக்கை வைக்கும் அளவுக்கு அவர்கள் முஸ்லிம்களைப் பாதுகாப்பற்றவர்களாக ஆக்கியிருக்கிறார்கள். எனவே இந்த அளவுக்கு அவர்கள் அரசியலுக்குப் பொருந்தாதவர்களாக உணர்கிறார்கள். இப்போது தங்கள் கோரிக்கைகளைத் தாங்களே முன்வைத்து வீதிகளில் இறங்கியிருந்தால், ஊடகங்களைச் சேர்ந்தவர்கள் தங்கள் தாடியையோ அல்லது ஷெர்வானிகளையோ மட்டுமே பார்ப்பார்கள், தங்கள் பிரச்சினைகளைப் பற்றிப் பேசமாட்டார்கள் என்று அவர்கள் நினைக்கிறார்கள். இரண்டாம்தரக் குடிமகன் என்ற அந்தஸ்தை ஏற்றுக்கொள்வது என்பது இதுதான்.

இந்த இரண்டாம்தரக் குடிமக்கள் நிலை சிறுபான்மை சமூகத்திற்கு மட்டுமல்ல, பெரும்பான்மைச் சமூகத்தைச் சேர்ந்தவர்களையும் பீடித்துள்ளது. இந்த அச்சம்சூழ்ந்த ஜனநாயகத்தில் மதம் மட்டும் சிறுபான்மை அந்தஸ்தைத் தீர்மானிப்பதில்லை; அரசாங்கத்தைக் கேள்வி கேட்கும் செயலும் உங்களைச் சிறுபான்மையினராக மாற்றிவிடும்.

***

'ரவீஷ்-ஜி, வெளியில் பேச நீங்கள் அஞ்சவில்லையா?' 'இப்படிப்பட்ட சூழலில் நீங்கள் எப்படிப் பேசுகிறீர்கள்?' 'உங்கள் குடும்பம் உங்களைத் தடுக்கவில்லையா?' இந்தக் கேள்விகளுக்கு என்னிடம் காத்திரமான பதில்கள் இல்லை. என்னை விசேஷமாகப் பாராட்டுமளவுக்கு நான் என்னதான் பேசிவிட்டேன்? நான் வெறுமனே மக்களின் கருத்துகளைத்தான் வெளியில் பேசுகிறேன். என்னால் எப்படி என் வேலையைச் செய்ய முடிகிறது என்று திரும்பத் திரும்ப மக்கள் என்னைக் கேட்குமளவுக்கு என்னுள் உறுதிமிக்க துணிச்சல் இருப்பதாக

ஏன் யாரும் எண்ண வேண்டும்? மக்கள் அந்த அளவுக்கு அச்சத்தில் இருக்கிறார்களா?

என்னிடம் இந்தக் கேள்விகளைக் கேட்கும் ஒவ்வொருவரும் ரவீஷ் தகுந்த பதிலைச் சொல்வார் என்று நினைக்கிறார்கள்: வீட்டை விட்டு வெளியேறும் முன் அவர் ஒரு கிளாஸ் போர்ன்விடா பானத்தைக் குடிப்பதாகவோ அனுமனுக்கு லட்டு பிரசாதம் கொடுப்பதாகவோ நினைக்கிறார்கள் போலும். வெளியில் பேசுவதான அந்தச் செயலைப் பொறுத்தவரை அதற்கு என்னிடம் எந்த மாயாஜால மந்திரமும் இல்லை. என் தொழிலில் நான் தொடர்வது கடினமான ஒன்று என ஆகுமளவுக்கு அதிகாரத்தில் இருப்பவர்கள் என் வாழ்க்கையை நரகமாக்குவார்கள் என்பதை நான் அறிவேன். எனது கட்டுரைகளைப் பிரசுரத்துக்கு ஏற்காத பல ஹிந்தி மொழி செய்தித்தாள்கள் ஏற்கெனவே உள்ளன. 2014க்கு முன், இதே நாளிதழ்களில் இருந்து என்னை எழுதக்கேட்டு நான் எரிச்சல் கொள்ளும் அளவுக்குத் தொடர்ந்து தொலைபேசி அழைப்புகள் வந்துகொண்டிருந்தன.

நான் எதைப் பேசுகிறேனோ அது அதன் அளவில் மிகத் துணிச்சலானதொன்றும் இல்லை. நான் பேசுவதைக் கேட்பவர்களின் அச்சமே நான் பேசுவதைத் துணிச்சலானதாகத் தோன்றச் செய்கிறது. பயத்தால் ஊமைகளாக்கப்பட்டிருக்கும் அவர்கள், என்னால் எப்படிப் பேச முடிகிறது என்று கேட்கிறார்கள். பீஹாரிகளுக்கு எந்தப் பயமும் இருக்காது என்று கேலி செய்பவர்கள் பலர் உள்ளனர். எந்த பீஹாரி தன் வீட்டைப் பற்றிய நல்ல வார்த்தைகளைக் கேட்டால் மகிழமாட்டான்? ஆனால், இது பீஹாரி பற்றிய விஷயம் அல்ல. மராத்தியர்கள் பேசுகிறார்கள், வங்காளிகள் பேசுகிறார்கள். குஜராத்திகளும் பேசுகிறார்கள். குஜராத்தில் வெளியே பேசுபவர்கள் இன்னும் மோசமானவற்றைக் கண்டும் கேட்டும் அனுபவித்திருக்கிறார்கள். இங்கே பேசுகிறவன் நான் மட்டும் அல்ல. மேலும் பல பத்திரிகையாளர்கள் எழுதியும் வருகின்றனர். ஆனால் இப்போது அவர்கள் பேசும் மொழிகளில் வெளிவரும் செய்தித்தாள்கள் அவர்கள் எழுதுவதை வெளியிடுவதில்லை.

பேசுவது கடினம் அல்ல. பேசும் செயலுக்கு முன் அச்சத்தின் சுரங்கப்பாதை வழியாக நடப்பதுதான் கடினம். அந்தப் பயம் எப்போதுமே அதிகாரத்தின் மீதான பயம் அல்ல.

சுதந்திரப் பேச்சு | 67

தவறில்லாமல் பேச வேண்டுமே என்றும் ஒருவர் அஞ்ச வேண்டியிருக்கிறது. ஒருவர் சொல்ல வேண்டியதைச் சொல்லும் போது எப்படிப்பட்ட எதிர்வினைகள் ஏற்படக்கூடும் என்ற அச்சமும் ஒருவரைச் சிரமப்படுத்துகிறது. நீங்கள் பேச விரும்பியதைப் பேசிய மறுகணமே அச்சத்துடனான உங்கள் போர் துவங்கிவிடுகிறது. நீங்கள் எதைப் பற்றிப் பேசினீர்களோ, அதை எதிர்கொள்ள உங்களுக்குத் தைரியம் இருக்கிறதா என்று அப்போதுதான் உங்களுக்குப் புரியும். அதுவும் நண்பர்கள் அழைத்து "எச்சரிக்கையாக இருங்கள் அமைதியாக இருங்கள் காலம் கெட்டுக் கிடக்கிறது" என்று சொல்லும் போது அது உங்களுக்குப் புரியும். அழைப்பவர்களில் பத்தில் ஒருவர் "பிரச்சினை இல்லை, கவலைப்பட வேண்டாம், தொடர்ந்து பேசுங்கள்" என்று சொல்லக்கூடும். மற்றவர்களில் பெரும்பாலானோருக்கு நாட்டின் அமைப்புகளின் மேலோ சமூகத்தின் மேலோ நம்பிக்கை இல்லாமல் போய்விட்டது. மேலும், உலகம் எதைப் பற்றியும் கவலைப்படுவதில்லை என்று எல்லோரும் நினைக்கிறார்கள்.

நண்பர்கள் மற்றும் குடும்பத்தினரின் அறிவுரைகளும் பயத்தை ஏற்படுத்துகின்றன. கௌரி லங்கேஷ் கொல்லப்பட்ட பிறகு பிரஸ் கிளப்பில் நான் ஒரு உரையாற்றினேன். அங்கிருந்த பலர் கௌரியை எப்படிப் பார்த்திருப்பார்களோ அப்படியே என்னைப் பார்த்துக்கொண்டிருந்தனர். அவர்களின் கண்கள் எச்சரிக்கை உணர்வால் நிறைந்திருந்தன. 'அடுத்து நீதான்' என்று சொல்வது போல அவர்கள் புறப்படுகையில் என் தோளில் கை வைத்தார்கள். அவர்கள் தங்கள் பயத்தை என் மீது ஏற்றிக்கொண்டிருந்தார்கள். ப்ரஸ் கிளப்பில் உரையாற்றும்போது என்னைப் பார்த்த சிலர் அதன் பிறகு என்னைத் தொலைபேசியில் அழைத்தனர். சில நாள்கள் நான் உயிருள்ள பிணம் போலவே நடமாடிக் கொண்டிருந்தேன். என் கைப்பேசி இன்பாக்ஸில் என்னைக் கவனமாக இருக்கும்படி வலியுறுத்தும் செய்திகள் வந்த வண்ணம் இருந்தன. கொஞ்சம் பாதுகாப்பு ஏற்பாடுகள் செய்துகொள்ளும்படியும் குறைந்தபட்சம் போலீசில் *FIR* பதிவு செய்யும்படியும் அவர்கள் சொன்னார்கள். என்னைப் பார்த்துக்கொண்டிருந்த பார்வையாளர்கள் மிகுந்த மன அழுத்தத்திற்கு ஆளாகினர். ஐடி செல், பயத்தை விதைக்கும் பணியைச் சிறப்பாகச் செய்திருந்தது.

அத்தகைய நல்ல அறிவுரைகளுக்கு மத்தியில் நீங்கள் வாழ்ந்தாலே போதும். இன்றைய காலகட்டத்தில் நாம் நமது பயத்தை மற்றவர்களுக்குக் கொடுத்துவிடுகிறோம். அரசாங்கத்தின் ஆதரவாளர்களாக மாறுவதன் மூலமாகவும் மக்கள் தங்கள் அச்சத்தைப் பகிர்ந்துகொள்கிறார்கள். 'மோடி-ஜியின் அஸ்திவாரத்தைச் சுற்றித் தோண்டுவதை நிறுத்துங்கள். உங்களை நீங்களே திருத்திக்கொள்ளுங்கள்' என்று என்னிடம் கூறுபவர்களை நான் அடிக்கடி சந்திக்கிறேன். இந்தப் பயமெல்லாம் மோடி-ஜியால்தான் நம்மைச் சூழ்ந்துள்ளதா? உண்மையாகவா? மோடி-ஜியை விமர்சிப்பதை நிறுத்தினால் அது போய்விடுமா? நான் அப்படி நினைக்கவில்லை. இறுதியாக பூதம் ஜாடிக்கு வெளியே வந்துவிட்டது.

அதிகார அமைப்பின் ஏதோ ஒரு விளையாட்டு குலைந்து போகும் என்று அரசாங்கத்தின் ஆதரவாளர் ஒருவர் அஞ்சும்படிக்கு நான் எழுதுவதும் என் நிகழ்ச்சிகளில் ஒளிபரப்புவதும்தான் என்ன? குறைந்தபட்சம், எனக்கு அப்படி ஒரு மாயை இல்லை. ஒரு காலத்தில் ஊடகத்தை முறைப்படுத்திய அனைத்து விதிகளும் அழிக்கப்பட்டுவிட்டன. தொண்ணூறு சதவீத ஊடகங்கள் துதிகளால் நிரம்பியுள்ளன. விமர்சனம் செய்பவர்கள் எங்கிருந்தாலும் அவர்கள் தாக்கப்படுகிறார்கள். அவர்கள் நடுநிலைக்கும் மேலானவர்களாக இருக்கும்படி வற்புறுத்தப்படுகிறார்கள். ஆனால் அதிகாரத்தின் மடியில் தவழ்வதற்காகப் பத்திரிகைத் துறையின் அனைத்து விதிகளையும் மீறுபவர்களுக்கு நடுநிலையின் வரையறைகள் தெரிய வேண்டிய அவசியம் இல்லை.

ஒரு தனிமனிதன் பயத்தில் இருந்து விடுபட ஒரு வழியைத் தேடுவது போல, உயிர்ப்பும் உணர்வும் உள்ள ஒரு சமூகம் தன் அச்சத்திலிருந்து வெளிவருவதற்கு ஒரு போரை நடத்துகிறது. கொல்லப்படுவோமோ என்கிற பயத்தில் நீங்கள் வாழ்வீர்களானால், நீங்கள் உயிரோடு இருந்தாலும் கூட உண்மையில் நீங்கள் உயிரோடு இல்லை. வெளியில் பேச முடியும்போதுதான் நீங்கள் உயிருடன் இருக்கிறீர்கள் என்று உறுதியாகச் சொல்ல முடியும். அவ்வாறு பேசமுடியாதவன் வாழ்க்கையைத் தவறவிடுகிறான். எனவே அனைவரும் பேச வேண்டும். துணிந்து பேசவும், வெளிப்படையாகப் பேசவும் நம் குழந்தைகளுக்கு வீட்டில் சிறுவயதிலிருந்தே கற்றுக்கொடுக்கத்

தொடங்குவது மிகவும் முக்கியம். அவர்களைத் தடுக்காதீர்கள். நமது குழந்தைகளை நாம் வீட்டில் தடை செய்தால் ஒரு நாள், அவர்கள் உணரும் அந்தப் பயம் வீட்டிலிருந்து வெளி உலகுக்கும் பரவிவிடும். பேசாமல் இருக்கும்படி நமக்குக் கற்பிக்கப்படுவதால் நம் வீடுகளிலேயே நமது அச்சங்கள் உருவாக்கப்பட்டு நிலைநிறுத்தப்படுகின்றன.

ஒரு கேள்வியை நீங்களே கேட்டுக்கொள்ளுங்கள்: வெளியே பேசுவதற்கும் அதிகார அமைப்பைக் குறை கூறுவதற்கும் நீங்கள் பயப்படுகிறீர்களா? நீங்கள் ஏன் அஞ்சுகிறீர்கள்? உங்கள் மீது அச்சத்தை ஏவுவதற்காக மட்டுமே நீங்கள் ஒரு அமைப்பைத் தேர்ந்தெடுக்கிறீர்களா? நீங்கள் கொல்லப்படுவதற்கோ அல்லது தனிமைப்படுத்தப்படுவதற்கோ, தனியாக இருப்பதற்கோ அஞ்சியிருக்கிறீர்களா? நீங்கள் கொல்லப்படுவதைப் பற்றி அஞ்சுபவர் இல்லையென்றால், உங்கள் நண்பர்களிடையே நீங்கள் தனிமைப்படுவீர்கள் என்ற பயத்தையும் விலக்குங்கள். நீங்கள் எடுக்கக்கூடிய குறைந்தபட்ச ரிஸ்க் என்னவென்றால் நீங்கள் தவறாக நினைக்கும் ஒரு விஷயத்தின் மீது பக்தி கொண்ட நண்பர்கள் இருந்தால், அவர்களிடம் அந்த விஷயம் தவறு என்று மட்டும் எடுத்துச் சொல்லுங்கள். நண்பர்களுக்கு முன்னால்கூட உங்களால் பேச முடியவில்லை என்றால், நீங்கள் எப்படி அரசாங்கத்தை விமர்சிக்க எழுந்து நிற்பீர்கள்? ஏதாவது ஓரிடத்தில் நீங்கள் பேசுவதற்குப் பயிற்சி எடுத்தாக வேண்டும். யாரும் வெளியே பேசவே முடியாத அளவுக்கு நிலைமைகள் இன்னும் சீர்கெட்டுப் போகவில்லை.

பிரதமர் மோடியை விமர்சிக்கப் பயந்தால், நமது முதல் பிரதமர் நேருவுக்கு எதிராக என்ன வேண்டுமானாலும் சொல்லுங்கள். நீங்கள் சொல்வது நேருவை எந்த வகையிலும் பாதிக்காது, ஆனால் பிரதமர் போன்ற ஒரு அதிகாரப் பீடத்தின் முன் நின்று கேள்வி கேட்க நீங்கள் கற்றுக்கொள்வீர்கள். நீங்கள் அவர்களிடம் கேட்கும்போது உங்கள் கேள்விகள் சரியானவை என்பதை மட்டும் உறுதிப்படுத்திக்கொள்ளுங்கள். உங்கள் விவரங்களைச் சரிபார்த்துக்கொள்ளுங்கள். அந்த நபர் மீதான வெறுப்பு உங்கள் கேள்விகளினுள் கசிய அனுமதிக்காதீர்கள். அதிகாரத்தின் ஆதிக்க நிலையில் இருப்பவர் ஒழுக்க விதிகளை முடிவு செய்கிறார். அவர் ஒழுக்கக்கேடானவராக இருக்கலாம், ஆனால் நியதிகளையும் நெறிமுறைகளையும்

கடைப்பிடிக்கும்படி உங்களை அவர் வேண்டுவார். வெளியே பேசுவதற்கான நிபந்தனைகளில் அதுவும் ஒன்றாகும். எனவே, ஒழுக்கம் குறித்த அதிகபட்ச நுட்பங்களைச் சேகரித்துக்கொண்டே இருங்கள். எல்லா நேரங்களிலும் நெறிகளைக் கடைப்பிடியுங்கள். உங்கள் வாழ்க்கையைத் தூய்மையாகவும் அப்பழுக்கற்றதாகவும் வைத்திருங்கள். அத்துடன் தொடர்ந்து பேசிக்கொண்டே இருங்கள்.

2

ரோபோ - பொதுமக்களும் புதிய ஜனநாயகத்தைக் கட்டமைத்தலும்

2017ஆம் ஆண்டு குஜராத் தேர்தலின் இரண்டு கட்ட வாக்குப்பதிவு அப்போதுதான் தொடங்கியிருந்தது. இருபது ஆண்டுகளுக்கும் மேலாக ஆட்சியில் இருந்த பாஜக, குஜராத்தி மக்களின் பெரும் பகுதியினரின் ஆதரவை இழந்து வருவதாகவும், இது எதிர்கட்சியான காங்கிரஸுக்குப் பலனளிக்கும் என்றும் களத்தில் இருந்து வரும் தகவல்கள் தெரிவித்தன. பிரதமர் நரேந்திர மோடி தனது சொந்த மாநிலம் நெடுகிலும் தீவிர பிரச்சாரத்தில் ஈடுபட்டு வந்தார். அதன் ஒரு பகுதியாக, பெருந்திரளான ஒரு கூட்டத்தில் பெரிய உரையாற்றுவதற்காக அவர் பலன்பூருக்கு வந்தார். அவரது உரையின் நடுவே இடம் பெற்ற ஒரு பகுதி ஊடகங்களில் மிக விரிவாக மேற்கோள் காட்டப்பட்டது.

அதில் அவர் சொன்னார்:

> *"மணிசங்கர் அய்யர் வீட்டில் பாகிஸ்தான் தூதர், பாகிஸ்தான் முன்னாள் வெளியுறவு அமைச்சர், இந்திய முன்னாள் துணை ஜனாதிபதி, முன்னாள் பிரதமர் மன்மோகன் சிங் ஆகியோர் சந்தித்தனர். மறுநாள் மணிசங்கர் அய்யர் கூறினார் 'மோடி என்பவர் இழிவானவர்'. என் சகோதர, சகோதரிகளே இது ஒரு கடுமையான விஷயம். பாகிஸ்தான் ஓர் உணர்ச்சியைத் தூண்டும் பிரச்சினை; குறிப்பாக குஜராத்தில் தேர்தல் நடக்கும் நேரத்தில், அந்தத் தூதரக உயரதிகாரியுடன் நடத்தப்பட்ட இந்த ரகசியக் கூட்டம் ஏன் நடக்க வேண்டும்? மேலும் மற்றொரு விஷயம்: பாகிஸ்தான் ராணுவத்தின் முன்னாள் டைரக்டர் ஜெனரல் அர்ஷத் ரஃபீக் ஏன் குஜராத்தின் முதல்வராக அகமது பட்டேல்*

தேர்ந்தெடுக்கப்படுவதை ஆதரிக்க வேண்டும் என்று கூறினார்.”

9 டிசம்பர் 2017 அன்று நரேந்திர மோடியின் இந்த அறிக்கை போலிச் செய்திகளுக்கு ஒரு சிறந்த உதாரணம். இதை வெகுமக்கள் தொடர்பு குறித்த வகுப்பறைகளில் கற்பிக்க வேண்டும். இந்தக் கூற்றில் ஒரு விஷயம் மட்டுமே முற்றிலும் உண்மை - புதுதில்லியிலுள்ள காங்கிரஸ் தலைவர் மணிசங்கர் அய்யரின் வீட்டில் சிலர் கூடினர். இதர அனைத்து விவரங்களும் அரைகுறையானவை, அல்லது பொய்யானவை. இரகசியக் கூட்டம் எதுவும் ஏற்பாடு செய்யப்படவில்லை; அது ஓர் இரவு விருந்துக் கூடலாகும். வழக்கமான மின்னஞ்சல் மூலம் அதற்கான அழைப்புகள் பத்திரிகையாளர்கள் உட்பட அனைவருக்கும் அனுப்பப்பட்டன. இரவு விருந்தில் இருந்த சிலரின் பெயர்களைப் பிரதமர் சரியாகக் குறிப்பிட்டார். ஆனால் விருந்தினர்களின் முழுப் பட்டியலையும் அவர் படிக்கவில்லை. அவரது அறிக்கைக்கு அடுத்த நாள் சில செய்தித்தாள்கள் வெளியிட்ட செய்திகளிலிருந்து நாம் அறிந்துகொண்டதை அவர் நன்கு தெரிந்திருந்தார்: இந்தியாவின் முன்னாள் ராணுவத் தளபதி தீபக் கபூரும், முன்னாள் வெளியுறவுச் செயலர் மற்றும் பிற மூத்த இந்திய தூதரக அதிகாரிகளுடன் அந்த இரவு விருந்தில் கலந்துகொண்டார். அவர்கள் அனைவரும் சந்தேகத்திற்கு இடமின்றி நேர்மையானவர்கள். அவர்கள் அங்கே குஜராத் பற்றி எந்த விவாதமும் நடக்கவில்லை என்று ஊடகங்களிடம் கூறினார்கள். பிரதமர், தான் சொல்ல வேண்டியதைச் சொல்லி விட்டார். அதனால் குஜராத் மாநில முழுமையும் அந்த இரவு விருந்தானது விவாதப் பொருளாயிற்று.

முக்கிய ஊடகங்களில் ஒன்றிரண்டைத் தவிர வேறுஎதுவும் பிரதமரது கூற்றின் உண்மைத் தன்மையைச் சரி பார்க்கவில்லை. அவைகளில் பெரும்பாலானவை அவரது கூற்றை வார்த்தை தவறாமல் பிரசுரித்தன. 2017 டிசம்பர் 10ஆம் தேதி செய்தித்தாள்களும், இணைய தளங்களும் வெளியிட்ட சில தலைப்புச் செய்திகளின் மாதிரிகள் பின்வருமாறு:

‘குஜராத் தேர்தல்: அகமது பட்டேல் முதல்வர் ஆக வேண்டும் என்று பாகிஸ்தான் ராணுவ முன்னாள் டிஜி

ஏன் விரும்புகிறார் என்று நரேந்திர மோடி கேள்வி. (மின்ட் ஆன் சண்டே).

குஜராத் சட்டசபைத் தேர்தலில் பாகிஸ்தான் தலையிடுகிறது என்கிறார் நரேந்திர மோடி; பாகிஸ்தான் தலைவர்களை உயர்மட்ட காங்கிரஸ் கட்சி உறுப்பினர்கள் சந்தித்தது ஏன் என்று விளக்கம் கேட்பு' (மிட்-டே)

'குஜராத் தேர்தலில் பாகிஸ்தான் தலையிடுவதாகவும், அகமது படேலை முதல்வராக்க அந்நாடு விரும்புவதாகவும் நரேந்திர மோடி குற்றச்சாட்டு' (ஃபர்ஸ்ட் போஸ்ட்)

'குஜராத் தேர்தலில் பாகிஸ்தான் செல்வாக்குச் செலுத்த முயற்சிக்கிறது, பாலன்பூர் பேரணியில் பிரதமர் நரேந்திர மோடி பேச்சு' (நியூ இந்தியன் எக்ஸ்பிரஸ்).

பிரதமரின் அறிக்கையை ஓர் உறுதியான அடித்தளமாகப் பயன்படுத்தி, ஊடகங்கள் பின்னர் தலைப்புச் செய்திகளுடன் இன்னும் பெரிய விளையாட்டை விளையாடின. பிரதமர் கூறியது தவறானதுதான். ஆனால் அவரது கூற்று தவறு என்பதோ அவர் உண்மைகளைத் திரித்துச் சொன்னார் என்பதோ விவாதிக்கப்படவோ அல்லது சொல்லப்படவோ கூட இல்லை. பிரதமர் வார்த்தைகளில் மறைத்துப் பழி சொல்வதில் வல்லவர். அவர் எப்போதும் நிரபராதி, அவர் எந்த நெருப்பையும் தானே பற்றவைக்க மாட்டார். இந்த நேர்வில், அவர் ஒரு குறிப்பை மட்டும் கொடுத்தார். ஊடகங்களோ ஒரே மூளையில் இணைக்கப்பட்ட ஒரு கும்பலைப் போலச் செயல்பட்டு அவர் விரும்பிய கதையாடலைக் கட்டமைத்து அவருக்குப் பணிவிடை செய்தன. பலன்பூரில் அவர் செய்ததெல்லாம் ஒரு 'ரகசியக் கூட்டத்தை' மக்களுக்குத் தெரியப்படுத்தியதும், கூட்டம் எந்தக் காலகட்டத்தில் நடந்தது என்பதற்கு அவர்களின் கவனத்தை ஈர்த்ததும்தான். பின்னர் பாகிஸ்தான் ராணுவத்தின் ஓய்வுபெற்ற அதிகாரி ஒருவர், முஸ்லிம் பெயர் கொண்ட காங்கிரஸ்காரர் ஒருவரை குஜராத்தின் முதல்வராக ஆக்க விரும்பியதாக ஒரு கூடுதல் செய்தியைச் சொன்னதும்தான், அவர் எதையும் வெளிப்படையாகச் சொல்லவில்லை. அவர் அதைச் செய்யத் தேவையும் இல்லை. குஜராத்தில் நடந்து வரும் தேர்தலில் பாகிஸ்தான் தலையிடுவதாகவும், காங்கிரஸ் அதனுடன் கைகோர்ப்பதாகவும் நாட்டின் பிரதமரே கூறியதாக

ஊருக்கு அறிவிப்பதை ஊடகங்கள் தங்கள் சிரமேற் கொண்ட கடமையாகச் செய்தன. பாகிஸ்தான் தலையீடு என்ற கருத்து ஊன்றப்பட்ட பின், குஜராத்தில் வளர்ச்சி குறித்த பாஜகவின் கூற்றுகளை ஒவ்வொரு முறை காங்கிரஸ் கேள்வி கேட்டபோதும் எதிர்த் தாக்குதலுக்கு அந்த விஷயத்தைப் பயன்படுத்தி பாரதிய ஜனதா கட்சி அதற்கு ஒரு உண்மை போன்ற தோற்றத்தைக் கொடுத்தது. வழக்கமாகச் செய்திகளுக்கு நேயர்களாக இருப்பவர்கள், பிரதமர் கூறியதில் நிச்சயம் ஏதோ ஒன்றிருக்க வேண்டும்; இல்லாவிட்டால் அவரது கட்சி இவ்வளவு கூச்சல் போடாது என்று நினைத்திருக்கக் கூடும்.

'ஏதோ ஒன்று இருக்க வேண்டும்' என்னும் இந்தச் சிந்தனை தான் போலிச் செய்திகளுக்கு எரிபொருளாகச் செயல்படுகிறது. தான் பொய் பேசியதற்குப் பிரதமர் மன்னிப்பு கேட்க வேண்டும் என்று காங்கிரஸ் கட்சி கேட்டபோது, மத்திய நிதியமைச்சர் அருண் ஜெட்லி, 'ரகசியச் சந்திப்பு' குறித்த விவரங்களை இந்திய குடிமக்களுக்கு அந்தக் கட்சி தெரிவித்திருக்க வேண்டும் என்றும் அதை விடுத்து பிரதமர் மன்னிப்பு கேட்க வேண்டும் என்றும் ஏன் சொல்கிறது என்பதை அறிய விரும்புவதாகச் சீற்றத்துடன் பதில் அளித்தார்.

குஜராத்தில் தேர்தல் முடிந்து பாஜக ஒருவாறு வெற்றி பெற்ற பிறகு நிலைமை முற்றிலும் மாறியது. பாரதிய ஜனதா கட்சிக்குப் பெரும்பான்மை இல்லாத மாநிலங்களவையில், பிரதமரின் கருத்துக்கு எதிர்ப்பு தெரிவித்தும், மன்னிப்பு கேட்க வேண்டுமென்று வலியுறுத்தியும் காங்கிரஸார் இடையூறு செய்தபோது, அருண் ஜெட்லி விளக்கம் என்கிற பெயரில் மறைமுகமான ஒரு மன்னிப்புக் கோரலை வெளியிட்டார். அது:

> "முன்னாள் பிரதமர் மன்மோகன் சிங் அல்லது முன்னாள் குடியரசு துணைத் தலைவர் ஹமீத் அன்சாரி ஆகியோரின் தேசிய விசுவாசத்தைக் குறித்து பிரதமர் தனது உரைகளில் கேள்வி எழுப்பவில்லை. அத்தகைய புரிதல் தவறானது; இந்தத் தலைவர்களையும் இந்திய நாட்டின் மீதான அவர்களது அர்ப்பணிப்பையும் நாங்கள் உயர்வாக மதிக்கிறோம்."

இந்த விளக்கத்தில் ரகசியச் சந்திப்பு பற்றி ஏதும் இடம் பெறவில்லை. குடிமக்களை முட்டாளாக்குவதற்காக ஒரு

போலியான பிரச்சினையில் பிரதமர் ஒருபோதும் புயலைக் கிளப்பவில்லை என்பது போலவும், அதன் போக்கில், இந்தியாவின் முன்னாள் பிரதமர், முன்னாள் துணை ஜனாதிபதி மற்றும் இந்திய ராணுவத்தின் முன்னாள் தலைவர் ஒருவர் மீதும் தேசத் துரோகக் குற்றம் சாட்டியது போலவும் இருந்தது.

குஜராத் தேர்தலின் போது அருண் ஜெட்லியின் அறிக்கையின் ஒவ்வொரு வார்த்தையையும், பிரதமர் கூறியதையும் படித்துப் பாருங்கள், போலிச் செய்திகள் வெறும் தேர்தல் கால விளையாட்டு மட்டுமல்ல என்பதையும், வெகு தந்திரமாகவும், சாதுரியமாகவும் அதற்கான அறிக்கைகள் புனையப்படுகின்றன என்பதையும் உணர்வீர்கள். பிம்பங்களும் அதேபோல் மனப்பதிவுகளும் ஒரு குறிப்பிட்ட நோக்கத்திற்காக உருவாக்கப்பட்டவை.

போலிச் செய்திகளைத் தயாரிப்பது ஒரு மிகவும் திறமையான விளையாட்டாகும்.

அது தோற்றத்தில் சாதாரணமாக இருக்கலாம். ஆனால் அது சாமானிய மனிதனின் உளவியல் பற்றிய ஆழமான அறிவை அடிப்படையாகக்கொண்டது. பெரும்பாலான போலிச் செய்திகள் மக்கள் எதைக் குறித்து முழுமையான தகவலை அறிந்திருக்கவில்லையோ, அத்தகைய பிரச்சினைகளைப் பற்றியதாகத்தான் இருக்கின்றன - இவை விவரங்கள் என்று சொல்வதை விட மனப்பதிவுகளாக இருக்கின்றன என்று சொல்லலாம். உதாரணமாக, இந்தியப் பிரிவினையைப் பற்றி மக்கள் மனதில் பல பதிவுகள் உள்ளன-அதுவும் குறிப்பாக அதை அனுபவித்துத் தெரிந்துகொண்டவர்கள் வெகு சிலரே வாழ்ந்திருக்கும் இந்தக் காலகட்டத்தில் பிரிவினை தொடர்பான போலிச் செய்திகள் அல்லது இடுகைகள் அந்த நிகழ்வின் சரிபார்க்க முடியாத மனப் பதிவுகளின் அடிப்படையில் உருவாக்கப்படுகின்றன. எனவே போலியான மனப் பதிவுகளின் தொடர் நிலவுகின்றது. அதன் காரணமாக, போலிச் செய்திகளின் உண்மைத் தன்மையை யாரும் சந்தேகிப்பதில்லை. மணி சங்கர் அய்யர் வீட்டில் நடந்த 'ரகசியச் சந்திப்பு' விஷயத்திலும் ஒரு தொடர்ச்சி நிலவியது. முந்தைய காலங்களில் நரேந்திர மோடியையும் பிஜேபியையும் பற்றி அவர் விடுத்திருந்த கூர்மையான மற்றும் சர்ச்சைக்குரிய

அறிக்கைகளும், பாகிஸ்தானுடன் அமைதிப் பேச்சு வார்த்தை நடத்த வேண்டுமென்று அவர் தொடர்ந்து போராடியது ஆகியவை மட்டுமே அவரையும், அவரது கட்சியையும் நிரந்தர வில்லன்களாகக் காட்டப் போதுமானவையாக இருந்தன.

எனவே, என்னைப் பொறுத்தவரை பிரதமரின் அறிக்கை, சில வாரங்களுக்குப் பிறகு அதற்கு ஜெட்லி வழங்கிய விளக்கம் ஆகியவற்றைக் காட்டிலும் போலிச் செய்திகளைப் பரப்பும் உளவியல் ரீதியான செயல்முறை என்ற விஷயம் இங்கே முக்கியமானது. அந்த அறிக்கைகளின் ஒவ்வொரு வார்த்தையும் இவ்வாறு உண்மையற்றவற்றை நிறுவ வேண்டும் என்பதற்கு ஓர் உன்னதமான எடுத்துக்காட்டு ஆகும். மேலும், போலிச் செய்திகள் பிரதமர் வாயிலேயே வரும் என்றால், அது விரைவில் ஒரு மெய்ப்பொருளாக உருக்கொண்டு, வெகுமக்கள் மத்தியில் உலா வரும். அதன்பின் அனைத்து அரசியலுமே போலியானதாக மாறிவிடும்.

போலிச் செய்திகள் ஜனநாயகத்தின் மீது எந்தத் தாக்கத்தையும் ஏற்படுத்தாது என்பதைக் காட்ட முயற்சிக்கும் ஆராய்ச்சியும் இங்கே உண்டுதான். ஆனால் போலிச்செய்திகள் ஜனநாயகத்தின் மீது தாக்கம் செலுத்தத்தான் செய்கின்றன. அதனால்தான் பிரதமரின் 'ரகசியச் சந்திப்பு' பேச்சு குஜராத்தில் தேர்தல் முழுவதும் பரபரப்பாக விவாதிக்கப்பட்டது. ராஜ்யசபாவில் விளக்கம் என்ற போர்வையில் அருண் ஜெட்லி கொடுத்த அறிக்கையில், தற்செயலாக, பிரதமர் மக்களைத் தவறாக வழிநடத்திவிட்டார் என்ற அர்த்தம் தொனித்த போதும் அதை வெளிப்படையாகச் சொல்லவில்லை. எனவே, அதன் சாராம்சத்தில் தங்களைத் தந்திரமாகத் திசை திருப்பக் கட்டமைக்கப்பட்ட ஒரு பொய்க்கு பாஜகவையும் அதன் தலைவர்களையும் பொறுப்பாக்கக் குடிமக்களுக்கு வழியில்லாமல் போயிற்று. தங்களிடையே பரப்பப்பட்ட பொய்களைக் கேட்டதால் உருவான மனப்பதிவுகளின் சுமையைக் குஜராத்தில் வசிப்பவர்களில் பலர் இன்னும் சுமந்து கொண்டிருக்கக் கூடும். வேறு எதுவும் நடக்காவிட்டாலும் கூட மெய்யான, தூலமான பிரச்சினைகளைக் குறைந்தபட்சம் சிறிது காலத்திற்காவது மக்கள் உணர்விலிருந்து துடைத்தெறிவதில் பிரதமர் வெற்றி பெற்றார் என்றே சொல்லலாம்.

போலிச் செய்திகள் போலியான விவாதங்களை உருவாக்குகின்றன. போலி விவாதங்களின் விளைவாகப் போலி அரசியல் உருவாகிறது. அது மக்களைப் பாதிக்கும் உண்மையான பிரச்சினைகளில் இருந்து கவனத்தை வெகு தொலைவில் கொண்டு செல்வதற்கான ஒரு வழிமுறையாகும். தங்களுடைய பிரச்சினைகளைப் பற்றிப் பேசுவதற்கான வழி தேடி மக்கள் அலைந்துகொண்டிருக்கிறார்கள். அரசியல் தலைவர்களோ, மக்களுக்குப் போலிச் செய்திகளையும் சதிக் கோட்பாடுகளையும் பதிலாகக் கொடுத்து மக்களின் வாழ்க்கையை ஒரு கேலிக்கூத்தாக ஆக்குகிறார்கள். இது தேர்தல் நேரத்தில் மட்டும் உருவாக்கப்படும் நிகழ்வு அல்ல; மாறாக, எல்லா விஷயங்கள் மீதும் தெளிவற்ற பல அடுக்குகளைச் சேர்த்துக் குழப்புகிற ஒரு முழுமையான செயல்முறைத் தந்திரம். நீங்கள் ஒரு பொய்யிலிருந்தோ அல்லது அரை உண்மையிலிருந்தோ வெளிவரும் போது மற்றொரு பொய்யில் சிக்கிக்கொள்கிறீர்கள். போலிச் செய்திகளை எதிர்த்துப் போராடுவதென்பது உங்களுக்கு எதிராகவே நீங்கள் போராடுவதாகவும் எல்லா வேளைகளிலும் சரியான தகவல்கள் பெறக் கடினமாக உழைப்பதாகவும் ஆகிறது. மிகச் சிலரால் மட்டுமே இதைச் செய்ய முடிகிறது.

போலிச் செய்திகள் என்பது தனது குடிமக்களை மாற்று யதார்த்தத்திற்குக் கொண்டு செல்வதற்கு அதிகாரத்தின் கையில் ஒரு கருவியாக இருக்கிறது. அங்கே குடிமக்கள் தங்களது உண்மையான அவசரமான பிரச்சினைகளை மறந்து, உற்பத்தி செய்யப்பட்ட தேசம் அளாவிய கவலைகளை எதிர்கொள்கிறார்கள். இவ்வாறு தங்களைத் தந்திரமாகக் கையாள்வதற்கு அனுமதித்துவிட்ட மக்கள், தங்களது பொருள் ரீதியான, அறிவு ரீதியான, தார்மீக ரீதியான வறுமைப்படுதலுக்குத் தாங்களே உடந்தையாக இருந்து தங்களுக்குத் தாங்களே தீங்கிழைத்துக்கொள்கிறார்கள். யதார்த்தத்திலிருந்து துண்டிக்கப்பட்ட மக்கள் மிகவும் ஆபத்தானவர்களாகவும் மாறக்கூடும். ஏதாவது ஒரு முக்கியமான விஷயம் குறித்துப் பரப்பப்படும் போலித் தகவலால் உந்தப்பட்டு வன்முறைக்குத் தூண்டப்படும் ஒரு கும்பலாக அவர்கள் மாறுகிறார்கள்.

***

இன்று, பெரும்பாலான ஊடகத் தளங்கள் ஒரே மொழியில் பேசுகின்றன. அவைகளின் செல்வாக்கு வட்டத்திற்குள் வரும் சமூகத்திற்கு விவரங்களையும் உண்மைகளையும் தேடுவதற்கான வழிகள் மிகவும் குறைவு. ஏறக்குறைய எல்லாச் செய்தி சேனலிலும், ஒவ்வொரு நிகழ்ச்சியிலும், அரசாங்கம் அல்லது பெரு வணிகத்தினால் வழிநடத்தப்படும் போலியான பிரச்சினைகள் மற்றும் கள்ளச் செயல்திட்டங்களின் அடிப்படையில் போலி யதார்த்தங்கள் உருவாக்கப்படுகின்றன. ஊடகங்களின் துணையுடன் அதிகார வர்க்கம் மெய்ம்மையை மாற்றியமைத்துவிட்டது. உதாரணமாக, வகுப்புவாதம் ஏற்கெனவே தேசியம் என்ற போர்வைக்குள் மறைக்கப்பட்டு விட்டது. வகுப்புவாதப் போக்குகளைத் தேசியம் என்று காட்டி அதைச் சட்டப்பூர்வமானதாக மாற்றிச் செல்லத்தக்க ஒன்றாக முன் நிறுத்துவதற்கு ஊடகங்கள் இப்போது துவங்கிவிட்டன.

நேயர்களுக்கும் வாசகர்களுக்கும் தகவல்களைத் திரட்டுவதற்கான வழிகள் மிகக் குறைவாகவே இருப்பதால் அரசாங்கமோ அல்லது அரசாங்கத்தின் பொதுத் தொடர்பு இயந்திரமோ கார்ப்பரேட் ஊடகங்களோடு சேர்ந்து உற்பத்தி செய்கிற பொது உடன்பாட்டுக்குள் இவர்கள் தள்ளப்படுகிறார்கள்; இங்கே அரசாங்கத்தின் பொதுத்தொடர்பு இயந்திரத்தையும் கார்ப்பரேட் ஊடகத்தையும் பிரித்துப் பார்ப்பதற்குப் பெரிதாக ஒன்றும் இல்லை. இந்தப் பிம்பங்களின் வலையில் இருந்தும் பொய்த் தகவல்களிலிருந்தும் தப்புவது எளிதான காரியம் அல்ல. உண்மையில் மிகச் சிலரே இதிலிருந்து தப்புகிறார்கள்.

அதிகாரத்தை எதிர்த்துக் கேள்வி கேட்பதற்கு மக்களிடம் உள்ள ஒரே கருவி உண்மை - அவர்களின் அன்றாட வாழ்க்கையின் நிலைமைகளிலிருந்து ஊற்றெடுக்கும் உண்மை மட்டும்தான். எனவே அதிகாரம் என்பது மக்களின் அசலான எதார்த்தத்தை மறைத்து ஒரு கற்பனையான யதார்த்தத்தின் சுவரை எழுப்புகிறது. இன்று இந்தியாவின் ஆட்சி அதிகாரம் வாழ்க்கை நிலைகள் வேகமாக மாற முடியாது என்பதை அது உணர்ந்திருக்கிறது; அப்படி மாற்றும் சக்தியும் அதற்கு இல்லை. ஆகவே, மக்களுக்கு ஒரு 'மாற்று நிலையை'த் தொடர்ந்து வழங்கும் ஒரு கருவி அதற்குத் தேவைப்படுகிறது. அவ்வாறான மாற்று நிலையைத் தொடர்ந்து கொடுக்கக்கூடிய செயல்முறையின் அடிப்படையாக இருக்கக் கூடியது

போலிச் செய்திகள்தான். எனவே அவை இடையறாது உருவாக்கப்படுகின்றன.

போலிச் செய்திகள், போலியான விவாதம் என்பது செய்திகளுக்கு மாற்றாக இருக்கிறது என்பது மட்டுமல்ல. அதை வழிமுறையாகக்கொண்டு ஒரு மாற்றுக் குடிமக்கள் தொகுப்பு உருவாக்கப்பட்டுக் கொண்டிருக்கிறது. தங்களது மாச்சரியங்களைப் பெருக்கவும் நியாயப்படுத்தவும் உதவும் பொய்த் தகவல்களும், மக்களைத் துருவங்களாகப் பிரிக்கிற மனப்பதிவுகளும் ஊட்டப்பட்ட ஒரு மக்கள் தொகுப்பு அது. இந்த மக்கள் தங்களுக்காகத் தாங்களே சிந்திக்கும் சுமையிலிருந்து விடுதலை செய்யப்படுகிறார்கள். அவர்கள் ஒரு கும்பல் போல் ஆகிறார்கள். தங்கள் அரசியல் நடத்தையில் அவர்கள் ஒரு ரோபோவைப் போல் ஆகிறார்கள். இதை நான் ‘ரோபோ-பொது மக்கள்’ என்றே அழைக்கிறேன். ரோபோ-பொதுமக்களாக இருப்பவர்களை எந்த வாதத்தை வைத்தும் மாற்ற முடியாது. விரக்தியின் காரணமாகவோ அல்லது கோபம் கொண்டோ இவர்கள் விஷயத்தில் நீங்கள் செய்யக் கூடியது எல்லாம் அவர்களை முகபடாம் பூட்டிய காலாட்கள் என்றோ அல்லது பக்தர்கள் என்றோ பெயரிடுவதுதான். ரோபோ-பொதுமக்கள் யதார்த்தத்துடன் எந்தத் தொடர்பும் இல்லாத மாற்று நிலைமைகளில் வாழப் பழகிவிட்டனர். இது பகுத்தறிவை வேண்டாது உணர்வுகளைக் கவரும் ‘ரோபோவாக்குதல்’ மூலம் நடக்கும் ஒரு படிப்படியான செயல்பாடாகும். நுட்பமான விஷயங்களுக்கும் அறிவுக்கும் இடங்கொடாத வகையில் போலிச் செய்திகளைப் பரப்பும் செயலானது இடைவிடாது மிகுந்த ஓசையுடன் நடத்தப்படுகிறது. போலிச் செய்திகள் என்பது ரோபோ-பொதுமக்களைக் கட்டுப்படுத்தவும் பயன்படுத்தவுமான ஒரு சங்கேத மொழியாகும்.

மெய்யான ஜனநாயகத்தை உருவாக்கும் மக்கள் ஒரு செயலற்ற, உயிரற்ற அலகாக இருப்பதில்லை. அவர்கள் தகவல்களின் அடிப்படையில் பரிணாமம் கொண்ட உயிர்த் துடிப்பு கொண்டவர்கள். தகவல் பெறுவதற்கான பாதைகள் அனைத்தும் கட்டுப்படுத்தப்பட்டு, அவைகளின் ஊடாகவே கேள்விக்கு அப்பாற்பட்ட பொய்யான தகவல் மட்டுமே பரப்பப்படும் சூழ்நிலை ஒன்றை நினைத்துப் பாருங்கள். இப்போது எப்படிப்பட்ட குடிமக்கள் திரள் உருவாக்கப்படும்?

இதில் எழக்கூடிய கேள்வி இந்தக் கட்டுப்பாட்டின் ஓரிரு தசாப்தங்களின் முடிவில் குடிமகன் என்ன ஆவான் என்பதல்ல. மாறாக, அந்தப் பத்து அல்லது இருபது ஆண்டு காலத்தின் போது அந்தக் குடிமக்கள் எப்படிப்பட்ட மக்களாக இருப்பார்கள் என்பதுதான் கேள்வி. மாற்று வழிகள் இன்றி ஒரே வழியில் ஒரே விதமான தகவல்களை மட்டுமே பெறுகின்ற மக்கள், மாற்று அரசியலைத் தேடுவதையும் நிறுத்திவிடுகிறார்கள். எனில் இந்த ரோபோ பொதுமக்கள் எவ்விதமான ஜனநாயகத்தைக் கட்டமைப்பார்கள்?

ரோபோக்கள் போல நடந்துகொள்ளும் பலரை நான் பார்த்திருக்கிறேன். அவர்கள் எல்லாவிதமான, எல்லா வகையான வாதங்களையும் புறந்தள்ளிவிடுகிறார்கள். தங்கள் கருத்துக்கு முரண்பாடான அனைத்தையும், ஏன், விவாதிப்பதையும் கூட நிராகரிப்பதற்கு அவர்கள் எவ்விதமான மனப்பதிவுகளால் நிரப்பப்பட்டிருக்கிறார்களோ, அதே மனப் பதிவுகளைத்தான் அவர்கள் பயன்படுத்துகிறார்கள். அவர்கள் எதையும் கேட்பதுமில்லை, படிப்பதுமில்லை. அவர்கள் எந்த ஒரே முகத்தைப் பார்ப்பதற்குப் பயிற்றுவிக்கப்பட்டி ருக்கிறார்களோ அதே முகத்தை மட்டுமே பார்க்கிறார்கள். அவர்களைப் பொறுத்தவரை விஷயங்களை வேறு விதமாகப் பார்க்கக்கூடிய எல்லோரும் எதிரிகள் அல்லது துரோகிகள்- இந்தியச் சூழலில், அவர்கள் மோடிக்கு எதிரானவர்கள், இந்து விரோதிகள், தேச விரோதிகள். இந்த ரோபோக்கள் சிலர் அல்ல, தங்களது மூர்க்கத்தனமான எதிர்வினைகளின் மூலம் ஒவ்வொரு விவாதத்தையும் வசப்படுத்திக்கொண்டு, சமூகத்தில் ஓர் அச்சத்தை உருவாக்கத் தேவையான எண்ணிக்கையில் அவர்கள் இங்கே இருக்கிறார்கள். அவர்களைக் கையாளுவதற்கு நமக்கு வழிகள் இல்லை. ரோபோ-பொது மக்களோடான போராட்டத்தில் தனிப்பட்ட குடும்ப உறவுகள் மாறுகின்றன; ஆயாசம் மிகுந்து நாம் வெளியே பேசுவதை நிறுத்திவிடுகிறோம். நாம் ரோபோக்களுடன் உட்கார்ந்து விவாதிக்க முடியாது; அவர்களோடு சேர்ந்து நாம் விண்மீன்களையும் நிலவையும் பார்க்க இயலாது. பிரபஞ்சத்தின் பெரும் மர்மங்களையும் வியக்க முடியாது. நாம் அவர்களை ஆறுதல்படுத்த முடியாது, போலவே அவர்களால் நம்மையும் ஆறுதல்படுத்த முடியாது.

பக்தர்கள்தான் மிகத் தீவிரமான ரோபோக்களாக இருக்கிறார்கள். அரசியல் ஆதரவாளர்களில் இருந்து பக்தர்கள் எவ்வாறு உருவாக்கப்படுகிறார்கள் என்பதை அறிவதற்கு இதுவரை எந்தத் தீவிரமான ஆராய்ச்சியும் மேற்கொள்ளப்படவில்லை. பெரும்பாலான மக்கள் இந்தச் செயல்முறையை இலகுவாக எடுத்துக்கொண்டு பக்தர்கள் என்பவர்கள் ஒரு தற்காலிகமான விஷயம்தான் என நம்புகிறார்கள். மற்ற எல்லா விதமான மனப்போக்குகளைப் போலவே காலப்போக்கில் மாறிவிடும் மற்றொரு போக்கு இது என்றே நம்பப்படுகிறது. சில பக்தர்கள் உண்மையில் காலப்போக்கில் மாறுவார்கள், ஆனால் அப்படி மாறுபவர்கள் மிகக் குறைவான எண்ணிக்கையிலேயே இருப்பார்கள். பக்தர்களாக மாறும் சாத்தியமுள்ள ரோபோ பொதுமக்கள் தள்ளி விடக்கூடிய அல்லது புறக்கணிக்கக் கூடிய அளவுக்குச் சிறிய எண்ணிக்கையில் உள்ளவர்கள் அல்ல. ஒரு குறிப்பிட்ட சித்தாந்தம் அவர்களைப் பயிற்றுவிக்கிறது, அந்தச் செயல்பாட்டின் அளவு மகத்தானது. ரோபோக்களின் எண்ணிக்கை மிகப் பெருகி அவை எந்நேரமும் தங்கள் ஒரே அடையாளமான அந்தச் சித்தாந்தத்திற்கு விசுவாசம் மாறாமல் ரோபோ வழி செயல்பாட்டிலேயே இருக்க வைக்க வேண்டி வெறுப்புச் சித்தாந்தத்தின் அடிப்படையில் புதிய பிரச்சினைகளும் போலிச் செய்திகளும் ஆத்திரமும் தொடர்ந்து உருவாக்கப்படுகின்றன.

எங்கும் எப்போதும் ஒரு கும்பல் உங்களைச் சூழ்ந்து இருப்பதான தோற்றத்தை உருவாக்குவது இந்த பக்தர்களின் முக்கியப் பணியாகும். ரோபோ-பொதுமக்கள் அணியில் சேர விரும்பாத பலரும் இந்தக் கும்பலுக்கு அஞ்சி எழுதுவதையும் பேசுவதையும் நிறுத்துகிறார்கள். ஆனால், தாங்கள் மௌனமாக்கப்படுவதை எல்லோருமே விரும்புகிறார்கள் என்று சொல்ல முடியாது. சிலர் இந்த அச்சத்தை வென்று வெளியில் பேசுவதோடு பொய்ச் செய்திகளுக்கு எதிராகப் போராடத் துவங்கி விடுகிறார்கள். எனவே, ரோபோ பொதுமக்களுக்கு மீள் பயிற்சி அளிக்கப்படுகிறது - உண்மைக்குப் புறம்பானவற்றின் முகத்திரையைக் கிழித்தெறியும் அந்தச் சிறந்த மனிதர்களையே பொய்ச் செய்திக்காரர்கள் என்று முத்திரை குத்துவதற்கு! இது ரோபோ-பொதுமக்களை உருவாக்கும் சித்தாந்தத்தின் இறுதிச் சதியாகும். உண்மைக்கும் பொய்க்கும், நியாயத்திற்கும் அநியாயத்திற்கும் உள்ள வேறுபாட்டை அழிப்பதை விடவும்

மானுடத்தை, மனித வாழ்வை, மனித இருப்பை மறுதலிக்கும் மோசமான செயல் ஏதும் இருக்க முடியுமா?

***

போலிச் செய்திகள் முதலில் செய்திகளையும் பத்திரிகையையும் பொய்யாகத் திரித்தது. இப்போது குடிமக்களைப் போலியாக ஆக்குகிறது. ரோபோ-பொது மக்கள் என்பது ஒரு போலியான ஜனத்திரளாகும். போலியான குடிமக்கள், போலிக் குடியரசை, போலி அரசியல் உணர்வை, போலி ஜனநாயகத்தை உருவாக்குகிறார்கள்.

வாட்ஸ்ஆப் பல்கலைக்கழகம் போலிச் செய்திகளை உருவாக்கும் மிகப்பெரிய ஆய்வகமாகும். இந்த ஆய்வகத்தில், தற்போதைய ஆட்சியின் பக்தர்களுக்கு எதிராக நிற்கும் எவரையும் இழிவுபடுத்தும் செயல்முறை தொடர்ந்து நடைபெறுகிறது, இதனால் ரோபோ பொதுமக்கள் தங்களது விசுவாசத்தை வேறு இடத்திற்கு மாற்றிக்கொள்ளும் வாய்ப்பு கிடைப்பதில்லை. மாற்றுக் கண்ணோட்டங்களுக்கான அனைத்து சாத்தியக்கூறுகளும் நசுக்கப்பட்டுச் செல்லாததாக ஆக்கப்படுகின்றன. இப்பல்கலைக்கழகத்தில் உங்கள் புகைப்படம் பதியப்பட்டு, சிவப்பு நிறத்தில் வட்டமிடப்பட்டு பெரிய அளவில் பரப்பப்படும். நீங்கள் சமூகத்திற்கு ஒரு குற்றவாளியாகக் காட்டப்படுவீர்கள்.

2017ஆம் ஆண்டு பஞ்சாப் தேர்தலின் போது பாட்டியாலாவில் டெல்லி முதல்வர் அரவிந்த் கெஜ்ரிவாலின் பிரச்சாரப் பயணத்தைப் பற்றி நான் செய்தி சேகரித்துக்கொண்டிருந்தேன். நானும் எனது ஒளிப்பதிவாளரான சக ஊழியரும் அரவிந்த் கெஜ்ரிவால் பயணித்த அதே திறந்த ஜீப்பில் பயணித்தோம்- கெஜ்ரிவால் அதன் முன்புறம் நின்றுகொண்டிருந்தார். உயரே ஒரு கூரையில் நின்றிருந்த ஒரு புகைப்படக் கலைஞர் என்னிடம் சைகை செய்து, முதலமைச்சரைப் புகைப்படம் எடுப்பதற்காக அவரைப் பார்க்கும்படி கேட்டுக்கொண்டார். நான் அவரது கோரிக்கையை நிறைவேற்றினேன். ஆகையால் அந்தப் புகைப்படத்தை அவரால் எடுக்க முடிந்தது. அரவிந்த் கெஜ்ரிவாலுக்கு நான் முகவராக இருந்து அவரது பரப்புரைக்கு உதவி செய்தேன் என்ற செய்தியோடு அந்தப் புகைப்படம் மிகவும் வைரலாக பரப்பப்பட்டது. பல நாள்களுக்குப்

பிறகு புகைப்படக்காரர் என்னை வாட்ஸ்ஆப்பில் தொடர்புகொண்டார். அதற்காக அவர் எனக்கு நன்றியும் கூறினார், நான் அவதூறு செய்யப்பட்ட அதே வேளையில், அவர் எடுத்த புகைப்படத்துக்குப் பாராட்டுகள் குவிந்தன. அந்தத் தவறான சித்திரம் அவரைப் பிரபலமாக்கியது. ஒருவேளை அதுவே அவரது பணி வாழ்வை மேம்படுத்தியுமிருக்கலாம்.

இது ஒரு சிறிய உதாரணம்தான். ஆனால் குஜராத் தேர்தலின் போது பலன்பூரில் பிரதமர் மோடி ஆற்றிய உரையை நீங்கள் நன்கு புரிந்துகொள்ள இது உதவுமென்று நம்புகிறேன். இதைப் பற்றி நீங்கள் எண்ணிப் பார்க்கையில், எதற்காக நீங்கள் பிரதமர்களைத் தேர்ந்தெடுக்கிறீர்கள் என்பதையும் நினைவில் கொள்ளுங்கள். தேசத்தையும் அதற்குக் கண்ணியத்தையும் மேன்மையையும் தரும் அனைத்தையும் நீங்கள் அவர்களிடம் ஒப்படைக்கிறீர்கள் என்பதை நினைவில்கொள்ளுங்கள். நீங்கள் அவர்கள் மீது நம்பிக்கை வைக்கிறீர்கள்.

உலகெங்கிலும் போலிச் செய்திகள், ஜனநாயகத்தைச் சீர்குலைப்பதற்கும், சர்வாதிகார ஆட்சிகள் தங்களுக்கு விருப்பமானதைச் செய்வதற்கும் விரும்பித் தேர்ந்தெடுக்கும் ஒரு வழியாக மாறிவிட்டன. தலைநகரங்கள் முதல் தொலைதூர மாவட்டங்கள் வரை, போலிச் செய்திகளை உற்பத்தி செய்து பரப்புவதற்கான விரிவான உள்கட்டமைப்பு உருவாக்கப்பட்டுவிட்டது. அரசாங்கங்களும் அவைகளின் செல்லப்பிள்ளைகளான கார்ப்பரேட் நிறுவனங்களும் இணைந்து இதைச் செய்கின்றன. ஆளும் தலைவர்களின் பொய்த் தகவல்கள் தாங்கிய அறிக்கைகள் பத்திரிகைகளின் முதல் பக்கங்களில் அச்சிடப்பட்டு, பிரைம்-டைம் தொலைக்காட்சியிலும் பளிச்சிடுகின்றன. அவை பொய்கள் என்பது சுட்டிக்காட்டப்பட்டாலும், பிரதமரோ, குடியரசுத் தலைவரோ, பொய் சொன்னார் என்பதை மக்களுக்குச் சொல்லும் துணிச்சலோ விருப்பமோ இந்தப் பத்திரிகைகளுக்கும் தொலைக்காட்சிகளுக்கும் இருப்பதில்லை.

மார்ச் 2017இல், 'எல்லைகளற்ற நிருபர்கள்' என்ற அமைப்பினர் ஓர் அறிக்கையை வெளியிட்டனர், அது ஒரு நாட்டில் பத்திரிகைச் சுதந்திரத்தின் அளவு எப்படி இருக்கிறது என்பதன் அடிப்படையில் உலகெங்கிலும் உள்ள நாடுகளை மதிப்பிடுகிறது-அதில் இந்தியா 180 நாடுகளில் 136வது

இடத்தைப் பிடித்தது. எந்தவொரு அரசின் செயல்பாட்டு நிலையும, அதன் ஆட்சிக் காலத்தில் ஊடகங்கள் சுதந்திரமாக உள்ளதா என்பதன் அடிப்படையில், மற்ற காரணிகளுடன் சேர்த்து மதிப்பீடு செய்யப்பட வேண்டும் - வெளியில் தெரியக்கூடிய தணிக்கை முறை மட்டுமே சுதந்திரத்திற்கு உள்ள ஒரே அச்சுறுத்தல் அல்ல. ஆனால் 'கோடி மீடியா' என்றழைக்கப்படும் '-அரசாங்கத்தின் பொதுத் தொடர்புத் துறையாகச் செயல்படும் அதிகாரத்தின் மடியில் தவழும் நாய்கள் போன்ற (*lapdog*) ஊடகமும் பத்திரிகைச் சுதந்திரத்திற்கு ஒரு அச்சுறுத்தல்தான். உலகெங்கிலும் உள்ள ஆட்சித் தலைவர்கள், சுதந்திரமான ஊடக நிறுவனங்களைப் பொய்யர்கள் என்றோ எதிர்க்கட்சிகளாகச் செயல்படுகிறார்கள் என்றோ குற்றம் சொல்லிக் கொண்டுதான் இருக்கிறார்கள் என்று மார்ச் 4, 2017 அன்று வெளியிடப்பட்ட ஓர் அறிக்கையில் ஐநா குழு ஒன்று எச்சரித்தது. புதிய வகையான ஒரு தணிக்கை முறையைத் திணிப்பதற்குப் போலிச் செய்திகள் பயன்படுத்தப்படுகின்றன. விமர்சனச் சிந்தனை நசுக்கப்படுகிறது.

மார்ச் 2017இல், அமெரிக்காவில் எதிர்க்கட்சியாக இருந்த ஜனநாயகக் கட்சியினர், அமெரிக்க அதிபரும் அவரது செய்தித் தொடர்பாளர்களும் பொய்ச் செய்திகளைப் பரப்புகிறார்கள் என்னும் அளவுக்கு நிலைமை சீர்கெட்டுப் போய்விட்டது என்று கூறி ஒரு மசோதாவை முன்மொழிந்தனர். உலகெங்கிலும் உள்ள அரசாங்கங்கள், நிறுவனங்கள் மற்றும் பல்கலைக்கழகங்கள் போலிச் செய்திகளைக் குறித்த விவாதங்களை நடத்துகின்றன. பிலிப்பைன்ஸில் இது ஒரு பெரிய பிரச்சினையாக இருக்கிறது. அந்நாட்டு அதிபர் ரோட்ரிகோ டுடெர்டே, அதிகாரத்தைத் தன் கையில் வைத்துக் கொள்ளும் பொருட்டுப் போலிச் செய்திகளை ஊக்குவிக்கிறார் என்று குற்றம் சாட்டப்பட்டார். பிலிப்பைன்ஸைச் சேர்ந்த செனட்டர் ஒருவர், போலிச் செய்திகளைப் பரப்பும் அரசு அதிகாரிகளுக்கும் ஊடகவியலாளர்களுக்கும் ஐந்து முதல் 20 ஆண்டுகள் வரை சிறை தண்டனை உட்பட கடுமையான தண்டனைகளை விதிக்க வழிவகை செய்யும் மசோதாவை செனட்டில் தாக்கல் செய்தார்.

நவம்பர் 2016இல், பிலிப்பைன்ஸ் பல்கலைக்கழகம் போலிச் செய்திகளை எதிர்க்க *TVUP* என்ற ஆன்லைன் சேனலை

அறிமுகப்படுத்தியது, அந்த நாட்டின் குடிமக்கள் உண்மையான கட்டுரைகளைப் படிக்கவும், உண்மையான செய்திகளை அணுகவும் வாய்ப்பைப் பெறும் வகையில் இந்த சேனல் மூலம் இணையதளத்தில் வீசப்பட்டிருக்கும் குப்பைகளை எதிர்கொள்ள முடியுமென்று தான் நம்புவதாக அந்தப் பல்கலைக்கழகத்தின் நிர்வாக இயக்குநர் ஓர் அறிக்கையை வெளியிட்டார். பிரிட்டிஷ் நாடாளுமன்றத்தின் விளையாட்டு ஊடகமும் கலாச்சாரக் குழுவும் ஜனநாயகத்தின் மீது போலிச் செய்திகளின் தாக்கம் குறித்து விசாரணையைத் தொடங்கியுள்ளது.

மறுபுறம், போலிச் செய்திகளை ஒளிபரப்பும் அரசியல்வாதிகளும், அரசியல் கட்சிகளின் முகமைகளும் ஒரு புதிய பிரச்சாரத்தைத் தொடங்கியுள்ளனர். சிஎன்என் செய்தி சேனல் போலியான செய்திகளைப் பரப்புவதாக அமெரிக்க அதிபர் டொனால்ட் ட்ரம்ப் குற்றம்சாட்டினார். தனது அரசாங்கத்தை எந்த ஊடகம் விமர்சித்தாலும் அந்த ஊடகத்தை அவர் அவ்வாறு குற்றம் சாட்டுவதுண்டு. துருக்கியின் ஜனாதிபதி, ரெசெப் எர்டோகன், பொய்ச் செய்திகள் பரவுவதை எதிர்க்கிறேன் என்கிற பெயரில் பல பத்திரிகையாளர்களைச் சிறைக்கு அனுப்பினார். கம்போடியாவின் பிரதம மந்திரி ஊடகங்களை அராஜகவாதி என்று முத்திரை குத்தியதோடு, மேலும் நாட்டில் செயல்படும் வெளிநாட்டு ஊடகங்கள் அமைதிக்கும் ஸ்திரத்தன்மைக்கும் அச்சுறுத்தலாக உள்ளன என்று கூறினார். கம்போடியாவின் உச்ச நீதிமன்றம் நாட்டின் முக்கிய எதிர்க்கட்சியைக் கூடக் கலைத்தது. இன்றைய ஊடகமும் அதிகாரத்தின் யுகமும் இதுபோன்ற பல உதாரணங்களால் நிறைந்துள்ளது.

இந்தியாவில், சில இணையதளங்கள் தங்கள் சொந்த அளவில் போலிச் செய்திகளை எதிர்த்துப் போராடுகின்றன. 2014 மற்றும் 2017க்கு இடையில், சமூகத்தில் பதட்டத்தைத் தூண்டுவதற்குப் பல வகையான போலிச் செய்திகள் பயன்படுத்தப்பட்டன. 2015-16இல் உ.பி.யின் சஹாரன்பூர் மாவட்டத்திலுள்ள கைரானா கிராமத்தில் இருந்து குடும்பங்கள் இடம்பெயர்ந்ததற்கு பாஜக மற்றும் அதன் துணை அமைப்புகளால் வகுப்புவாதச் சாயம் பூசப்பட்டது. மேலும் கைரானா மற்றொரு காஷ்மீராக மாற்றப்பட்டுவிட்டதாகவும், அங்குள்ள இந்துக்கள் முஸ்லிம் பயங்கரத்தில் இருந்து

தப்ப வேண்டி காஷ்மீரி பண்டிட்டுகளைப் போலத் தப்பியோட நிர்பந்திக்கப்பட்டதாகத் தொலைக்காட்சியில் தொடர்ந்து காட்டமான விவாதங்கள் நடந்தன. இந்த விபரீத விளையாட்டில் முக்கிய செய்தித்தாள்களும் செய்தி சேனல்களும் பங்கேற்றன. altnews.in, indiaspend.com, boomlive.com, www.hoax-slayer.net ஆகிய இணையதளங்களும், இந்தியில் mediavigil.com என்ற இணையதளமும் இதுபோன்ற போலிச் செய்திகளுக்கு எதிராகப் போரிடத் தொடங்கியுள்ளன. altnews.in இன் பிரதிக் சின்ஹா, பல அமைச்சர்கள், அரசாங்கங்கள் மற்றும் இணையதளங்கள் மூலம் உருவாக்கப்பட்ட போலிச் செய்திகளின் முகத்திரையை ஒருவாறு நீக்கி அம்பலப்படுத்தி உள்ளார். ஆனால், இது மிகவும் சிறிய அளவில் நடக்கிறது. இந்தத் தீரமிக்க முயற்சிகள் பெரும்பான்மையான பிரதான ஊடகங்களால் பரப்பப்படும் போலிச் செய்திகளின் மீது மிகச் சிறிய பாதிப்பையே ஏற்படுத்துகின்றன.

போலிச் செய்திகள் என்றால் என்ன என்பதை மிகத் தெளிவாக வரையறுக்க வேண்டியது இன்றியமையாதது. அது பரப்பப்படும் பல வழிகளைச் சாதாரண மனிதர்கள் இன்னும் புரிந்துகொள்ளவில்லை. பத்திரிகைத் துறையில் தவறுகள் நடக்கத்தான் செய்கின்றன. ஆனால் ஒவ்வொரு தவறும் பொய்யான செய்தி ஆகாது. ஆனால் பிரத்தியேகமாக வடிவமைக்கப்பட்ட போலிச் செய்திகள் இன்றைய நாள்களில் வேறு எங்கிருந்தோ தோன்றி, பத்திரிகையாளர்களுக்கும் ஊடக நிறுவனங்களுக்கும் வழங்கப்பட்டு, அவைகளை அவர்கள் அனைவருக்கும் கொண்டு சேர்க்கிறார்கள். அரசு அதிகாரப் பதவிகளில் இருப்பவர்கள் தங்கள் அறிக்கைகளால் அவைகளை சட்டப்பூர்வமாக்குகிறார்கள். மற்றொரு வகையிலும் போலிச் செய்திகள் உருவாக்கப்படுகின்றன: அனைத்து அரசாங்கங்களும் ஊடகங்களுக்குத் தகவல் செல்வதை நிறுத்துகின்றன. அவசர அவசியம் வாய்ந்த தகவல்கள் யாரிடமும் இல்லாமல் போய்விடுகிறது. அரசாங்கம் அதற்குப் பதிலாகத் தவறான தகவல்கள், போலியான பிரச்சினைகள் மற்றும் திசை திருப்பக் கூடிய அறிக்கைகளை வழங்குகிறது. அவை போலித் தகவல்கள் மற்றும் பொய்ப் பிரச்சாரத்தின் சக்கரங்களைத் தொடர்ந்து சுழலவைக்கின்றன. அதனால் எதார்த்தத்துடன் எந்தச் சம்பந்தமும் அற்ற அல்லது அவைகளில் சொல்லப்படும்

அளவுக்கு எதார்த்தத்துடன் சம்பந்தம் இல்லாத போலிப் பிரச்சினைகள் எழுப்பப்படுகின்றன.

சிறிய கட்சிகளை அழிக்கப் பெரிய கட்சிகள் போலிச் செய்திகளைப் பயன்படுத்துகின்றன. சிறிய கட்சிகள் தங்களுக்குள்ள சிறிய பலத்தை வைத்துக்கொண்டு இந்தப் பொய்யின் வலையில் இருந்து தப்ப முடியாத இயலாமையில் உள்ளன. சக்திவாய்ந்த கட்சிகளின் ஐடி செல்களும் அவைகளின் ஆதரவாளர்களும் கூடித் தவறான தகவல்களைப் பரப்புவதில் ஈடுபடுகின்றனர். நீங்கள் அதை இடையறாத பரவலான குண்டு வீச்சுக்குச் சமம் என்று சொல்லலாம். இன்றைய நாள்களில் அரசியல் கட்சிகள் பிற கட்சிகள் பரப்புகிற பொய்ச் செய்திகளை இனம் கண்டு வெளிப்படுத்தக் குழுக்களை அமைத்து வருகின்றன. உதாரணமாக, பிரான்சில் நடந்த தேர்தல்களின் போது, அந்நாட்டின் தேசிய முன்னணி, போலிச் செய்தி எச்சரிக்கைக் குழு ஒன்றை அமைத்தது. இந்தியாவில் உள்ள கட்சிகள் விரைவில் தங்கள் கட்சிகளுக்கெனச் சொந்தமாக அத்தகைய குழுக்களை விரைவில் அமைக்க வேண்டி வரும்.

தேர்தல் காலத்தில் பொய்ச் செய்திகளின் அளவும் பெருக்கும் அதிகரிக்கின்றன. இத்தாலியில் 2016ஆம் ஆண்டு அதன் அரசியலமைப்பை மாற்றி அமைத்து பிரதமருக்கு அதிக அதிகாரங்களை வழங்கக்கூடிய சாத்தியமுள்ள நடவடிக்கைகள் குறித்து பொதுவாக்கெடுப்பு நடத்தப்பட்டது. அதன்போது முகநூலில் பகிரப்பட்ட கதைகளில் பாதிக்குப் பாதி பொது வாக்கெடுப்பின் முடிவைப் பாதிக்கும் வகையில் தெளிவாக வடிவமைக்கப்பட்ட போலிகளாக இருந்தன. அரசாங்க நிதியில் நடத்தப்படும் பொய்யான செய்தித் தொழிற்சாலைகள் நிறைந்துள்ளதாக அவப்பெயர் பெற்ற ரஷ்ய தேசத்திலிருந்து வந்த, வந்து கொண்டிருக்கும், பொய்ச் செய்திகளால் எச்சரிக்கை அடைந்த ஐரோப்பிய யூனியன் ஈஸ்ட் ஸ்டாரட் காம் டீம் என்ற பெயரில் அந்தப் பொய்ச் செய்திகளை எதிர்கொள்ள ஒரு பணிக்குழுவை அண்மையில் அமைத்தது. ரஷ்ய பொய்ப் பிரச்சாரத்தை முறியடிக்க வேண்டி நெதர்லாந்து மற்றும் பிரான்சில் நடந்த தேர்தல்களின் போது இந்த அணிக்கு ஏராளமான பணமும் கருவிகளும் வழங்கப்பட்டன. அமெரிக்கா உட்பட பல நாடுகளில் தேர்தல்களில் முறைகேடு

செய்வதற்காகப் போலிச் செய்திகளைப் பரப்புவதற்காக ரஷ்யா அதிகப் பணம் செலவழிப்பதாகவும் ஒரு குற்றச்சாட்டு எழுந்துள்ளது.

இந்தியாவிலும் தேர்தல் நேரத்தில் போலிச் செய்திகள் பெருகுகின்றன. அந்தப் பெருக்கைத் தடுக்கத் தேர்தல் ஆணையத்திடம் எந்த வழிகளும் இல்லை. அதனிடம் போலி செய்திகள் என்றால் என்ன என்பது பற்றிய ஓர் உறுதியான வரையறை கூட இல்லை. பணம் வாங்கிக்கொண்டு சொல்லப்படும் செய்திகளை மட்டுமே தேர்தல் கமிஷன் இனம் காண இயலும். ஆனால், அது குறித்து நடவடிக்கை எடுக்கக்கூட ஒரு தெளிவான சட்டம் இங்கே இல்லை. பணத்திற்காகச் செய்திகள் விற்கப்படுவதைக் கண்டறியவும் அதனைப் பிடிக்கவும் அந்நேர்வில் சம்பந்தப்பட்ட வேட்பாளர்களிடமிருந்து விளக்கம் கோரவும் வேண்டி தேர்தல் கமிஷன் ஒவ்வொரு தேர்தலின் போதும் மாநில மற்றும் மாவட்ட அளவில் ஊடகச் சான்றிதழ் மற்றும் கண்காணிப்புக் குழுக்களை உருவாக்குகின்றது.

2013இல் வெளியிடப்பட்ட அதன் அறிக்கை ஒன்றில், 2010 மற்றும் 2013க்கு இடையில் பதினேழு மாநிலங்களில் நடைபெற்ற சட்டமன்றத் தேர்தல்களின் போது பணத்திற்கு விற்கப்பட்ட 1400 செய்திகள் குறிப்பிடப்பட்டன 2014ஆம் ஆண்டு நடந்த பொதுத்தேர்தலின் போது பணத்திற்கு விற்கப்பட்ட 787 பொய்ச் செய்திகள் இனங்காணப்பட்டன. 2014 தேர்தலில் வேட்பாளர்களுக்கு விலைச் செய்திகள் 3100 தொடர்பான அறிவிக்கைகள் வழங்கப்பட்டன.

தேர்தல் ஆணையத்தால் விலைச் செய்திகளைத் தடுக்க முடியவில்லை, ஆனால் ஒவ்வொரு தேர்தல் அறிவிக்கப்பட்ட பிறகும் அந்த வேலையில் ஈடுபடும் ஒரு நிறுவனத்தை உருவாக்க முடிந்தது. ஆனால், இப்போதெல்லாம் தேர்தல் தேதி அறிவிக்கப்படுவதற்கு முன்பே அனைத்துத் திருவிளையாடல்களும் தொடங்கிவிடுகின்றன. இதில் தேர்தல் கமிஷன் அதிகமாக எதுவும் செய்வதற்கில்லை.

பொருளாகவோ பணமாகவோ கொடுக்கப்படுகிற விலையைப் பெற்றுக்கொண்டு எந்த ஊடகத்திலும்- (பத்திரிகை அல்லது மின்னணு ஊடகம்) வெளியிடப்படும் செய்தியைத் தேர்தல்

ஆணையம் விலைச் செய்தி என்று வரையறுக்கிறது. அத்துடன் ‘செய்தி என்கிற பெயரில் வாக்காளர்களை முழுமையாய்த் திசை திருப்பும் விளம்பரங்கள் வெளியிடப்படுகின்றன’ என்றும் விலைச் செய்தியானது சுதந்திரமான நியாயமான தேர்தல்கள் நடக்கும் தேர்வில் ஒரு மிகக் கெடுதியான பாத்திரத்தை வகிக்கிறது’ என்றும் கூறியுள்ளது. ஆனால் அந்தக் கொடிய விலங்கு இவற்றையெல்லாம் தாண்டிப் பரிணாமம் கொண்டு விட்டது. விளம்பரங்கள் செய்திகளாக வேடமணிந்து வருவது இனியும் பிரச்சினை அல்ல. இது போலிச் செய்திகளின் காலம், முக்காடு இனிமேல் தேவையில்லை; பொய்களே புதிய உண்மைகளாகிவிட்டன. அரசாங்கம் உண்மையில் ஜனநாயக மாண்புகளை மதிக்குமானால் அது இதற்காகத் தேர்தல் கமிஷனைப் போல அரசியல் அமைப்புச் சட்ட அதிகாரங்கள் கொண்ட, சுதந்திரமான, ஓர் ஒழுங்குமுறை அதிகார அமைப்பைத் தேர்தல் காலத்தில் உருவாக்கியாக வேண்டும் என்னும் அளவுக்குப் போலிச் செய்திகள் மிகப் பெரிய அளவில் வலம் வரத் தொடங்கிவிட்டன. ஆனால் நமது குடியரசின் குறுகிய வரலாற்றில், தற்போதைய அரசாங்கம் மட்டுமல்ல, இதுவரை இருந்த எல்லா அரசாங்கங்களும் நடந்து வந்த பாதையைப் பார்க்கும்போது, அப்படி ஒருவேளை நடந்தாலும் இப்போதைக்கு நடக்கப்போவதில்லை என்பது உறுதி.

***

போலிச் செய்திகள் நிரந்தரமாக இல்லாவிட்டாலும் நிச்சயமாக ஒரு குறிப்பிடத்தக்க காலத்துக்காவது சமூகத்தின் குணத்தையே மாற்றுகின்றன. 2001ஆம் ஆண்டு டெல்லியில் நடந்த குரங்கு மனிதன் விஷயம் உங்களுக்கு நினைவிருக்கும். குரங்கு மனிதனை நான்கு அடி உயரமுள்ள ரோமம் அடர்ந்த மற்றும் எஃகு நகத்துடன் கூடிய உயிரினம், நீண்ட மூக்கும் சிவந்த கண்களும் கொண்ட எட்டடி உயரமுள்ள ஒரு ராட்சதன், ஒரு ஸ்டீல் ஹெல்மெட் அணிந்த, தன் மார்பில் மூன்று ஒளிரும் பொத்தான்களைக் கொண்ட வேற்றுக்கிரகவாசி எனப் பல்வேறாகப் பத்திரிகைகள் விவரித்தன. அது எதுவாக இருந்தாலும், சில நேரங்களில் கண்ணுக்குத் தெரியாததாக மாறியது அல்லது பூனையாக உருக் கொண்டது. வளர்ந்து பெரியவர்களான ஆண்களும், பெண்களும், பதின்பருவத்து

இளைஞர்களும் குழந்தைகளும் ஒரு குரங்கு மனிதனைக் குறித்த கற்பனையில் மூழ்கித் தங்களைத் தாங்களே இழந்தனர். அவர்கள் இரவு முழுவதும் விழித்திருந்து, அச்சத்தில் நடுங்கியோ ஆயுதம் ஏந்தியோ, அந்த அசுரனைத் தாக்கிக் கொல்லத் தயாராகவோ இருந்தார்கள். அண்டை வீட்டாரின் கூச்சலைக் கேட்டுப் பீதியடைந்த பெண் ஒருவர் மாடிப்படியில் இருந்து கீழே விழுந்து உயிரிழந்தார். மற்றொருவர் தனது பால்கனியில் இருந்து குதித்ததில் உயிரிழந்தார். குட்டையான மனிதர்களாக இருந்த ஒரு நாடோடியும் ஒரு வேன் டிரைவரும் கும்பல்களால் விரட்டிச் செல்லப்பட்டு கொடூரமாகத் தாக்கப்பட்டனர்.

இதைத்தான் இன்று போலிச் செய்திகள் நமக்குச் செய்து வருகின்றன. நாம் ரோபோக்களாக மாறி குடிமக்களாக இல்லாமல் போய், தனி மனிதர்கள் என்ற வகையில் பட்டறிவையும் பகுத்தவையும் இழக்கும் அளவுக்குப் போலிச் செய்திகள் இந்நாளில் நமது நடவடிக்கைகளைக் கட்டுப்படுத்திக் கொண்டிருக்கின்றன. போலிச் செய்தி இரவில் நம்மை உறங்க விடுவதில்லை. அதன் தாக்கத்தால் சமூகங்கள் ஒன்றையொன்று பகைத்திருப்பதை நாம் பார்க்கிறோம். அதன் காரணமாக மக்கள் தாக்கப்படுவதையும், கொல்லப்படுவதையும் பார்க்கிறோம். நாமே அவை அனைத்தையும் நடக்க அனுமதிக்கிறோம்.

ஒரு சமூகம் முழுமையாகப் பைத்தியமாகும் போது அதன் விளைவுகள் அங்கே சட்டம் ஒழுங்கு அமைப்பின் செயல்பாட்டைப் பாதிக்கின்றன. போலிச் செய்திகளின் கட்டளைக்கு அனைத்து அமைப்புகளும் பதில்வினை ஆற்றத் தொடங்குகின்றன. குரங்கு மனிதன் விஷயத்தில் அப்படி ஒரு மனிதனே இல்லை என்று தில்லி காவல்துறை நிர்வாகம் மிகவும் அழுத்தமாக விளக்க முயன்றது. ஆனால், இறுதியில் அது தன் தோல்வியை ஒப்புக்கொண்டு, குரங்கு மனிதனைப் பிடித்துத் தருபவருக்கு 50 ஆயிரம் ரூபாய் வெகுமதி தரப்படும் என்று அறிவித்தது. விரைவு நடவடிக்கைப் படையை அனுப்பி உதவும்படி உள்துறை அமைச்சகத்திடம் உதவி கேட்கப்பட்டது. நிலைமையின் தீவிரத்தைக் கருத்தில்கொண்டு, சிறப்புக் குழு ஒன்று அமைக்கப்பட்டு, இந்த விவகாரத்தை விசாரிக்கும் பணியில் ஈடுபட்டது. அரசமைப்பு முழுமையும் உண்மையற்ற ஒன்றைப் பின்தொடர ஆரம்பித்தது. சிலர் இதில்

பாகிஸ்தானின் விஷமக் கைங்கரியத்தைக் கண்டார்கள்; மற்ற சிலர் இது ஒரு உள்ளூர் கும்பலின் வேலை என்று கூறினர்.

2017 குஜராத் தேர்தலின் குரங்கு மனிதனாக ஆக்கப்பட்டது பாகிஸ்தான்.

ஆனால் இப்போது 2001ஆம் ஆண்டின் டெல்லிக்குத் திரும்புவோம். அந்த ஆண்டு ஜூன் மாதம், தில்லி காவல்துறை இறுதியாக அந்த மர்மத்திற்குத் தீர்வு கண்டது. மனித நடத்தை ஆய்வு நிறுவனமும் மத்திய தடய அறிவியல் ஆய்வகத்தின் உறுப்பினர்களும் அடங்கிய சிறப்புக் குழுவின் அறிக்கை, குரங்கு மனிதன் என்று எவனும் இல்லை என்பதை உறுதி செய்தது. அப்போதைய காவல்துறை இணை ஆணையர் சுரேஷ் ராய், குற்றவாளி குரங்கோ மற்ற எந்த மிருகமோ அல்ல என்று கூறினார். குரங்கு மனிதனைக் குறித்து அச்சத்தைக் கிளப்பியதில் பாகிஸ்தானுக்குத் எந்த தொடர்பும் இல்லை என்றும், உள்ளூர் குற்றவாளிக் கும்பல் எதற்கும் இதில் தொடர்பில்லை என்றும் காவல்துறையினர் அறிவித்தனர். இந்தப் பைத்தியக்காரத்தனம் பரவியதற்குப் பொறுப்பற்ற ஊடகச் செய்திகளே காரணம் என்று காவல்துறை ஒப்புக்கொண்டது. குரங்கு மனிதனைத் தேடவும் அவனிடமிருந்து சில ஒலிப்பதிவுகளைப் பெறவும் வேண்டி, செய்தி ஊடகங்கள் அந்தக் காலகட்டத்தில் நகரின் தெருக்களில் இரவு நேரங்களில் அலைவதற்கு தலா ஐந்து நிருபர்களைக் கொண்ட குழுக்களை அமைத்தன. இரவோடு இரவாக வேட்டையில் இறங்கிய இந்தத் துணிச்சலான நிருபர்களை மக்கள் பார்த்தனர். அவர்களில் பலர் இன்று முக்கியத் தொலைக்காட்சிகளில் தொகுப்பாளர்களாக உள்ளனர். குரங்கு மனிதன் கதையைப் பின்னிப் பரப்புவதில் அவர்கள் பெற்ற பயிற்சி இப்போது அவர்களுக்குப் பயனுள்ளதாக இருக்கிறது என்பது தெளிவாகிறது.

குரங்கு மனிதன் உலாவிய காலத்தில் நாம் போதுமான முதிர்ச்சி அடையவில்லை; அதனால்தான் நம்மில் பலர் குழப்பம் கொண்டும் எந்தப் பயனும் இன்றித் தாவிக் கொண்டும் பல இரவு நேரங்கள் முழுவதையும் கழித்தோம். அந்த நாள்களில் இருந்து நாங்கள் இப்போது மிகவும் முன்னேற்றம் கண்டு விட்டோம். போலிச் செய்திகளின் இந்த இனத்திற்கு நாங்கள் மிகவும் பக்குவப்பட்டுவிட்டோம். நாம் ஒருபோதும் சந்தேகம் கொள்வதில்லை. நமக்கு எது கொடுக்கப்பட்டாலும் அதைக்

கேள்வி கேட்காமல் விழுங்கிவிட்டு, நம்மை ஆட்கொள்ளும் மனப்பதிவுகளுடனும், உறுதியான கருத்துக்களுடனும் வாழத் தொடங்கிவிடுகிறோம். இந்தப் போலிச் செய்திகளைச் செரிக்கும் நமது திறன் பெரிதும் மேம்பட்டு வளர்ந்துவிட்டது.

அதனால்தான், நவம்பர் 2016இல், பல இந்திய மாநிலங்களில் கடைகளின் முன் சர்க்கரைக்காகவும் உப்புக்காகவும் நெடிய வரிசைகள் உருவாகின. விரைவில் சர்க்கரைக்கும் உப்புக்கும் கடும் தட்டுப்பாடு ஏற்படும் என வாட்ஸ்ஆப்பில் ஒரு செய்தி வந்தது. சிறிய ஊர்களைச் சேர்ந்த மக்களுடன் டெல்லி, லக்னோ, கொல்கத்தா மற்றும் ஹைதராபாத் மக்களும் இந்த நேர்வில் சிறந்த செயல்திறமையை வெளிப்படுத்தினர். உத்தரபிரதேசத்தின் அப்போதைய முதல்வர் அகிலேஷ் யாதவ், இது வதந்தி என்று கூறி வதந்தி பரப்புபவர்கள் மீது கடும் நடவடிக்கை எடுக்குமாறு அரசு அதிகாரிகளுக்கு அறிவுறுத்தினார். தண்டனை என்பது வதந்தி பரப்புபவர்களுக்குத்தான் என்பதும் அதை நம்புபவர்களுக்கு இல்லை என்பதும் எவ்வளவு அருமையானது! டெல்லி முதல்வர் அரவிந்த் கெஜ்ரிவால், மத்திய நுகர்வோர் விவகாரங்கள், உணவு மற்றும் பொது விநியோகத் துறை அமைச்சர் ராம்விலாஸ் பாஸ்வான் ஆகியோர் உப்புக்குத் தட்டுப்பாடு ஏதும் இல்லை என்று அறிக்கைகளை வெளியிட்டனர். ஆனால் இந்த நாள்களில் வதந்திகள், தங்கள் இயல்பின் படி, ஆரம்பக் காலம் முதல் இறுதி வரை குறியாக்கம் செய்யப்பட்ட (என்கிரிப்டட்) வாட்ஸ்ஆப் செய்திகளின் வழியே மும்பையைச் சென்றடைந்தன. அதனால் உப்பின் விலை அங்கே ஒரு கிலோகிராம் 200 ரூபாயாக உயர்ந்தது. மும்பை காவல்துறையும் இது வதந்தி என்று ட்வீட் செய்ய வேண்டிய கட்டாயம் ஏற்பட்டது. இவை ஒன்றும் வேலைக்காகவில்லை. உப்பை கிலோ 600 ரூபாய்க்குக் கடைக்காரர்கள் விற்பதாகப் பல இடங்களிலிருந்து செய்திகள் வந்தன. கான்பூரில் கடைக்கு வெளியே ஏற்பட்ட கூட்டநெரிசலில் சிக்கி பெண் ஒருவர் உயிரிழந்ததாகவும் செய்திகள் வெளியாகின.

***

வரலாற்றைப் பொய்ப்பிக்கவும் போலிச் செய்திகள் பயன்படுத்தப் படக்கூடும். அரசியலின் சக்திவாய்ந்த பிரிவுகள் வரலாற்றின் பல பொய்யான கூற்றுகளை வெளியிடுகின்றன. இந்த வேலைக்காக நிறுவனங்கள் முழுமையும் ஈடுபடுத்தப்படுவதால்

எந்த ஒரு தனி வரலாற்று ஆசிரியரும் அங்கே வெளியிடப்படும் தகவல்களை மறுதலிப்பது என்பது சாத்தியமில்லாமல் போகிறது. மே 2014 முதல், பல மாநிலங்களில் பாடப் புத்தகங்கள் மாற்றி எழுதப்பட்டுள்ளன. ஆனால் வரலாற்றின் மீதான உண்மையான விஷமம் போலிச் செய்திகள் பரவிக் கிடக்கும் சமூக வலைத்தளத்தில்தான் நிகழ்கிறது. இதில் ஆராய்ச்சிக்குரியது இந்தப் பிரச்சாரங்களில் பொதிந்திருக்கும் துவேஷம்தான்.

நமது தற்போதைய ஆட்சியைத் தூக்கிப் பிடிப்பவர்களாக இருக்கும் வரலாற்றுப் புரட்டாளர்களின் முதன்மை இலக்காக இருப்பவர் இந்தியாவின் முதல் பிரதமரான ஜவஹர்லால் நேருதான். அமுல்யா கோபாலகிருஷ்ணன் நேருவைப் பற்றிப் பரப்பப்படும் பலவிதமான பொய்களைக் குறித்து ஒரு அறிக்கையை 15 மே 2016 அன்று டைம்ஸ் ஆஃப் இந்தியாவில் வெளியிட்டார். அவற்றில் சில-

- ஜவஹர் என்பது அரபு மொழியிலிருந்து கடன் வாங்கப்பட்ட சொல்; எந்த ஒரு காஷ்மீரி பிராமணனும் தன் மகனுக்கு அரபு பெயர் வைக்கமாட்டான்.

- நேருவுடைய தாத்தாவின் பெயர் கியாசுதீன் காஜி என்பதாகும்; முகலாயர் காலத்தில் போலீஸ் அதிகாரியாக இருந்த அவர், தன்னை கங்காதர் நேரு என்று பெயர் மாற்றிக்கொண்டார்.

- நேரு அலகாபாத்தில் சிவப்பு விளக்குப் பகுதியில் பிறந்தார்.

- கத்தோலிக்க கன்னியாஸ்திரி ஒருவரை நேரு கர்ப்பிணி ஆக்கினார். தேவாலயம் அந்தக் கன்னியாஸ்திரியை இந்தியாவை விட்டு அனுப்பியதால் அதற்காக நேரு தனது வாழ்நாள் முழுவதும் தேவாலயத்திற்கு நன்றியுடன் இருந்தார்.

வெறுப்பினால் உந்தப்பட்ட இத்தகைய தவறான தகவல்கள், அவை லட்சக்கணக்கான மக்களுக்குப் போய் சேர்ந்து அதனால் அவர் மீதான வெறுப்பு பரவ வேண்டும் என்ற நோக்கத்துடன் செய்திகள் என்ற போர்வையில் வெளியிடப்பட்டன. அவர் எய்ட்ஸ் நோயால் இறந்ததாகக் கூறும் வீடியோ

ஒன்றும் வெளியாகியுள்ளது. ஜாக்குலின் கென்னடி மற்றும் மிருணாளினி சாராபாய் ஆகியோருடன் அவர் இருப்பது போன்று போலியாக உருவாக்கப்பட்ட படங்களின் வாயிலாக அவர் ஒரு மோசமான காமாந்தகராகச் சித்திரிக்கப்பட்டார். இதற்கு போட்டோஷாப் மென்பொருள் தாராளமாகப் பயன்படுத்தப்பட்டது. விக்கிபீடியாவில் ஜவஹர்லால் நேருவையும் அவரது தந்தை மோதிலால் நேருவையும் பற்றிய தகவல் பதிவுகள் திருத்தப்பட்டு மாற்றப்பட்டன. இணையம் மற்றும் சமூகத்திற்கான மையத்தின் பிரனேஷ் பிரகாஷை மேற்கோள் காட்டி, இந்தத் திருத்தங்கள் இந்திய அரசாங்க இணைய முகவரி ஒன்றிலிருந்து புறப்பட்டன என்று *டைம்ஸ் ஆப் இந்தியா* ஒரு செய்தி வெளியிட்டது.

ஜனவரி 2016இல், நரேந்திர மோடி அரசாங்கம் நேதாஜி சுபாஷ் சந்திர போஸ் தொடர்பாக முன்பு ரகசியமாக வைக்கப்பட்டிருந்த ஆவணங்களை வெளியிட்டது. முக்கியத்துவம் வாய்ந்த எதுவும் அதில் வெளிவரவில்லை என்றாலும், அதே வேளையில் 1945இல் பிரிட்டிஷ் பிரதமர் அட்லிக்கு நேரு எழுதியதாகச் சொல்லப்பட்ட ஒரு கடிதம் வாட்ஸ்ஆப்பில் சுற்றுக்குவிடப்பட்டது. அந்தக் கடிதத்தில் போஸைப் ‘போர்க் குற்றவாளி’ என்று நேரு குறிப்பிட்டுள்ளார். கையொப்பமிடாத, எழுத்துப் பிழைகளும், கருத்துப் பிழைகளும் நிறைந்த அந்தக் கடிதம் போலியானது - ஆனால் பல பத்திரிகையாளர்கள் அதை உண்மையானது என்று நம்பி ஏமாந்தனர். நாட்டின் முன்னணி செய்தித்தாள்களும், இதழ்களும், இன்னபிற இணையதளங்களும் வெவ்வேறு தேதிகள் கொண்ட, வெவ்வேறு பிழைகளுடனான கடிதத்தின் வெவ்வேறு பதிப்புகளை வெளியிட்டன. அது போலியாகப் புனையப்பட்டது என்று அவர்கள் இறுதியில் கண்டு கொண்டனர். அந்த விஷயம் ஒரு தடவை படித்த உடனேயே சிரத்தையுள்ள எந்த பத்திரிகையாளரும் தெரிந்து கொள்ளக் கூடியதுதான். அதன் பின்னரே அனைவரும் அந்தக் கடிதத்தை நீக்கிவிட்டு அதை வெளியிட்டதற்காக மன்னிப்பு கோர ஆரம்பித்தனர்.

நேரு பற்றிய போலியான தகவல்களால் இணையம் நிரப்பப்படுகிறது. உங்கள் மகள் தனது பள்ளி அல்லது கல்லூரியில் கொடுக்கப்பட்ட ஒரு செயல் திட்டத்திற்காகவோ

அல்லது தேர்வுக்காகவோ இந்தத் தகவலைப் பதிவிறக்கும் பட்சத்தில், அவள் தவறான பதில்களைத்தான் எழுதுவாள். அவளுடைய ஆசிரியர்கள் ஒரு குறிப்பிட்ட சித்தாந்தத்தால் கவரப்பட்டு இருந்தால் இந்தத் தவறான பதில்களுக்கு அவர்கள் நல்ல மதிப்பெண்கள் தருவார்கள். எனவே தனக்குத் தெரிந்ததுதான் அல்லது தான் கற்றுக்கொண்டதுதான் உண்மை என்று நம்பி அவள் வளரக்கூடும். தற்போதைய பாஜக அரசு ஆட்சி செய்யும் காலம்வரை அவள் ஒரு சிறந்த குடிமகளாகக் கருதப்படலாம். ஆனால் ஆட்சிகள் மாறுகின்றன, நாடுகள் மாறுகின்றன. வேறு சில வகையான பொய்கள் அதிகாரப்பூர்வ கதையாக மாறும் எதிர்காலத்தைச் சமாளிக்க அவள் எப்படித் தயாராக இருக்க முடியும்? எந்த வகையான உண்மையையும் அவளால் எவ்வாறு கையாளக் கூடும்? எதார்த்தத்தில் இருந்து துண்டிக்கப்பட்டவளாக அவள் ஒரு குமிழியினுள் வாழ்வாளா?

இந்தப் போலிச் செய்திகளின் துணையோடுதான் மனித குல வரலாற்றில் நடந்த மிகக் கொடூரமான வன்முறையை நடக்காதது போல் அழித்துவிட ஒரு முயற்சி நடந்தது. வரலாற்றில் ஹோலோகாஸ்ட் என்று அறியப்படும் அந்த நிகழ்வில் ஹிட்லர் மில்லியன் கணக்கான யூதர்களை விஷவாயு அறைகளில் அடைத்துக்கொன்றான். இணையத்தில் இருந்து இந்த உண்மையை மறையச் செய்யும் திட்டம் ஒன்று செயல்படுத்தப்பட்டது. *தி கார்டியன்* பத்திரிகையின் கேரோல் காட்வெல்லர் அதைக் கவனித்தது அதிர்ஷ்டவசமானது. 'ஹோலோகாஸ்ட் உண்மையில் நடந்ததா?' என்ற வினாவை கூகுள் இணையதளத்தில் தட்டச்சு செய்து கேரோல் தேடியபோது, அதில் வந்த பதில் அப்படி ஒன்று நடக்கவில்லை என்பதுதான். தேடுபொறி அவளை ஹோலோகாஸ்ட் ஒருபோதும் நடந்திருக்க முடியாது என்பதற்கான 10 காரணங்கள் பட்டியலிடப்பட்ட நவ நாஜி இணையதளமான www.stormfront.org க்கு இட்டுச் சென்றது.

11 டிசம்பர் 2016 அன்று *தி கார்டியனு*க்காக ஒரு நீண்ட கட்டுரையை கேரோல் எழுதினார். யூடியூபிலும் இதுபோன்ற பல மறுப்பு வீடியோக்கள் இருப்பதாக அவர் தெரிவித்தார். ஹிட்லர் 6 மில்லியன் மக்களைக் கொன்றார் என்பது புத்தகங்களிலும் வரலாற்று ஆவணங்களிலும் பதிவு செய்யப்பட்ட உண்மை. குறைந்தது 2013 வரை, நாஜி வதை முகாம்களில் இருந்து

தப்பிய சிலர் இன்னும் உயிருடன் இருந்தனர். கேரோல் இந்தக் கேள்விகளை எழுப்பிய பிறகு, கூகுள் திருத்தங்களைச் செய்தது, ஆனால் எத்தனை வரலாற்று உண்மைகள் இதேபோல் மாற்றப்பட்டிருக்கும், நீங்கள் இதைப் படிக்கும் இந்தத் தருணத்தில் கூட எந்த அளவு வரலாறு அழிக்கப்பட்டுக் கொண்டிருக்கக் கூடும் என்பதைச் சிந்தியுங்கள். நாள்தோறும் நம் கண் முன்னே இயங்கிக்கொண்டிருக்கும் டிவி சேனல்களின் துணையோடு அது மாற்றப்பட்டு வருகிறது.

இதோ மற்றொரு சுவாரஸ்யமான விஷயம்: *அசோசியேட்டட் பிரஸ்* போன்ற ஒரு பெரிய செய்தி நிறுவனம் கூட போலிச் செய்திகளுக்குப் பலியாகிவிட்டதாக *தி சன் க்ரோனிக்கலின்* டாம் ரெய்லி 29 ஜூன் 2017 அன்று ஒரு தலையங்கத்தில் எழுதினார். அது 120 நாடுகளில் 243 செய்தியறைகள் கொண்ட 171 ஆண்டுகள் பழைமையான நிறுவனமாகும். உலகெங்கிலும் உள்ள 1,700 செய்தித்தாள்கள் மற்றும் 5,000 தொலைக்காட்சி மற்றும் வானொலி வலையமைப்புகள் அதனிடமிருந்து செய்திகளைப் பெறுகின்றன. தான் சமீபத்தில் வெளியிட்ட சில செய்திகள் போலியானவை என்பதை *அசோசியேட்டட் பிரஸ்* ஒப்புக்கொண்டுள்ளது. தற்போது 'நாட் ரியல் நியூஸ்' என்ற செய்திப் பணியை அது தொடங்கியுள்ளது. ட்விட்டர் மற்றும் அதுபோன்ற பிற மின்னணு மேடைகளில் வெளியாகும் போலிச் செய்தித் திரள்களின் பொய்மையை அம்பலப்படுத்தும் பணியைச் செய்கிறது. ஆனால் இது ஒரு பெரிய ஏரியை ஒரு சிறிய சல்லடையை வைத்து வடிகட்டுவது போல்தான்.

***

ஜனநாயக நாடுகளில் இயங்கும் பாசிஸ்டுகளுக்கும் பெரும்பான்மை வாத அடிப்படைவாதிகளுக்கும் விருப்பமான ஆயுதங்களாக இருப்பவை வதந்திகளும் போலிச் செய்திகளும் தான். தங்கள் நிகழ்ச்சி நிரல்களை நிறைவேற்றிக்கொள்ள வேண்டி கும்பல்களைத் தூண்டிவிடுவதன் மூலம் அவர்கள் ஜனநாயகத்தைச் சீர்குலைத்து அழிப்பதற்கு ஜனநாயகத்தையே பயன்படுத்துகிறார்கள். அவர்களின் பிறழ்ந்து போன தர்க்கம் இதுதான்: ஜனநாயகம் என்பது பெரும்பான்மையினரின் விருப்பம் என்றால், கும்பலும் பெரும்பான்மைதானே? எனவே எந்த அரசியல் கட்சியும் எப்படி இந்த ஜனநாயகத்தைக் குறைசொல்ல முடியும்? கும்பல் என்பதை இன்னது என்று

பெயரிடவோ கைது செய்யவோ நீதிமன்ற விசாரணைக்கு உட்படுத்தவோ தண்டனை வழங்கவோ முடியாது என்பதும் அவர்களுக்குத் தெரியும். எனவே அவர்கள் கொலையையும் மிரட்டலையும் தடையின்றித் தொடரமுடியும்.

பொய்களின் வலை, உள்நோக்கத்துடன் உண்மைகளைத் திரித்தல், பொய்யான கதைகளை உருவாக்குதல் - இவை எதுவும் ஒரே இரவில் நிகழ்த்தக் கூடியவை அல்ல. அது மாதக்கணக்கில், ஆண்டுக் கணக்கில் பெரிய அளவில் நிகழ்த்தப்படுகிறது. அது அதிகாரத்தின் முற்றங்களில் உள்ள உயர்பீடங்களில் இருந்து தொடங்குகிறது. அதன் விளைவுகள் நாட்டின் வீதிகளில் வெளிப்படுகின்றன. பசுவதை குறித்து ஒரு தீய பிரச்சாரம் மாதக்கணக்கில் நடந்தது; விளைவு? நூற்றுக்கணக்கான நபர்கள் கொண்ட ஒரு கும்பல் ஒரு மனிதனை வீட்டில் இருந்து வெளியே இழுத்துப்போட்டு அடித்துக் கொன்றது. அந்தக் கும்பலில் ஆண்டுக் கணக்கில் அவரது அண்டை வீட்டாராய் இருந்தவர்களும் அடங்குவர்.

அவ்வாறு முகமது அக்லாக் கொல்லப்பட்டு இரண்டு நாள்களுக்குப் பிறகு, 28 செப்டம்பர் 2015 அன்று இரவு, உத்தரபிரதேச மாநிலம் தாத்ரியில் உள்ள அவரது கிராமமான பிசாடாவில் நான் இருந்தேன். அவரது அறையின் கதவு எனக்கு இன்னும் நினைவிருக்கிறது. அந்தக் கதவின் கீல்கள் உடைவதற்குப் பதில் அந்தக் கதவே இரண்டாகப் பிளக்கும் அளவுக்கு ஒரு மிருக பலத்துடன் அந்தக் கும்பல் அந்தக் கதவை உடைத்திருந்தது. பொதுவில் வைத்துக் கொல்வதற்காக அவரையும் அவரது மகனையும் வெளியே இழுத்துச் செல்வதற்கு முன், அவர்கள் தையல் இயந்திரத்தால் அவரது தலையில் அடித்தனர். அக்லக் அடித்துக் கூழாகத் துவைக்கப்பட்டு சில நிமிடங்களில் இறந்தார். அவரது மகனின் தலை மீது செங்கற்கள் உடைக்கப்பட்டன. மருத்துவமனையில் பல வாரங்கள் இருந்து, பல அறுவை சிகிச்சைகளுக்குப் பிறகு அவருக்குச் சுயநினைவு திரும்பியது. அக்லாக்கின் எண்பத்திரண்டு வயதான தாயும் தாக்கப்பட்டார். நான் அவளைச் சந்தித்தபோது, அவள் கண்களைச் சுற்றி ஆழமான காயங்கள் இருந்தன.

அக்லாக் மாட்டிறைச்சி சாப்பிட்டார் என்ற ஒற்றை வதந்தியின் முதுகின் மேல் ஏறி வந்து இவ்வளவு ஆத்திரம் இவ்வளவு மிருகத்தனமான காட்டுமிராண்டித்தனம் எப்படி நிகழ்ந்திருக்க

முடியும்? ஒரு கொலையே நிகழும் என்று சொல்லும் அளவுக்குப் பிசாடா கிராமத்தில் வகுப்புவாதப் பதற்றம் இருந்ததில்லை. அக்லாக்கின் குடும்பம்தான் அந்தக் கிராமத்திலிருந்த ஒரே முஸ்லிம் குடும்பம். அவர்கள் 60 ஆண்டுகளுக்கும் மேலாக அங்கு வாழ்ந்திருந்தனர். அவர்கள் குடியிருந்த வீடு ஒரு ராஜபுத்திரக் குடியேற்றத்தின் நடுவில் அமைந்திருந்தது. அங்கே நல்லிணக்கத்தின் சாயலாவது இருந்திருக்க வேண்டும் என்பது இதனால் தெரிகிறது. அப்படியென்றால் ஒரு கன்றுக்குட்டியைக் கொன்றதாக கிராமக் கோவிலில் இருந்து வரும் ஒரேயொரு மர்மமான அறிவிப்பு, அதிலிருந்து பதினைந்து அல்லது இருபது நிமிடங்களுக்குள் இவ்வளவு கொடூரமான கும்பல் வன்முறைக்கு இட்டுச் சென்றது எவ்வாறு?

அப்போதிருந்து, முஸ்லிம்கள் மற்றும் தலித்துகள் மீது தொடர்ந்து கொலைகளும் பொதுவெளித் தாக்குதல்களும் வழமையாக நடக்கின்றன. எங்கும் அதே கதைதான். நம் நாட்டையே எரிக்கலாம் என்ற சூழ்நிலை இருக்கிறது. ஒலிபெருக்கியில் அறிவிப்பு செய்யப்படுகிறது. பசுவதை நடந்ததாக வாட்ஸ்ஆப்பைப் பயன்படுத்தி மாற்றம் செய்யப்பட்ட காணொளிகள் வெளியிடப்படுகின்றன. ஒரு பசுக்கன்று காணாமல் போகிறது. மக்கள் கோபப்படுகிறார்கள். பின்னர் இறைச்சித் துண்டுகள் கண்டுபிடிக்கப்படுகின்றன - சில சமயங்களில் ஒரு கோவிலுக்கு வெளியே, சில நேரங்களில் ஒரு முஸ்லீம் வீட்டிற்கு வெளியே. அரசியல்வாதிகள் நஞ்சு கலந்த வார்த்தைகளைப் பேசுகிறார்கள். அடுத்து முற்றிலும் வகுப்புவாத ஊடகம் ஒன்று சதிக்கோட்பாடுகளை ஒளிபரப்புகிறது...

ஆதரவற்ற சிறுபான்மையினருக்கு எதிராக மட்டுமல்ல, முக்கிய கருத்தியல் எதிர்ப்பாளர்களுக்கு எதிராகவும் ஒரு கும்பலைத் தூண்டுவதற்குப் போலிச் செய்திகள் பயன்படுத்தப்படலாம். அந்த நபர் செய்தியை மறுத்துக்கொண்டிருக்கும் அதே நேரத்தில், தீய வதந்திகளால் தூண்டப்பட்ட ஒரு கும்பல் அவரது வீட்டை எரித்துவிடக்கூடும். எழுத்தாளர் அருந்ததி ராய் நீண்ட காலமாக வலதுசாரி அரசியலையும் காஷ்மீரில் ராணுவம் இருப்பதையும் விமர்சித்து வருகிறார். '70 லட்சம் நபர்களைக் கொண்ட பலம் வாய்ந்த இந்திய ராணுவத்தால் காஷ்மீரின் ஆசாதி கும்பலைத் தோற்கடிக்க முடியாது' என்று அருந்ததிராய்

ஸ்ரீநகரில் ஒரு பாகிஸ்தானிய பத்திரிகையாளருக்கு அளித்த பேட்டியில் கூறியதாக நடிகரும் பாஜகவின் பாராளுமன்ற உறுப்பினருமான பரேஸ் ராவல் தனது ட்விட்டர் பக்கத்தில் 17 மே 2017இல் எழுதினார். அதைத் தொடர்ந்து அவர் மற்றொரு ட்வீட்டில், 'ராணுவ ஜீப்பில் கல்லெறிபவர்களைக் கட்டுவதற்குப் பதிலாக அருந்ததி ராயைக் கட்டுங்கள்' என்று எழுதினார். சில இந்திய ராணுவ வீரர்கள் நிராயுதபாணியான ஒரு காஷ்மீர் குடிமகனை ஜீப்பின் முன்பக்கத்தில் கட்டி வைத்து கல் வீசும் போராட்டக்காரர்களுக்கு எதிராக மனிதக் கேடயமாகப் பயன்படுத்திய சம்பவத்தை அவர் குறிப்பிட்டார்.

இதை ஒரு நாடாளுமன்ற உறுப்பினர் செய்யும் போது குறிப்பாக அது மிகவும் ஆபத்தான செயலாகிறது. அரசாங்கத்தோடும் மதவெறி கொண்ட அதி தேசியவாதிகளோடும் ஒத்துப் போகாத ஒருவர், அது அருந்ததி ராயோ, அல்லது வேறு ஒருவரோ, அவரைத் தாக்குவதற்கு ஒரு தூண்டலாக ஆகிறது. பெரும் பெயர் கொண்ட பல செய்தி சேனல்களும் உண்மையில் இவ்விஷயத்தில் விவாதங்கள் நடத்தின. அதற்குச் சமீப காலத்தில் அருந்ததிராய் ஸ்ரீநகருக்குச் செல்லவும் இல்லை காஷ்மீரைப் பற்றி எந்தப் பத்திரிகைக்கும் பேட்டி அளிக்கவும் இல்லை என்கிற நிலையில் அது நடந்தது. அதற்கு ஒரு வருடத்திற்கு முன்பு அவுட்லுக் பத்திரிகைக்கு அவர் ஒரு நேர்காணலை அளித்திருந்தார், அதிலும் பரேஸ் ராவல் தன் ட்வீட்டுகளில் குறிப்பிட்டிருந்த அந்த வார்த்தைகளை அவர் சொல்லி இருக்கவே இல்லை. பரேஸ் ராவலின் ட்வீட்டும் அதைப் பற்றியது அல்ல. பரேஸ் ராவலை அந்தத் தவறான தகவல் எவ்வாறு சென்றடைந்தது என்பதை தி வயர்.இன் கண்டறிந்தபோது, போலிச் செய்திகளின் மேலும் ஒரு கொடிய அம்சம் வெளியில் வந்தது.

அருந்ததி ராயின் நேர்காணல் குறித்து பரேஸ் ராவலின் ட்வீட், தி இந்தியன் நேஷனலிஸ்ட் என்ற முகநூல் பக்க இடுகையுடன் இணைக்கப்பட்டிருந்தது. அந்த முகநூல் பக்கத்திற்கு போஸ்ட் கார்டு. நியூஸ் என்ற இணையதளத்தில் இருந்து அந்தச் 'செய்தி' வந்திருக்கிறது- சர்ச்சைக்குள்ளான அந்த இணையதளத்தில் வெளியிடப்பட்ட பல கட்டுரைகளும் போலியானவை என ஏற்கெனவே நிரூபிக்கப்பட்டுள்ளன. போஸ்ட்கார்ட். நியூஸில் 'ஐஸ்வர்யா எஸ்' எழுதிய மே 17 கதையின்படி,

அருந்ததி ராய் பாகிஸ்தான் செய்தித்தாளான *தி டைம்ஸ் ஆஃப் இஸ்லாமாபாத்துக்கு* பேட்டி அளித்துள்ளார். இந்தக் கதை குறிப்பிட்ட நேர்காணலுக்கான எந்தக் கண்ணியையும் சுட்டிக்காட்டவில்லை. ஆனால் *தி வயர்.இன்* அது பற்றி மேலும் விசாரித்ததில், 'அதே மாதிரியான கதையானது மற்றொரு இந்துத்துவா சார்ந்த போலிச் செய்தித் தளமான *சத்தியவிஜய். காமில்* 'ஆனந்த்' என்ற உப தலைப்பின்கீழ் அதே நாளில் வெளியிடப்பட்டது என்பதும் *தி இந்தியன் வாய்ஸ்.காம்* என்ற பிறிதொரு இந்துத்துவா போலிச் செய்தித் தளத்தில் 'அங்கிதா சே' என்ற உப தலைப்பின் கீழும் வெளியிடப்பட்டிருந்தது என்பதும் தெரியவந்தது. இதே கதையைத் தம் தளங்களில் வெளியிட்ட மற்ற போலிச் செய்தி நிறுவனங்களாவன- *தி ரிசர்ஜ் இந்தியா.காம், ரிவோல்ட்பிரஸ்.காம், விராட் இந்துஸ்ராஷ்ட்ரா.காம்* ஆகியவை. *இன்டர்நெட் ஹிந்து.காம்* என்ற மற்றொரு தளம் அந்தக் கதையின் சற்றே மாறுபட்ட பதிப்பை வெளியிட்டு அது எங்கிருந்து வந்தது என்பதற்குக் கண்ணியாக *டைம்ஸ் ஆப் இஸ்லாமாபாத்* என்ற பெயரைக் கொடுத்திருந்தது. அதுவும் உதவிகரமாகவே இருந்தது.

டைம்ஸ் ஆஃப் இஸ்லாமாபாத் என்பது ஒரு பத்திரிகை அல்ல, அது ஒரு இணையதளம் என்று தெரியவந்தது. நியூஸ் டெஸ்க் என்ற தளத்திலிருந்து அந்தச் செய்தியைத் தான் பெற்றதாக *டைம்ஸ் ஆப் இஸ்லாமாபாத்* சொல்லியிருந்தது. ஆனால் *தி வயர்.இன்* இதே போன்ற ஒரு கதையைப் பாகிஸ்தானில் உள்ள *ஜியோ டிவி* ஒளிபரப்பியதையும், அந்தச் செய்தியை அது காஷ்மீர் மீடியா சர்வீஸ் வழங்கியதாகச் சொல்லி இருந்ததையும் கண்டறிந்தது. காஷ்மீர் மீடியா சர்வீஸ் என்பது ஒரு ஊடக அமைப்பு அல்ல. அது பாகிஸ்தான் ஆக்கிரமிப்பு காஷ்மீரில் இயங்கி வரும் ஒரு காஷ்மீரி தீவிரவாத அமைப்பின் பிரச்சாரப் பிரிவாகும். இது ஒரு இணையதளத்தை வைத்து நிர்வகிக்கிறது. ஆனால் அருந்ததி ராய் பேட்டி பற்றிய செய்தி எதுவும் அங்கு பதிந்து வைக்கப்படவில்லை. இவைகளில் இருந்து அப்படி ஒரு நேர்காணல் நடக்கவே இல்லை என்பது தெளிவாகிறது.

எனவே, பாகிஸ்தானின் போலிச் செய்தி இணையதளம் ஒன்றில் உருவான ஒரு போலி நேர்காணலும், போலிச் செய்தித் துண்டமும் இந்திய நாடாளுமன்ற உறுப்பினர் ஒருவரின் ட்விட்டர் பக்கத்தில் வந்து சேர்ந்து, அதன் தொடர்ச்சியாக

அருந்ததி ராய்க்கு எதிராக இந்தியத் தொலைக்காட்சி சேனல்களில் கடுமையான விவாதம் வெடித்தது. இதில் நகைமுரண் அல்லது வேடிக்கை என்னவென்றால், அந்த சேனல்களில் சில பாகிஸ்தானைத் தாக்குவதைத் தங்களது நல்லியல்பாகப் போற்றக்கூடியவை.

பரேஸ் ராவல், மிகவும் தயங்கித் தயங்கி, சில நாள்களுக்குப் பிறகு தனது ட்வீட்டை நீக்கினார். ஆனால் அந்தப் போலிச் செய்தியை வெளியிட்ட இணையதளங்கள் அதை உடனடியாக நீக்கவில்லை. இது எவ்வளவு ஆபத்தானது என்பதைச் சிந்தித்துப் பாருங்கள். இந்தப் போலிச் செய்திகளின் தலைமுறையில் பாகிஸ்தானிலும் இந்தியாவிலும் உள்ள இணையதளங்கள் கைகோத்துச் செயல்படுவது உண்மையான சாத்தியம் ஆகும். பாகிஸ்தானிய இணையதளத்தில் யாரோ ஒருவர் உங்கள் பெயரில் ஒரு போலி நேர்காணலை வெளியிடுகிறார்; நீங்கள் அதற்கு விளக்கம் அளித்துக்கொண்டிருக்கும் அந்த நேரத்துக்குள் தொலைக்காட்சி சேனல்கள், அரசியல் தலைவர்கள் மற்றும் இதே இணையதளங்கள் ஒன்று கூடி ஒரு வன்முறைக் கும்பலை உங்கள் வீட்டு வாசலுக்குக் கொண்டு வந்து உங்களுக்குத் தீங்கிழைக்க முடியும். எதிர்ப்புக் குரல் எழுப்பும் மக்களையும் பலவீனமான, துணிவற்ற அரசியல் எதிரிகளையும் அச்சுறுத்துவதற்கு இதுகாறும் இந்தச் செயல்முறை பயன்படுத்தப்பட்டது. ஆனால் விரைவில், இந்த உத்தி நம் அனைவரையும் முடக்கவும் பயன்படுத்தப்படக்கூடும். எதார்த்தத்தில் இது ஏற்கெனவே நடந்துகொண்டுதான் இருக்கிறது. அதற்கான சான்றுகள் நம்மைச் சுற்றியே காணக்கிடக்கின்றன.

அரசியல் நோக்கங்களால் உந்தப்பட்ட இத்தகைய போலிச் செய்திகள் குடிமக்களைத் தமது யதார்த்தத்திலிருந்து அகற்றுவதோடு மட்டுமல்லாமல், அவர்கள் சார்பாகக் கேள்வி எழுப்புபவர்களுக்கும் குடிமக்களுக்கும் இடையே கூட ஒரு விரிந்த பிளவை உருவாக்குகிறது. எதிர்த்துக் கேள்வி எழுப்பக்கூடிய மக்கள்திறளின் அளவைச் சுருக்கிச் சிதறடிக்கும் நோக்கத்துடன் இந்த அச்சுறுத்தல், துன்புறுத்தல் மற்றும் அவமானப்படுத்துதலின் ஒரு கட்டமைப்பை இது இடையறாது நிலைநிறுத்துகிறது. அரசியல் தலைவர்களும், அடிப்படைவாதச் சித்தாந்திகளும் சாமர்த்தியமாக நம்மை நிரல்படுத்துகிறார்கள்.

ஒவ்வொரு பிம்பத்தையும், நம் மனதுக்குள் உண்மை என்கிற பெயரில் செலுத்தப்படும் ஒவ்வொரு விஷயத்தையும் சோதிக்கக் கற்றுக்கொள்ளாத வரை, இந்த ஜனநாயகத்தின் உறுப்பினர்களைப் பாதுகாப்பற்ற மனநிலையில் வைத்திருக்க விரும்பும் அனைவருக்கும் போலிச் செய்திகள் மிக நீண்ட காலத்திற்குப் பெரிதும் பயன்படும். நாம் குடிமகனாக இருப்பதா, அல்லது ரோபோவாக இருப்பதா, நமக்குத் தேவையானது ஜனநாயகமா, கொடுங்கோன்மையா என்கிற கேள்வியில் எது என்பதைத் தேர்வு செய்ய வேண்டியது நீங்கள்தான்.

3

அச்சத்தை விதைப்பதற்கான நாடளாவிய திட்டம்

எங்கள் சக பத்திரிகையாளர்களுக்கு நிகழ்ந்த வன்முறையைக் கண்டிக்க வேண்டி பத்திரிகையாளர்களாகிய நாங்கள் 2017ஆம் ஆண்டு சில மாதங்களுக்குள்ளாகவே இரு முறை கூடவேண்டிய கட்டாயம் ஏற்பட்டது. ஆத்திரமும் துயரமும் கொண்டு நான் பேசிய இரண்டு உரைகளை அடிப்படையாகக் கொண்டு இந்தக் கட்டுரையை நான் எழுதுகிறேன். புதுடெல்லியில் பாசித் மாலிக் ஒரு கும்பலால் தாக்கப்பட்டதற்குப் பிறகானது ஒன்று, பெங்களூரில் கௌரி லங்கேஷ் கொல்லப்பட்டதற்குப் பிறகானது மற்றொன்று.

***

ஜூன் 2017இல், புது தில்லியில் நடந்த ஒரு நிகழ்ச்சியில் லோக்சபாவின் சபாநாயகர் சுமித்ரா மகாஜன், பத்திரிகையாளர்களான எங்களுக்கு 'நாரதரைப் போல் இருக்க வேண்டும்' என்கிற அறிவுரையை வழங்கினார். சங்கடமான உண்மைகளைப் பற்றி எழுத வேண்டாம் என்றும் அவர் சொன்னார். நீங்கள் அரசாங்கத்துடன் பேச வேண்டும் என்றால், வனப்புமிக்கமொழியில் பேசுங்கள் என்றார்.

இந்தியப் புராணங்களில், நாரத முனிவர், தனது 'நாராயண நாராயண' என்ற கோஷத்துடன், பல்வேறு உலகங்களுக்கு செய்திகளைக் கொண்டு செல்லும் ஒரு பயணியாகவும், தீவிர விஷ்ணு பக்தராகவும் இருப்பவர். அந்தச் சபாநாயக அம்மையாரிடம் நான் அப்போது சொல்ல நினைத்தது என்னவென்றால் 'நீங்கள் பத்திக்கையாளர்களாகிய எங்களை நாரதர்களாகப் பார்க்க விரும்பினால் அரசவையில் தெய்வீகக் களை பொருந்திய முகங்களின் தரிசனத்தை எமக்குக் காட்ட வேண்டும். சங்கடமான உண்மைகளை வெளியில் சொல்லாத

நாரதர்களாக நாங்கள் மாறுவதற்கு அரசவையில் கடவுளாக இருக்கத் தகுதிபடைத்தவர்கள் எவரேனும் இருக்கிறார்களா?' அவரிடம் நான் இன்னொன்றையும் கேட்க விரும்பினேன் 'விரும்பத்தக்க உண்மை எது? விரும்பத்தகாத உண்மை எது என்பதைத் தீர்மானிக்க நீங்கள் யார்?'

பத்திரிகையாளர்களை மிரட்டிப் பணியவைக்கும் திட்டம் கடந்த சில ஆண்டுகளாகத்தான் வேகம் பெற்றுள்ளது. யார் குறிவைக்கப்படுகிறார்கள், எதற்காகக் குறிவைக்கப்படுகிறார்கள் என்பதைக் கண்டறிவது பத்திரிகையாளர்களுக்குச் சிரமமாக இருக்கிறது. நமது முகத்தைக் கொண்டு நம்மை அடையாளம் கண்டுகொள்ளும் கும்பல் ஒன்று சிறிய சந்துகளில் இருந்து குறுக்குச் சாலைகள் வரை காத்துக்கொண்டிருக்கிறது. எவராவது ஒரு அவள் அல்லது அவன் தன் பத்திரிகையாளர் வேலையைச் செய்கிறார் என்பதற்கான அறிகுறி காணப்பட்டவுடன், கும்பல் முதலில் அந்த நபரைச் சந்தேகத்துடன் நோக்குகிறது, அடுத்ததாகத் தாக்குகிறது.

9 ஜூன் 2017 அன்று, கேரவன் பத்திரிகையின் நிருபரான பாசித் மாலிக், டெல்லியில் உள்ள சோனியா விஹாரில் பணியில் இருந்தார். அவரது பெயரால் அவர் ஒரு முஸ்லீம் என்று அடையாளம் கண்டுகொண்ட ஒரு கும்பல் அவரைத் தாக்கியதுடன் அவர் சரியான ஆவணங்கள் வைத்திருக்காத ஒரு பாகிஸ்தானி என்று கூறி அவரைக் காவல்துறையிடம் ஒப்படைத்தது. தனக்கு நிகழ்ந்த இந்தக் கடும் சோதனை குறித்து அவர் கேரவனில் எழுதியுள்ளார். பாசித்தின் திகிலூட்டும் விவரிப்பில் மற்ற எல்லோரையும் விடக் குறிப்பிடத்தக்க ஒரு நபர் இடம்பெறுகிறார். அவர் ஒரு வழக்கறிஞர். இன்றைய நாள்களில் நடக்கும் கும்பல் வன்முறைச் சம்பவங்களில் அப்படிப்பட்டவர்கள் இடம்பெறுவது தவிர்க்க முடியாத ஒன்றாக ஆகியிருக்கிறது. ஒருவகையில், அவரைக் கும்பலுக்கான 'சட்ட அதிகாரமளிக்கும் செல்' என்று வர்ணிக்கலாம். சமீபக் காலங்களில் வழக்கறிஞர்கள் சம்பந்தப்பட்டிருந்த இதுபோன்ற பல சம்பவங்கள் நினைவுக்கு வருகின்றன.

எடுத்துக்காட்டாக, பிப்ரவரி 2016இல், இந்தியன் எக்ஸ்பிரஸ் சார்ந்த இரண்டு பத்திரிகையாளர்கள், அலோக் சிங் மற்றும் கவுனைன் ஷெரிப், ஜவஹர்லால் நேரு பல்கலைக்கழக மாணவர் சங்கத்தின் முன்னாள் தலைவர் கன்ஹையா

குமாருக்கு எதிரான தேசத்துரோக வழக்கைப் பற்றிச் செய்தி சேகரித்துக் கொண்டிருந்தபோது, அவர்கள் 'தேச விரோதிகள்' எனக் குற்றம் சாட்டப்பட்டு, பாட்டியாலா ஹவுஸ் நீதிமன்றத்திற்குள் வழக்கறிஞர்களால் தாக்கப்பட்டனர். உண்மையில் அங்கு நடந்தது என்ன என்பதை நாம் ஒருவேளை அறியாமலே போகக்கூடும். பின்னர், ஜூலை 2016இல், கொச்சியில், கேரள உயர் நீதிமன்றத்தில் அரசு வழக்கறிஞர் ஒருவர் சம்பந்தப்பட்ட வழக்கைக் குறித்து செய்திகளைச் சேகரிக்கவிடாமல் பத்திரிகையாளர்களை வழக்கறிஞர்களின் வன்முறைக் கும்பல் ஒன்று தாக்கியது.

சட்டமன்ற உறுப்பினர்களுக்கு எதிராக அவதூறான கட்டுரைகளை வெளியிட்டதாகக் குற்றம்சாட்டி 2017ஆம் ஆண்டு ஜூன் மாதம் யெலஹங்கா வாய்ஸ், ஹாய் பெங்களூர் என்ற பத்திரிகைகளின் ஆசிரியர்களுக்கு கர்நாடக சட்டசபையில் சபாநாயகர் கே பி கோலிவாட் ஒரு வருட சிறை தண்டனையும் பத்தாயிரம் ரூபாய் அபராதமும் விதித்ததானது பத்திரிகையாளர்களை மிரட்டிய பல சம்பவங்களின் ஒரு உதாரணமாகும். பஜ்ரங் தளம் நடத்தியதாகக் கூறப்படும் ஆயுதப் பயிற்சி முகாம்களைக் குறித்து விசாரணை செய்து கொண்டிருந்தபோது ஹனுமான்கரில் கைது செய்யப்பட்ட பத்திரிகையாளர்களான ஆசாத் அஷ்ரப், அனுபம் பாண்டே மற்றும் வினய் பாண்டே ஆகியோர் ராஜஸ்தானில் எத்தகைய துன்பத்தைச் சகிக்க வேண்டி இருந்தது என்பதையும் சிந்தித்துப் பாருங்கள். 'இன்றே படையில் இருந்து நான் சஸ்பெண்ட் செய்யப்பட்டாலும், உன்னை செருப்பால் அடிப்பது நிச்சயம்' என்று கூறிய போலீஸ்காரருக்கு அதைச் சொல்லும் தைரியம் எங்கிருந்து வந்தது என்றால் அச்சத்தை விதைப்பதற்கான தேசியத் திட்டத்தை நிர்வகிக்கும் அதிகாரம் பெற்றவர் தன்னுடைய அரசியல் அதிபராகவும் எஜமானராகவும் இருக்கிறார் என்பதும் அவர் தன்னைக் காப்பாற்றுவார் என்பதிலிருந்தும்தான்.

இந்தியாவில் அச்சத்தை விதைப்பதற்கான நாடளாவிய திட்டம் முழுமை பெற்றுவிட்டது. புதிய நெடுஞ்சாலைகள் மற்றும் வேலைவாய்ப்புகளும் கிடைப்பதற்கு முன் ஒரு விஷயம் அனைவருக்கும் தவறாமல் தரப்பட்டுள்ளது- அச்சம்தான் அது. ஒவ்வொரு தனிநபருக்கும் - ஒரு பத்திரிகையாளர் அல்லது வேறு யாராக இருந்தாலும் - பயம் என்பது இப்போது தினசரி

யதார்த்தமாக உள்ளது. நாம் அனைவரும் அதைப் பல்வேறு வழிகளில் அனுபவித்து வருகிறோம். நாம் வீட்டை விட்டு வெளிச்செல்லும் அந்தத் தருணத்திலிருந்தே, எச்சரிக்கைகள் நம் காதுகளில் ஒலிக்கின்றன: கவனமாக இரு, இங்கே பார், அங்கே பார் என்றபடி.

இன்று இந்தியாவில் பாதுகாப்பாக இருப்பது 'கோடி மீடியா' (Godi media) அல்லது 'மடி நாய்' ஊடகம் மட்டுமே என்பது வெளிப்படை. நீங்கள் அதிகாரத்தின் மடியில் விழுந்து அங்கேயே பதுங்கிக் கிடந்தால் யாரும் எங்கும் உங்களிடம் எதுவும் சொல்லத் துணியமாட்டார்கள். நீங்கள் செய்ய வேண்டியதெல்லாம், துதிப்பாடல்களில் உங்கள் சுயத்தை இழந்து, நாரதர் செய்ததைப் போலத் தம்புராவை முழக்குவதும், தொலைக்காட்சித் திரையில் 'நாராயண நாராயண' என்று பஜனை செய்வது மட்டுமே.

தன் தாயுடன் ரயிலில் பயணம் செய்துகொண்டிருந்த நண்பனைப் பற்றிய ஒரு சம்பவத்தைச் சொல்கிறேன். பழைய மரபு மாறாத அந்தப்பெண், பர்தா அணிந்திருந்தார். ஒரு கும்பல் உடனடியாக உருவானது. பயணத்தின் காலம் முழுவதும் அவர்களைக் கேலி செய்தது. முதல் இரண்டு மணி நேரங்களிலேயே அவர்களின் தன்னம்பிக்கை சிதைக்கப்பட்டது. இப்போது நாடளாவிய வெற்றிகரமாகச் செயல்படுத்தப்பட்டு வரும் அச்சத்தை ஊட்டுவதற்கான இந்தத் திட்டத்தில், தனிநபர்கள்தான் மிக எளிதாகப் பாதிக்கப்படக்கூடிய மிகச்சிறு அலகாக இருக்கிறார்கள். அந்தத் திட்டம் இப்போது செய்தி அறையையும் அதிலுள்ள தனி நபர்களையும் அடைந்துவிட்டது. இந்த நிலையை எப்படி மாற்றுவது என்று எனக்குத் தெரியவில்லை. ஒருவேளை அடிபட்டவர்களுக்கும், இறந்தவர்களின் குடும்பங்களுக்கும் தனியாக ஓர் உதவி எண்ணை (ஹெல்ப் லைன்) ஏற்படுத்தலாம்.

பிரதான ஊடகங்களின் சில பிரிவுகள் வெறுப்பை விதைப்பவர்களின் தாக்குதல் எல்லைக்குள் எப்போதும் இருந்து வருகின்றன. மாற்று ஊடகங்களில் பத்திரிகைகளில் பணிபுரியும் நமது சகாக்களும் இப்போது அவர்களது இலக்குகளாக ஆகத் துவக்கிவிட்டார்கள். அவர்கள் விரல் விட்டு எண்ணும் அளவுக்கு மட்டுமே ஊழியர்களைக் கொண்ட சிறிய வலைத்தளங்களை நடத்தி வருகிறார்கள். இவை ஒன்று அல்லது இரண்டு

அல்லது ஐந்து லட்சம் வாசகர் விருப்பங்களைப் பெறும் இணையதளங்கள். அனைத்து முக்கிய ஊடகங்களின் குரல்களும் அடக்கப்படுகையில் இந்தச் சிறிய இணையதளங்கள்தான் நடக்கும் சம்பவங்களை மக்களின் கவனத்திற்குக் கொண்டு வருகின்றன. இந்தப் பத்திரிகையாளர்களும் மயங்கி விழும் அளவுக்குத் தாக்கப்படுகிறார்கள். அரசியல் ஆட்டத்தின் ஒரு பகுதியாக இவைகள் எல்லாம் முறைப்படுத்தப்பட்டு நடக்கின்றன.

வாட்ஸ்ஆப் மூலம் தகவல்களைப் 'புகட்டும்' வியாபாரிகளாக வேலை செய்யும் பல அரசியல் முகவர்கள் இப்போதெல்லாம் கொலைத் தொழிலையும் தம் கையில் எடுத்துக்கொண்டு விட்டனர். ஒருவரைத் தாக்குவதற்கு 10 பேரைத் திரட்ட முன்பெல்லாம் ஒரு குறிப்பிட்ட நேரம் எடுக்கும். ஆனால் பாசித் மாலிக்கின் விஷயத்தில், கூட்டத்தைச் சேர்ப்பது உடனடியாக நடந்தது. ஏனென்றால் அவர்களிடம் வாட்ஸ்ஆப் என்னும் சரியான சாதனம் இப்போது உள்ளது. அது பெரும்பாலானவர்களுக்குக் களச் செய்தி கிடைக்காமல் செய்துவிட்டது.

நான் என் அனுபவத்திலிருந்து சொல்கிறேன்; பணமதிப்பிழப்பு நடவடிக்கைக்கு அடுத்து வந்த நாள்களில், களத்தில் இருந்து செய்தி சொல்லவேண்டி பயணிப்பது மிகவும் கடினமாக ஆயிற்று. சிறப்புப் பாதுகாப்புப் படையினரைத் துணைக்குக் கொண்டு நீங்கள் பயணிக்கப்போவதில்லை அல்லவா? இந்தச் சூழ்நிலையில், ஒருவர் குறைந்த நேரத்தில், முடிந்தவரை பலரிடம் உரையாட எங்கே செல்வது? இந்த அச்சத்தை எதிர்கொள்வதற்கான வழியை நாம்தான் கண்டுபிடிக்க வேண்டியிருக்கிறது.

மக்களிடம், 'தொலைக்காட்சியில் நீங்கள் பார்த்துக் கொண்டிருப்பது வெறும் குப்பை! உங்களைத் தயார்செய்து கொண்டிருப்பது முஸ்லிம்களைக் கொல்வதற்காக மட்டுமல்ல. ஒருநாள் நீங்கள் யாரை வேண்டுமானாலும் கொல்லப் பயன்படுத்தப்படுவீர்கள்' என்று சொல்லியாக வேண்டிய கட்டாயம் வந்துவிட்டது. ஒரு கும்பலில் உள்ள ஒவ்வொரு நபரையும் கொலையாளியாக மாற்றும் சாத்தியம் கூட நடந்து கொண்டிருக்கும் திட்டத்தின் ஒரு பகுதிதான்.

ஜனநாயகத்திற்கு இன்றியமையாத விஷயமான விவாதங்களை அடக்குவதை எதிர்த்து மட்டும் நாம் போராடவில்லை. நமது

பிரச்சினை என்னவென்றால், நமது சுற்றுப்புறத்தில் கூட நாம் கால் எடுத்து வைக்க முடியாத அளவுக்கு ஒரு நிலை வரக்கூடும் என்பதுதான். எல்லோராலும் இன்னார் என்று நன்கறியப்பட்ட ஒருவருக்குத்தான் ஆபத்து வரும் சாத்தியம் அதிகமென்று நீங்கள் நினைக்கலாம். பாசித் மாலிக் நன்கு அறியப்பட்ட முகமா? எங்கோ ஓரிடத்தில் எழுதப்பட்ட உருது எழுத்துக்களைப் பார்த்த மாத்திரத்தில் அது 'பாகிஸ்தானி' மொழியென்று கூறிக் கிழித்தும் அழித்தும் போடுகின்ற ஒரு நிலைமைக்கு நாம் வந்திருக்கிறோம்.

பாசித் மாலிக்கிற்கான ஒற்றுமைக் கூட்டத்தில் பல ஊடகவியலாளர்கள் கலந்துகொள்ளாதது அங்கே கூடியிருந்த எங்களுக்கு மிகுந்த கவலையை அளித்தது. அவர்களின் எதிர்வினை ஏதும் இல்லாதுபோன நிலையில் இதுபோன்ற சம்பவங்கள் குறித்து மௌனம் காக்குமோர் எழுதப்படாத ஒப்பந்தம் நிலவுவது போல் எங்களுக்குத் தோன்றியது. நான் அப்படிப்பட்ட பத்திரிகையாளர்கள் நடுவில் அடிக்கடி இருக்க நேரிடுகிறது. அவர்களிடத்தில் இத்தகைய சம்பவங்களைப் பற்றி எந்தச் சங்கடமும் எந்தச் சலனமும் இருப்பதை நான் பார்த்ததில்லை. ஒரு சக ஊழியர் மீதான தாக்குதல் குறித்து உங்களிடத்தில் எந்த அசைவும் இல்லாமல் போவது என்ற விஷயம் ஆபத்தின் ஒரு அறிகுறியாகும். ஏனென்றால் அடிப்படையான ஒற்றுமை உணர்வு கூட நம்மிடம் இல்லாமல் போய்விட்டது என்பதை அது காட்டுகிறது.

அந்த நேரத்தில், பாசித் மாலிக் தாக்கப்பட்டபோது, பத்திரிகையாளர்கள் மீதான தாக்குதல்களுக்கு எதிர்ப்பு தெரிவிக்கும் கூட்டங்கள் வாரம் ஒரு நாளாவது நடக்க தேவைப்படுமென்று நான் நினைக்குமளவுக்கு அந்தத் தாக்குதல்கள் வழக்கமாக நடந்தன. நாம் விரைவில் இரங்கல் கூட்டங்களில் ஒருவரையொருவர் சந்திப்போமோ என்கிற மயிர்க்கூச்செறியும் அச்சம் ஒன்று எழுந்தது.

***

பின்னர், 5 செப்டம்பர் 2017 அன்று, கன்னட வார இதழான லங்கேஷ் பத்ரிகேயின் ஆசிரியரும் சமூக ஆர்வலருமான கௌரி லங்கேஷ், பெங்களூருவில் உள்ள அவரது வீட்டின் முன் வைத்து இரு சக்கர வாகனத்தில் வந்த மர்ம நபர்களால்

சுட்டுக் கொல்லப்பட்டார். அந்தக் கொலைக்கான நோக்கம் அந்த நேரத்தில் தெளிவாகத் தெரியவில்லை, ஒருவேளை அது நமக்குத் தெரியாமலே போகலாம். அந்தச் செய்தி வந்ததிலிருந்து, நம்மிடையே எத்தனை கொலைகாரர்கள் உலவுகிறார்கள் என்பதை நான் கவனிக்க ஆரம்பித்தேன். சமூக ஊடகங்களின் காலக்கோடுகளில் இருந்தும், ட்விட்டரிலிருந்தும் கொலைகாரக் கூட்டம் ஒன்று புறப்பட்டது- அத்துடன் கொலை செய்வதோடு உடன்படும் மனநிலையைத் தாங்கிப் பிடிப்பவர்களின் கூட்டமும் சேர்ந்துகொண்டது. அந்தக் கூட்டத்தினர் கௌரி லங்கேஷின் கொலையைக் குறித்துப் பல கேள்விகளை எழுப்பிச் சற்றும் வெட்கமோ, தயக்கமோ, நியாயத்தின் எல்லைகள் குறித்த உணர்வோ கொள்ளாமல் அந்தக் கொலையை நியாயமானது என்று சாதித்தனர். அந்தக் கூட்டம் காஷ்மீர் பண்டிட்டுகளைப் பற்றிய கேள்வியையும் கேரளாவில் ஆர்எஸ்எஸ் தொண்டர்கள் கொல்லப்பட்டது பற்றிய கேள்வியையும் எழுப்பியதுடன் கௌரி லங்கேஷின் கொலை குறித்த கேள்விக்குப் பதில் கூறுவதற்கு முன் நிபந்தனையாக அந்தக் கூட்டம் தனது கேள்விகளுக்கான பதில்களைக் கோரியது.

பிரச்சினையில் இருந்து திசைதிருப்பும் இது இம்மாதிரியான முயற்சிகள் மேற்கொள்ளப்பட்டு வரும் அதேவேளையில், ஒன்றுபட்டு நின்று, கௌரி லங்கேஷின் கொலை விஷயத்தில் நமது கவனத்தைச் செலுத்தி, அதிகாரிகளிடம் கோரிக்கைகளை எழுப்புவதுதான் நாம் செய்ய வேண்டிய தலையாய பணியாகும். குற்றம் குறித்துப் புலன் விசாரணை நடக்குமா? அதை கர்நாடக முதல்வர் சித்தராமையா செய்வாரா? தலைசிறந்த அறிஞர், கல்வியாளர், கன்னட பல்கலைக்கழகத்தின் முன்னாள் துணைவேந்தர், இந்து மதத்திலுள்ள மூடநம்பிக்கைகளை எதிர்த்து உறுதியாகக் குரலெழுப்பியவர் என்ற எல்லாச் சிறப்புகளையும் பெற்ற எம் எம் கல்புர்கியின் கொலை குறித்து அவர் எதுவுமே செய்யவில்லை. சித்தராமையா விரும்பியிருந்தால், அவர் வெளிப்படையாக, முன்னணியில் நின்று போராடி, கல்புர்கி கொலை வழக்கைச் சிறந்த முறையில் விசாரித்து அதன் தர்க்கரீதியான முடிவுக்குக் கொண்டு வந்திருக்கலாம். அவர் செய்யவில்லை. அதனாலேயே கர்நாடகத்தின் அண்டை மாநிலமான மகாராஷ்டிராவில் ஆட்சியில் இருந்தவர்கள், நன்கு அறியப்பட்ட பகுத்தறிவாளர்களும் இந்துமதச் சீர்திருத்தத்தை

முன்னெடுத்தவர்களுமான நரேந்திர தபோல்கர் மற்றும் கோவிந்த் பன்சாரே ஆகியோரின் கொலை விஷயங்களில் சிறப்பாகச் செய்திருக்கிறார்கள் என்று அர்த்தம் இல்லை. எந்தக் கட்சியினுடையதாக இருந்தாலும் சரி, அரசாங்கங்கள் நம் எல்லோருக்கும் எதிராகவே நிற்கின்றன என்பது மிகவும் சோர்வூட்டும் விஷயமாக இருக்கிறது.

கௌரியின் கொலையைப் போல வேறெந்தக் கொலையையும் இவ்வளவு பேர் உரத்த குரலில் துணிந்து சொற்களில் விஷத்தைக் கொட்டி நியாயப்படுத்தியது போல் இன்னொரு நிகழ்வு எக்காலத்திலும் நடந்ததில்லை என்பது என் எண்ணம். அதிலும் கௌரி லங்கேஷை, மிகச் சமீபத்தில் கொல்லப்பட்ட ஒரு பெண்ணை, பெட்டை நாய் என்று கூறி இப்போது "அந்தப் பெட்டை நாய் ஒரு நாயைப் போல் மரணம் அடைந்தது பற்றி நாய்க்குட்டிகள் எல்லாம் ஒரே குரலில் கத்துகின்றன" என்று எழுதிய நிகில் தாதிச் என்பவனை இந்திய மக்களால் அன்போடு அதிகாரத்தின் நாற்காலியில் அமர்த்தி வைக்கப்பட்ட அந்த மனிதர் ட்விட்டரில் பின்தொடர்ந்தார் என்பது இதில் என்னுடைய மிகப்பெரிய துயரமாக இருக்கிறது. நமது பிரதமரைக் குறித்து எனக்கு ஏமாற்றமே மிஞ்சியது.

நமது பிரதமருக்கு இந்த நாட்டைப் பற்றி எத்தனை குற்றச்சாட்டுகள் இருந்தாலும் இந்த நாட்டுக் குடிமக்கள் அவரை எவ்வாறு, எதனால் அதிகாரத்தில் அமர்த்தினார்கள் என்ற விஷயத்தில் அவர்கள் எதையும் மறைத்துவிட்டதாக அவர் குறை கூற முடியாது. ஒவ்வொரு மாநிலத்திலும், ஒவ்வொரு இடத்திலும் அவர் கோரிய பெரும்பான்மையை விடவும் அதிகமாகவே மக்கள் அவருக்கு வழங்கியிருக்கிறார்கள். இந்தத் தேசத்தைக் காப்பதற்கான தன்னுடைய பெரும்பணியில் அவருக்குத் தூங்குவதற்குக் கூட சொற்ப நேரமே இருக்கிறது என்று அவரது பிரச்சாரக் குழு நம்மிடம் சொல்கிறது. அது சரி என்றால் தாதிச் போன்றவர்களைப் பின்தொடர்வதற்கு அவருக்கு எப்படி நேரம் கிடைக்கும்? அவர்களைப் பின்தொடரும் அந்த நிலைக்கு அவர் ஏன் வந்தார்? ஒவ்வொரு முறையும் தன் சுற்றுப் பயணத்தை முடித்து வரும் போதும் அவர் தாதிச்சைப் பின் தொடர்வதை நிறுத்துவார் என்று நான் நம்பினேன். ஆனால், அவர் ஒருபோதும் அதைச் செய்யவில்லை.

இந்த நாட்டின் குடிமக்களாகிய நாம் அனைவரும் நமது பிரதமரிடம் பின்வரும் கேள்விகளைக் கேட்க வேண்டும்: 'நீங்கள் ஏன் தாதிச்சைப் பின் தொடர்கிறீர்கள்? உங்களுக்கு வாக்களித்த முப்பது சதவீத மக்களால் முடியாத எதை அவர் செய்துகொண்டிருக்கிறார்? உங்களை வெற்றி பெறச் செய்வது இந்த மனிதரும் அவரைப் போன்றவர்களுமா? அல்லது நீங்கள் அந்த அதிகார அந்தஸ்தை அடைய இப்படிப்பட்ட மனிதர் தேவைப்படுகிறாரா? நீங்கள் ட்விட்டரில் பின்தொடரும் கிளப் ஆஃப் 1700 என்ற தளத்தில் இப்போது தாதிச் மற்றும் அவரைப் போன்ற பலரும் இருக்கிறார்கள். 'தேசத்தின் பிரதமரான எனக்கு இருக்கும் கண்ணியம் உங்களுக்கு ஏன் இல்லாமல் போய்விட்டது மக்களே?' என்று அவர்களை நீங்கள் கேட்க முடியாதா?

ட்விட்டரில் பின்தொடர இந்தியாவில் வேறு யாரையும் அவரால் கண்டுபிடிக்க முடியவில்லை என்றால், பிரதமருக்கு எனது ட்விட்டர் கைப்பிடியை வழங்குகிறேன்; அவர் என்னைப் பின்தொடரலாம். நான் அவரை மிகுந்த மரியாதையுடன் விமர்சிப்பேன் என்று உறுதியளிக்கிறேன். நான் அவரை அவமானப்படுத்திவிட்டதாக ஒருபோதும் அவர் உணரமாட்டார். நான் அவருக்கு அழகான கவிதைகளையும், ஹிந்து புனித நூல்களில் இருந்து பல சுலோகங்களையும் மேற்கோள் காட்டுவேன். தனக்கு மரியாதை இல்லாத இந்தியாவில்தான் வாழ்கிறோம் என்று அவர் ஒருபோதும் எண்ணத் தேவையிருக்காது.

***

கௌரி லங்கேஷின் இரங்கல் கூட்டத்தின் போது "நீங்கள் இங்கே எதற்காக வந்திருக்கிறீர்கள்" என்று ஒருவர் என்னைக் கேட்டார்.

நாங்கள் எங்களுக்காக அங்கு கூடவில்லை. கௌரி லங்கேஷைக் கொன்றதன் மூலம் அனைவருக்கும் அனுப்பப்பட்ட செய்தி யாதெனில், "நீங்கள் அனைவரும் அமைதியாக இருக்க வேண்டும், இல்லையெனில் கௌரி லங்கேஷுக்கு ஏற்பட்ட அதே கதியை நீங்களும் சந்திக்க நேரிடும்" என்பதாக இருந்ததால் நாங்கள் அங்கே கூடினோம். தங்கள் முன் கிடத்தப்பட்ட ஒரு சடலத்தைக் கண்டு சிரிக்கும் இந்தச் சமுதாயத்தைக்

கண்டிக்கக் கூடினோம். இது நமது வழி அல்ல, நாமறிந்த இந்தியாவின் வழியுமல்ல என்பதை எடுத்துரைக்கவே நாங்கள் கூடினோம். ஆட்சியில் எந்த அரசாங்கம் இருந்தாலும் அந்த அரசாங்கத்திற்கு இந்தச் செய்தியைத் தெளிவாகத் தெரிவிக்க வேண்டுமென்று உறுதியெடுக்கவும், அது அவர்கள் கேட்டுப் புரிந்துகொண்டே தீர வேண்டிய ஒன்று என்பதை எங்களுக்கு நாங்களே அறிவித்துக்கொள்ளவும்தான் நாங்கள் அங்கே கூடினோம். மீண்டும் மீண்டும் துக்கம் தெரிவிக்கவும் அஞ்சலி செலுத்தவும் நாங்கள் கூடத் தேவையில்லாமல் போவதற்கான வழிகளைத் தேடக் கூடினோம். எங்கள் ஆழ்ந்த கவலைகளையும் அச்சங்களையும் பகிர்ந்துகொள்ள நாங்கள் கூடியிருந்தோம். நாங்கள் ஒருவருக்கொருவர் விலகிச் சென்றுகொண்டிருந்ததற்கான காரணங்களை ஆராயவும், ஒற்றுமையின்மையால் ஏற்படும் தீங்கை அறியவும் நாங்கள் கூடினோம். அரசியல் மற்றும் சித்தாந்த விசுவாச உணர்வில் இருந்து, அரசாங்கத்தின் செயல்களுக்குத் திரைபோட்டு மூடுவது தவறு என்று புரிந்து கொள்வதற்காக நாங்கள் அங்கே இருந்தோம். எதிர்ப்புக்காக மட்டுமே எதிர்ப்பு தெரிவிப்பவர்களையும் ஆதரிப்பதற்காக மட்டுமே ஆதரிப்பவர்களையும் குற்றவாளிகள் என்று காட்ட நாங்கள் அங்கே இருந்தோம். அச்சத்தை விதைப்பதற்கான நாடளாவிய திட்டத்தின் உச்சமான செயல்பாடுகளைத் தாண்டி, நாம் பணியமாட்டோம் என்பதை எமக்கு நாமே நினைவூட்டிக்கொள்ள அங்கே நாங்கள் இருந்தோம்.

கௌரி கொலை செய்யப்பட்டு அடுத்து வந்த நாள்களில் நான் மிகவும் அச்சம்கொண்டு உலவினேன். யாரோ என்னைத் தோட்டாக்களால் துளைத்தது போலவும், மக்கள் என் சடலத்தைக் கடந்து அங்கிங்காகச் செல்வது போலவும் உணர்ந்தேன். நான் தனித்த ஒற்றைக் குரலாக ஒலிப்பதை நிறுத்தி விடும்படி நாடு முழுவதிலுமிருந்து ஏராளமான நலம் விரும்பிகள், வாசகர்கள் மற்றும் பார்வையாளர்கள் என்னை அழைத்துச் சொன்னபடி இருந்தார்கள். 'அதே முடிவை நீங்களும் சந்திக்கக் கூடும். பாதுகாப்பு கேட்டு உள்துறை அமைச்சர், பிரதமர் ஆகியோருக்குக் கடிதம் எழுதுங்கள்' என்றார்கள். அவர்களால் தங்களுடைய சொந்த அடிவருடிகளுக்குக்கூட பாதுகாப்பு அளிக்க முடியாத நிலையில், எனக்கு என்ன பாதுகாப்பு கிடைக்கும் என் சகோதரா என்று நான் அவர்களுக்குச் சொல்ல நினைத்ததுண்டு.

பிளவு சக்திகளுக்கு அனைத்து விதமான ஆதரவையும் வழங்கும் அச்சத்தை விதைப்பதற்கான இந்த நாடளாவிய திட்டத்தின் ஊடாக ஒரு குறிப்பிட்ட வகை அரசியல் சூழல் உருவாக்கப்பட்டிருக்கிறது. கௌரி லங்கேஷ் கொல்லப்பட்டதைக் கண்டு சிரித்தவர்கள் அனைவரும் அந்தச் சூழலினால் உருவாக்கப்பட்டவர்கள் தான். இது ஒரு வெட்கக்கேடான நிகழ்வாகும். இந்துத்துவாவின் எந்த முகம், எந்த அம்சம் இது? துணிச்சல் மிக்க லட்சியவாதியான அமைதியான ஒருவர் கொல்லப்பட்டார். அதற்கு நாம் சிரித்தபடி அவர் சாக வேண்டிய ஒரு பெட்டை நாய் என்று எப்படிக் கூற முடிகிறது? அப்படிச் சொல்கிற இவர்கள்தான் குர்மீத் ராம் ரஹீமுக்கு எதிராகப் பேசிய இரண்டு பெண்களுக்கு ஆதரவாக எதுவும் சொல்லாத அதே சமூகப் பிரிவினராகவும் இருக்கிறார்கள். அந்த இரண்டு பெண்களையும் ஆதரித்த ஏதாவது ஒரு மகளிர் ஆணையத்தின் செயலாளர் ஒருவரின் பெயரையாவது சொல்ல முடியுமா? அந்த இரண்டு பெண்களைப் பற்றி ட்வீட் செய்த அமைச்சர், ராணுவ வீரர், பொதுச் செயலாளர், அரசு செயலாளர் என்று யாராவது ஒருவரையாவது நாம் அறிவோமா? அந்தப் பெண்கள் எதிர்த்துப் போரிட்டதால்தான் இவ்வளவு சக்தி வாய்ந்த பாபாவின் சாம்ராஜ்யம் அழிந்தது என்பதற்காக அவர்களுக்கு நன்றி. ஆனால், நமது சமூகமும், அதிலுள்ள பொறுப்புள்ள மக்களும், 'பேட்டி பச்சாவோ, பேட்டி பத்தாவோ'-மகள்களைக் காப்பாற்றுங்கள், மகள்களுக்குக் கல்வி கொடுங்கள்- என்பதை ஒரு கோஷம் என்பதாக மட்டுமே ஆதரிக்கின்றனர்.

படுகொலை செய்யப்பட்ட ஊடகவியலாளர் ஒரு பெண் என்பதையும் நாம் ஒருபோதும் மறந்துவிடக் கூடாது. தங்களது பார்வையின் தீட்சண்யத்தால் இந்தச் சமூகத்துக்கும் அரசுக்கும் நடந்துகொண்டிருக்கிற விஷயங்களை ஒரு நிலைக் கண்ணாடி போல எடுத்துக்காட்டுகிற நிலையைச் சில பெண்களே அடைவதற்கும் கூட பல முட்டுக்கட்டைகளைக் கடக்க வேண்டி உள்ளது. நெடிய போராட்டத்திற்குப் பின் அந்த நிலையை அடைந்த கௌரி அந்த நிலையில் சாய்க்கப்பட்டதன் மூலம் ஒரு மகத்தான திறமை வீணடிக்கப்பட்டது.

***

பிரதமரைப் பின்பற்றுபவர்களும், அவரை ஆதரிப்பவர்களும், அவரால் ஆதரிக்கப்படுபவர்களும்கூட - அவரது கண்ணியத்தைப் பற்றிக் கவலைப்படாத நிலையில் செயற்கையாக உற்பத்தி செய்யப்படுகிற கருத்துகளை ஆயுதமாகக் கொண்டிருக்கிற, போலி செய்திகளால் தூண்டப்படுகிற ஒரு பைத்தியக்காரக் கும்பல் நமக்கிடையில் இருந்தே உருவாகியிருக்கிறது என்பதை அறியாமல் இருக்கிறார்கள். நாம் தனியாக இருந்தாலும் சரி, ஆயிரக்கணக்கானவர்களாக இருந்தாலும் சரி, அந்தக் கும்பல் நம்மைச் சுற்றி வளைத்துக் கொன்றுவிடும்

தனி மனிதன் பிழைத்திருப்பது மட்டுமல்ல விஷயம் -நாமறிய அந்தப் பிரச்சினையும் அங்கே இருந்துகொண்டுதான் இருக்கிறது- ஆனால் தொலைக்காட்சிகளின் முதன்மை நேரங்களில் தங்களது பிரச்சினைகளுக்குக் குரல் கொடுக்கப்பட வேண்டும் என்பதற்காகவும் தங்களது லட்சியங்கள் உறுதிப்பட வேண்டும் என்பதற்காகவும் நித்தம் போராடுகிற அந்தக் குடிமக்கள் தொடர்ந்து பிழைத்திருப்பதுதான் முக்கியமான விஷயம். பொய்ச் செய்திகளின், போலிப் பிரச்சினைகளின், உரத்த ஓசையில் எவருடைய குரல்கள் மூழ்கடிக்கப்படுகின்றனவோ, எவருடைய கேள்விகள் புறக்கணிக்கப்படுகின்றனவோ எவருடைய போராட்டங்கள் நசுக்கப்படுகின்றனவோ அவர்களுடைய வாழ்க்கைதான் இங்கே முக்கியமான விஷயம். மக்களின் விருப்பங்களும் அபிலாஷைகளும், தொடர்ந்து கொலைக்காளாகின்றன. பொய்ச் செய்திகளைப் பற்றித்தான் கௌரி லங்கேஷின் இறுதித் தலையங்கம், தற்செயலாகவோ என்னவோ பேசியிருந்தது. போலிச் செய்தி டெல்லியை மையமாகக் கொண்டு மட்டும் நிகழ்வதில்லை. அது மாநிலங்களிலும் பேரழிவை விளைவிக்கிறது. மக்களை இந்து, முஸ்லீம் என்கிற இருமைகளாகப் பிளவுபடுத்துகிறது.

நம் அனைவரையும் சுற்றிப் பின்னப்பட்டுக்கொண்டிருக்கின்ற அச்சம், வன்முறை மற்றும் வெறுப்பு ஆகியவற்றின் கொடிய வடிவங்களை நாம் அனைவரும் புரிந்துகொள்ள வேண்டும்; ஏனென்றால் கௌரி லங்கேஷ் என்கிற தீரமிக்க பத்திரிகையாளர் அவைகளுக்குத்தான் இரையானார்.

4

கும்பல் கூடும் இடமெல்லாம் ஹிட்லரின் ஜெர்மனியே

தனது அதிகாரப்பூர்வ இஸ்ரேல் சுற்றுப்பயணத்தின் போது பிரதமர் மோடி 2017 ஜூலை 4ஆம் நாள் யாத்வஷேம் ஹோலோகாஸ்ட் நினைவிடத்திற்குச் சென்ற பிறகு இந்தக் கட்டுரையை எழுதினேன். அவர் அங்கு சென்றதற்கு நாம் நன்றிகூற வேண்டும். பிரதமர் தனது வருகையின் மூலம், அந்தக் கொடுங்காலத்தில் படுகொலை செய்யப்பட்ட யூதர்களுக்கு அஞ்சலி செலுத்தியது மட்டுமல்லாமல், அந்தக் கொலைகாரன் ஹிட்லரின் பாரம்பரியத்தையும் நிராகரித்தார்.

நாட்டுத் தலைவர்கள் மற்ற நாடுகளுக்குச் செல்வது தங்களுக்காக மட்டுமல்ல. அதில் குடிமக்களுக்கும் கற்றுக்கொள்ளும் வாய்ப்பு நிறைய உள்ளது. நானே அந்த விஷயத்தில் மிகவும் நன்றி உள்ளவனாக இருந்தேன். ஏனெனில் அவர் அங்கு வருகை தந்த பின்னர் நவீன கால வரலாற்றில் இந்த முக்கியமான அத்தியாயத்தைப் பற்றி, அதிலும் விசேஷமாக சமகால இந்தியாவுக்கும் உலகுக்கும் எச்சரிக்கைக் கதையாக இருக்கக்கூடிய ஒரு குறிப்பிட்ட நிகழ்வைக் குறித்து, நான் விரிவாகப் படிப்பதற்கும் அதன் முக்கியத்துவத்தைப் புரிந்து கொள்வதற்கும் ஒரு வாய்ப்பு கிடைத்தது. இந்த அத்தியாயத்தைப் படித்துப் புரிந்துகொள்வது குறிப்பாக இளைஞர்களுக்கு முக்கியமானது என்று நான் நினைக்கிறேன். ஏனெனில் இவை எல்லாம் அவர்கள் பிறப்பதற்கு முன்பே நடந்த நிகழ்வுகள். வரலாற்றில் இருந்து பாடம் கற்றுக்கொள்ளாதவர்கள் இனிமேல் எழுதப்படப் போகும் வரலாற்றில் கொலைகாரர்களாக மாறுவதற்கு வாய்ப்புகள் அதிகம் என்பதை இளைஞர்கள், ஏன், நாம் எல்லோருமே, உணர வேண்டும்.

***

ஜெர்மனி தேசத்தின் அனைத்து இரவுகளிலும், நவம்பர் 9 மற்றும் 10, 1938க்கு இடைப்பட்ட இரவு மிகக் கொடூரமானது. அது ‘கிறிஸ்டல் நைட்’ அல்லது ‘நைட் ஆஃப் ப்ரோகன் கிளாஸ்’ என்று அறியப்பட்டது ஆகும். யூதர்களைத் துன்புறுத்துவதற்கான முழுத் திட்டமும் நாடெங்னும் மைதானத்தில் அந்த இரவில்தான் - அதாவது அவர்களைக் கொன்று குவிப்பது, அவர்களுக்குச் சொந்தமான அனைத்தையும் பறிப்பது, அவர்களை நாட்டை விட்டு வெளியேறும் நிர்பந்தத்தை ஏற்படுத்துவது ஆகியவை - துவங்கப்பட்டன.

1938 வரையான ஆண்டுகளில், யூத வணிகர்களையும் வர்த்தகர்களையும் ஜெர்மனியில் இருந்து வெளியேற்றுவதற்கான ஒருங்கிணைக்கப்பட்ட நிகழ்வுகள் திட்டமிடப்பட்டன. யூத மருத்துவர்களும் வழக்கறிஞர்களும் நிதி பெறாத வண்ணம் புறக்கணிக்கப்பட்டனர். யூதர்கள் தங்கள் கடவுச்சீட்டுகளில் ‘ஜே’ என்ற எழுத்தை எழுத வேண்டுமென்று ஆணையிடப்பட்டது. ஆண்கள் தங்கள் பெயர்களை அடுத்து ‘இஸ்ரேல்’ என்றும், பெண்கள் ‘சாரா’ என்றும் சேர்க்குமாறு ஆணை பிறப்பிக்கப்பட்டது, இதனால் அவர்களை யூதர்கள் என்று எளிதில் அடையாளம் காண முடியும். ஜெர்மானிய பல்கலைக்கழகங்களின் பேராசிரியர்களும் இந்த வெறுப்பைப் பரப்புவதில் பெரும்பங்கு வகித்தனர். அவர்கள் தங்கள் வகுப்புகளில் யூதர்களைத் தீயவர்கள் என்று இனம் காட்டக்கூடிய குணாதிசயங்களை, உளவியல் ரீதியான ஆய்வுகளை, கற்பித்தனர். அதிகார வர்க்கம், யூதர்களை அடையாளம் காண்பதிலோ அல்லது அவர்களின் அடிப்படை உரிமைகளை அழிக்கும் பிரசுரங்களை வெளியிடுவதிலோ மும்முரமாக இருந்தது. யூதர்களுக்கு ஆதரவாகப் பேசும் எவரையும் காவல்துறையினர் கைது செய்தார்கள். நகரின் பொதுப் பூங்காக்களுக்குள் யூதர்கள் நுழையத் தடை விதிக்கப்பட்டது. யூதர்களுக்குச் சொந்தமான கடைகளில் பொருட்கள் வாங்குவதை மக்கள் நிறுத்தினர். கடை முகப்புகளில் அவற்றின் உரிமையாளர்கள் யூதர்கள் என்று அடையாளம் இடப்பட்டது. ரயில் பெட்டிகள் தனித்தனியாகப் பிரிக்கப்பட்டன. யூதர்கள் மற்றவர்களோடு சேர்ந்து ஒன்றாக வாழக்கூடிய ஒரு ஒருங்கிணைந்த சமூகமாகவே ஜெர்மனி எப்போதும் இருந்து வந்தது. அவர்களை அங்கிருந்து பறித்தெடுத்து நகருக்கு வெளியே உள்ள சேரிகளுக்கு அனுப்பத் திட்டம் தீட்டப்பட்டது. இதில் கொடுமுரண்பாடு என்னவெனில்

செல்வந்தர்களான யூதர்கள் அந்தச் சேரி வீடுகளுக்கும் இறுதியில் பணம் செலுத்த வேண்டி வந்தது. யூதர்களின் வீடுகள், கடைகள் மற்றும் கிடங்குகளுக்கு ஏற்படும் சேதங்களுக்கு இழப்பீடு வழங்கக்கூடாது என்று காப்பீட்டு நிறுவனங்களுக்கு உத்தரவிடப்பட்டது. அவர்களைத் தாக்க வரும் கும்பல்களின் வேலையை எளிதாக்கும் வகையில் யூதர்களை எல்லா வழிகளிலும் தனிமைப்படுத்த முயற்சிகள் மேற்கொள்ளப்பட்டன.

இவை 1938 வரையிலான ஆண்டுகளில் ஆங்காங்கே நடந்த பல கொடுமையான, பலவிதமான வன்முறைச் சம்பவங்கள் ஆகும். சிலர் இந்தச் சம்பவங்களை ஆதரித்தனர், மற்றவர்கள் எதிர்த்தனர். மேலும் மாறிமாறி வந்த ஆதரவு மற்றும் எதிர்ப்பு நடவடிக்கைகளின் போக்கில் மக்கள் வன்முறை குறித்து சுரணையற்றவர்களாக மாறினர். எதிர்காலத்தின் கொலைகாரர்களாகவும் தங்களுக்குப் புகட்டப்பட்ட பிரச்சாரத்தின் நடவடிக்கைகளை நிறைவேற்றுபவர்களாகவும் மாறுவதற்கு அவர்கள் மனோரீதியாகத் தயார் செய்யப்பட்டனர். அதற்குள்ளாகவே பல ஜெர்மனியர்கள் விதவிதமான படைகள் மற்றும் நிறுவனங்களின் ஒரு பகுதியாக மாறுவதில் பெருமை கொண்டு 'ஹிட்லர் வாழ்க' என்று கோஷமிடத் துவங்கிவிட்டனர். அவர்கள் ஹிட்லரின் பக்தர்களாகிவிட்டார்கள். அவர்களின் மனதில் வன்முறையின் நஞ்சை அவர் ஊட்டினார். ஹிட்லரின் சொந்த அதீத மனநிலை மக்களின் அதீத மனநிலையாக மாறிவிட்டது. அதற்கு மேல் ஹிட்லர் எதுவும் செய்ய வேண்டிய அவசியம் இல்லை; ஜெர்மானிய மக்கள் எல்லாவற்றையும் செய்வார்கள். ஹிட்லரும் அவரது அரசாங்கமும் செய்ய வேண்டியது எல்லாம் மக்களைத் தாங்கள் விரும்பியபடியெல்லாம் செய்ய அனுமதிக்க வேண்டும், அவ்வளவுதான்.

"அடுத்த பத்தாண்டுகளில் நாம் ஓர் உணர்ச்சிகரமான மோதலை எதிர்கொள்ளப் போகிறோம் என்பதில் நாம் தெளிவாக இருக்க வேண்டும். இதுவரையில் நீங்கள் கேட்டிராத ஒன்றாக அது இருக்கும். இது நாடுகளுக்கு இடையேயான மோதல் மட்டுமல்ல, யூதர்கள், ஃப்ரீமேசன்கள், மார்க்சிஸ்டுகள் மற்றும் தேவாலயங்களின் சித்தாந்தங்களுடனான போராட்டமாகும். இந்த சக்திகளின் ஆன்மா எல்லா எதிர்மறைகளுக்கும் வேராக இருக்கும் யூதர்களிடம் உள்ளது என்றே நான் நம்புகிறேன்.

ஜெர்மனியும் இத்தாலியும் அழிக்கப்படாவிட்டால், தாங்களே அழிக்கப்பட்டுவிடுவோம் என்று யூதர்கள் நம்புகிறார்கள். இது பல ஆண்டுகளாக நம் முன் இருக்கும் கேள்வி. ஜெர்மனியில் இருந்து யூதர்களை வெளியேற்றுவோம். இதுவரை யாரும் கனவிலும் கண்டிராத கொடுமையை அவர்களுக்கு இழைப்போம்.” SS படைப்பிரிவின் தலைவர்களில் ஒருவரான ஹென்ரிச் ஹிம்லர், 9-10 நவம்பர் 1938 நிகழ்வுகளுக்குச் சில நாள்களுக்கு முன்பு அமைப்பின் மற்ற தலைவர்களுக்கு ஆற்றிய உரையில் அவர்களையும் யூதர்களுக்கு எதிராகத் தூண்டும் பொருட்டு இந்தப் பிரகடனத்தைச் செய்தார்.

சவுக்கு நுனி போன்ற மதிநுட்பம் கொண்ட புத்திசாலியும் ஹிட்லரின் கொலைகாரப் பிரச்சார மேலாளருமான ஜோசப் கெப்பல்ஸ் (கோயபல்ஸ் என்ற உச்சரிப்பு தவறானது. கெப்பல்ஸ் என்பதே சரி - மொ-ர்), நிகழ்ந்த வன்முறையின் விவரங்களை ஹிட்லருக்குத் தெரியப்படுத்த பணிக்கப்பட்டார். ஹிட்லர் அது பற்றிய தனது மௌனத்தையும் அவ்வப்போது அந்த இயக்கம் தீவிரப்படுத்தப்பட வேண்டும் என்ற வாய்மொழி ஆணைகளின் ஊடாகவும் அரசு இயந்திரத்திற்கு அந்தப் படுகொலைகள் தொடர்வது அனுமதிக்கப்பட வேண்டுமென்று உணர்த்தினார். கும்பலும் எஸ் எஸ் என்று அழைக்கப்பட்ட ஷூட்ஸ்டாஃப்ஃபல் என்ற இராணுவமும் இந்தப் பணியை நிறைவேற்றுபவர்களாக இருந்தார்கள். எஸ்எஸ் அல்லது Schutzstaffel-என்பது ஓர் இராணுவம். அகண்ட ஜெர்மனி, வல்லரசு ஜெர்மனி, ஐரோப்பாவின் பேரரசனான ஜெர்மனி என்ற கனவுகள் மற்றவர்களுக்கு காட்டப்பட்டது போலவே எஸ்எஸ் ராணுவத்தின் இளமையான உறுப்பினர்களுக்கும் காட்டப்பட்டன.

1938ஆம் ஆண்டு நவம்பர் 7ஆம் தேதி இரவு, ஜெர்மனியின் மூன்றாவது படைச் செயலாளர் எர்ன்ஸ்ட் வோம் ராத் என்பவர் பாரிஸ் நகரத்தில் கொல்லப்பட்டார். கொலையாளியின் பெயர் ஹெர்ஷல் கிரின்ஸ்பன். அவன் போலந்து வம்சாவளியைச் சேர்ந்த யூதன். அந்த விஷயம் கெப்பல்ஸூக்கு தேவலோகத்தில் உள்ள தெய்வங்கள் அவருடைய பிரார்த்தனையை ஏற்றுக்கொண்டது போல் இருந்தது. திரி ஏற்கெனவே உருகிக் கனன்று கொண்டிருந்தது. அது உயிர்கொண்டு பற்றிக்கொள்ள கொஞ்சம் காற்றை மட்டுமே ஊத வேண்டியிருந்தது. அதுவும் கிடைத்துவிட்டது.

அன்றிரவு கெப்பல்ஸ் தனது நாட்குறிப்பில் எழுதினார்: 'நான் பழைய டவுன் ஹாலில் ஒரு கட்சி நிகழ்ச்சியில் கலந்துகொள்கிறேன். அங்கே ஒருபெரும் கூட்டம் கூடியிருக்கிறது. ஹிட்லரின் எண்ணங்கள் அனைத்தையும் அவர்களுக்கு விளக்குகிறேன். யூதர்களுக்கு எதிரான ஆர்ப்பாட்டங்கள் தொடர வேண்டுமென்று அவர் முடிவு செய்துவிட்டார், போலீசாரைப் பின்வாங்க உத்தரவிட வேண்டும் என்று கூறுகிறார்; மக்களின் ஆத்திரத்தை யூதர்கள் எதிர்கொள்ளட்டும். காவல்துறைக்கும் கட்சிக்கும் அவசரமாக உத்தரவு பிறப்பிக்கிறேன். பிறகு கட்சி நிகழ்ச்சியில் சிறிது நேரம் பேசுவேன். கைதட்டல் அதிகம் கிடைக்கும். உடனே தொலைபேசியை எடுத்தேன். இப்போது மக்கள் தங்கள் பணியைத் தொடங்குவார்கள்."

கும்பல் கட்டவிழ்த்து விடப்பட்டது. யூதர்களுக்குச் சொந்தமான கடைகள் எரிக்கப்படும் சமயங்களில் படுகொலையின் ஒருங்கிணைப்பு முகமையாக ஆக்கப்பட்டுவிட்ட காவல்துறைக்கு ஒதுங்கிக்கொள்ளச் சொல்லி மட்டுமல்ல, யூதர்களின் கிடங்குகள் எரிக்கப்படும் நேரத்தில் அந்தத் தீ வைப்பு தடையின்றி நடப்பதற்கு ஏதுவாக அவைகளில் உரிமையாளர்களைப் 'பாதுகாப்புக் காவலில்' வைக்கவும் உத்தரவிடப்பட்டது. ஆரிய இனத்தைச் சேர்ந்தவர்களின் வீடுகள் பாதுகாப்பாக இருப்பதற்காக யூதர்களின் வீடுகள் எரிகையில் கண்டுகொள்ளாமல் இருக்கவும் அதே சமயம் அடுத்துள்ள வீடுகள் மீது தண்ணீர் பாய்ச்சித் தீயை அணைக்கவும் ஆணையிடப்பட்டது.

அது மக்களின் இயல்பான, தன்னிச்சையான கோபத்தின் விளைவுதான் என்று தோன்ற வைக்க அனைத்து ஏற்பாடுகளும் செய்யப்பட்டிருந்தன. அதனால் அரசாங்கம் அல்லது காவல்துறையின் வாயிற் படியை எந்தப் பழியும் எட்ட முடியாமல் போயிற்று. 'மக்களின் கோபம்' என்ற பெயரில் நடத்தப்பட்ட இந்த விபரீத விளையாட்டு வரலாற்றின் முகத்தில் இன்று வரை அழிக்க முடியாத ரத்தக்கறையைப் பூசியது. ஐரோப்பாவில் நவீனத்துவம் துடிப்பான இளமையோடு இருந்த, ஜனநாயகம் என்கிற கருத்து போற்றப்பட்டு பவனி வந்த ஒரு காலகட்டத்தில் இவையெல்லாம் நடந்தன.

அந்த இரவில் நூற்றுக்கணக்கான யூதர்கள் கொல்லப்பட்டனர். பெண்களும் குழந்தைகளும் படுகாயம் அடைந்தனர்.

கிட்டத்தட்ட நூறு வழிபாட்டுத் தலங்கள் அழிக்கப்பட்டன. நாஜி ராணுவம் நவம்பர் 9ஆம் தேதியன்று ம்யூனிக்கில் இருந்த யூத ஜெப ஆலயத்தை எரித்தது. ஜெப ஆலயம் போக்குவரத்திற்கு இடையூறாக இருப்பதாக சாக்கு சொல்லப்பட்டது. பெர்லினில் மட்டும் பதினைந்து யூத ஜெப ஆலயங்கள் எரிக்கப்பட்டன. கல்லறைகள் தாக்கப்பட்டன. ஆயிரக்கணக்கான கடைகளும் கிடங்குகளும் எரிக்கப்பட்டன. எண்ணற்ற குடியிருப்புகள் கற்குவியல் ஆக்கப்பட்டன. ஜெர்மனியின் பெருநகரங்களின் நடைபாதைகளில் உடைந்த கண்ணாடிச் சிதறல்கள் நிறைந்து கிடந்தன. கடைகளின் முன்னிருந்த தெருக்களும் அவ்வாறே இருந்தன. யூதர்களின் நினைவுடன் தொடர்புடைய ஒவ்வொரு பொருளும், அவர்களின் தனிப்பட்ட புகைப்படங்களும் கூட அழிக்கப்பட்டன. பல ஆண்களும் பெண்களும் தற்கொலை செய்துகொண்டனர். பலர் காயமடைந்து பின்னர் இறந்தனர். காவல்துறை 30,000 யூதர்களை நாட்டை விட்டு வலுக்கட்டாயமாக வெளியேற்றி வதை முகாம்களுக்குள் தள்ளியது. அங்கே இடப்பற்றாக்குறையின் காரணமாக ஆண்களும் பணக்கார யூதர்களும் மட்டுமே கைது செய்யப்பட்டனர். அன்றிரவு, கெப்பல்ஸ் தனது ஹோட்டல் அறைக்குத் திரும்பியபோது, ஜன்னல்கள் நொறுங்கும் சத்தம் கேட்டுக் கொண்டிருந்தது. அவர் தனது நாள்குறிப்பில் எழுதினார்: 'சிறந்த பணி! சிறந்த பணி!'. அவர் மேலும் எழுதினார்: 'ஜெர்மன் தூதர்களைப் படுகொலை செய்தால் என்ன நடக்கும் என்பதை ஜெர்மன் மக்கள் என்றென்றும் நினைவில் வைத்திருப்பார்கள்.'

அதிகாரிகளால் ஆணையிடப்படாத செயல்களும் நிறைவேற்றப்பட்டன; நிறைவேற்றப்பட்ட எவை குறித்தும் எவரும் பேசவில்லை. மூச்சுத் திணறலைப் போர்வையாகப் போர்த்தியது போல் ஓர் அமைதி அந்த நிலத்தின் மீது படர்ந்தது. அது பத்திரிகைகளை ஒரு வழியாகச் சரிக்கட்டுவதின் மூலம் நடத்தப்பட்டது. ஹிட்லர் எங்கு சென்றாலும், யூதர்களுக்கு எதிராகக் கட்டவிழ்த்துவிடப்பட்ட வன்முறைகள் குறித்து அவரிடம் பத்திரிகைகள் கேள்விகள் கேட்கக் கூடாது என்ற கட்டுப்படுத்தும், எழுதப்படாத ஓர் ஒப்பந்தம் இருந்தது. உலகில் தனது பிம்பத்திற்கு இழுக்கு வரக்கூடாது என்பதற்காக அவர் அமைதியாக இருந்தார்.

ஹிட்லர் ஜெர்மானிய வன்முறைக் கும்பலின்பால் ஈர்ப்பு கொண்டார். ஏனெனில் அந்தக் கும்பல் அவருடைய தேவைக்கேற்ற வகையில் உருவாக்கப்பட்டிருந்தது. மேலும், கும்பலை ஆதர்சமாக நினைத்த ஹிட்லர், ஒரு தன்னிகரற்ற புதிய சட்டத்தை இயற்றினார் - யூதர்கள் அவர்களுக்கு ஏற்பட்ட சேதத்திற்கு அவர்களே ஈட்டுத்தொகையினைச் செலுத்த வேண்டும் - அவர்கள் தங்கள் கடைகளையும் வீடுகளையும் தாங்களே தீயிட்டுக் கொளுத்திக் கொண்டதைப் போல. கும்பல் தனது சொந்த சாம்ராஜ்யத்தைப் படைக்கும் தருணத்தில், கொடிய கொள்கைகள் இதயங்களையும் மனங்களையும் ஆளத் தொடங்குகின்றன.

***

நாஜி ஆட்சி அதன் கொலைகாரச் செயல்பாட்டில் வெற்றி பெற்றதற்குப் பிரச்சாரமே பெரும்பாலும் காரணமாக இருந்தது. எல்லா வழிகளிலும் ஒரேயொரு ஒற்றைக் கதையாடல் உரைக்கப்பட்டு ஊக்குவிக்கப்பட்டது. மற்றெந்தக் கதையும் இருக்கவே அனுமதிக்கப்படவில்லை. பிரச்சாரத்தால் தொடர்ந்து வடிவமைக்கப்பட்ட மக்கள், தாம் ஓர் ஆயுதமாக மாற்றப்பட்டதை உணரவில்லை. பிரச்சாரத்தின் நோக்கம் ஒன்றே ஒன்றுதான் - ஒரு கும்பலை உருவாக்குவது. அந்தக் கும்பல்தான் கொலைகளைச் செய்கிறது, ரத்தம் அந்தக் கும்பலைச் சேர்ந்தவர்களின் ஆடைகளில்தான் தெறிக்கிறது. அரசாங்கமும் தலைவர்களும் குற்றமற்றவர்களாகத் தோன்றுகிறார்கள். கும்பலை ஒன்றிணைப்பதில் பிரச்சாரத்தின் பங்கைக் குறித்து யாரும் பேசுவதில்லை. மேலும் அந்தக் கும்பலில் உள்ளவர்களின் மனதில் நிறைந்துள்ள நஞ்சு எவ்வகையானது என்பதை யாரும் ஆராய்வதில்லை.

'தீவிரமயமாக்கல் காத்திரமான எந்த எதிர்ப்பையும் எதிர்கொள்ளவில்லை'. கிரிஸ்டல் நைட்டின் வரலாற்றைப் புரிந்துகொள்ள நான் படித்த புத்தகம் ஒன்றில் இந்த ஆழ்ந்த, சில்லிட்டுப் போக வைக்கின்ற வாக்கியத்தைக் கண்டேன். ஏன் இது சில்லிட்டுப் போக வைக்கிறது என்றால் வரலாறு மீண்டும் மீண்டும் திரும்பும் வழிகளில் இதுவும் ஒன்று என நான் உணர்ந்ததால்தான். ஹிட்லரின் கும்பல் இராணுவத்திற்கு எதிராக யாரும் எந்தவிதமான எதிர்ப்பையும் தெரிவிக்கவில்லை. நடந்த அனைத்திற்கும் சாதாரண மக்கள் தங்கள் வெட்கத்தையும், வருத்தத்தையும் வெளிப்படுத்தினர் என்றாலும் கையறு நிலையில்

இருப்பவர்களாகவே அவர்கள் தங்களை வெளிப்படுத்திக் கொண்டனர். பேசும் நிலையில் இருந்தவர்களும் அமைதி காத்தனர். 'உன் அண்டை வீட்டாரை நேசி' என்று போதிக்கும் தேவாலயமும் அமைதியாக இருந்தது. உலகின் பல நாடுகள் தப்பியோடிய யூதர்களுக்கு அடைக்கலம் கொடுக்க மறுத்தன. உலகின் எல்லா இடங்களிலும் என்றுமே அதுதானே நடக்கிறது?

***

எனவே வன்முறையின் தன்மையைப் பற்றி நாம் சிந்திக்காமல் இருக்க வேண்டுமென்பதே எனது உருக்கமான பிரார்த்தனை. தனக்குக் கொடுமை இழைத்ததாகவும் படுகொலைகளை நிகழ்த்தியதாகவும் பாலஸ்தீனத்தால் குற்றம் சாட்டப்படும் இஸ்ரேலின் பிம்பம் இன்றைக்கு என்னவாக இருந்த போதிலும், யூதர்களுக்கு நடந்த எல்லாவற்றுக்கும் இன்றுவரை இந்த உலகம் குற்றவாளியாக இருக்கிறது என்பதை நாம் புரிந்துகொள்ள வேண்டும். கடுமையான வன்முறைக்கு ஆளான ஒரு சமூகம், ஏன் மற்றவர்கள் மீது கடுமையான அல்லது அதைவிட மோசமான வன்முறையைச் செலுத்த முற்படுகிறது என்பதை ஒருவேளை கவனமாகச் சிந்தித்தால் நாம் அதைக் கண்டுபிடிக்கக் கூடும். மேலும், மகாத்மா காந்தி அஹிம்சையின் மீது ஏன் இத்தகைய முக்கியத்துவத்தை வைத்தார் என்பதை முன்பை விட மிகத் தெளிவாகப் பார்ப்போம். வெறுப்பு எனும் கருஞ்சுழலிலிருந்து வெளியேற நமக்கு அகிம்சை ஒன்றே வழி. உலகத்தை நோக்கி வெளியே நாம் காணவும், அன்பெனும் ஒற்றை நிறத்தில் வண்ணம் தீட்டப்பட்டதாக அதை அறியவும் உள்ள ஒரே வழி அதுதான்.

கும்பல்களின் இயல்பைப் புரிந்துகொள்ளவும் நாம் முயல வேண்டும். ஒவ்வொரு கும்பலுக்கும் அதன் சொந்த அரசியலமைப்பு உள்ளது. அதன் சொந்த நாடு உள்ளது. அதன் சொந்த ஆடைகளையும் திசைவழியையும் அது உருவாக்கிக்கொள்கிறது. மேலும் அதன் சொந்த இரையை அடையாளம் கண்டுகொள்கிறது. கும்பல்களின் தன்மையை நாம் அறிந்திருப்பதால் அதற்குத் தக்கவாறு சம்பந்தப்பட்ட அரசு நிறுவனங்களின் விசாரணையையும் பொறுப்புகளையும் நிறைவேற்ற நாம் அனுமதிக்க உறுதி கொள்ளவேண்டும். எந்த இடத்திலும், எந்த நேரத்திலும் ஒரு கும்பலாக உருக்கொள்வது என்பது ஹிட்லரின் ஜெர்மனியாக மாறுவதே ஆகும்.

5

மக்களாக இருப்பது

2014ஆம் ஆண்டில், ஒரு புதிய தேசியப் பாடத்திட்டம் தொடங்கப்பட்டது, அதைச் செயல்படுத்துவதற்கு மடிநாய் ஊடகம் முழு நேரமும், அதைத் தாண்டியும் வேலை செய்து கொண்டிருக்கிறது. ஒட்டுமொத்த மையக் கருத்து மாறவில்லை என்றாலும் அத்தியாயங்கள் மாறுபடும். ஒவ்வொரு மாலை நேரமும் இவற்றில் ஏதாவது ஒன்றுக்கு அர்ப்பணிக்கப்படுகிறது: கிச்சடி-பிரியாணி, தாஜ்மஹால்-கோவில், நேரு எதிர் படேல், போஸ் எதிர் நேரு, முத்தலாக், அக்பர், ஔரங்கசீப், ஷாஜஹான், அசோகர், திப்பு சுல்தான், ராணி பத்மாவதி, மிக உயரமான சிலை, அத்துடன் கற்பனை வற்றிப் போகும்போது பலவிதமான மாமனிதர்கள் பாடத்திட்டத்துக்குள் வைக்கப்படுவார்கள், நீக்கப்படுவார்கள்.

ஒட்டுமொத்த தேசமும் வரலாற்று வகுப்பில் அமர்ந்திருப்பது போலவும் நாம் அனைவரும் முதல் முறையாக வரலாற்றைப் படிப்பது போலவும் ஓர் உணர்வு ஏற்படுகிறது. ட்ரோல்கள், 'பக்தர்'கள் மற்றும் செய்தித் தொகுப்பாளர்கள்தான் நமக்கு வரலாற்றாசிரியர்கள் - மற்றவர்களை விடவும் மேலதிகமாக செய்தித் தொகுப்பாளர்தான் நம்முடைய வரலாற்று ஆசிரியராக இருக்கிறார். செய்தித் தொகுப்பாளரின் தேசிய அளவிலான 'விரிவுரைகளுக்கு' அடிப்படையாக விளங்கும் ஒரு கருத்து இருக்கிறது - யாரோ ஒரு 'மாமனிதர்' புறக்கணிக்கப்பட்டு விட்டார் வரலாற்றிலிருந்து அழிக்கப்பட்டுவிட்டார் ஆனால் 'அவருக்கு' மறுக்கப்பட்டுவிட்ட அந்த அங்கீகாரத்தை நாம் உறுதி செய்தே ஆக வேண்டும் - என்ற கற்பனைக் கருத்துக்கு அவர்கள் தம்மை ஒப்புக்கொடுத்துவிட்டார்கள். அவரது அபிலாஷைகள் நிறைவேற்றப்பட்டே ஆக வேண்டும். ஆனால், அவர் போய் நெடுங்காலமாகிறது; பாடத்திட்டத்தை ஆக்கியவர்களுக்கும் அதை நிறைவேற்றுபவர்களுக்கும் உள்ள

உள்ள அபிலாஷைகள் நிறைவேறுவதற்கான வெறும் சாக்குப் போக்காகத்தான் அவர் இன்றைக்கு இருக்கிறார்.

என்னதான் நடக்கிறது என்று நாம் சிந்திக்கத் தொடங்கும் தருணத்தில், வாட்ஸ்ஆப்பில் சாணக்கியரைப் பற்றி ஒரு குறிப்பு வருகிறது. நமது புதிய தேசிய பாடத்திட்டத்தில் நிகழ்ச்சிகளை நிறுத்துபவராகவும், பேராசிரியர் பதவியின் அளவுகோலாகவும் அவர்தான் விளங்குகிறார். அவர் பெயரால் எதுவும் நடக்கும்; அதிலும் குறிப்பாக வரலாறு, போர், ராஜதந்திரம் மற்றும் அரசியல் தொடர்பான பிரச்சினைகளில் நடக்கும். எதார்த்தத்தில், எந்த ஆதாரமும் இல்லாத ஒன்றை நீங்கள் கூற விரும்பினால், அதை சாணக்கியர் சொன்னார் என்று கூறுங்கள். தூண்டில் முள்ளைக் கடித்த மீன்களைப் போல் மக்கள் அதில் வந்து விழுந்துவிடுவார்கள். தேசம் போன்ற தூண்டு சொற்களை, மேலும் வீரதீரம் போன்ற உடல் ரீதியான சாகசத்துடன் ஒத்துப் போகக் கூடிய பல்வேறு தூண்டுச் சொற்களையும் நிச்சயம் நீங்கள் அதன் மேல் தூவிச் சேர்த்துக்கொள்ள வேண்டும். அவ்வாறு சேர்த்த பின்னர் நீங்கள் செய்தித் துணுக்கைப் பொதுவெளியில் பகிர்வது நல்லது.

நம் மத்தியில் நடைபெறும் முழு அரசியல் விவாதமும் இந்தத் தேசிய பாடத்திட்டத்தைச் சுற்றியே கட்டமைக்கப்படுகிறது. இந்தப் பாடத்திட்டத்தின் மூலம் நாம் வரலாற்றுடன் இணைக்கப்படுகிறோம் என்று நினைத்துக்கொண்டிருக்கிறோம். ஆனால் உண்மையில் வரலாற்றிலிருந்து நாம் வஞ்சகமாகத் துண்டிக்கப்பட்டுக்கொண்டிருக்கிறோம். வரலாற்றை எழுதுவதான செயல்முறையானது ஒற்றை நேர்க்கோட்டில் நடப்பதில்லை. இந்தச் செயல்முறை எந்தக் குறிப்பிட்ட புள்ளியிலும் முடிவடைவதில்லை; அது முடிவில்லாத தொடரும் ஒரு செயல்முறை-ஒரு புத்தகம் இன்னும் பத்து வெளியீடுகளுக்குத் தூண்டுதலாக அமைகிறது; ஓர் ஆராய்ச்சியின் முடிவு அதற்குப் பின்வரும் முடிவுகளால் கேள்விக்குள்ளாக்கப்படுகிறது. மார்க்சிய அல்லது இடதுசாரி வரலாறுகள், தடித்த எழுத்துகளில், முற்றான ஒன்றாக, கட்சித் தலைமையகத்தில் இருந்து நேரடியாக வெளிவந்ததில்லை. இதற்கு நேர்மாறாக, வலதுசாரி வரலாறு நிதர்சனமாக ஒரே ஒரு மூலாதாரத்தில் இருந்து வெளி வருவது தெரிகிறது. வேண்டுமென்றால் நான் சொன்னதை நிரூபிக்க

உங்களுடன் ஒரு நூலகத்திற்கு நான் வரவேண்டுமென்று நீங்கள் விரும்பினால் நான் வரத் தயாராக இருக்கிறேன்.

இடையறாத மாற்றமும் ஆழ்ந்த சுழற்சியும் வரலாற்றை எழுதுவது என்பதன் அடையாளக் குறிகளாகும். நமது வழக்கமான வாழ்க்கையின் நுணுக்கங்களையும் அன்றாட சாதனைகளையும் உள்வாங்கிக்கொள்ளும் பொருட்டு அது அரசர்கள், அரசிகள் மற்றும் பெரிய மனிதர்களின் வாழ்க்கையில் இருந்து விலகி இருக்கிறது. நாம் எப்படி வாழ்கிறோம், வாழும் காலத்தை நாம் எப்படி நோக்குகிறோம் என்பதன் பின்னணியில் வரலாற்றைப் புரிந்துகொள்ள அது முயல்கிறது. ஆவணங்களாலும் காப்பகத்தில் சேமித்து வைத்து வைக்கப்பட்டுள்ள ஆதாரங்களினாலும் உறுதிப்படக்கூடிய அளவுக்கு வரலாற்றை எழுதுவதென்பது ஒரு முழுமையான செயல்பாடாக ஆவதற்கு முயன்று வருகிறது.

வரலாற்றை எழுதுவது என்பது மீளவும் ஒருமுறை அரசர்கள், அரசிகளின் கதைகளாகப் பின்னோக்கி இழுக்கும் நகர்வு இங்கே செய்யப்படுகிறது. அது நம்மிடையே இப்போது இல்லவே இல்லாதவர்கள் செய்ததாகச் சொல்லப்படும் உண்மையில் நடந்த அல்லது நடந்திராத செயல்களுக்காக, 'விசுவாசமான ஹிந்துக்கள்' பழிக்குப் பழி வாங்குவார்கள் என்கிற கருத்தினால் உந்தப்பட்ட பொறுப்பற்ற கட்டுக்கதையாடலாகும். நிகழ்காலத்தில் வாழ்பவர்களுக்கும் அந்த வரலாற்றிற்கும் எவ்விதத் தொடர்பும் இல்லையென்றாலும், நடந்த எதற்கும் அவர்கள் எந்தவிதத்திலும் பொறுப்பாகமாட்டார்கள் என்றாலும் பழிவாங்கும் எண்ணம் மட்டுமே நீடிக்கிறது.

இந்தப் புதிய தேசியப் பாடத்திட்டத்தின் இந்தக் கதையாடல்கள் மூலம், இளம் இதயங்கள் வெறுப்பின் தீப்பிழம்புகளால் நிரப்பப்படுகின்றன; அதனால் அவர்கள் நம்மிடையே நடமாடும் மனித வெடிகுண்டுகளாக மாற்றப்படுகிறார்கள். வகுப்புவாதம் மனிதர்களை வெடிகுண்டுகளாக மாற்றுகிறது - இந்த மாற்றத்தை நம் அண்டை வீட்டாரின் மக்களில் மட்டுமல்ல நமது சொந்த குழந்தைகளிடையேயும் காணப்போகிறோம். ஓர் இளைஞன் முற்றிலும் வெறுப்பினால் நிரப்பப்பட்டு இருக்கும்போது அவன் ஒரு மனித வெடிகுண்டாக மாறுவதால் வெவ்வேறு மதங்களைச் சார்ந்த இரண்டு தனி நபர்களுக்கு இடையே நிகழ்கிற ஒரு சாதாரண சண்டையைக் கூட வகுப்புவாதக் கண்கொண்டு

பார்த்து ஆத்திரம் கொண்டு வெடித்துவிட முடிகிறது. அவன் கொலைச் செயலில் பங்காளி ஆகிறான்: பெஹ்லு கான் அல்லது முஹம்மது அக்லாக் அல்லது ஜுனைத் கானைக் கொல்லும் கூட்டத்தின் ஒரு பகுதி ஆகிறான். அதிகாரத்தில் உள்ளவர்கள் அவனை ஒருபோதும் தண்டிக்கமாட்டார்கள் என்பதை அவன் அறிவான். நம்மிடையே இப்போது உள்ள மனித வெடிகுண்டு இந்த வகையைச் சேர்ந்ததுதான். நாம் இப்போது பலவீனமான இதயம் கொண்ட மக்கள் அல்ல; இப்போது 1,200 ஆண்டுகால அடிமைத்தனமும், அறுபது ஆண்டுகாலப் போலி மதச்சார்பின்மையும் நமக்குப் பின்னே இருப்பதாக நாம் நினைப்பதாலும், அத்தோடு இப்போதைய மோசமான ஆட்சியும் சேர்ந்துகொள்வதால், ஒரு மனிதனை வெட்டி எரித்து வீடியோவை இணையத்தில் வெளியிடும் நமது சொந்த 'ஜிகாதி ஜானை' நாமே உருவாக்கியுள்ளோம்.

இந்த மனித வெடிகுண்டுகள் எந்த ஒரு சமூகத்திலோ அல்லது தேசத்திலோ எண்ணிக்கையில் அதிகரிக்கும் போது, இழப்பு அரசுக்கு நேர்வதில்லை. மாறாக அந்த எண்ணிக்கைக்கு ஏற்ற விகிதத்தில் குடிமக்கள் என்கிற முறையில் நமது அந்தஸ்தும் ஆற்றலும் சுருங்கிப் போகிறது. அவர் எந்த மதத்தைச் சேர்ந்தவர் ஆயினும் சரி, ஒரு கூட்டத்தால் ஒருவர் அடித்துக் கூழாக்கப்படும் நிகழ்வை நாம் தொலைக்காட்சியில் காணும்போது, அங்கே பலியானவர் ஒரு கூட்டத்தினரால் வீழ்த்தப்படுவதைக் காணும்போது, நமது வீட்டின் பாதுகாப்பான இடத்திலிருந்து நாம் அதைப் பார்த்துக் கொண்டிருந்தபோதும் அது நம்மை உலுக்கிவிடுகிறது. முகநூலில் நம்முடைய உணர்வுகளைப் பகிர்ந்துகொள்ளவும் அஞ்சுவதோடு சில வேளைகளில் வீட்டை விட்டு வெளியே காலடி வைக்கவும் தயங்குகிறோம். நாம் அச்சுறுத்தப்படுவதாகவும் நமது சிவில் உரிமைகள் அரித்து அழிக்கப்பட்டுவிட்டதாகவும் நாம் உணர்கிறோம்.

ஒரு குறிப்பிட்ட நபரின் அல்லது சித்தாந்தத்தின் கைப்பிடிக்குள் அதிகார முழுமையும் இருக்க வேண்டும் என்பதற்காக மட்டுமே நமது மனங்களை வெறுப்பினால் நிறைக்கும் செயல் நடப்பதில்லை. ஒரு ஜனநாயகத்தில் குடிமக்களாக இருப்பதாலேயே நமக்கு வாய்க்கிற அதிகாரம் முற்றாகத் துடைத்தழிக்கப்படுவதை உறுதிப்படுத்துவதற்காகத்தான் அது நடக்கிறது. சமூக ஊடகங்களிலும் பிரைம்-டைம்

தொலைக்காட்சிகளிலும் கற்பிக்கப்படும் புதிய தேசிய பாடத்திட்டத்தின் தீய விளைவுகளிலிருந்து உங்கள் குழந்தைகளைக் காப்பாற்றி வைப்பதோடு நீங்களும் அதன் கைக்கு எட்டாத தூரத்தில் இருந்து விடுமாறு உங்களை நான் மிகப் பணிவுடன் கேட்டுக்கொள்கிறேன். தேசியப் பாடத்திட்டம் அதன் அடிப்படைக் கருத்தில் வீரியமானது, பிடிவாதமானது. அதன் செயல் போக்கு யூகிக்கக் கூடியதுதான். இது - எங்கெல்லாம் தேர்தல் நடக்கிறதோ அங்கெல்லாம் அது தன் இருப்பை உணர்த்தக் கூடியது. ஒரு வளமான பன்முகத்தன்மை கொண்ட பண்பாடு நிறைந்த ஒரு வலுவான நாகரீகத்தைச் சார்ந்த மக்கள் என்ற உணர்வு குறித்த தன்னம்பிக்கைதான் இன்றைக்கு நம் அனைவருக்கும் தேவை. எப்படி நீதியும் அநீதியும் நமது நிகழ்காலத்தின் ஒரு பகுதியாக இருக்கின்றனவோ அவ்வாறே கடந்த காலத்திலும் இருந்தன என்கிற உண்மையைக் கையாள நாம் கற்றுக்கொள்ள வேண்டும். வரலாற்றுடன் எப்படிக் கலந்துறவாடுவது என்பது நமக்குத் தெரிந்திருக்க வேண்டும். ஆனால் இந்த விவாதங்கள் தீவிரமான நிலைப்பாடுகளுக்கு நம்மைத் தள்ளிவிடுகின்றன; அதன் விளைவாக. நாம் தவிர்க்கமுடியாமல் வகுப்புவாதத்திற்கு நெருக்கமாக நகர்கிறோம் - ஒரு குறிப்பிட்ட சமூகம் மீதான அவநம்பிக்கை ஒரு பெரும் பிளவைப் போல விரிந்துகொண்டே போகிறது.

உலக வரலாற்றிலேயே மிகவும் தீயதான ஹிட்லரின் நாஜி ஆட்சியினால் ஏற்பட்ட தமது கடந்த காலத்தின் மீதான கறையை எவ்வாறு கையாள்வது என்பதைக் குறித்து ஜெர்மனி முழுவதிலும் உள்ள பள்ளிகளில் குழந்தைகளுக்குக் கற்பிக்கப்படுகிறது. வரலாற்றின் அந்தப் பக்கங்களைக் கிழித்தெறிவதனாலோ, எரித்து விடுவதாலோ அல்லது அதனிடமிருந்து ஓடி ஒளிவதாலோ நீக்க முடியாத களங்கம் இது. ஒருமுறை நான் ஒரு ஜெர்மன் பத்திரிகையாளரிடம் அவர்களிடம் குற்ற உணர்வு நிறைந்திருக்கிறதா என்று கேட்டேன். எனது நாட்டிலுள்ள அரசியல்வாதிகள் யாரையும் சாதாரணமாக ஹிட்லர் என்று முத்திரை குத்துவதற்கு முன் இருமுறை யோசிப்பதில்லை என்பதைக் குறிப்பிட்டு, ஜெர்மனியிலும் அப்படித்தான் நடக்கிறதா என்று அவரிடம் கேட்டேன். 'எந்தவொரு விவாதத்திலும் ஹிட்லரின் பெயரை எப்படிக் கொண்டுவருவது என்பதில் நாங்கள் மிகவும் கவனமாக

இருக்கிறோம்; பகுத்தறிவுடனும் மனிதாபிமானத்துடனும் தன்னுடைய வாதத்தை வைக்கும் திறனை இழந்துவிட்ட ஒரு நபரை மட்டுமே ஹிட்லரின் தன்மை கொண்டவர் என நாங்கள் கருதுகிறோம்' என்று அவர் பதிலளித்தார்.

நாஜி ஜெர்மனியில் நிகழ்ந்ததாக எடுக்கப்பட்ட ஷிண்ட்லர்ஸ் லிஸ்ட் திரைப்படம் வெளியான நேரத்தில், அவர்களின் ஆசிரியர் அவர்களிடம் பேசியதை அவர் நினைவு கூர்ந்தார். ஆசிரியர் கூறியது இதுதான்: "இந்தத் திரைப்படம் நமது தேசத்தின் வரலாற்றின் மிக இருண்ட அத்தியாயத்தைப் பற்றியது. ஆம், அது நடந்தது. ஆனால் அதற்காக உங்கள் தகப்பனாரையோ என் தகப்பனாரையோ குற்றம் சொல்ல முடியாது. நமது வரலாற்றின் அந்த இருண்ட அத்தியாயத்திற்காக நாம் வெட்கம் கொள்ள வேண்டும், வெட்கம் கொள்கிறோம். ஆனால் படத்தைப் பார்க்கும்போது குற்ற உணர்ச்சியோ கோபமோ கொண்டு உடைந்துபோவதில்லை. மாறாக, அந்த நேரத்தில், அந்தக் காலத்துக்குள் நாம் இப்போது சிறைப்பட்டிருக்கவில்லை என்பதையும் அத்தருணத்தில் இருந்து வெகு தூரம் வந்து ஒரு புதிய யுகத்தில் வாழ்ந்துகொண்டிருக்கிறோம் என்பதையும் குறித்து நாம் ஒரு தன்னம்பிக்கை உணர்வைக் கொண்டிருக்க வேண்டும்'.

இந்தியாவில் நமது குடிமக்களுக்கு வரலாற்றைக் கையாளும் வழிகள் கற்பிக்கப்படவில்லை. அதற்கு மாறாக, 'பாரம்பரியம்' என்ற பெயரில் அதிலும் குறிப்பாகத் தொலைக்காட்சி சேனல்களில் உருவாக்கப்படும் கதையாடல் மனிதாபிமானமற்றது. ஒருவேளை என்னைப் பீதியைக் கிளப்புபவன் என்று கருதிப் பலரும் இந்த எச்சரிக்கைச் சொற்களைப் புறக்கணிக்கலாம். ஆனால் இந்த வார்த்தைகளை நாம் துயரத்தோடு நினைவு கூரும் ஒரு காலம் வரும் - நமக்காக இல்லாவிட்டாலும், நம் குழந்தைகளுக்காகவாவது. ஏனெனில், நம்மில் எவரும் நம்முடைய குழந்தைகள் நமது அண்டை வீட்டாரைக் கொல்வதற்காக வாளேந்துவதைக் காண விரும்ப மாட்டோம். அவன் ஆதரிக்கும் கட்சி ஒருவேளை அவனைக் காப்பாற்றலாம். ஆனால், நம் குழந்தை ஒரு கொலைகாரன் என்று தெரிந்து நம்மால் ஒரு கணம் கூட உறங்க முடியாது.

ஆல்வாரில், பெஹ்லு கான் படுகொலை செய்யப்பட்டபோது, சமூகத்தின் தரப்பிலிருந்து மிகக் குறைந்த எதிர்வினையே

இருந்தது. அரசு தரப்பில் அதுகூட இல்லை. நெரிசலான ரயில்வே பிளாட்பாரத்தில் ஜுனைத் கான் கொல்லப்படும்போது அவருக்கு உதவ யாரும் முன் வரவில்லை. பின்னர் சம்பவத்திற்கான சாட்சிகளும் இல்லை, எல்லோரும் வேறு எங்கோ இருந்ததாகக் கூறினர், அல்லது கொல்லப்பட்டுக் கொண்டிருக்கும் ஒரு மனிதனின் கதறல்கூட அவர்கள் காதில் விழாத அளவுக்கு ஏதோ ஒன்றில் அவர்கள் ஆழ்ந்து ஈடுபட்டிருந்தனர் போலும். ஏற்பட்ட சேதாரத்தை நினைத்துப் பாருங்கள் : இரண்டு மனிதர்கள் பயங்கரமான, கற்பனை செய்ய முடியாத வலியில் துடிதுடித்து இறந்து போனார்கள். அதையே நாம் பொருட்படுத்த மாட்டோம் என்றால், கொலை செய்தவர்களை நினைப்போமா? அவர்கள் தண்டிக்கப்பட மாட்டார்களா என்று நினைப்போமா? அவர்கள் எத்தனை பேர்? எட்டு? பத்து? இருபது? நமக்குத் தெரியாது, தெரிந்துகொள்ள முயற்சிப்பதும் இல்லை. அந்த மனிதர்கள், கொலை செய்த பின் அவர்கள் தத்தம் வீடுகளுக்குச் சென்றிருக்க வேண்டும். அன்று மாலை என்ன உணவு சாப்பிட்டார்கள்? அவர்களுக்காகச் சமைத்தது யார்? மறுநாள் காலையில் அவர்கள் வாழும் பகுதியில் எத்தனை பேர் அவர்களை வாழ்த்தினர்? நம் சமூகத்தில் எட்டு, பத்து, இருபது கொலைகாரர்கள் சுதந்திரமாக உலா வருகின்றனர். அது இன்னும் ஒரு வருடத்தில் எண்ணூறு அல்லது இருபதாயிரம்கூட ஆகலாம். அப்போது கொலை என்பது சாதாரணமாக இருக்கும். அழகான கம்பளம் அல்லது புடவை நெய்வது, கார் ஓட்டுவது, தோட்டம் பராமரிப்பது, சாப்ட்வேர் எழுதுவது அல்லது நோயாளிகளைப் பராமரிப்பது என்கிற மற்ற வேலைகளைப் போலவே கொலை செய்வதும் அவர்களுக்கு ஒரு தொழிலாக மாறிவிடலாம். கொலை செய்வதை அன்றாடத் தொழிலாகச் செய்துவிட்டு மாலையில் வீடு திரும்பும் கொலைகாரர்கள் நமது மத்தியிலேயே இருப்பார்கள். அவர்கள் நம் குழந்தைகளாகவோ, உடன்பிறந்தவர்களாகவோ, கணவராகவோ அல்லது மனைவியாகவோ இருக்கலாம். இதற்கு நாம் ஒப்புக்கொண்டுவிட்டோமா? நாம் வாக்களிக்கும் போது, நாம் தேர்ந்தெடுத்த உலகம் இதுதானா?

நடந்து கொண்டிருப்பது என்ன என்பதை நாம் கண்டுகொள்ளாமல் இருக்கக்கூடாது. எதிர்காலம் கடுமையாக இருக்கப் போகிறது. இந்து-முஸ்லிம் கதையாடல்களின் விஷத்தினால் இந்துக்களிடையே இருந்து வெறுப்பின்

காரணமாகவும் முஸ்லிம்களிடையே இருந்து அச்சத்தின் காரணமாகவும் மனித வெடிகுண்டுகள் பெருமளவில் உருவாகிக்கொண்டிருக்கிறார்கள். நமது சமூகம் அதன் மிகக் கீழான நிலையை அடையத் தயாராக உள்ளது. மக்கள் தொகை அடர்ந்த இடங்களில் வகுப்புவாதம் இன்னும் அதிகமான மனித வெடிகுண்டுகளை அடைகாத்துத் தயார் செய்யும்.

***

வரலாற்றைப் புரட்டிப் பொய்யாக்குவதற்குப் பல வழிகள் உண்டு. 2016ஆம் ஆண்டு மேற்கு வங்கத் தேர்தலின்போது, தேசியப் பாடத்திட்டத்தின் புதிய அற்புதங்கள் வெளிவரக் கண்டோம். கண்ணிமைக்கும் நேரத்தில் மத்திய அரசின் ஆவணக் காப்பகத்தில் இருந்து 'நேதாஜி கோப்புகள்' தோண்டி எடுக்கப்பட்டு ஒளிபரப்பப்பட்டு, நமது சுதந்திரப் போராட்டத்தின் பேராளுமைகளில் ஒருவரான சுபாஷ் சந்திர போஸ்க்கு வரலாற்றில் கிடைக்க வேண்டிய இடம் மறுக்கப்பட்டுவிட்டது போன்றும், அது அவருக்கு இப்போது வழங்கப்படும் என்றும் ஒரு கருத்து உருவாக்கம் செய்யப்பட்டது. இந்தியாவிலுள்ள ஒவ்வொரு குழந்தைக்கும் அவரைப் பற்றித் தெரியும் என்பதும், அவர் பல தசாப்தங்களாக நாடு முழுவதும் உள்ள தேசியக் கதையாடல்களிலும், பாடப்புத்தகங்களிலும் ஒரு முக்கிய இடத்தைப் பெற்றுள்ளார் என்பதும், மேலும் அவரது படங்கள் பல லட்சக் கணக்கான வீடுகளையும் அலுவலகங்களையும் அலங்கரித்தன என்பதும் ஒரு பொருட்டாகவே கருதப்படவில்லை. முன்னர் எப்போதும் அவரைப் பற்றிக் கவலையே படாத அவரது புதிய ஆதரவாளர்களிடமிருந்து பல நாள்கள் நேதாஜியைக் குறித்து நாம் கேள்விப்பட்டுக்கொண்டிருந்தோம். சில சமயங்களில் நேருவுக்கு எதிராகவும் சில சமயங்களில் மற்ற தலைவர்களுக்கு எதிராகவும் அவர் நிறுத்தப்பட்டார். நேதாஜி மீது அக்கறை கொண்ட ஒரு சேர்ந்திசையே ஒலித்தது என்றாலும் மாநிலத் தேர்தலில் பாஜக தோல்வியடைந்தவுடன், அவரை மறதியின் உலகுக்கு அனுப்பி வைத்துவிட்டார்கள்.

இவ்வாறு வரலாற்றைத் தவறாகப் பயன்படுத்துவதை என்ன விலை கொடுத்தேனும் தவிர்க்க வேண்டும். எப்படிப் பார்த்தாலும், நேருவுக்கும் போஸ்க்கும் இடையேயான உறவின் ஏற்றத் தாழ்வுகளைப் பற்றி மேலும் அறிய ஒரு நூலகத்தில்

தேடுவதே எல்லாவற்றிலும் சிறந்த வழி. ஆனால், அவர்களின் உறவு பற்றி மேலும் அறிய நீங்கள் ஒரு தொலைக்காட்சி ஸ்டுடியோ விவாதத்தைத் தேர்ந்தெடுப்பீர்களானால், பல புதைகுழிகள் உங்களுக்குக் காத்திருக்கின்றன என்று எச்சரிக்கிறேன்- ஒரு நாளுக்கு இரண்டு செய்தித்தாள்களையோ அல்லது ஒரு ஆண்டு முழுவதும் ஒரு புத்தகத்தையோ படிக்கக்கூட நேரமில்லாத ஒரு தொகுப்பாளர் இரவு நேரங்களில் ஒரு வரலாற்றாசிரியராக உருக்கொண்டு, அனுதினமும் உங்கள் மனதைக் கெடுத்துக் கொண்டிருக்கிறார்.

இது நம் காலத்தில் பிரச்சினை மட்டுமல்ல, வருங்கால சந்ததியினருக்கும் இது பிரச்சினையாக இருக்கும். அதிக அசம்பாவிதம் இல்லாமல் இதுவரை கடந்துவிட்டோம். ஆனால், நம் கண் முன்னே தோண்டப்படுகிற பல குழிகளில் இப்போது எத்தனை பேர் விழுவார்கள் என்று என்னால் சொல்ல முடியாது. என்னால் சொல்ல முடிந்த விஷயம் என்னவென்றால், இந்த வலையில் விழப்போவது நீங்களும் நானும் மட்டுமல்ல: நம்முடைய கைகளில், மடிகளில் நாம் வைத்துக் கொஞ்சுகிற, ஒளிமயமான எதிர்காலம் அவர்களுக்கு இருக்க வேண்டும் என்று நாம் நினைக்கிற, நம் குழந்தைகள் அந்த வலையினுள் ஈர்க்கப்பட்டுக் காயப்படுவதை நாமே காண வேண்டிய அவல நிலைக்கு நாம் ஆளாவோம்.

இந்த நாள்களில் பல புதிய சாகச நாயகர்கள் உருவாகிக் கொண்டிருக்கிறார்கள். உடல் ரீதியான துணிவு மற்றும் வெற்றியின் கட்டுக்கதைகளால் முழுமையாக வடிவமைக்கப்பட்ட இவர்கள் கொல்வதற்கு ஆயத்தமாக உடை அணிந்தவர்களாய் அரசியல் அரங்கத்திற்குள் அதிரடியாக நுழைகிறார்கள். அவர்கள் கடந்த காலத்தை முற்றாக அழித்துவிட்டு அதன் இடத்தில் தங்களது மனத்தில் இருக்கும் பிம்பத்திற்கேற்ப அதைத் திருத்தி மீட்டெழுதுகிறார்கள். நிகழ்காலத்தில் வரலாற்றைத் தாம் உருவாக்குவதாக அவர்கள் நினைத்துக்கொண்டிருக்கிறார்கள். அதேசமயம் வரலாறு அவர்களைப் போன்றவர்களின் நிகழ்காலத்தை நீண்ட காலத்திற்கு முன்பே எழுதி வைத்திருக்கிறது. அவர்கள் எவ்வளவு முயன்றாலும் அதை மாற்ற முடியாது. அவர்கள் அம்பலப்படுத்தப்படுவார்கள். நாம் செய்ய வேண்டியதெல்லாம்

நம் கண்களையும் காதுகளையும் திறந்து வைத்துக் காத்துக் கொண்டிருப்பது மட்டுமே.

கடந்த காலத்தைக் கையாள நாம் கற்றுக்கொண்டால், நிகழ்காலத்தில் குழப்பமடையவோ அல்லது ஏமாறவோ மாட்டோம். உதாரணமாக, 2017 இறுதியில் குஜராத் தேர்தலின் போது சர்தார் படேலின் பெயரைச் சொல்ல வேண்டிய அவசியம் இருக்கவில்லை; அவரது பெயர் ஏற்கெனவே 2014 லோக்சபா தேர்தலின் போது பயன்படுத்தப்பட்டுவிட்டது. இந்த முறை மாநிலத்தில், அதிருப்தியில் இருந்த படேல் சமூகத்தைச் சமாதானப்படுத்தவே அவரது பெயர் தாராளமாகப் பயன்படுத்தப்பட்டது. அது பலன் அளித்ததா? நமக்குத் தெரியாது. ஆனால் படேல் சமூகத்திற்கு ஒன்றை நான் பணிவுடன் சொல்லிக்கொள்கிறேன்: சர்தார் ஒரு குழுவுக்கு மட்டுமே சொந்தமானவர் என்று உரிமை கோரவோ அல்லது இழிவான பார்வை கொண்ட அரசியலின் அரங்கிற்கு இழுக்கப்படவோ முடியாத அளவுக்குப் பெரிய அரசியல் வித்தகராக இருந்தவர்.

சர்தார் படேலுக்கும் ஜவஹர்லால் நேருவுக்குமிடையில் பகை இருந்ததாகவும் அதில் நேருதான் வில்லன் என்றும் ஒரு கதை கட்டப்பட்டது, ஆனால் நம் தேசத்தின் புதிய கதாநாயகர்களுக்குக் காதுகொடுத்துக் கேட்கும் ஆர்வம் இருக்குமென்றால், நான் அவர்களுக்குச் சொல்வேன்: நேருவுக்கும் சர்தாருக்கும் இடையிலான கடிதப் பரிமாற்றங்களையும், அவர்களுக்கிடையேயான உறவைப் பற்றிய மாச்சரியமற்ற ஆவணங்களையும் நீங்கள் படிப்பீர்களானால் உங்கள் கண்கள் கண்ணீரால் நிறையும். அப்படிப்பட்ட நண்பர்கள், சக பயணிகள் உங்கள் வாழ்க்கையின் ஒரு பகுதியாக மாறினால், நீங்கள் உண்மையிலேயே ஆசிர்வதிக்கப்படுவீர்கள். நீங்கள் ஒருவருக்கு நேருவாகவும், அந்த நபர் உங்களுக்குப் பட்டேலாகவும் இருந்தால், நீங்கள் உலகின் மிக விலையுயர்ந்த செல்வத்தைச் சம்பாதித்துள்ளீர்கள் என்பதை அறிந்துகொள்ளுங்கள். ஆனால், உங்கள் செயல்களால் நீங்கள் சர்தார் என்று போற்றப்படும் மனிதர் விட்டுச் சென்றிருக்கிற பாரம்பரியச் செல்வத்தை நிராகரித்துவிட்டு அவரை உங்கள் உடமையாக்கிக் கொண்டு வெறும் 182 மீட்டர் சிலையாக மட்டுமே மாற்றுவீர்களானால், நீங்கள் அனைத்தையும் இழந்துவிட்டீர்கள் என்று அர்த்தம்.

சர்தார் படேலின் மறைவிற்குப் பிறகு சுமார் நாற்பத்தி ஐம்பது ஆண்டுகளுக்குப் பின், இந்திய அரசியலில் மேலும் ஒரு 'சர்தார்' வந்து போனதைக் கண்டோம். அவரும் இந்தியாவைக் கட்டுப்படுத்தவும் மாற்றவும் ஒரு ரத யாத்திரையை நடத்தினார். 'லாவ் புருஷ்' (இரும்பு மனிதர்) என்றும் அழைக்கப்பட்டார். ஆனால் இந்த நாள்களில் அவர் வாய் திறப்பதைக் காண முடியவில்லை. வரலாறு அப்படியும் இருக்க முடியும்.

நேரு மற்றும் படேலுக்கு மீண்டும் வருவோமேயானால், அவர்கள் ஒருவருக்கொருவர் கொண்டிருந்த அபரிமிதமான மரியாதையும் நட்பும் அரசியல் மாணவர்களுக்குக் கட்டாயப் பாடமாக வைக்கப்பட வேண்டியவை. வெவ்வேறு கண்ணோட்டங்கள் இருந்தபோதிலும், அவர்கள் எப்படி ஒருவரையொருவர் தொடர்ந்து மதித்தார்கள் என்பதுதான் வகுப்பறைகளில் கற்பிக்கப்பட வேண்டுமே ஒழிய, அதற்கு மாறாக நேருவும் படேலும் ஒருவரது வாழ்க்கையையும் அபிலாஷைகளையும் இன்னொருவர் எவ்வாறு அழித்தார் என்பதை அல்ல. இல்லை, அது அப்படி இருக்கவில்லை. இந்திய அரசியலில் நாட்டின் இரு தலைவர்கள், இரு தனிநபர்கள், கருத்து வேறுபாடுகளுக்கு மத்தியில் இணக்கத்தின் பாதையை வகுத்திருப்பதற்கு அதைவிடப் பெரிய உதாரணம் இருக்க முடியாது.

அந்த வரலாற்றை அழிக்கும் முயற்சி நடக்கிறது. ஆனால் அந்த வரலாற்றை யாரோ உண்மையில் வாழ்ந்திருக்கிறார்கள் என்கிற ஒரு எளிய காரணத்தினாலேயே அந்த முயற்சி வெற்றியடையாது போகும். வாழ்ந்ததன் தடயங்களையும் வரலாற்றையும் அழிக்க முடியுமா என்ன?

மேற்கூறிய நிகழ்வுகள் இரண்டு அரசியல் கட்சிகளுக்கிடையிலான போரில் ஒருவரது மேலாதிக்கத்துக்கான தந்திரங்கள் அல்ல. அவை நம் மனதைக் கவர்ந்து கொள்ளைகொண்டு நம்மீது ஒரு கட்டுப்பாட்டைச் செலுத்துவதற்காகக் கவனத்துடன் ஒதுக்கப்பட்ட ஒரு உத்தியின் பகுதியாகும். ஏனென்றால், நிகழ்காலத்தையும் கடந்த காலத்தையும் அவர்களின் கண்கொண்டு பார்க்கத் தொடங்கும் போது, நாம் நாமாக இருக்க மாட்டோம். மெதுவாக, ஆனால் நிச்சயமாக, அதிகாரத்தின் வழக்கமான இயந்திரங்கள் - மடிநாய் ஊடகம், ஒரு சார்பான பாடப் புத்தகங்கள், தகவல் தொழில்நுட்ப செல்கள், ஆதார்

எண் போன்றவற்றால் எளிதில் கட்டுப்படுத்தக்கூடிய மக்கள் திரளாக நாம் உருவாக்கப்படுகிறோம்.

சாதி, மதம் மற்றும் சகிப்புத்தன்மையற்ற அரசியலை அடிப்படையாகக் கொண்ட அமைப்புகள் வரலாற்றின் மீதான தங்கள் பிடியை இறுக்கி வருகின்றன. ஒரு சில சுவரொட்டிகளைக் கிழிப்பது, நூலகங்கள் மற்றும் திரையரங்குகளைச் சூறையாடுவது போன்றவற்றைச் செய்வதே இந்த அமைப்புகளின் தலைவர்கள் வரலாற்றாசிரியர்களாக மாறுவதற்குப் போதுமானதாக இருக்கிறது. ஒரு எழுத்தாளருக்கு எதிராக முதல் தகவல் அறிக்கை பதிவு செய்வது எப்படி வரலாற்றின் ஒரு பகுதியாக மாறுவதற்கு வழிவகுக்கிறதோ, அது போலவே வரலாற்று நூல்களை எரிப்பதும் அதற்கான ஒரு வழியை முன்வைக்கிறது. அனைத்துக்கும் மேலாக, எவரையெல்லாம் 'மற்றவராக'ப் பார்ப்பதற்கு உங்களுக்குக் கற்றுக் கொடுக்கப்பட்டு இருக்கிறதோ அவரது வாழிடத்திற்குச் செல்லும் வழி உங்களுக்குத் தெரிந்தால், நீங்கள் அந்த இடத்தைச் சுற்றிக் கோபத்தால் சிவந்த கண்களுடனும் கையில் ஒரு தடியுடனும் நடக்கையில், நீங்களும் வரலாற்றின் ஒரு பகுதியாகவும் வரலாற்று ஆசிரியராகவும் மாற முடிகிறது.

இந்த அற்புதத்தின் அற்புதம் இந்தியாவில் மட்டுமே சாதிக்கக் கூடியது. வேறு எங்கும் இது நடக்காது. மற்ற நாடுகளில், நீங்கள் வரலாற்றாசிரியர் என்று அழைக்கப்படுவதற்கான உரிமையைப் பெறுவதற்கு முன், உங்கள் வாழ்நாளில் ஐந்து முதல் பத்து ஆண்டுகளேனும் ஒரு குறிப்பிட்ட விஷயத்தின் ஒரு சிறிய பகுதியையாவது ஆய்வு செய்திருக்க வேண்டும். எவ்வாறாயினும், இந்தப் புதிய, அமைதியற்ற இந்திய நாட்டில், முச்சந்திகளில் ஒரு சில சுவரொட்டிகளைக் கிழித்துப் போடும் எவரும் வரலாற்று ஆசிரியராக மாறமுடிகிறது.

***

இந்த நாள்களில் ஒருவர் எப்பொழுதும் கொஞ்சம் பதட்டத்துடன்தான் இருக்க வேண்டி இருக்கிறது- தனக்குள் கொந்தளித்துக் கொண்டிருக்கும் ஒரு வரலாற்று ஆசிரியரைக் கொண்டிருக்கிற எவரும் நம்மால் புண்பட்டுவிட்டதாக உணரக்கூடும். செல்வந்தர்களும் சக்தி வாய்ந்தவர்களும், அரசியல்வாதிகளும் தொழில் முதலாளிகளும் ஒருபோல

எளிதில் உணர்ச்சிவசப்படக் கூடிய மெல்லிய தோல் போர்த்தியவர்களாக இருக்கிறார்கள். என் நலம் விரும்பிகள் எல்லோரும் என் வார்த்தைகளில் கவனமாக இருக்குமாறு என்னை அறிவுறுத்துகிறார்கள். அவர்களின் அறிவுரையை நான் அடிக்கடி மறந்துவிடுகிறேன். ஆனால் எனக்கு எதிராக ஒரு வழக்கைத் தாக்கல் செய்து என் வாயை மூட உத்தரவைப் பெற வேண்டிய தேவைக்காக ஒரு வழக்கறிஞரோ ஓர் அட்டர்னி ஜெனரலோ தன்னுடைய ஒரு நாளைச் செலவிடுமளவுக்கு இதுவரை நான் எதையும் சொல்லவில்லை. ஒரே வருடத்தில் 16,000 மடங்கு வருவாயைப் பெருக்குபவர்களைப் பற்றி நான் நிச்சயமாகப் பேசப் போவதில்லை - யாருக்குத் தெரியும், இந்த வாழ்நாளில் நான் சம்பாதிக்கும் தொகையை விட 16,000 மடங்கு தொகையை நான் இழக்கவும் நேரிடலாம்! எனவே, என் வாழ்நாளில் ஒருபோதும் எந்தப் பெரும் செல்வம் எனக்குச் சொந்தமாக இருக்கப் போவதில்லையோ, அதை நான் இழக்காதிருக்கும் பொருட்டு, சமூகத்தின் பெரும் சுறாக்களின் மரியாதை கெட்டுப் போகும் அளவுக்கு நான் எதையும் சொல்லாமல் இருப்பது என்பதில் உறுதியாக இருக்கிறேன்.

அந்தப் பெருமீன்களில் யாராவது இன்னும் என் மீது அவதூறு வழக்குத் தொடர விரும்பினால், அவர்களிடம் வைக்க என்னிடம் ஒரு சிறிய கோரிக்கை உண்டு: தயவுசெய்து என் மீது 100 கோடி ரூபாய்க்கு வழக்கு போடாதீர்கள். நிச்சயம் வழக்கு போடுங்கள், ஆனால் அது ஒன்றேகால் ரூபாய் அளவுக்குள் இருக்கட்டும். ஏனெனில் நாம் கடவுளை மகிழ்விக்க வேண்டும் என்றாலும் கூட அதற்கு ஒன்றேகால் ரூபாய் காணிக்கை போதுமானது. ஒன்றேகால் ரூபாய்க்கு மேல் மதிப்பு கொண்ட நற்பெயரை யாரும் இழக்காத ஓர் இந்தியாவை நான் கற்பனை செய்கிறேன். ஏழைகளுக்கும் பணக்காரர்களுக்கும் இடையிலான கடல் போன்ற பெரும் இடைவெளி இரண்டு ரொட்டிகளுக்கும் 20 கேக்குகளுக்கும் இடையே உள்ளது போல இன்னும் விரிந்தாலும், மரியாதை இழப்பை அளவிடுவதில் எந்தப் பாரபட்சமும் இருக்கக்கூடாது. அவதூறுக்கான மான நஷ்டம் என்பது எல்லோருக்கும் ஒன்றேகால் ரூபாய் என்கிற அளவில் ஒரே மாதிரி இருக்கக் கடவது. அதனால் வழக்கறிஞர்களின் பணி மிகவும் எளிதாகி, சட்ட அமைச்சரும் வேறு வேலைகள் பார்க்க வாய்ப்பு கிடைக்கும்.

ஜனநாயகம் மற்றும் சுதந்திரத்தின் நலன்கள் நிமித்தம், நான் ஒரு முழக்கத்தை உருவாக்கினேன்:

"ஒரே நற்பெயர், ஒரே இழப்பு
ஒரே நாடு, ஒரே நற்பெயர்
யாவரின் நற்பெயருக்கும்
ஒரே மதிப்பு
ஒன்றேகால் ரூபாய்."

அவதூறு பற்றிய இந்தச் சட்டம் இருக்கிறதே இது மிகவும் நிலப் பிரபுத்துவ இயல்புகொண்டது. சக்தி வாய்ந்தவர்களும் பணக்காரர்களும் இந்தச் சட்டத்தைத் தாராளமாகப் பயன்படுத்தத் தொடங்கிவிட்டார்கள். தங்கள் நற்பெயருக்குக் களங்கம் ஏற்பட்டதாக ஏழைகள் சொல்லி நீங்கள் எப்போதாவது கேட்டதுண்டா? "எனக்கு நீங்கள் குறைந்தபட்ச ஆதரவு விலையைக் கொடுக்கவில்லை. நான் வாங்கிய கடனை அடைக்க முடியவில்லை. அதனால் ஏற்படும் குற்ற உணர்வின் காரணமாக என்னால் தற்கொலை செய்துகொள்ளத்தான் முடியும். அதனால் நான் தூக்கில் தொங்கப்போகிறேன். நான் வாங்கிய கடனைத் திருப்பிக் கட்டாமலும், என் குடும்பத்தைக் கவனிக்க முடியாமலும் போய் நான் அவமானப்பட்டதற்கு நீங்கள்தான் காரணம். நற்பெயருக்குக் களங்கம் ஏற்படுத்தியதற்காக உங்கள் மீது வழக்குப் பதிவு செய்வேன்" என்று எந்த ஏழையாவது சொல்லி நீங்கள் கேட்டதுண்டா? ஆனால், குடிமக்களாகிய நம்மைப் பயமுறுத்துவதற்காகச் செல்வந்தர்களும் சக்தி வாய்ந்தவர்களும், அவதூறு சட்டத்தைச் சற்றும் மன உறுத்தலின்றிப் பயன்படுத்துகிறார்கள். இது ஜனநாயகத்தில் மக்களின் தகுதியைக் கீழிறக்கும் சட்டமாக இருக்கிறது.

சக்தி வாய்ந்தவர்கள் முதலில் வரலாற்றை அவர்கள் பயன்படுத்தும் முறையின் மூலம் நம்மை அச்சுறுத்துகிறார்கள். பிறகு அவதூறு சட்டத்தைப் பயன்படுத்தி அதையே செய்கிறார்கள். இதில் பிந்தைய தந்திரம் ஒரு குறிப்பிட்ட சாதகத்தை உள்ளடக்கியது - 100 கோடி ரூபாய் மான நஷ்ட வழக்கை எதிர்கொள்வதற்கான வலிமை எத்தனை பேருக்கு உள்ளதென்பது கேள்விக்குறியாக இருப்பதால் ரகசியங்கள் மறைத்து வைக்கப்பட்டிருக்கிற அந்த இருண்ட

மூலைமுடுக்குகளுக்குள் வெளிச்சம் எப்பொழுதும் பாய்வதற்கு வழியில்லாமல் போகிறது.

பெரிய கார்ப்பரேட் நிறுவனங்கள், தங்களை ஊடகங்கள் எட்டும் எல்லைக்கு அப்பால் நிறுத்திக்கொள்ள இந்தச் சட்டத்தைப் பயன்படுத்துகின்றன. நடைமுறையில் அவர்களுக்கு எதிராக யாரும் வெளியில் பேசுவதில்லை. அவர்கள் மீது சுமத்தப்படும் குற்றச்சாட்டுகளின் விவரங்களை அவர்களுக்கு மின்னஞ்சல் செய்து அவர்களிடம் பதில் கேட்டால் பதில் எதுவும் வராது. வழக்கறிஞர் நோட்டீஸ்தான் உங்களைத் தேடிவரும்.

நியாயமான எந்தக் கேள்விக்கும் எதிரான இதே தடுப்பாற்றலைத்தான் இன்றைக்கு அரசியல் கட்சிகளும் தமக்கு இருக்க வேண்டுமென்று எதிர்பார்க்கின்றன. சின்னச் சின்ன விஷயங்களுக்கெல்லாம் அவதூறு வழக்கு தொடுக்கத் தங்களுக்குத் தேவையிருப்பதாக அவர்கள் நினைக்கும் அளவுக்கு அதிகாரத்தில் இருப்பவர்களுக்கு அவர்களது நற்பெயருக்கும் கௌரவத்துக்கும் ஏற்படும் சிறு தீங்கும் கடுமையானதாகத் தோன்றுகிறது. அதேசமயம் அவர்கள் தங்களைத் தாங்களே ஜனநாயகத்தின் வழிகாட்டி வெளிச்சங்கள் என்று அழைத்துக்கொள்கிறார்கள்! பிரதான ஊடகங்கள், பெரிய பெருநிறுவனங்கள் மற்றும் அரசியல்வாதிகளுக்கு இடையே கட்டமைக்கப்பட்டு வரும் ஓர் இதமான உறவுக்கு எதிராக மக்கள் ஏதும் செய்ய முடியாத நிலையை உருவாக்க ஏற்படுத்தப்பட்ட ஒரு வடிவமைப்பே தவிர அது வேறொன்றுமில்லை.

அண்மையில், அரசு மற்றும் பொது ஊழியர்கள், நடுவர்கள் மற்றும் நீதிபதிகள் மீதான ஊழல் குற்றச்சாட்டுகள் குறித்து எவரும் புகாரளிப்பதைத் தடுக்க, முன்மொழியப்பட்ட குற்றவியல் சட்டங்கள் (ராஜஸ்தான் திருத்தம்) மசோதா, 2017-ஐ ராஜஸ்தான் இயற்றக்கூடிய ஆபத்து நெருங்கி வந்தது. நல்வாய்ப்பாக, மாநிலத்தின் குடிமக்களும் பத்திரிகையாளர்களும் அதற்கு எதிராகக் கிளர்ந்து எழுந்தனர் - அவர்கள் அப்போது பேசாமல் இருந்திருந்தால் எப்போதும் பேசியிருக்க முடியாது. குறிப்பாக ராஜஸ்தான் பத்திரிக்கா என்ற இதழ், ஒரு துணிச்சலான நிலைப்பாட்டை எடுத்தது. அதன் ஆசிரியர் குலாப் கோத்தாரி உடனடியாகச் சமரசமற்ற சொற்களில் அவர் எழுதிய முதல் பக்கத் தலையங்கத்தில், ராஜஸ்தான் முதல்வர் அந்த அவசரச் சட்டத்தை ரத்து

செய்யும் வரையில் தன்னுடைய பத்திரிகை அவரைப்பற்றி எந்தச் செய்தியும் வெளியிடாது என்று அறிவித்தார். சில நாள்களுக்குப் பிறகு, குலாப் கோத்தாரி தலையங்கக் கட்டுரை வரவேண்டிய இடத்தைக் காலியாக விட்டுவிட்டார். இது ஒரு சக்திவாய்ந்த அடையாளச் செயலாக இருந்தது. ஏனெனில் அது அவசரநிலையின் எதிரொலியைத் தாங்கியிருந்தது. அதுபோன்ற எதிரொலிகளை எங்கு கேட்டாலும் நாம் விழிப்புடன் இருப்பதற்கான காரணம் எளிதானது: எமர்ஜென்சி என்பது நமது வரலாற்றில் ஓர் இருண்ட காலம், அது மீண்டும் மீண்டும் வரக்கூடாது. சில சமயங்களில் அது வருமென்று நமக்குத் தோன்றும். அதுபோல அந்தக் காலம் மீண்டும் திரும்புமானால் அந்தப் பொழுதில் மக்களாக இருப்பதில் நமக்குள்ள சாரமும் சுயநினைவும் முற்றாக அழிக்கப்பட்டுவிடும்.

மக்களின் அதிகாரம் பறிக்கப்படுவது இந்தியாவில் மட்டும் நடப்பதல்ல, அது உலகம் முழுவதும் நடக்கிறது. பத்திரிகையாளர்கள் மீது அடக்கு முறையை ஏவிவிடக் கூடிய வரலாற்றைக் கொண்ட சீனா மற்றும் சவுதி அரேபியாவில் மட்டுமல்ல; ரஷ்யாவில், துருக்கியில், இஸ்ரேலில், எகிப்தில், பிலிப்பைன்ஸில், ஆர்ஜென்டினாவில், உக்கரேனில், மெக்சிகோவில், அமெரிக்க ஐக்கிய நாடுகளில் அரசுகள் தகவல் கட்டமைப்பின் மீது ஆதிக்கம் செலுத்த மென்மேலும் முயன்றுகொண்டிருக்கிற இந்த வேளையில், நூற்றுக்கணக்கான பத்திரிகையாளர்கள் சிறைகளுக்கு அனுப்பப்படுகிறார்கள். அதையேதான் ராஜஸ்தான் அரசு செய்ய முயன்றது. சட்டம் இயற்றப்பட்டிருந்தால், பத்திரிகையாளர்கள் கிட்டத்தட்ட கொத்தடிமைகளாக ஆகியிருப்பார்கள். எப்படிப் பார்த்தாலும் இது மடிநாய் ஊடகத்தின் காலம்; பெரும்பாலான ஊடக நிறுவனங்கள் அதிகாரத்தின் மடியில் மகிழ்ச்சியுடன் குதித்துவிட்டன. இருப்பினும், இந்த அமைப்பு இரக்கமற்றது; மகிழ்விக்கும் ஆர்வம் கொண்ட ஒரு குழந்தையின் கழுத்தைக் கூட அது ஈவிரக்கமின்றி நெரிக்கும்.

இன்று நமது ஜனநாயகத்தில், அரசு என்னும் அமைப்பு குடிமக்கள் மீது மேலதிகமான ஆதிக்கம் செலுத்துகிறது; நமது வலிமை குறைகிறது. இதன் விளைவாக, தலைவர்கள் கடவுள் அவதாரங்களின் நிலைக்கே உயர்த்தப்படுகிற அதே பொழுதில், மக்கள் குற்றவாளிகள் என்கிற நிலைக்குத் தள்ளப்படுகிறார்கள்.

நீங்கள் ஒரு கேள்வியை முன்வைத்தால், தேச விரோதி என்று முத்திரை குத்தப்பட்டு நடவடிக்கைக்கு ஆளாவீர்கள் - சர்வ வல்லமை வாய்ந்த கடவுளின் மறுபிறப்பான அவதார புருஷனைக் கேள்வி கேட்கும் அளவுக்கு உனக்கு தைரியம் வந்துவிட்டதா என்று கேட்பார்கள். சமூக ஊடகங்களில் உங்களுக்கு எதிராகப் பிரச்சாரங்கள் கட்டவிழ்த்து விடப்பட்டு நீங்கள் கிட்டத்தட்ட சுற்றி வளைக்கப்பட்டு ட்ரோல் செய்யப்படுவீர்கள். இந்த நிகழ்ச்சிப் போக்கில் நீங்கள் அஞ்சத் தொடங்கி உங்கள் பிள்ளைகளை நோக்கிக் கண்ணை உறுத்தும் அளவுக்கு அவர்கள் முகநூலில் வெளித் தெரிகிறார்கள் என்றும் அவர்கள் தங்கள் குரலை மாற்றிக்கொள்ள வேண்டும் என்றும் சொல்வீர்கள். எனவே, குடிமக்கள் என்கிற முறையில் நமக்கு இருக்கும் கொஞ்சநஞ்ச இடத்தையும் நாம் ஒப்புக் கொடுத்து விடுகிறோம். அந்த இடத்தை நாம் எவ்வளவு அதிகமாக விட்டுக்கொடுக்கிறோமோ, அவ்வளவு அதிகமாக நம்மை நாமே பலவீனப்படுத்திக்கொள்கிறோம். எல்லோரும் ஒரே கட்சியை ஒரே சித்தாந்தத்தை ஆதரிப்பது விரும்பத்தக்கது அல்ல. கட்சிகள் மற்றும் சித்தாந்தங்களின் பன்முகத்தன்மை நிலவுவதும் மக்கள் என்ற முறையில் அதை நாம் கையாள முடியும் என்ற நம்பிக்கை நமக்கு இருப்பதும் முக்கியமானது.

மக்களாக இருப்பது பற்றிய புரிதலும் ஜனநாயகத்துக்கான நமது உரிமையைக் கோருவதும் மக்களாட்சி என்ற கருத்தின் சாரமாக இருப்பவையாகும். இருப்பினும், மக்களின் உணர்வு மக்களின் அச்சமாக உருக்கொள்ளும் போது, அவர்கள் வெறும் வேலையாட்களாக மாறுகிறார்கள். ஜனநாயக நாட்டில், எல்லா அர்த்தங்களிலும் முதன்மையானவர்கள் மக்கள்தான்; அந்த அமைப்பு அவர்களுக்குச் சேவை செய்யவும் பதில் சொல்லவும் கடமைப்பட்டதாகும். இன்றைக்கு அதிகாரத்தில் உள்ளவர்கள் செய்ய முயல்வதெல்லாம் அதிகார அமைப்பு நம் மீது ஆதிக்கம் செலுத்துவதாக மாற வேண்டி அந்த ஒழுங்கமைவைத் தலைகீழாக மாற்றுவதுதான். நம் மீது அவர்கள் ஏவிவிடும் எல்லாவிதமான மூடத்தனங்களையும் நாம் ஒப்புக்கொள்ள வேண்டும் என்பதுதான் அவர்களது இறுதி நோக்கம். நிரந்தரமான, அசைக்க முடியாத அதிகாரமே அவர்களது குறிக்கோள்.

அந்தக் குறிக்கோளுக்காகக் காட்டமான விவாதங்கள் நடக்கிற தொலைக்காட்சிகளை நாம் அன்றாடம் காணும்போது இங்கே சமூகங்களுக்கு இடையில் ஒரு முழுமையான போர் நடந்துகொண்டிருக்கிறதோ என்று நாம் அதிசயக்கும் அளவுக்கு அவர்கள் கடுமையான விவாதங்களை நடத்தி நம்மை அச்சமுறச் செய்கிறார்கள், அது சமூகத்தில் ஆழமான பரஸ்பர சந்தேகத்தையும் வெறுப்பையும் ஏற்படுத்துகிறது. அது சமூகத்தை ஒருபடித்தாக, சகலமும் ஒற்றைக் குணம் படைத்ததாக ஆக்கி எல்லோரையும் ஒரே வார்ப்புக்குள் திணிக்கிறது. எனவே, அதிலிருந்து வேறுபட்டிருக்கும் எவரும் - கொஞ்சம் வேறுபட்ட ஆடையை அணிந்துகொள்பவர், வித்தியாசமான உணவுமுறை கொண்டவர், வேற்றுமுழக்கம் எழுப்புபவர், வேறு கடவுளை வணங்குகிறவர்- அனைவருக்கும் அடையாளக் குறி இடப்படுகிறது. அவ்வழியில் நம் பேச்சு முடக்கப்படுகிறது.

யாரையும் பேசவிடாமல் தடுப்பதும் ஒருவகை பயங்கரவாதம்தான். அச்சமும் சந்தேகமும் நிறைந்த சூழலை உருவாக்குவதும் ஒருவகை பயங்கரவாதம்தான்.

***

சமீப காலமாகக் குடிமக்கள் மத்தியில் ஒரு புதிய போக்கு உருவாகியுள்ளது. ஒரு தலைவர் மீது நிபந்தனையற்ற நம்பிக்கையை வைத்துத் தம்மையும் தமது அபிலாஷைகளையும் அவருள் கரைத்துவிடுவது என்பதுதான் அது. இது நல்ல விஷயம் அல்ல. ஒரு வாக்காளர் தலைவருள் கரைந்து போனால், அவர் இனி மக்களில் ஒருவராகவோ அல்லது வாக்காளராகவோ கூட இல்லாமல் போகிறார். அவர் புயலால் அடித்துச் செல்லப்பட்ட ஒரு தூசி மட்டுமே.

மக்களிடம் தங்கியிருக்கும் அதிகாரம் வீணடிக்கப்படக் கூடாது. நீங்கள் சினிமா நட்சத்திரத்தின் ரசிகனாகவோ, அல்லது கிரிக்கெட் வீரரின் ரசிகனாகவோ இருங்கள், ஆனால் ஒரு அரசியல்வாதிக்கு ரசிகனாக இருக்காதீர்கள். அவரை நீங்கள் மதிக்கலாம், ஆனால் அவர் செய்யும் பணியை மதிப்பீடு செய்வதற்கும் அவரது வாக்குறுதிகளை நிறைவேற்றி வைப்பதற்கும் நீங்கள் மறந்துபோகும் அளவுக்கு அவருடைய வார்த்தைகளில் மயங்கிவிடாதீர்கள். பிரமிக்க

வைக்கும் பேச்சுக்களுக்காக நீங்கள் அவரை அல்லது அவளைத் தேர்ந்தெடுக்கவில்லை. உங்கள் தீர்ப்பு சமூக, பொருளாதார நல்வாழ்வுக்கானது. தனிப்பட்ட முறையில் நீங்கள் எந்த ஒரு தலைவர் அல்லது எந்த அரசியல் கட்சிக்கும் விசுவாசமாக இருக்கலாம். கட்சியைச் சேர்ந்தவராக இருப்பது பிரச்சினைக்குரியதல்ல. ஆனால் நீங்கள் உங்களை நாட்டின் குடிமகனாகக் கருதும் வரை, உங்கள் நடத்தை ஒரு குடிமகனுடையதாக இருக்க வேண்டும். பாரபட்சமின்றி, மாச்சரியம் இன்றி பதில்களைக் கோருவது உங்களுடைய கடமை. அது எந்த ஒரு ஸ்தாபனத்திற்கும் நீங்கள் செய்ய வேண்டிய கடமையை விடவும் மேலான கடமையாகும். ஓர் அரசியல் கட்சி அல்லது ஒரு மத அல்லது கலாச்சார அமைப்பின் முகவராகச் செயல்படுவீர்களானால் நீங்கள் இந்த ஜனநாயகத்தை அழித்துவிடுவீர்கள். நீங்கள் ஒரு கட்சிக்கு வாக்களித்துத் தேர்ந்தெடுத்த பிறகு அதிலிருந்து விலகி, மீண்டும் ஒரு முறை பாரபட்சமற்றவராக மாறுவது உங்கள் பொறுப்பு. எதை நீங்கள் சரியானது, நல்லது என்று நினைக்கிறீர்களோ அதைச் சரியானது, நல்லது என்று சொல்லுங்கள். ஏதாவது தவறாக இருந்தால் அதைத் தவறு என்று சொல்லத் தயங்காதீர்கள்.

குடிமக்கள் என்கிற நமது அந்தஸ்து இழக்கப்படுவதால் ஏற்படும் விளைவுகளை நாம் ஏற்கெனவே அனுபவித்து வருகிறோம். அதற்கான பழியில் நமக்கும் பங்குண்டு. எதிர்ப்பாளர் என்று முத்திரை குத்தப்படாமலும், அப்படி ஒருவராக நாம் 'ஆகி'விடாமலும் அதிகாரத்தில் இருப்பவர்களுடன் நமக்குள்ள வேறுபாடுகளை வெளிப்படுத்துவதற்கான பாதுகாப்பான எல்லை எதுவென்று நாம் நமக்குள் வியந்துகொண்டே ஒரு நிரந்தரமான நிச்சயமற்ற நிலையில் வாழ்கிறோம். ஒருவர் மற்றவருடன் பேசிக்கொண்டிருக்கும் போது அந்த மற்றவரிடம் 'இல்லை, நான் எதிர்ப்பாளன் இல்லை' என்று சொல்லித் தெளிவுபடுத்த வேண்டிய நிலையின் வேதனை இப்போது வழிமுறையாக ஆகிவிட்டது. அப்படி ஒருவராக நீங்கள் இருந்தால் எந்த விதத்தில் தவறு என்று திருப்பிக் கேட்க வேண்டும் என்பதே இதற்கு என்னுடைய பதிலாகும். நீங்கள் க்ரோதி (மனக்கசப்பு) இல்லை என்று சொன்னால் எனக்குப் புரிகிறது, நான் அதை மதிக்கிறேன், ஆனால் உங்களை ஒரு விரோதி (மறுப்பாளர்) என்று பிறர் அழைப்பதில் வெட்கப்பட

என்ன இருக்கிறது? நமது சாஸ்திரங்களில் எங்காவது எதிர்க் கருத்து இருப்பது தடை செய்யப்பட்ட விஷயம் என்று எழுதப்பட்டிருக்கிறதா? உண்மையைச் சொன்னால், நீங்கள் எதிர்ப்புத் தெரிவிப்பவர் அல்ல என்று சொன்னால், நீங்கள் ஜனநாயகத்திற்கு எதிரானவராக இருக்கிறீர்கள் என்று பொருள். உங்களுக்கு மாற்றுக் கருத்துகள் இருந்தால், நீங்கள் ஒரு எதிர்ப்பாளர் என்று சொல்லுங்கள். தினமும் பத்து விஷயங்களை முகநூலில் பதிவிட்டு, 'ஆமாம், எனக்குக் கருத்து வேறுபாடுகள் உண்டு' என்று வெளிப்படையாகச் சொல்லுங்கள். எதிர்ப்புகளைத் தெரிவிப்பவராக இருப்பது ஒன்றும் குற்றமில்லை.

ஜனநாயகத்தில் நமது உரிமைகள் குறித்து நாம் விழிப்புடன் இல்லாத வரை நாம் எவ்வளவு போர்ன்விட்டா அல்லது ச்யவன்ப்ராஷ் சாப்பிட்டும் பயனில்லை. நமது 'பலமின்மை' அல்லது சக்தியின்மைக்குப் பலவிதமான சாக்குப் போக்குகளைத் தேடுவதை நிறுத்தி, நாம் எதிர்ப்பு காட்டுவதைக் கைவிட்டு மண்டியிட்டுக் கெஞ்சத் தொடங்கியதன் விளைவாகத்தான் குடிமக்களின் பலவீனம் ஏற்பட்டிருக்கிறது என்கிற உண்மையை எதிர்கொள்ள நேரம் வந்துவிட்டது. துணிச்சலுடன் போராடுவது, கெஞ்சிக்கேட்பது என்ற இரண்டுக்கும், இரண்டு உலகங்களுக்கு இடையேயான வேறுபாடு இருக்கிறது. கெஞ்சுவது என்ற செயல்முறை கோபமாக இருக்கும் ஒரு கடவுளைச் சாந்தப்படுத்தும் செயலுக்கு மிகவும் ஒத்ததாக இருக்கிறது. அவர்கள் இறுதியில் நம் பேச்சுக்குச் செவிமடுத்துதான் ஆக வேண்டும். அவர்களது கவனத்தை நம்மை நோக்கி ஈர்க்க வேண்டியது மட்டுமே நாம் செய்ய வேண்டியது ஆகும்.

பணமதிப்பு நீக்கத்திற்கும் ஜிஎஸ்டிக்கும் எதிராக 2017ஆம் ஆண்டில் கிட்டத்தட்ட ஆறு மாதங்கள் ஆர்ப்பாட்டங்களை நடத்திய சூரத்தின் வர்த்தகர்-வணிக சகோதரத்துவத்தை எடுத்துக்கொள்ளுங்கள். அதனால் அவர்களுக்குக் கணிசமான பொருளாதார பாதிப்பு ஏற்பட்டது. அதைத் தாண்டியும் அவர்கள் ஆர்ப்பாட்டங்களை நடத்தினார்கள். நான், மிகவும் கூர்ந்து அவர்களைக் கவனித்தேன். அவர்கள் எப்போது, எங்கு ஆர்ப்பாட்டம் செய்ய வந்தாலும், அவர்களின் எண்ணிக்கை கணிசமாக இருந்தது. இதில் மேலும் சுவாரஸ்யமான விஷயம்

யாதெனில் அவர்கள் ஆர்ப்பாட்டத்தில் ஈடுபடாமல் ஒரு பிரார்த்தனையின் நடைமுறையைக் கைக்கொண்டார்கள். பக்தர்களாக இருப்பவர்கள் சாயி பஜனைகளை எதுகை மோனைகளுடன் பாடுவதைப் போலப் பாடிய வண்ணம் தங்கள் கோரிக்கைகளை முன் வைத்தார்கள். எங்கும் கோஷங்கள் எழுப்பப்படவில்லை. கோஷங்கள் எழுப்பப்படும் எல்லா இடங்களிலும் ஒரு நொடியும் தயங்காமல் அரசியல்வாதிகளை நோக்கி எழுப்பப்படும் 'வாழ்க' 'ஒழிக' போன்ற முழக்கங்கள் ஜனநாயகத்தில் சர்வ சாதாரணம். ஆனால் சூரத்தில் தெருக்களிலும் சந்தைகளிலும் அத்தகைய முழக்கங்கள் எதுவுமே கேட்கவில்லை. அங்கே ஒரு வகையான போராட்டம்தான் நடந்து கொண்டிருக்கிறது என்பதற்கு ஒரே அடையாளமாக இருந்தது என்னெவெனில் கலந்துகொண்ட அமைப்புகளின் எண்ணிக்கை மட்டுமே. நாம் மக்களாக நடந்துகொள்ளாதபோது வெறும் எண்கள் என்ற அளவுக்குத் தாழ்த்தப்பட்டுவிடுகிறோம். அந்த இயக்கம் எந்த விதமான தாக்கத்தையும் ஏற்படுத்தவில்லை.

அவர்களின் கோரிக்கைகளுக்கு மத்திய நிதியமைச்சர் செவிசாய்க்காததால் அவர்களின் இயக்கம் தோல்வியடைந்தது என்பதாக அந்த வணிகர்களின் பார்வை இருந்தது. உண்மையில், அவர்கள் தங்களைக் குடிமக்களாகப் பார்க்க இயலாது போனதுதான் அவர்களின் போராட்டத்தின் தோல்விக்கு ஒரே காரணம்.

டெல்லியில், ஒரு பெண்மணியிடமிருந்து எனக்கு ஒரு தொலைபேசி அழைப்பு வந்தது. அந்த மாநகரத்தின் காற்று மாசுபடுவதின் அளவு அதிகரித்துக்கொண்டே போனதால், தான் எச்சரிக்கை அடைந்து அது குறித்து நடவடிக்கை எடுக்கத் துவங்கியதாக அவர் சொன்னார். எனது தொலைக்காட்சி நிகழ்ச்சியில் மாசு பிரச்சினையைக் குறித்தும் அதில் அவரது பணி குறித்தும் நான் எடுத்துச் சொல்ல வேண்டும் என்று அவர் விரும்பினார். பள்ளிக் குழந்தைகளையும் உள்ளடக்கிய தனது முயற்சியைப் பத்து அல்லது பதினைந்து தொலைக்காட்சி செய்தி சேனல்கள் முன்னிலைப்படுத்தினால், அது தாக்கத்தை ஏற்படுத்துமென்று அவர் உறுதியாக நம்பினார். மாசுபாட்டின் கடுமையான பிரச்சினை ஏற்கெனவே தொடர்ந்து பேசப்பட்டு வருகிறது என்பதை நான் அவரிடம் சுட்டிக்காட்டினேன்.

அவருடைய முயற்சிகள் விரும்பிய பலனை அளிக்கவில்லை என்றால் அணுகுமுறையை அவர் மறுபரிசீலனை செய்திருக்க வேண்டும். நான் ஒரு அவநம்பிக்கையாளனென்று அந்தப் பெண் நினைத்தாள். தன் முயற்சியை ஒருபோதும் கைவிடாது அவர் தொடர வேண்டுமென்று நான் அவருக்கு அறிவுறுத்தினேன். அதற்கு அவர், 'நாங்கள் மிகவும் கடுமையாக எதிர்க்கிறோம். நான் விரும்புவதெல்லாம் பிரதமரின் கவனத்தை இதன்பால் ஈர்க்க வேண்டும் என்பதுதான்' என்று கூறினார்.

இன்னும் ஒரு முறை இங்கே அது இருந்தது - கெஞ்சுதல், பிரார்த்தனை செய்தல். தப்பித்தவறியாவது ஒருவேளை உங்கள் பக்கம் அவரது கவனம் திரும்பி ஒருவேளை அவரால் அதைச் செய்ய முடியுமென்றால் உங்கள் பிரச்சினையைத் தீர்ப்பதற்கு அவர் இறங்கி வரும் வரை அவரது வாசலில் நின்று துதிப் பாடல்களைப் பாடுங்கள். பிரதமரை ஒரு குடிமகள் என்ற இடத்திலிருந்து அணுகுங்கள் என்று அவரிடம் நான் சொல்ல விரும்புகிறேன். பக்தராக ஆவதுதான் உங்கள் விருப்பமென்றால், இந்து மதத்தில் கோடிக்கணக்கான ஆண் பெண் கடவுள்களைக் கொண்ட ஒரு விரிவான அமைப்பு காத்திருக்கிறது. ஒருவேளை உங்கள் அருகாமையில் ஒரு கடவுளைக் கண்டுபிடிக்க முடியவில்லை என்றால், ஒரு மரத்தை வணங்குங்கள். இந்து மதம் அந்த வகையில் தாராளமான மதம் தான்.

இறுதியாக, நான் அந்தப் பெண்ணுக்குப் பின்வரும் கடிதத்தை எழுதினேன்:

"நீங்கள் செய்துகொண்டிருப்பது குறைபட்டதோ தவறானதோ அல்ல. உண்மையில், உங்கள் பங்குக்கும் அதிகமாகவே நீங்கள் செய்கிறீர்கள். நீங்கள் மட்டுமல்ல, பல்வேறு பிரச்சினைகளைக் குறித்து அமைதி இழந்த பலர் இதேபோன்ற முயற்சிகளில் ஈடுபட்டுள்ளனர். அவர்களது கேள்விகளும் மதிப்பு வாய்ந்தவைதான். ஏனெனில் அவை வாழ்வா சாவா என்பது போன்ற பிரச்சினைகள் குறித்தானவை. ஆனால் இந்த முயற்சிகள் எந்தப் பாதிப்பையும் ஏற்படுத்தவில்லை. குடிமக்களால் நடத்தப்படும் பயன் தராத இயக்கங்களின் பட்டியல் நாளுக்கு நாள் நீண்டுகொண்டே செல்கிறது. அவ்வாறான மேலும் பல இயக்கங்கள் அந்தப் பட்டியலில் சேர்ந்தாலும் அரசமைப்போ, அமைச்சர்களோ அரசாங்கமோ

அது பற்றிக் கவலைப்படப் போவதில்லை. ஓரிரு சந்தர்ப்பங்களில், அவர்கள் சில கோரிக்கைகளை ஒப்புக்கொள்ளலாம், ஆனால், ஒரு கட்டத்திற்குப் பிறகு அதில் எந்த முன்னேற்றமும் இருக்காது. கடந்த நான்கு ஆண்டுகளாக தில்லி உடல்நலத் தீங்குகளின் பிடியில் உள்ளது-சிறு குழந்தைகள் முதல் முதியவர்கள் வரை அனைவருமே அவர்களது நுரையீரல் பழுதாகும் ஆபத்தில் உள்ளனர். இது தன் இயல்பிலேயே ஒரு பிரச்சினையாகத்தான் உள்ளது. அதைப் பிரச்சினையாக நாம் மாற்ற வேண்டியதில்லை.

"மேடம், உண்மையில் மக்களின் சக்தி என்பது எதுவோ அது உங்களிடம் இல்லாமல் போய்விட்டதால்தான் இவையெல்லாம் நடக்கின்றன. ஒரு ரசிகராகவோ அல்லது கண்மூடித்தனமான ஆதரவாளராகவோ இருக்கும் இன்னும் பலரைப் போல, உங்கள் முழு நம்பிக்கையையும் எந்த யோசனையும் இன்றி தேர்தலுக்குப் பிறகு ஒரு தலைவர் மீது வைத்துவிட்டீர்கள் என்றால் நீங்கள் அதன் பிறகு ஜனநாயகத்தின் குடிமகளாக இருக்க முடியாது. தலைவனின் முகமூடியை அணிந்து அவரை உங்கள் கன்னத்தில் பச்சை குத்திக்கொண்டு அவருள் கரைந்து போய் அவரது பிரதிபலிப்பாகவே மாறுவதற்காக நீங்கள் அந்தப் பொறுப்பைக் கைவிடுகையில், மக்கள் என்ற முறையில் நீங்கள் கொண்டிருக்கும் சக்தியை நீங்கள் இழந்து போகிறீர்கள். இதனாலேயே உங்களுக்கும் உங்களைப் போன்றவர்களுக்கும் உங்களது முயற்சியில் எந்த விதமான முன்னேற்றமும் இல்லாமல் இருப்பது ஏன் என்பதைப் புரிந்துகொள்ளச் சிரமப்படுகிறீர்கள் - கடந்த நான்கு அல்லது ஐந்து ஆண்டுகளில் டெல்லியின் காற்றின் தரம் மோசம் என்கிற நிலையிலிருந்து ஆபத்தானது என்ற நிலைக்கு மாறிவிட்டது என்றாலும் எந்த இயக்கமும் இதில் சிறிய மாற்றத்தையும் ஏற்படுத்தவில்லை. தலைவரின் சித்தாந்தமும் பிரதிபலிப்பும் உங்களுக்குள் குடிகொண்டு விட்டன. அந்த ஆளுமையிலிருந்து உங்களை மீட்டெடுக்க நீங்கள் முயற்சி செய்யாத வரை, நீங்கள் மக்களின் ஒரு பகுதியாக மாறமாட்டீர்கள். அதனால்தான் உங்களால் தாக்கத்தை ஏற்படுத்த முடியாததன் காரணத்தை உங்களால் புரிந்துகொள்ள முடியவில்லை.

"விவசாயிகள் தோட்டாக்களை எதிர்கொள்கிறார்கள், தூக்குப் போட்டுக்கொள்கிறார்கள். அது உங்களை பாதிக்கிறதா? ஒவ்வொரு மாநிலத்திலும் ஒவ்வொரு நாளும் விவசாயிகள் கேடுகளை எதிர்கொள்கிறார்கள்- அதற்காகக் கிளர்ந்தெழுந்து நடவடிக்கை எடுத்திருக்கிறீர்களா? கல்லூரிகள் ஒன்றன்பின் ஒன்றாக ஆசிரியர்கள் இல்லாது போகின்றன - அது பற்றி நீங்கள் உண்மையில் அக்கறை கொண்டிருக்கிறீர்களா? மக்களாகிய நாம் நம்மவர்களையே ஆதரிக்காமல், அவர்களின் பிரச்சினைகளைப் பற்றி கவலைப்படாமல் இருப்போம் என்றால், மற்றெதையும் குறித்த நம்முடைய வார்த்தைகளுக்கு என்ன தாக்கம் இருக்க முடியும்? ஒருவரின் அவசியத்திற்கு நீங்கள் குரல் கொடுக்காமல் இருக்கும்போது உங்களுக்கான அவசியம் வரும்பொழுது வேறொருவர் குரல் கொடுக்க மாட்டார். எனவே நான் சொல்கிறேன், வெளியில் பேசுவதற்கான உங்கள் உரிமையைப் பயன்படுத்துங்கள். மற்றவர்கள் தங்கள் உரிமைகளுக்காகப் பேசும்போது உங்கள் குரலும் அதில் இருக்கட்டும். அப்படி நீங்கள் குரலெழுப்பி ஒற்றுமையை வெளிப்படுத்தும் போதுதான் நீங்கள் மக்களாக ஆகிறீர்கள். மற்றவர்கள் குரல் எழுப்பும் போதெல்லாம் அவர்களுக்கு ஊக்கமளியுங்கள். அவர்கள் முயற்சி செய்கிற விஷயத்தில் உங்களுக்கு உடன்பாடே இல்லையென்றாலும் கூட, அவர்கள் பேசுவதற்கும் அதை மற்றவர்கள் கேட்பதற்குமான அளவிலாவது அவர்களை ஊக்கப்படுத்துங்கள்.

இன்று நாம் ஒவ்வொருவரும் தனித்துப் போராடுகிறோம். எந்தவொரு போராட்டத்தையும் ஒரு குறிப்பிட்ட அளவுக்கு மேல் நீட்டிப்பது கடினம் என்றாகிவிட்டது. குடிமக்கள் சக குடிமக்களுக்குத் துரோகம் செய்கிறார்கள். அமைப்பைப் பொறுத்தவரை, வஞ்சகம் அதன் ஆக்கத்தின் ஒரு பகுதியாகவே இருக்கிறது. மேலும் மக்கள் என்ற தகுதியை நாம் வகிக்காது விடுவதால் அதன் வேலையை எளிதாக்கி விடுகிறோம். இதில் புதுமையானது என்னவென்றால் இந்து முஸ்லிம் என்கிற சட்டகத்துக்குள் இந்த அமைப்பு உங்களை இருத்தி வைத்திருப்பதுதான். கொல்லப்பட்ட பெஹ்லு கான், அக்லாக், ஜுனைத் ஆகியோர் முஸ்லிம்கள் அல்ல; அவர்கள் குடிமக்கள். கேரளாவில் ஆர்.எஸ்.

எஸ். காரர்கள் கொல்லப்படும்போதும் அதற்கு சிபிஎம் காரர்கள் மீது பழி தீர்க்கப்படும் போதும் சிபிஎம் காரர்கள் கொல்லப்படும்போதும் அதற்கு ஆர்எஸ்எஸ் காரர்கள் மீது பழிதீர்க்கப்படும் போதும் இறப்பவர்கள் இந்துக்களோ கம்யூனிஸ்டுகளோ அல்ல, குடிமக்களே. எனவே, வெளியில் பேசுங்கள்; உங்கள் சக குடிமக்களை ஆதரியுங்கள். சமூகத்தில் பிளவு மற்றும் அவநம்பிக்கையின் மீதுதான் அரசியலின் அதிதீவிரமான வெளிப்பாடு எழுகிறது. அது முடிவில் குடிமக்களைக் கீழறக்கி அவர்களிடமிருந்து மக்களாக இருத்தலின் சாரத்தையும் உணர்வையும் பறித்து விடுகிறது.

இந்தக் காரணங்களுக்காகத்தான் நான் சொல்கிறேன், அம்மா, உங்கள் முயற்சி நேர்மையானது, ஆனால் பயன்தராதது."

ராணி பத்மாவதி. அப்படி ஒருவர் இருந்திருக்கலாம் இல்லாமலும் இருக்கலாம். அவரது கதை ஒரு திரைப்படமாக்கப் பட்ட பிரச்சினை குறித்து டெல்லியின் ஊடகங்கள் தங்கள் கவனத்தை உடனடியாகத் திருப்பின. டெல்லியில் 5 வயது உள்ளவர்களும் 85 வயது உள்ளவர்களும் மூச்சு திணறலுக்கு ஆளாகிக் கொண்டிருப்பதை அவர்கள் மறந்து போனார்கள். முஸ்லீம்களை அசுரர்களாகக் கற்பித்து, இந்துக்களின் வீரதீரத்தைக் கொண்டாடுவதற்காக, பெண்கள் எரிக்கப்பட வேண்டும் என்ற வரலாறு மறுபடியும் உற்பத்தி செய்யப்பட்டது.

எந்தவொரு பிரச்சினைக்கும் இந்து-முஸ்லிம் என்ற கட்டமைப்பே ஒரேயொரு அளவுகோலாக மாறியுள்ளது. போலித் தேசியவாதம் மற்றொரு அளவுகோல். நாம் அவைகளில் இருந்து விடுபடுவது எளிதான விஷயமாக இருக்கப் போவதில்லை என்னும் அளவுக்கு இந்தக் கட்டமைப்புகள் இங்கே ஆழமாக ஊன்றப்பட்டிருக்கின்றன. நாம் அதிலிருந்து விடுபடுவதற்கு மிகக் கடினமாக உழைக்க வேண்டும். ஜனநாயகத்தில் மக்களாக இருப்பது ஒரு தென்றலைப் போல் சுகமானது, எளிதானது என்று நாம் நினைக்கிறோம். மாறாக, அதற்கு ஐஐடி நுழைவுத் தேர்வில் தேர்ச்சி பெறுவதற்கு வேண்டியதைவிட அதிக உழைப்பு தேவைப்படுகிறது. நாம் அவ்வளவு எளிதாகவோ அல்லது விலைகொடுக்காமலோ மக்களாகிவிடுவதில்லை.

நமது இளைஞர்கள் பொருள்சார் அடிமை வாழ்க்கைக்கு மயங்கிக் கிடக்கும் விதத்தை நோக்கும்போது, அடுத்த இருபது இருபத்தைந்து ஆண்டுகளுக்கு அமைப்பெனும் இயந்திரத்தின் சக்கரங்களின் வெறும் பற்களைப் போல் அவர்கள் மாறிவிடுவார்கள் என்று தோன்றுகிறது. அல்லது அது 50 ஆண்டுகளுக்கும் அப்படி இருக்கலாம். அவர்கள் இனி மக்களாக இருக்கமாட்டார்கள். இந்தியா ஜனநாயக நாடாக இருக்காது.

***

மக்களைப் பயமுறுத்துவதற்கு அதிகாரத்திற்கு நூறு வழிகள் உள்ளன. உங்களுக்கு எதிராகத் தேச துரோக வழக்குப் பதிவு செய்வது, ஏதாவது நீங்கள் பேசினாலோ, எழுதினாலோ - இப்போது இதெல்லாம் மிக அதிகமாகிக் கொண்டிருக்கிறது - அல்லது அவர்கள் ஆட்சேபணைக்குரியது எனக் கருதும் எதையும் நீங்கள் பகிர்ந்ததற்காக உங்களைக் கைது செய்வது ஆகியவை அவற்றில் சில. இது இந்தியா முழுவதும் மாநிலத்திற்கு மாநிலம் நடக்கிறது. தற்போதைய அரசாங்கம் ஆட்சிக்கு வந்ததில் இருந்து இது ஒரு தொற்றுநோயாகவே மாறிவிட்டது, ஆனால் இந்தப் போக்கு புதியதோ அல்லது பாஜகவுக்கு மட்டும் உரியதோ அல்ல. தமிழ்நாடு முதல் உத்தரப் பிரதேசம் வரை முறையாகத் தேர்ந்தெடுக்கப்பட்ட அரசுகளே சில ஆண்டுகளாக சாதாரணக் குடிமக்களைப் பாதுகாப்பற்றவர்களாக ஆக்கி வருகின்றன. (இது எழுதப்படும் போது தமிழ்நாட்டில் அதிமுக ஆட்சி இருந்தது என்பதை கவனத்தில் கொள்க - மொர்). உங்களுக்கு எதிராக முதலில் அவர்கள் கும்பலை நிறுத்துகிறார்கள், பின்னர் காவல்துறை மற்றும் வழக்கறிஞர்களை நிறுத்தி இறுதியாக அவர்கள் சிறைச்சாலையை நோக்கித் திறக்கும் கதவை உங்களுக்குக் காட்டுகிறார்கள்.

சுதந்திரப் போராட்டத்தின் போது காந்திஜியின் மிகப்பெரிய பங்களிப்புகளில் ஒன்று, பலவீனமான இந்தியர்களின் மனதில் இருந்து பிரிட்டிஷ் சிறைகள் பற்றிய பயத்தைத் துடைத்தழித்ததுதான். சிறையின் பயத்தை உயிர்ப்புடன் வைத்திருக்க, ஆங்கிலேயர்கள் அந்தமான்-காலாபானியில், கறுத்த நீரில், பயங்கரமான செல்லுலார் சிறைச்சாலையைக் கட்டினார்கள். ஆனால் சிறைச்சாலைகளின் மீதான பயம்

மக்களை அச்சுறுத்துவதை முடிவுக்குக் கொண்டு வரும் வகையில் அவர் அந்தச் சிறைக்கும் சென்றார். அவர்களில் சிலர் தங்களை விடுதலை செய்துவிடும்படி பிரிட்டிஷ் அதிகாரிகளிடம் கெஞ்சி மன்னிப்பு கேட்டார்கள். ஆனால் அவர்கள் புரட்சியாளர்கள் என்று தங்களைச் சொல்லிக்கொள்வதை நான் நிராகரிக்க மாட்டேன். சிறைச்சாலைகளே அப்படித்தான் - உங்கள் உறுதியை உடைத்துவிடக்கூடியவை. நமது இன்றைய அரசுகளுக்கு இது நன்றாகவே தெரியும்.

எனவே, முன்ஜாமீன் வழங்குவது போல், முன்சிறை என்பதற்கு ஒரு சட்டம் வேண்டும் என்று நான் சொல்கிறேன். அப்படி இருந்தால் ஒருவர் தானாக முன்வந்து நீதிமன்றத்தில் மனு செய்யலாம்: 'எனக்கு ஒரு அச்சம் கலந்த எதிர்பார்ப்பு இருப்பதாலும், கோடை விடுமுறை விரைவில் வர இருப்பதாலும் அடுத்த இரண்டு மாதங்களை நான் சிறையில் கழிக்க விரும்புகிறேன. பின்னர் அரசு என் மீது ஏதாவது ஒரு பொய் வழக்கைப் போடும்போது ஏற்கெனவே நான் சிறையில் கழித்த காலத்தை அந்தச் சிறைத் தண்டனையில் இருந்து கழித்துக் கொள்ள வேண்டுமென்று கேட்டுக்கொள்கிறேன்'.

அதனால் நாம் சிறையில் அடைக்கப்பட்டுவிடுவோமோ என்ற அச்சத்தில், இதுவரை நம்மில் பலர் பேசாமல் இருந்தோம். இப்படி ஒரு பிரச்சாரத்தைத் தொடங்குவது பற்றி என்ன நினைக்கிறீர்கள்: 'இன்னின்ன தேதிகளில் நாங்கள் சிறைக்குச் செல்ல விரும்புகிறோம், சும்மாவேனும். பொய் வழக்குகளையும் சிறை தண்டனைகளையும் குறித்து சமுதாயத்தில் வேரூன்றியிருக்கும் அச்சத்தை வேரோடு அகற்றுவதற்காக ஒவ்வொன்றும் இரண்டு நாள் சாப்பிடுவதற்குத் தாங்கக்கூடிய எண்ணெய் இல்லாத பராத்தாக்களை மதிய உணவுக் கலன்களில் எடுத்துக்கொண்டு நாம் இரண்டு மூன்று நாள்கள் சிறையில் போய் இருக்கலாம். அச்சம் ஒழிக!'.

நாம் காந்தியைப் பின்பற்றுபவர்கள் என்று நாம் கருதினால், அச்சத்தின் நுகத்தடியிலிருந்து நம்மை விடுவித்துக் கொள்வதற்காக முன்கூட்டிய சிறைத்தண்டனை என்பதை அறிமுகப்படுத்தக் கோர வேண்டும்.

எனது ஆலோசனை தீவிரமான ஒன்றாக இருக்கிறதா? நான் என் திசைவழிகளை மறந்துவிட்டேனா?

ஆம் என்று நீங்கள் நினைத்தால், வழக்குகளின் சிறிய பட்டியலொன்றை உங்களுடன் பகிர்ந்துகொள்கிறேன். இது கொஞ்சம் சலிப்பூட்டுவதாகத் தோன்றலாம், ஆனால் கொஞ்சம் பொறுத்துக்கொள்ளுங்கள். இந்த வழக்குகளில் பெரும்பாலானவற்றை நீங்கள் நினைவில் வைத்திருப்பீர்கள், அவற்றைப் பற்றி நீங்கள் கேள்விப்பட்டிருப்பீர்கள், என்றாலும் அவைகள் எல்லாவற்றையும் சேர்த்துப் படிப்பது அறிவூட்டுவதாக இருக்கும். இது விஷயங்களை அவைகளின் சரியான பார்வைக் கோட்டில் வைப்பதாகும்.

- ஏப்ரல் 2012இல், மேற்கு வங்காளத்தில் முதல்வர் மம்தா பானர்ஜியை விமர்சித்துக் கார்ட்டூன் போட்டதற்காகப் பேராசிரியர் ஒருவர் கைது செய்யப்பட்டார்.

- மே 2012இல், அப்போதைய பிரதமர் மன்மோகன் சிங்குக்கு எதிரான ஆட்சேபனைக்குரிய பதிவுகளுக்காக இரண்டு ஏர் இந்தியா ஊழியர்கள் கைது செய்யப்பட்டனர்.

- நவம்பர் 2012இல், சிவசேனா தலைவர் பால்தாக்கரேவின் இறுதிச் சடங்கின் போது மும்பை ஸ்தம்பித்த விதம் குறித்துச் சமூக ஊடகங்களில் கேள்வி எழுப்பியதற்காக ஷாஹீன் மற்றும் ரேணு ஆகிய இரு சிறுமிகள் கைது செய்யப்பட்டனர்.

- மே 2014இல், புதிதாகத் தேர்ந்தெடுக்கப்பட்ட பிரதமர் நரேந்திர மோடியை விமர்சித்து முகநூலில் கருத்து வெளியிட்டதற்காக கோவாவில் ஒருவர் மீது வழக்கு பதிவு செய்யப்பட்டது. (அவர் மீதான குற்றச்சாட்டு: 'வகுப்பு மற்றும் ஒற்றுமையின்மையைத் தூண்டுதல்'. இதை வழக்கமாகவே செய்யும் அரசியல்வாதிகளின் மீதும் தொலைக்காட்சி செய்தித் தொகுப்பாளர்களின் மீதும் ஒருபோதும் வழக்குகள் பதிவு செய்யப்படுவதில்லை, அவர்கள் விசாரிக்கப்படுவதும் இல்லை.)

- மார்ச் 2015இல், அப்போது ஆட்சியில் இருந்த சமாஜ்வாடி கட்சியின் மூத்த தலைவரான ஆசம் கானுக்கு எதிராகக் கருத்து தெரிவித்ததற்காகப் பதினொன்றாம் வகுப்பு மாணவர் ஒருவர் உ.பி. யில் கைது செய்யப்பட்டார்.

- நவம்பர் 2016இல், பணமதிப்பிழப்பு நடவடிக்கைக்காகப் பிரதமரையும் மாநில முதல்வரையும் விமர்சித்துப் பதிவிட்டதற்காக பத்தொன்பது வயதுள்ள தகவல் அறியும் உரிமைச் சட்ட செயற்பாட்டாளர் ஒருவர் மத்தியப் பிரதேசத்தில் கைது செய்யப்பட்டார்.

- யோகி ஆதித்யநாத் முதலமைச்சராகப் பதவியேற்ற சில மணி நேரங்களிலேயே உ. பி. யில், அவரைப் பற்றிய 'ஆட்சேபகரமான' பதிவுகளிட்டதாக 2017 மார்ச்சில் 7 பேர் கைது செய்யப்பட்டனர்.

- மே, 2017இல், பிரதமர் மோடியின் உருமாற்றம் செய்யப்பட்ட புகைப்படத்துடன் ஒரு பதிவை இட்டதற்காக இரண்டு இளைஞர்களைக் கர்நாடக போலீசார் கைது செய்தனர், இது எனக்கு எந்தவிதத்திலும் தொடர்பில்லாதவரான புகார்தாரரின் கூற்றுப்படி அவரை 'ஆபாசமாகவும் அசிங்கமாகவும்' தோற்றமளிக்கச் செய்தது. (இதையடுத்து, பிரதமரின் தொகுதியான வெகு தொலைவில் உள்ள வாராணசியில் உள்ள நிர்வாகம், வதந்திகள் அல்லது பொய்களைப் பரப்புபவர்களும் பகிர்ந்துகொள்பவர்களும் கைது செய்யப்படுவார்கள் என்று அறிவிப்பை வெளியிட்டது. இந்தியாவின் முதல் பிரதமர் நேருவைப் பற்றிய பொய்களைப் பரப்பியவர்கள் கைதுசெய்யப்பட்டதில்லை. பாஜகவின் தகவல் தொழில்நுட்பப் பிரிவைச் சேர்ந்த அமித் மால்வியா, நேரு பல பெண்களைக் கட்டி அணைத்தது குறித்து ட்வீட் செய்துள்ளார். ஒரு பெண்ணைக் கட்டிப்பிடிப்பது எப்போதிலிருந்து மோசமான விஷயமாக மாறியது? அதிலும் அந்தப் பெண்களில் ஒருவர் நேருவின் சகோதரி, மற்றொருவர் அவரது மருமகள் என்பது பின்னர் தெரியவந்தது.)

- அக்டோபர் 2017இல், கான்பூரில் இருபத்தி இரண்டு தொழிலதிபர்கள் மீது வழக்குகள் பதிவு செய்யப்பட்டன, அவர்களில் ஒருவர் கைது செய்யப்பட்டார். அவர்கள் செய்த குற்றம்: பித்துப் பிடித்தவர் என்று கூறப்படும் வடகொரியாவின் உச்சத் தலைவர் கிம் ஜாங்-உன் புகைப்படத்துக்கு இணையாகத் தங்கள் பிரதமரின் படத்தை வைத்தார் என்பது.

- அக்டோபர் 2017இல், தமிழ்த் திரைப்பட நடிகர் விஜய்யின் ரசிகர் ஒருவர் பிரதமர் மோடிக்கு எதிராக 'இழிவான கருத்து' தெரிவித்ததற்காகக் கைது செய்யப்பட்டார்.

- அக்டோபர் 2017இல், மீண்டும் பதினெட்டு வயது ஜாகிர் அலி தியாகி உ.பி. யில் நாற்பத்தி இரண்டு நாள்கள் கொடும் குற்றவாளிகளுடன் சேர்த்துச் சிறையில் அடைக்கப்பட்டார். கங்கை நதி ஒரு 'சட்டப்பூர்வ நிறுவனம்' என்று அறிவித்த நீதிமன்ற உத்தரவு ஒன்றை கேலி செய்தும், ராமர் கோவில் கட்டுவோம் என்ற பாஜக அரசின் வாக்குறுதியை ஒரு ஏமாற்றுவித்தை என்று கூறியும் அவர் முகநூலில் பதிவிட்டிருந்தார்.

- டிசம்பர் 2018இல் மணிப்பூரிலும் மத்தியிலும் உள்ள பாஜக அரசாங்கங்களை விமர்சித்ததற்காக மணிப்பூரைச் சேர்ந்த பத்திரிகையாளர் கிஷோர் சந்திர வாங்கெம்ச்சா தேசிய பாதுகாப்புச் சட்டத்தின் (NSA) கீழ் சிறையில் அடைக்கப்பட்டார்.

- ஜனவரி 2019இல், தமிழ் அரசியல்வாதியான சத்தியராஜ் பாலு, நரேந்திர மோடியை முகநூலில் கிண்டல் செய்ததற்காகக் கைது செய்யப்பட்டார்; அதே ஆண்டு மே மாதம், மம்தா பானர்ஜியின் கேலிச்சித்திரத்தை வெளியிட்டதற்காக பாஜக ஆர்வலர் பிரியங்கா ஷர்மா வங்காளத்தில் கைது செய்யப்பட்டார்.

இது ஒரு சிறிய பட்டியல் மட்டுமே. அரசியல்வாதிகள் தங்கள் அரசியல் வாழ்க்கையில் பலவிதமான விமர்சனங்களை எதிர்கொள்கின்றனர். அவர்களின் அரசியல் எதிரிகள் அவர்களின் முதுகுக்குப் பின்னால் அல்ல, அவர்களின் முகத்துக்கு நேராகவே, அதற்காகவே தேர்ந்தெடுக்கப்பட்ட வார்த்தைகளில் கேவலப்படுத்துகிறார்கள். இந்த அவமானங்களுக்காக அவர்கள் ஒருவரையொருவர் கைது செய்வதில்லை. ஆனால் மக்களாகிய நம்மிடையே இருக்கும் யாரோ ஒருவரைத் தேடித்தான் போலீசார் எப்போதும் வருகிறார்கள்.

எனது கணக்கின்படி, 2014 முதல் 2017 இறுதி வரை, பிரதமர் அல்லது பாஜக முதல்வர் அல்லது தலைவரைப் பற்றி ஆட்சேபனைக்குரிய கருத்துகளைக் கூறியதாக நாற்பத்தியிரண்டு குடிமக்கள் கைது செய்யப்பட்டுள்ளனர், அல்லது அவர்கள்

சுதந்திரப் பேச்சு | 153

மீது வழக்குகள் பதிவு செய்யப்பட்டுள்ளன. இதில் அதிக எண்ணிக்கையில் இருப்பவர்கள் முஸ்லிம்கள். ஆனால் இந்துக்களும் சீக்கியர்களும் கிறிஸ்தவர்களும் கூட அந்த பட்டியலில் உண்டுதான். அவர்களில் ஒவ்வொருவரும் இந்த நாட்டுக் குடிமக்கள் என்ற அந்த விஷயத்தைப் புரிந்துகொள்வது தான் நமக்குத் தேவை.

***

ஜனநாயகமாக இருப்பது என்ற செயல்முறைக்கு மிகுந்த துணிவு தேவை. அதற்கு நிலையான பயிற்சியும் தேவை. ஒரு நாள் 'நெட் பிராக்டீஸ்' செய்வதை விட்டுவிட்டாலும், ஜனநாயகவாதியாக இருப்பதற்கான ஆற்றல் குறைந்துவிடும். புதிய இந்தியாவில், இந்த அவசியமான நடைமுறையில் இருந்து கவனத்தைத் திருப்புவதற்கான பல விஷயங்கள் உள்ளன.

இந்தியாவில் தனியார்மயமாக்கல் வேகமெடுத்து, கார்ப்பரேட் கலாச்சாரத்திற்கு இட்டுச்சென்றது முதல், கார்ப்பரேட் உலகத்தைச் சேர்ந்தவர்கள் ஜனநாயகத்தில் பங்கேற்பாளர்களாக இருப்பதிலிருந்து கிட்டத்தட்ட முற்றாகவே மறைந்து விட்டார்கள். மிகச் சிலரே விதிவிலக்காக இருக்கிறார்கள். தங்கள் நிறுவனங்களை விட்டு வெளிவரத் துணிவது மிகவும் அரிதாகிவிட்டது. கார்ப்பரேட் உலகில் நுழையும் எவரும் ஜனநாயக அமைப்பிற்கு வெளியே இருப்பது என்பதைப் போலாகி, கார்ப்பரேட் உலகைச் சேர்ந்த அவனது அல்லது அவளது வாழ்க்கை முறை ஜனநாயகத்தை நாள்பட நாள்படக் குறைத்து மதிப்பிடத் தூண்டுகிறது. ஒரு சர்வாதிகாரத்தால் மட்டுமே இந்தியாவைக் காப்பாற்ற முடியுமென்று அவர்கள் கற்பனை செய்கிறார்கள் - இயல்பாகவே அது சந்தைக்கு நண்பனான சர்வாதிகாரமாகத்தான் இருக்கும்.

ஜனநாயகத்தின் பல குறைபாடுகளுக்கும் தனியார்மயமாக்கல் என்பது தீர்வாக முன்வைக்கப்பட்ட போது அது ஜனநாயகம் என்ற கருத்தையே பலவீனமாக்கிவிட்டது. அது அரசியல் வர்க்கத்துடன் சகவாசம் ஏற்படுத்திக்கொண்டு மக்களது நலன்களுக்கு எதிராக அத்துடன் சேர்ந்து செயல்படுகிற காரணத்தால் கார்ப்பரேட் உலகம் ஜனநாயகப் பங்கேற்புக்கு ஓர் உத்வேகத்தை வழங்கவில்லை. ஒரு முனையில் அரசியல் முறைமை குடிமக்களை ஊக்கமிழக்கச் செய்கிற அதே

நேரத்தில் மறுமுனையில் கார்ப்பரேட்டுகள் அவர்களை ஜனநாயகத்தில் செயலூக்கத்துடன் பங்குகொள்வதிலிருந்து விலக்கி வைக்கின்றன. அதன்பின்னர் இரண்டும் சேர்ந்து எதுவும் செய்யலாம்- இங்கே நிலம் கையகப்படுத்தலாம், அங்கே மலையை உடைத்துத் தள்ளலாம், விவசாயிகள் குழிகளைத் தோண்டி அதற்குள் நின்றுகொண்டு நிலத்திற்கு நியாயமான விலையைக் கேட்டு வாரக்கணக்கில் இருந்தாலும் அதனால் பயன் இல்லாத ஒரு சூழ்நிலையை உருவாக்கலாம்.

எந்த அளவுக்குத் தனியார்மயமாக்கல் அதிகரிக்கிறதோ, அவ்வளவுக்கு ஜனநாயக வெளிகள் சுருங்குகின்றன. கார்ப்பரேட் நிறுவனங்களுக்கு ஜனநாயகத்தில் எப்போதும் ஆர்வம் இருந்ததில்லை. ஆனாலும் அரசாங்கங்களுக்கும் பெருநிறுவனங்களுக்கும் இடையிலான இணைப்பை நாம் ஆராய்வதுமில்லை, அதைக் கேள்விக்கு உட்படுத்துவதுமில்லை. அரசியல் கட்சிகளுக்கான நன்கொடைகளை முழுமையாக யாரும் அறிய முடியாததாக மாற்றக்கூடிய, பெரு நிறுவனங்கள் தேர்தல் நடைமுறையைக் கையகப்படுத்திக்கொள்வதை எளிதாக்கி அரசின் கொள்கைகள் எப்படி, எந்த அளவுக்குப் பெரும் நன்கொடையாளர்கள் பயன்பெறத்தக்கவாறு அமைக்கப்படுகின்றன என்பதை பொதுமக்கள் அறிந்து கொள்வதை அரிதாக்கும் தன்மைகொண்ட, அரசால் அறிமுகப்படுத்தப்பட்ட தேர்தல் பத்திரங்கள் திட்டத்தையும் நாம் எதிர்ப்பதில்லை.

நாம் கேள்விக்குள்ளாக்காதவை ஏராளம்; நாம் காணாமலே விட்டுவிடுவதும் ஏராளம்தான்.

2017 டிசம்பரில், நாட்டின் மிக உயர்ந்த சட்டமியற்றும் அமைப்பான மக்களவையின் குளிர்காலக் கூட்டத்தொடர், பிரதமர் மோடி பெரிய அளவில் பிரச்சாரம் செய்யத் திட்டமிட்டிருந்த, மிகச் சவால்கள் நிறைந்த குஜராத் சட்டமன்றத் தேர்தல்களின் காரணமாக ஒத்திவைக்கப்பட்டது. ஒட்டுமொத்த தேசத்தின் பணியைவிட ஒரு மாநிலத் தேர்தல் உயர்ந்ததாக ஆக்கப்பட்டது. பத்திரிகைகளில் இதைப் பற்றி சில விவாதங்கள் இருந்தன. ஆனால் தொலைக்காட்சிகளில் இதைப் பற்றிக் கிட்டத்தட்ட ஒரு விவாதமும் நிகழவில்லை. ஆனால், நம்மில் எத்தனை பேர் உண்மையில் இதற்கு விளக்கம் கோரினோம்? இதற்கும், சமூக ஊடகங்களில் பிரச்சாரம்

தொடங்கிப் பெருமளவு ஓசை எழுப்புவது இந்த யுகத்தில் சாத்தியமே.

லோக்சபா கூட்டத்தொடர் தாமதமாகிறது என்ற பிரச்சினையை எழுப்பியவர்கள் கூட ஒரு பெரிய நிகழ்ச்சிப் போக்கைக் கவனிக்கத் தவறிவிட்டார்கள். கடந்த முப்பது ஆண்டுகளாக, சட்டமன்றக் கூட்டங்களின் எண்ணிக்கை, ஒவ்வொரு மாநிலமாகக் கவலையளிக்கும் வகையில் குறைந்து வருகிறது. இதன் விளைவாக, ஒரு மாநில அரசாங்கத்தை நடத்துவதில் சட்டமன்றக் கூட்டங்களின் முக்கியத்துவம் தொடர்ந்து குறைந்து வருகிறது. சட்டமன்றம் என்பது எம்எல்ஏக்கள் தங்கள் தொகுதிகள் தொடர்பான பிரச்சினைகளை விவாதித்துத் தலைவர்களாக உருவாகும் மேடை. இன்று எம்.எல்.ஏ.க்கள் அமைச்சர்களாக இல்லாவிட்டால் அவர்களை யாருக்கும் தெரியாது. அவர்கள் தேர்தலில் வெற்றி அடைந்தோ அல்லது தோல்வி அடைந்தோ மொத்தத்தில் தம் சொந்தக் காரியத்தைப் பார்த்துக்கொள்கிறார்கள். ஆனால் அவர்களைத் தேர்ந்தெடுக்கும் மக்களுக்கு அவர்களால் எந்தப் பயனும் இல்லை.

இந்த நிறுவனங்களில் என்ன நடக்கிறது என்பதைப் பார்ப்பதை நிறுத்திவிட்டோம். ஒரு மாநிலத்தின் முதலமைச்சரோ அல்லது பிரதமரோ சட்டசபை அல்லது மக்களவைக் கூட்டத்தைக் குறிப்பிட்ட காலத்தில் நடத்தாமல் வெறுமனே பிரேரணைகளை மட்டும் நிறைவேற்றுவது ஏனென்று கேள்வி எழுப்ப நாம் அக்கறைப்படுவதில்லை. மாநில சட்டசபை அல்லது மக்களவை மீது நமக்கு நம்பிக்கை இல்லையென்று ஆகிவிட்டதா? அப்படியொன்றும் இல்லை என்று நான் மறுக்கிறேன். இந்த நிறுவனங்களின் மீது நமக்கு நம்பிக்கை இல்லாமல் போயிருந்தால் ஒவ்வொரு தேர்தலிலும் நம்மில் 70% அல்லது அதற்கு மேற்பட்டவர்கள் வாக்களித்திருக்க மாட்டார்கள். நம்முடைய தலையாய ஜனநாயக உரிமையை, தலையாயக் கடமையை, நாம் வாக்கு இயந்திரத்தில் வெறுமனே ஒரு பொத்தானை அழுத்துவது மட்டுமே என்ற அளவுக்குக் கீழிறக்கிவிட்டதுதான் இதில் உண்மையான பிரச்சினை என்று நான் நினைக்கிறேன். வாக்குச் சாவடியிலிருந்து திரும்பி வந்த பின்னர் வெற்றிபெற்ற தலைவரின் உருவத்தில் நாம் கரைந்து போகிறோம்.

நம்பிக்கை கொள்வது ஒரு நல்ல விஷயம் என்பதில் சந்தேகமில்லை. ஆனால் அந்த நம்பிக்கை சரியான விவரங்களின் அடித்தளத்தில் நிலைகொள்ள வேண்டும், நமது உணர்ச்சியின் அடிப்படையில் அல்ல.

2017ஆம் ஆண்டின் முதல் காலாண்டில் இந்தியாவில் தான் நடத்திய ஆய்வின் முடிவுகளை அமெரிக்கச் சிந்தனைக் குழுவான பியூ ஆராய்ச்சி மையம், அந்த ஆண்டின் இறுதியில் வெளியிட்டது. இந்தியாவின் அதிக மக்கள்தொகை கொண்ட மாநிலங்களில் 2,464 பேரிடம் இந்த ஆய்வு நடத்தப்பட்டது. (ஆமாம், 2,464 பேர். தாம் ஆய்வு நடத்தும் நாடு ஒரு பில்லியனுக்கும் அதிகமான மக்கள் வசிக்கும் நாடு என்பதை அவர்கள் ஒருவேளை மறந்திருந்தாலும் கூட இது ஒரு சுவாரஸ்யமான எண்ணிக்கை. இன்னும் முப்பத்தாறு பேரைக் கூட்டி அதைக் குறைந்தபட்சம் 2,500 ஆக ஏன் மாற்றியிருக்கக் கூடாது? ஒருவேளை அவர்களுக்கு அப்படி ஆலோசனை சொல்ல ஒரு ஜோதிடர் இருந்திருக்கலாம்).

நரேந்திர மோடிதான் பிரதமர் என்று 88 சதவீதம் பேர் சாதகமாக கருத்து தெரிவித்ததாகக் கணக்கெடுப்பில் தெரியவந்தது- பத்தில் ஒன்பது பேர் அப்படிச் சொன்னார்கள் என்று அந்த ஆய்வு கூறியது. இது எதிர்பாராததோ திடுக்கிட வைக்கக்கூடியதோ அல்ல. அந்த நேரத்தில் நடத்தப்பட்ட வேறு சில ஆய்வுகளும் இதே போன்ற முடிவுகளையே தெரிவித்தன. இதில் மற்ற கேள்விகளுக்கான பதில்கள்தான் பெரும் கவலையளிப்பவை.

நேர்மையாகச் சொல்வதானால், ஒவ்வொரு கணக்கெடுப்பிலும் கலந்துகொண்ட 10 பேரில் பிரதமரை மக்கள் விரும்பும் தலைவராகக் காணாத அந்தப் பத்தாவது பதிலாளியைக் குறித்துத்தான் நான் கவலைப்பட்டேன். 'சகோதரரே, ஒன்பது பேர் ஒரே வழியில் பதிலளித்திருக்கும் போது நீங்கள் மட்டும் ஏன் தனியாக நின்று வேறு வழியைத் தேர்ந்தெடுத்தீர்கள்' என்று அவரிடம் கேட்க நினைத்தேன். சற்று பின்னர்தான் எனக்கு அது புரிந்தது: இந்த ஒரு மனிதன் உண்மையான ஜனநாயகவாதி. மற்றவர்களிடமிருந்து விலகி, தனித்து நிற்பதன் மூலம், அவர் உண்மையில் இந்திய ஜனநாயகத்திற்குப் பெரும் சேவை செய்துகொண்டிருந்தார், இல்லையெனில், பத்தில் ஒன்பது பேர் ஒரு பக்கமாகச் சென்றுவிட்டார்களே என்ற பதட்டத்தில், அவரும் அந்த ஒன்பதை முழு பத்தாக

சுதந்திரப் பேச்சு | 157

ஆக்கவேண்டி அந்தப் பக்கம் தாவ முடிவு செய்திருக்கலாம். ஆனால் அவர் உறுதியாக நின்றார். அவர் யாராக இருந்தாலும் அவருக்கு நான் தலை வணங்குகிறேன். மற்றவர்களில் இருந்து விலகி நின்றும், உறுதியாக நின்றும் அந்தத் தலைவருக்கு ஒருவராவது எதிர்ப்பாக இருக்கிறார் என்பதை நிலைநிறுத்தி ஜனநாயகத்தின் மாண்பைக் காப்பாற்றியிருக்கிறார்.

2,464 பேரைப் பேட்டி கண்டதில் உச்சத் தலைவருக்கு 88 சதவீதம் வெகுஜன ஆதரவு கிடைத்த விஷயம் ட்விட்டரில் கொண்டாட்டங்களுக்கு வழிவகுத்தது. பேரானந்தத்தில் இருந்தவர்கள் சர்வேயின் முடிவுகள் முழுவதையும் படித்திருந்தார்களா என்று நான் சந்தேகப்பட்டேன். பதிலளித்தவர்களில் ஐம்பத்து மூன்று சதவீதம் பேர் நாட்டில் ராணுவ ஆட்சி வருவதை ஆதரித்தனர். அவர்களில் பத்தில் ஒன்பது பேர் ஜனநாயகச் செயல்பாட்டின் மூலம் மேலுக்கு வந்த ஒரு தனிநபரின் மீது நம்பிக்கை வைத்தனர்; தனது அரசியல் வாழ்க்கையின் மூலம் ஜனநாயக அபிலாஷைகளின் அடையாளமாக இருக்கும் ஒரு தனிநபர், முதலமைச்சர் பதவியிலிருந்து பிரதமர் பதவிக்கு உயர்கிறார். பின் ஏன் அவருக்கு ஆதரவளித்த ஒன்பது பேரில் ஐந்து பேர் இராணுவ ஆட்சியை ஆதரிப்பவர்களாக இருந்தனர்? வெகுமக்கள் மத்தியில் மிகவும் பிரபலமானவர் என்று அவர்களாலே அழைக்கப்படும் மக்களால் தேர்ந்தெடுக்கப்பட்ட தலைவர் மீது அவர்களுக்கு முழு நம்பிக்கை இருக்கவில்லையா?

அந்தப் பதிலாளிகளிடம் ஒரு கேள்வி கேட்கப்பட்டிருக்கும்: 'ராணுவ ஆட்சி நல்லது என்று நினைக்கிறீர்களா?' அவர்களில் பாதிக்கும் மேற்பட்டவர்கள் 'ஆம்' என்று கூறியிருப்பார்கள். அந்த இடத்தில் நான் இருந்தால் அவர்களிடம் இரண்டாவது கேள்வி ஒன்றையும் கேட்டிருப்பேன்: "யாரோ ஒருவர் இரவு இரண்டு மணிக்கு உங்கள் கதவைத் தட்டி, உங்களையும் உங்கள் தந்தையையும் தூக்கிச் சென்று, உங்களுக்கு வழக்கறிஞரோ வாதாடும் உரிமையையோ மறுத்து உங்களைப் பத்து வருடங்கள் இருள்சிறையில் அடைத்து வைப்பதான இராணுவ ஆட்சியை நீங்கள் ஆதரிப்பீர்களா?" அதே பதிலாளிகள் அந்தக் கேள்விக்கு 'ஆம்' என்று பதிலளித்திருப்பார்களா? நான் அப்படி நினைக்கவில்லை.

அந்த இராணுவ ஆட்சி யார் தலைமையில் நடக்க வேண்டுமென்று அவர்களிடம் கேட்டிருந்தால் அவர்கள் என்ன பெயரைச் சொல்லியிருப்பார்கள்? ஜனநாயக முறைப்படி தேர்ந்தெடுக்கப்பட்ட தலைவர் ஒருவரின் பெயரைச் சொல்லியிருப்பார்களா? இந்நாளில் அமைச்சராக இருக்கும் முன்னாள் ராணுவத் தளபதியின் பெயரைச் சொல்லியிருப்பார்களா? அதுதானே தர்க்க ரீதியாகச் சரியாகவும் இருந்திருக்கும்?

ஜனநாயகம் மற்றும் தலைவர் விஷயத்தில் நாம் எந்த அளவில் குழப்பமாக இருக்கிறோம்? எதனால் இப்படிக் குழம்பியிருக்கிறோம்? ஊடகங்கள் அல்லது வேறு எந்த நிறுவனங்களாக இருந்தாலும் சரி, அந்த நிறுவனங்களில் ஜனநாயகத்தைக் கடைப்பிடிக்கும் அன்றாட நடைமுறை மறக்கப்பட்டுவிட்டதால்தான் இந்தக் குழப்பம் நமக்கு ஏற்படுகிறது. பகுப்பாய்வு மற்றும் விசாரணையின் 'பயிற்சிப் பந்தயங்கள்' இல்லாமல் போய் நீண்ட காலமாகிவிட்டது. இந்தத் தேய்மானத்துக்கான பழியைத் தற்போதைய அரசாங்கத்தின் நுழைவாயிலில் மட்டுமே சுமத்த முடியுமென்று நாம் நினைத்தால், நம் நினைப்பு தவறானதாக இருக்கும். நாம் வாழும் காலத்தை நாம் சரியாகப் புரிந்துகொள்ளவில்லை என்று அர்த்தம். கடந்த இருபத்தைந்து முதல் முப்பது வருடங்களாக இந்தச் சீரழிவு நிகழ்ந்து வருகிறது, மிகை முதலாளித்துவமும் அதன் தொழில்நுட்பங்களும் நம் வாழ்க்கையைத் தாம் கையகப்படுத்தியதும், சமத்துவமின்மை வேகமாய் வளர்ந்ததும், அரசியல் பொய்யர்களின் எண்ணிக்கை அதிகரித்ததும், அனைத்து நிறுவனங்களும் திட்டமிட்டுக் கலைக்கப்பட்டு உள்ளடக்கமற்றதாக ஆக்கப்பட்டதுமான இந்த வீழ்ச்சி நடந்த 25 முதல் 30 ஆண்டுகளாக நிகழ்ந்துகொண்டிருக்கிறது. நிறுவனங்கள் சிதைக்கப்படுவது குறித்து விழிப்புடன் இருப்பவர்களின் எண்ணிக்கை அதிகரித்துக்கொண்டிருப்பதும் கூட அது இப்போது படு வேகமாக நிகழ்ந்து கொண்டிருப்பதால் தான்.

பியூ கணக்கெடுப்பில் பதிலளித்தவர்களில் 55 சதவீதம் பேர் தங்களுக்கு பாராளுமன்றம் அல்லது நீதிமன்றத்தில் இடையீடின்றி முடிவெடுக்கவல்ல ஒரு 'வலிமையான தலைவர்' வேண்டும் என்று கூறியுள்ளனர். ஆய்வறிக்கை, 'நாங்கள் ஆய்வு

செய்த வேறெந்த நாட்டையும் விட இந்தியாவில் சர்வாதிகார ஆட்சிக்கான ஆதரவு அதிகமாக உள்ளது என்று குறிப்பிடுகிறது.

ஒரு வலுவான தலைவர் ஏன் தேவை? ஒரு தலைவர் அல்லது முதலமைச்சரின் இடத்தில் உடல் தசை வலுக்கொண்ட ஒருவர் தேவைப்படுகிறார் என்னும் அளவுக்கு அரசியல் சாசன சட்டக் கட்டமைப்பில் வழங்கப்பட்டுள்ள அதிகாரங்கள் போதாமல் இருக்கின்றனவா? அமைச்சரவை செயலாளருடன் உச்சத் தலைவர் மல்யுத்தம் செய்து அவருக்குச் சரியான இடத்தில் அடி கொடுக்க வேண்டுமா? அப்படியென்றால் ஒரு வலிமையான தலைவனுக்காக ஏன் இப்படி ஏங்கியிருக்க வேண்டும்? மக்களின் வலுவான விருப்பத்தைப் பிரதிநிதித்துவப்படுத்தும் ஒரு தலைவர் இருக்க வேண்டுமென்று ஆசைப்படுவது என்றால் அது புரிந்து கொள்ளக் கூடியது. ஒருவேளை அந்த ஆசை இருந்திருக்கலாம். ஆனால் இந்த ஆய்வுகளில் கேட்கப்படும் கேள்விகளை அப்படி நுட்பமாக மாற்றிக் கேட்க இடங்கொடுக்குமா? இப்படிப்பட்ட ஆய்வுகளின் முடிவுகளைக் கொண்டாடுபவர்களுக்கு அப்படி நுட்பங்களுக்கான அவகாசம் இருக்கிறதா?

ஒருபுறம், ஒரு வலுவான தேர்ந்தெடுக்கப்பட்ட தலைவர் உருவாக்கப்படுகிறார் என்ற கட்டுக்கதை சொல்லப்படும் அதே நேரத்தில் அதற்கிணையாக ராணுவ ஆட்சி வருவதற்கான கதையும் வசனமும் ஓடிக்கொண்டிருக்கிறது. இதற்குக் கட்டாயம் ஒரு காரணம் இருக்க வேண்டும்.

இதுவரை நமது ஜனநாயக அமைப்புகள், அவைகளால் முடிந்த அளவுக்குச் செயல்பட்டபோதிலும், மக்களின் அபிலாஷைகளை நிறைவேற்றுவதில் முழுவதுமாகத் தவறிவிட்டன. எதிர் மாறாக, பொதுவான வளங்கள் மற்றும் அமைப்புகள் மீது சுயநலக் கும்பல்களின் ஆதிக்கம் இந்த நிறுவனங்கள் மூலமே கிட்டத்தட்ட முழுமையடைந்துள்ளது. மக்கள்தொகையில் ஒன்று அல்லது இரண்டு சதவீதம் பேராக இருப்பவர்கள் நாட்டின் செல்வத்தில் தொண்ணூறு முதல் தொண்ணூற்றைந்து சதவீதம் வரை தங்கள் கட்டுப்பாட்டில் வைத்திருக்கிறார்கள் என்பது இந்தியாவுக்கு மட்டுமல்ல, உலக நாடுகள் அனைத்துக்கும் பொருந்தக்கூடிய உண்மை. இந்தத் தகவல் ஏதோ ஒரு கம்யூனிஸ்ட் கட்சி அலுவலகத்தில் இருந்து வெளிவந்ததல்ல; முதலாளித்துவ அமைப்பில் நம்பிக்கை கொண்ட பொருளாதார வல்லுநர்களின் ஆய்வுகளை

அடிப்படையாகக் கொண்டது. உதாரணமாக, சில நாடுகளில் கிட்டத்தட்ட முழுச் செல்வத்தையும் கட்டுப்படுத்தும் ஒன்று அல்லது இரண்டு சதவீதத்தினரின் புள்ளி விவரம் *OXFAM* இன் அறிக்கையிலிருந்து பெறப்பட்டது.

இதுதான் அரசியல் வர்க்கத்தைப் பதற்றமடையச் செய்துள்ளது. மக்கள்தொகையில் தொண்ணூறு சதவிகிதம் அல்லது அதற்கு மேற்பட்டவர்களில், தாம் உண்பதற்கு ஏதும் இல்லாதவர்களில் சிலர் இப்போதைக்குத் தற்கொலை செய்துகொள்கிறார்கள். ஆனால் அவர்கள் தங்கள் உயிர்களை மாய்த்துக்கொள்வதில் சலிப்படையும் நாள் ஒன்று வரும். அப்போது அவர்கள் கிளர்ந்து எழுவார்கள். இறப்பதற்கும் கொல்வதற்கும் ஒரு எல்லை உண்டு. வரலாறு கொலைகாரக் கொடுங்கோலர்களின் பெயர்களால் நிரம்பியிருக்கிறது. இருப்பினும், இறுதியில் அழிந்தது அவர்கள்தானே ஒழிய, மனித நேயம் அழிந்ததில்லை.

அரசியல்வாதிகளின் மிகப்பெரிய கவலை அதுதான். அதிகாரத்தின் கடிவாளத்தைத் தன் கையில் வைத்திருப்பவரை இந்தப் பயம் ஆட்டிப்படைக்கிறது. நாளை நம்மில் சிலர் ஆட்சிக்கு வந்தாலும், அதே பயம் நம்மையும் ஆட்டிப்படைக்கும். அவர்களிடம் பிரச்சாரம், நிகழ்ச்சி நிர்வாகம் என்ற பழைய சூத்திரத்தைத் தவிர வெளிக்காட்டிக்கொள்ள வேறெதுவும் இல்லாத காரணத்தால், அரசியல்வாதிகளுக்கு இந்தப் பயம் வருவது அவர்களைப் பொறுத்தவரை நியாயம்தான். ஜனநாயகம் என்பது நிர்வகிக்க கடினமான விஷயமாக இருக்க முடியும். வழக்கமான கருத்து கேட்புக் கணக்கெடுப்புகளை நடத்தி அவைகளில் தந்திரமான கேள்விகளை கேட்பதன் மூலம் சர்வாதிகாரம் அல்லது இராணுவ ஆட்சி பற்றிய கருத்தைச் சுற்றி ஒரு ஒளிவட்டத்தை உருவாக்கும் நாடகங்கள் ஏன் அரங்கேற்றப்படுகின்றன என்ற விஷயத்தை இது விளக்குகிறது. ஏனெனில் இது தமது சொந்த உரிமை மறுப்புத் திட்டத்தில் மக்களையே ஈடுபடுத்தி அதன் வழி மக்களுடைய எதிர்பார்ப்புகளையும் அபிலாசைகளையும் மிதித்து அழிப்பதற்கான சுலபமான வழியாகும். குடிமக்கள் என்கிற தகுதிப்பாட்டை நாம் துறக்கும்போது, ஒரு நாள் நம் கதவுக்கு வெளியே துப்பாக்கி ஏந்திய ஒருவர் முகத்தில் காலையில் கண்விழிப்போம். அடுத்த பத்து அல்லது இருபது ஆண்டுகளுக்கு

நாம் நமது பேச்சுத் திறனையும் வார்த்தைகளையும் இழந்து மௌனத்துக்குள் புதைய வேண்டியிருக்கும்.

இந்த நோக்கத்திற்காகவே, வலுவான தலைவர், இராணுவ ஆட்சி என்கிற இரண்டு கதைகளும், அவை வரலாற்றில் மிகவும் தேய்ந்து போன கதையாடல்கள் அல்லது சூத்திரங்களாக இருந்த போதும், அக்கறையுடன் உருவாக்கப்படுகின்றன. வரலாற்றை ஆழ்ந்து படிக்காதவர்களுக்குக் கூட இது புரியும். வரலாற்றைப் படித்தவர்களுக்கு இது இன்னும் நன்றாகப் புரியும். நின்று யோசிப்பார்களானால், சுவரொட்டிகளைக் கிழித்துக்கொண்டு திரிபவர்களுக்கும் இந்தச் சூத்திரம் புரியக்கூடியதுதான்.

நான் விரும்பும் தலைவர் வலிமையானவராக இருக்க வேண்டும் என்றால், காந்தி, மண்டேலா, லிங்கன், மார்ட்டின் லூதர் கிங் மற்றும் வினோபா பாவே ஆகியோரை எப்படி விவரிப்போம்? அவர்களை வலிமையான தலைவர்கள் என்றுதானே சொல்வீர்கள்? வேட்டியைத் தவிர வேறெதுவும் அணியாமல், பிரித்தானியப் பேரரசின் வல்லமைக்குச் சவால் விடுத்த பலவீனமான உடல்கொண்டவர்தான்-அவர் பலவீனமானவரா அல்லது வலிமையான தலைவராக இருந்தாரா? ஒரு வலிமையான தலைவர் என்பவர் ஆடம்பரமாக உடையணிந்து கொண்டு உயரமான மேடையில் நின்று முழங்க வேண்டுமென்று அவசியம் இல்லை; மென்மையாகப் பேசக்கூடிய ஓர் அரை நிர்வாணப் பக்கிரியும் ஒரு வலிமையான தலைவராக இருக்க முடியும். இதைக் குறித்து நமக்கு எள்ளளவும் குழப்பம் இருக்க வேண்டிய அவசியம் இல்லை. ஒரு லட்சியத்துடன், தன் ஊன்றுதடியின் துணை கொண்டு 30 ஆண்டு காலம் நாடெங்கும் நடந்து, காலாபாணி என்று அழைக்கப்பட்ட ஒரு செல்லுலர் சிறைச்சாலை குறித்து மக்களின் மனதில் ஆழப் பதிந்திருந்த அச்சத்தை நீக்கி, பிரிட்டிஷ் வல்லமைக்கு எதிராக அவர்களைக் கிளர்ந்தெழச் செய்ய மென்மையாகப் பேசிய ஒரு அரை நிர்வாணப் பக்கிரியால் முடிந்தது. ஒரு பகத் சிங், சந்திரசேகர் ஆசாத் மற்றும் போஸ் ஆகியோர் அதே தொடர்ச்சியில் இருந்துதான் உருவானார்கள் என்பதே அவரது துணிவையும் கொள்கைப் பிடிப்பையும் பறைசாற்றுவதாக இருக்கிறது. அதனால்தான் நான் சொல்கிறேன், ஒரு வலிமையான தலைவர் எப்போதும் வண்ணமயமான உடையணிந்து வரமாட்டார். எந்தக் கடவுள்

பெரியவர் என்று ஒரு வாரம் சண்டை போட்டுவிட்டு மறுவாரம் காந்தியைக் கொன்ற கொலையாளி கோட்சேவுக்குக் கோவில்கள் கட்டத் தொடங்குவதன் மூலம் ஒருவர் ஒரு வலிமையான தலைவராக உருவாக முடியாது.

1940 முதல் 1945 வரை, இரண்டாம் உலகப் போரின் போது, பிரிட்டிஷ் பிரதம மந்திரி வின்ஸ்டன் சர்ச்சில் நம்பமுடியாத அளவிற்குப் பிரபலமாக இருந்தார் - அவரது பேச்சுகள் இன்று வரை மேற்கோள் காட்டப்படுகின்றன - மக்கள் அவர் சொன்ன அனைத்தையும் நம்பினர். அவர் அந்தக் காலகட்டத்தின் உலகின் மிகப் பெரிய தலைவராகத் தோன்றினார்; அவர் சொன்ன எதுவும் தீர்க்கதரிசனமாக இருக்கும் என்கிற நம்பிக்கையில் மக்கள் அவருடைய ஒவ்வொரு வார்த்தையையும் பிடித்துத் தொங்கிக்கொண்டிருந்தார்கள். அவர் மீது கண்மூடித்தனமான நம்பிக்கை இருந்தது. போருக்குப் பிறகு, தேர்தல்கள் நடந்தபோது, அதே சர்ச்சில் கிளமெண்ட் அட்லியின் கைகளில் தோல்வியைச் சந்தித்தார். ஒரு வலுவான தலைவர் தோல்வியையும் சந்திக்கக் கூடும்.

ஜனநாயக நாட்டில் வாழும் நாம், மக்களாக இருப்பதன் அர்த்தம் என்ன என்பது பற்றிய நமது புரிதலை நீர்த்துப்போக விட்டால், நாம் நமது சுதந்திரப் போராட்டத்திற்குத் துரோகம் செய்தவர்களாகிவிடுவோம். நமது சுதந்திரப் போராட்ட வீரர்களுக்கு ஓய்வூதியம் தருகிறோம். ஆனால் விடுதலை மேல் கொண்ட காதலினால் ஆண்டுக் கணக்கில் சிறைகளில் இருந்த, பெயர் வெளியில் தெரியாத எத்தனை மனிதர்களை நாம் அறிவோம்? அவர்களது குழந்தைகளும் அவர்களது குழந்தைகளின் குழந்தைகளும் சொற்ப ஓய்வூதியங்களை மட்டும் நம்பி வாழ்ந்திருந்து வறுமையில் விழுந்தார்கள். சுதந்திர தேசத்தின் குடிமக்களாக இருக்கும் உரிமையை வென்றெடுப்பதற்காக அந்தச் சுதந்திரப் போராளிகள் தங்கள் குடும்பங்களின் பல தலைமுறைகளின் எதிர்காலத்தைப் பணயம் வைத்தனர். அவர்களின் நினைவுக்கு மரியாதை தரும் நிமித்தமாவது, குறைந்தபட்சம், நமது மாபெரும் ஜனநாயகத்தின் சாரத்தையும் அதன் மக்களாக இருப்பதற்கான உரிமையையும் நாம் இழந்துவிடக்கூடாது.

வலுவான தலைவர் பற்றிய கதையாடலைப் பொறுத்தவரை, இது ஒரு வகையான நேரத்தைக் கடத்தும் பொழுது போக்கு,

சுதந்திரப் பேச்சு | 163

அதற்கு மேல் எதுவும் இல்லை. அனைவரையும் தன்னோடு அணைத்து அழைத்துச் செல்பவன்தான் தலைவனே தவிர, தனக்குப் பின்னால் ஒரு கூட்டத்துடன் நடந்து செல்பவன் அல்ல. காந்தியைச் சுற்றி உயர்ந்த ஆளுமை கொண்ட தலைவர்கள் இருந்தனர்- ராஜேந்திர பிரசாத், அம்பேத்கர், நேரு, போஸ், சர்தார் படேல் மற்றும் பலர். அதுதான் உண்மையான ஜனநாயகத்திற்கான சூழலை உருவாக்குகிறது. ஒரு தலைவன் நான் உயர்ந்து சுற்றியுள்ள நிலப்பரப்பை அவரை விட சிறியதாகத் தோன்ற வைக்கும்போது, அங்கு மக்கள் இருக்கமாட்டார்கள், தந்திர வித்தை மட்டுமே இருக்கும்; உள்ளீடற்றதாக ஆக்கப்பட்ட அமைப்பு இருக்கையில் அங்கே பொய்யின் ஆலயம் மட்டுமே மீதமாக நின்றுகொண்டிருக்கும். நமது ஜனநாயக உணர்வை மறு நிர்மாணம் செய்யவும், மக்களாக இருப்பதற்கான நமது உரிமையை மீட்டெடுக்கவும் நமக்கு நாமே கடமைப்பட்டிருக்கிறோம்.

6

இந்தியாவின் பாபாக்கள் இங்கே நிரந்தரமானவர்கள்

'பெண்களின் மாதவிடாயின் தொடக்கத்தில், அவர்கள் தங்கள் வீடுகளில் மிகவும் தூய்மையான மற்றும் புனிதமாகக் கருதப்படும் பகுதிகளில் இருக்கும்போது இரத்தப்போக்கு தொடங்கும் சூழ்நிலை அடிக்கடி ஏற்படுவது உண்டு. பொதுவாக அவை தடை செய்யப்பட்ட பகுதிகளில்- சமைக்கும்போது சமையல் அறையிலோ, அல்லது பூஜை அறையைச் சுத்தம் செய்யும் போதோ அல்லது அதே போன்ற தூய்மையான வேறு சில இடங்களில், மாதத்தில் அந்தப் பகுதியில் பெண்கள் இருக்கக்கூடாத இடத்தில் அது நிகழலாம். இரத்தப்போக்கு ஏற்பட்ட முதல் நாள்களில், சமையலறையில் உள்ள எதிலும் ஒரு பெண் கை வைக்க மாட்டார். ஆனால் ஒவ்வொரு மாதமும் நடக்கும் சுழற்சியாக இருப்பதால் அது நிகழும் நேரம் உங்கள் கைகளில் இல்லை. அப்படி இருக்கும்போது குறிப்பிட்ட ஆண்டில் அவ்வாறான நிகழ்வு உங்களுக்கு நேருமானால் உங்களை அது குறித்த பாவ உணர்விலிருந்து விடுவிக்க ரிஷி பஞ்சமி என்றொரு நாள் இருக்கிறது...'

இந்த அறிவிப்பை ஒரு பாபா (சாமியார் என்று பொருள்) சொல்ல, நான் பார்த்த வீடியோ முதன்மையான மூன்று இந்தித் தொலைக்காட்சி சேனல்களில் ஒன்றில் இடம்பெற்றது. அந்த பாபா இடம் பெற்ற இந்த வீடியோவையும் பிறவற்றையும் யூடியூப் சேனலிலும் நான் பார்த்தேன். செய்திச் சேனலின் பெயர் இங்கே முக்கியமில்லை, ஏனென்றால் என்டிடிவி இந்தியா நீங்கலாக அனைத்து மொழிகளிலும் உள்ள செய்தித் தொலைக்காட்சிகளிலும் இணையதளங்களிலும் ஜோதிடம் முதல், இப்போது நான் பார்த்தது போன்ற 'அறிவுறுத்தல்' வீடியோக்கள் போன்ற சிறப்பு நிகழ்ச்சிகள் வரை ஒளிபரப்புகின்றன. இந்த நிகழ்ச்சிகளில் என்ன

சொல்லப்படுகிறது, காலப்போக்கில் அவற்றில் என்ன மாற்றங்கள் ஏற்பட்டுள்ளன, அவை பிரதிபலிக்கும் நமது காலத்தின் குறைகள் என்ன என்பதை ஆராய்வதே எனது நோக்கம். யூடியூப் வீடியோவில் பாபா- சாமியார் எடுத்துரைத்துப் பரிந்துரைத்த சாத்திர அறிவில் அடிப்படையிலான செய்தியின் பொருளை, மாதவிடாய் குறித்த முன்முடிவுகளின் அடிப்படையிலான கருத்துகளை உடைக்க முயன்றுகொண்டிருக்கும் அந்தப் பெண்களின் பார்வையின் வழியே, நான் இதைப் புரிந்துகொள்ள முயற்சிக்கிறேன்.

இந்தச் செய்தி சேனல்களில் இடம்பெறும் வண்ணமயமான பாபாக்கள் எப்படி பழைய மூடநம்பிக்கைகளைத் தோண்டியெடுத்து பிரத்யேகமான நவீன சூழ்நிலைகளில் எவ்வாறு மறுநிர்மாணம் செய்கிறார்கள் என்பதை மேலோட்டமாகப் பார்த்தாலே எளிதாக அறிந்துகொள்ளலாம். இருப்பினும் அவர்கள் சாமர்த்தியமான புத்திசாலிகள். ஒரு புரட்சியை உருவாக்குவதற்கோ, கடந்த காலத்தினுள் திரும்பிச் சென்று 'யோகா அல்லது ஆயுர்வேதத்தின் பொற்காலத்தை' மீட்டெடுப்பதற்கோ அவர்கள் நம்மிடையே வரவில்லை; மாறாக, இந்த பாபாக்கள் மனிதர்களைப் பாதிக்கும் 108 நோய்களுக்கு ஒரே மருந்தை நம் தலையில் கட்டிவிடும் அளவுக்குக் கைதேர்ந்த விற்பனையாளர்கள். மேலும் அதே போக்கில் தங்களுடைய சொந்த செல்வ சாம்ராஜ்யங்களை அவர்கள் கட்டியெழுப்பிவிடுகிறார்கள். இந்நிலையில் பாரம்பரியத்தின் மீதான ஒருமனதான பக்தி மட்டுமே அவர்களின் நோக்கத்தை நிறைவேற்றாது என்பதால் இந்த பாபாக்கள் பாரம்பரியம் என்ற முகமூடியணிந்து நவீனத்துக்குள் நிலவும் அர்த்தமற்ற கருத்துகளுக்குத் தாங்கள் எப்படி இடம் கொடுக்கிறார்களோ அப்படியே உண்மையான நவீனத்துவத்திற்கும் தாராளமான இடத்தை வழங்குகிறார்கள். இதைப் பற்றி மேலும் பின்னர் பேசலாம்.

தொலைக்காட்சி நிகழ்ச்சிகளை விமர்சிப்பவர்கள் மாலையில் ஒளிபரப்பப்படும் பிரைம் டைம் செய்தி நிகழ்ச்சிகளைப் பீடித்திருக்கும் ஆரோக்கியமற்ற விஷயங்களின் மீதே தங்கள் சக்தி முழுவதையும் செலுத்துகிறார்கள். இந்த நிகழ்ச்சிகளில் பெண்களின் 'பாதுகாப்பு' மற்றும் 'நமது பெருநகர வெளிகளுக்குள் பெண்களைச் 'சுதந்திரமாக்க'

என்னவெல்லாம் செய்யலாம் என்கிற கேள்வி ஒரு முக்கிய இழையாக இருக்கிறது. சந்தர்ப்பத்திற்கு ஏற்ற வகையில் வடிவமைக்கப்பட்ட உடைகளையும் நடத்தையையும் கொண்டு, காலை நேரத்தில் ப்ரைம் டைம் நேரங்களில் கூட்டமாகக் கூடுகிற இந்தச் செல்வாக்கு மிக்க ஜோதிடர் -நிகழ்ச்சி தொகுப்பாளர் அணி, குறிப்பாகப் பெண்கள் அங்கம் வகிக்கும் பெரும் எண்ணிக்கையிலான சமூகப் பகுதிகளின் பாதுகாப்பின்மைகளை வலுப்படுத்தவும் சுரண்டவும் ஒன்று கூடுகிறது என்பது பெரும்பாலான விமர்சகர்களின் கவனத்துக்குத் தப்பி விடுகிறது.

ஜோதிடத்துக்கு ஏதாவது மதிப்பு உண்டா இல்லையா என்பது இப்போது காலங்கடந்து போன ஒரு விவாதமாக ஆகிவிட்டது. ஒரு மருத்துவரைப் போய் ஆலோசனை கேட்பது போல அடிக்கடி ஜோதிடரிடம் சென்று ஆலோசனை கேட்காதவர்கள் நான் அறிந்த வரை ஓரிரு நபர்கள்தான். நிச்சயமாக ஜோதிடம் எவரையும் இரும்புப் பிடியாகப் பிடிக்கக் கூடியதுதான்.

***

ஹிந்தியில் ஒளிபரப்பு செய்யும் பாபாக்களுடன் ஒப்பிடுகையில், ஆங்கிலத்தில் ஒளிபரப்பு செய்யும் பாபாக்கள் ஒரு தனி வர்க்கமாகவே காணப்படுகிறார்கள். விரத்தியுற்றிருக்கும் அவர்களது வாடிக்கையாளர்களின் தலையில் அவர்கள் தினசரி ஜாதகங்களுக்குப் பதிலாக, அவர்கள் வாழ்க்கை மேலாண்மை வைத்தியத்தைக் கட்டிவிடுகிறார்கள். ஆங்கிலம் பேசும் பாபாக்களுடன் நேர்காணல்கள் மிகவும் மரியாதையுடன் நடத்தப்படுகின்றன. மேலும் ஆங்கிலம் பேசும் பாபாக்கள் இந்தி பேசும் பாபாக்களை அவமரியாதையாகப் பார்க்கிறார்கள். ஒரு ஏழை ஆன்மிகத்தைத் தேடி ஒரு பாபாவிடம் அடைக்கலமானால், அது மூடநம்பிக்கையாகிறது; அதுவே பணக்காரர்கள் ஆன்மிகத்திற்காகத் தங்கள் பாபாக்களிடம் அடைக்கலம் புகுந்தால், அது மன அழுத்தத்தை நிர்வகிப்பதற்கான படிப்பு என்று உருமாறுகிறது.

ஹரியானா மாநிலம் சிர்சாவின் தேரா சச்சா சவுதா அமைப்பின் தலைவர் குர்மீத் ராம் ரஹீம் சிங் இன்சான் இரண்டு பாலியல் துன்புறுத்தல் வழக்குகளில் தண்டிக்கப்பட்டு சிறைக்கு அனுப்பப்பட்ட பிறகு, பாபாக்களின் செல்வாக்குக்கு

ஏழை மக்கள்தான் ஆளாகிறார்கள் என்று பல இடங்களில் எழுதி வைக்கப்பட்டது. அது அர்த்தமற்றது. பணக்காரர்களும் நடுத்தர வர்க்கத்தினரும் குர்மீத் போன்ற பாபாக்களை உற்பத்தி செய்துள்ளனர். ஒரே வித்தியாசம் என்னவென்றால், அவர்கள் ஆங்கிலத்தில் பேசி, கற்றாழைச் சாற்றை விற்கிறார்கள்.

சமகால இந்தியாவில் அரசியல் தலைவர்களும் அமைச்சர்களும் லட்சக்கணக்கான ரூபாய் செலவுள்ள ரகசிய பூஜைகளை நடத்துகிறார்கள். பான் கார்டு அல்லது ஆதார் எண்கள் மூலம் கணக்கில் கொண்டுவரப்படாத இந்தச் செலவைப் பற்றி யாரும் வாய் திறப்பதில்லை. நமது அரசியல் வர்க்கம் மூடநம்பிக்கையின் மிகப்பெரிய பாதுகாவலனாக இருக்கிறது. கிரிக்கெட் வீரர்கள் முதல் சமூகத்தின் பெயர் பெற்ற பெரிய மனிதர்கள் வரை அனைவரும் குருட்டு நம்பிக்கையின் பாதுகாவலர்களே. எனவே சிர்சாவில் ராம் ரஹீமின் தேரா ஆதரவாளர்களை ஏதுமறியாதவர்களின் ராணுவம் என்று எவரும் அழைக்கக்கூடாது.

பாபாக்களின் தோற்றத்துக்கும், பெருக்கத்திற்கும் செய்தி சேனல்கள்தான் காரணம் என்று கூறுவது கூட முட்டாள்தனம்தான். பாபாக்கள் தங்கள் சொந்த சேனல்களைக் வைத்திருந்து அவைகளின் மூலம் பொதுமக்களுடன் தொடர்புகொள்கிறார்கள் என்று சொல்வது இன்னும் சரியாக இருக்கும். இன்னும் வேறு இதமான பல தகவல் தடங்கள் உள்ளன. அவைகளில் இருந்து புதுப்புது விதமான பாபாக்கள் மேலெழுகிறார்கள். பாபாக்களுக்கு எனச் சொந்த வலைத்தளங்களும் சமூக ஊடகக் குழுக்களும் உண்டு. அத்துடன் அனைத்து பாபாக்களும் ஜோதிடர்களாகவும் அனைத்து ஜோதிடர்களும் பாபாக்களாகவும் இருப்பதால் அவர்களுக்கு இன்னும் பல மேடைகள் கிடைக்கின்றன. ஹிந்தி சேனல்களின் ஜோதிட நிகழ்ச்சிகளுக்கு இடையே கடும் போட்டி நிலவுகிறது. ஒவ்வொரு நிகழ்ச்சி நிரலும் தன்னளவிலேயே ஒரு வணிக முத்திரையாக விளங்குகின்றன.

இப்போது மீண்டும் மாதவிடாய்ப் பெண்களுக்கு அறிவுரை வழங்கிய பாபாவின் வீடியோவுக்கு வருவோம். பாபா தொகுத்து வழங்கும் குறிப்பிட்ட நிகழ்ச்சியின் பல பகுதிகளின் தலைப்பு, 'ஏழு தலைமுறைக்கு நீடிக்கும் செல்வத்தைச் சேர்க்கும் வழியை அறியுங்கள்' என்று இருக்கிறது. கோடிக்கணக்கான இந்தியர்கள்

தங்கள் வாழ்நாள் முழுவதும் வறுமைக் கோட்டிற்குக் கீழே வாழ்கின்றனர். அதற்கு மேலே உள்ளவர்களும் கடுமையாகப் போராட வேண்டியிருக்கிறது. ஏழு தலைமுறைக்கு நீடிக்கும் செல்வத்தைப் பெறும்வழி ஒன்றும் பெரிய கம்ப சூத்திரம் அல்ல என்று அவர்களிடம் சொல்லும் ஒரு நிகழ்ச்சியை யார்தான் பார்க்கமாட்டார்கள்?

மகாலட்சுமி தேவிக்காகப் பதினாறு வருடங்கள் தவறாது ஒவ்வொரு வருடமும் பதினாறு நாள்கள் விரதம் இருந்தால், தடையில்லாமல் செல்வம் கிடைத்துக்கொண்டே இருக்கும் என்று ஒரு நிகழ்ச்சியில் பாபா கூறினார். தன்னுடைய நெருக்கடியான காலங்களில் தானும் இந்த விரதத்தைக் கடைப்பிடித்ததாக அவர் சொன்னார். அவர் வாழ்வில் தடையில்லாச் செல்வம் வந்தது தொலைக்காட்சி வந்ததனாலா அல்லது விரதத்தைக் கடைப்பிடித்ததனால்தானா என்பதைத்தான் என்னால் புரிந்து கொள்ள முடியவில்லை. பணக்காரர்கள் எப்படி நடந்து கொண்டாலும் அவர்களது செல்வம் அப்படியே இருப்பதைச் சுட்டிக்காட்டி அவர் அவர்களைப் பற்றிப் பேசினார். பின்னர், பணக்காரர்கள் ஊழல்வாதிகள் என்ற விஷயத்தைச் சொல்லாமல் சாமர்த்தியமாகத் தவிர்த்து, அவர்கள் தங்கள் ஏதோ ஒரு பிறவியில் மஹாலக்ஷ்மி விரதத்தை அனுசரித்த காரணத்தால்தான் இந்தப் பிறவியில் செழிப்பாக இருக்கிறார்கள் என்று கூறினார். இந்த நாட்டில் செல்வந்தர்களும், செல்வச் செழிப்புள்ளவர்களும் எவ்வாறு அந்த நிலையை அடைந்தார்கள் என்கிற விவரம் பாபாவுக்குத் தெரிந்திருக்கிறது என்பது மட்டும் வெளிப்படை. எப்படியிருந்தாலும், அப்படிப்பட்டவர்களால் தாம் அடையக் கூடிய பலன்கள் மீது அனைவருக்கும் ஒரு கண் இருக்கத்தான் செய்கின்றது.

இதில் எனக்குப் பிடித்தது என்னவென்றால், பாபா தினப்பலன்களை அறிவிக்கும் சமயத்தில் ஆண்களுக்கும் பெண்களுக்கும் தங்கள் காதலை 'முன்மொழிவதற்கு' நல்ல நேரம் எது என்பதை முதல் பலனாக அறிவிப்பார். இந்நாட்டு மக்கள் மரபுகளிலும் கலாச்சாரத்திலும் சிக்குண்டு கிடப்பவர்கள் என்பதால் அவர்களுக்குக் காதல் விஷயத்தில் சில சலுகைகள் வழங்கப்பட வேண்டும் என்பதை பாபா புரிந்து கொண்டிருந்தார். அதனால், அதே மரபுகளைப் பயன்படுத்திக் காதலை 'முன்மொழிய' சிறந்த நேரத்தை அவர் அறிவித்தார், பல

காணொளிகளில் அவர் அதற்குப் பொருத்தமான நேரம் காலை 5 மணி என்று சொல்லியிருக்கிறார். எனவே யாராவது தங்கள் காதலை அறிவிக்க விரும்பினால், அவர்கள் இரவு தூங்குவதற்கு முன் அலாரம் வைப்பது நல்லது.

பாபா ஒரு புதிய வார்த்தையை உருவாக்கினார்: 'காதல் துணை'. இந்த வார்த்தை 'ரோமியோ' மற்றும் 'லவ் ஜிஹாத்' போன்ற பழங்கால வார்த்தைகளிலிருந்து மிக வேறுபட்டது, புதுமையானது. பாபா இந்த வார்த்தையை அடிக்கடி ஒருமையில் பயன்படுத்தினார். காதல் துணை என்ற வார்த்தையிலிருந்து அவர் இரண்டு நபர்களைப் பற்றிப் பேசுகிறார் என்று தோன்றக்கூடும். ஆனால் பாபா ஒரு ராசிக்கு ஒரு காதல் துணையைப் பற்றி மட்டுமே பேசுகிறார் என்று தெரிய வந்தது. ஒரு சிம்ம ராசிக்காரர் தன்னுடைய அந்தக் குறிப்பிட்ட இடத்திற்குத் தனது தனுசு ராசிக்காரக் காதல் துணையுடன் செல்ல வேண்டும் என்று பாபா ஒருபோதும் சொன்னதில்லை. அவர் எதற்கான வழிமுறைகளையெல்லாம் சொல்லிக்கொடுத்தார் என்றால், காதல் துணைகள் எப்போது கோவில்களுக்குச் செல்ல வேண்டும், பிராமணர்கள் மற்றும் அர்ச்சகர்களுக்கு எப்போது உணவளிக்க வேண்டும், எப்போது வயதில் மூத்தவர்களுக்குச் சேவை செய்ய வேண்டும் என்பதற்குத்தான். தங்கள் இணையைத் தாங்களே தேர்ந்தெடுத்துக்கொள்ளும் காதலர்கள் நமது சமூகத்தில் நிலவும் பண்பாட்டுக்கு எதிரானவர்களாகவும் பெற்றோர்களின் விருப்பத்திற்கு செவிசாய்க்காத ஜோடிகளாகவும்தான் பார்க்கப்படுகிறார்கள். பாபா இந்த ஜோடிகளுக்குக் காதல் துணைகள் என்று மறுபெயரிட்டார், மேலும் அவர்களுக்குக் காதலிப்பதற்கு நல்ல நேரங்களைப் பரிந்துரைத்தது மட்டுமல்லாமல், பெற்றோருக்குச் சேவை செய்ய அவர்களுக்கு அறிவுறுத்தியதன் மூலம் பாரம்பரியத்தையும் நவீனத்தையும் ஒரே புள்ளியில் ஏறத்தாழ இணைத்தேவிட்டார்.

காதல் துணை- இந்த வார்த்தை எனக்குப் பிடித்திருந்தது. இப்போது, ஆண்களும் பெண்களும் பொது இடங்களில் ஒன்று சேர்ந்திருப்பதைத் தடுக்க வேண்டி அவர்களைப் பிடித்து வைக்கும் 'ரோமியோ எதிர்ப்புப்' படைகளிடம், குலவிக்கொண்டிருக்கும் அந்த ஜோடிகள், 'நாங்கள் காதல் இணைகள். பாபா எங்களுக்குத் தொலைக்காட்சியில்

அறிவுறுத்தினார், எனவே நாங்கள் வயதானவர்களுக்குச் சேவை செய்ய வந்துள்ளோம். உங்கள் குண்டாந்தடிகளைக் கீழே போட்டுவிட்டு இந்தப் பிரசாதத்தை வாங்கிக்கொண்டு போய்த் தொலையுங்கள்' என்றாவது சொல்லலாம். ஆனால், காதல் துணைகள் வயதானவர்களுக்குச் சேவை செய்வதே வேலையாக இருந்தால், அவர்களுக்கு எப்போது 'காதலிக்க' அல்லது 'துணைசெய்ய' நேரம் கிடைக்குமென்பது கடவுளுக்கு மட்டுமே தெரியும்!

ஒரு நிகழ்ச்சியில் பாபா மீன ராசியைச் சேர்ந்த காதல் இணைகளை, அன்றைய தினம் மத முக்கியத்துவம் வாய்ந்த இடங்களைச் சுற்றிப் பார்க்க வேண்டும் என்று கூறினார். காதலர்கள் திரையரங்குகளுக்கோ, உணவகங்களுக்கோ அல்லது நேரு, லோஹியா அல்லது தீன்தயாள் பூங்காக்களுக்கோ செல்ல வேண்டும் என்று அவர் பரிந்துரைக்கிறாரா என்பதை அறிந்து கொள்ள நான் பாபாவின் மற்ற நிகழ்ச்சிகளையும் பார்க்க நினைத்தேன். ஒரு நிகழ்ச்சியில் அவர் தனுசு ராசி காதல் இணைகளிடம் அந்த நாளில் குளித்துவிட்டு சிவபெருமானுக்கு ஊமத்தம் பூவைக் காணிக்கையாக வேண்டுமென்று கூறினார். அப்படிச் செய்வதன் மூலம், அவர்களின் உறவு இன்னும் மென்மையானதாக மாறும். காதல் இணைகள், தங்கள் கூந்தலுக்கு எப்போது, எப்படி ஷாம்பு போட வேண்டும் என்பது கூட பாபா சொல்லுவார் என்று நான் உறுதியாக நம்புகிறேன். தன் நிகழ்ச்சியின் ஒரு பகுதியில் அவர் சிம்ம ராசிக்காரர்களிடம் தங்கள் இணைகளுடன் காதல் மிகுந்த ஓர் இரவு விருந்துக்குச் செல்லலாம் என்று கூறினார். நான் மகிழ்ச்சியில் குதித்தேன். பார்த்தாயா, தொலைக்காட்சியில் வரும் இந்த பாபாக்கள் புதுமைக்கு எதிரானவர்களாக இருக்க முடியாது என்று எனக்கு நானே சொல்லிக்கொண்டேன். இந்தியாவில் காதல்மிக்க இரவு விருந்துகள் பொதுவான பண்பாட்டுக் கதைகளின் பகுதியாக இல்லாவிட்டாலும், தமது வாடிக்கையாளர்கள் உண்மையில் காதல்மிகு இரவு விருந்துக்குச் செல்லக் கூடியவர்கள் என்பது அந்த பாபாக்களுக்குத் தெரியும். நவீனத்துவத்தையும் பாரம்பரியத்தையும் ஒரே புள்ளியில் கொண்டு வந்து சேர்ப்பதற்கு இது இன்னொரு சிறந்த வழி என்று நான் நினைத்தேன். அது மட்டுமல்ல, ஒருவர் தான் அறியாத விஷயங்களிலும் தலையிட இது வழி செய்கிறது.

சிம்ம ராசிக்காரர்கள் தமது நோய் எதிர்ப்பு சக்தியை மேம்படுத்த வைட்டமின்களை உட்கொள்ள வேண்டும் என்றும் பாபா பரிந்துரைத்தார். பஜ்ரங்பலி மேல் ஆணையாக, இந்த நான் அவரது கூற்றை என் காதுகளால் கேட்டேன், அதை என் சொந்த விரல்களால் தட்டச்சு செய்தேன் என்று சத்தியம் செய்கிறேன். ஜோதிட சாஸ்திரங்களின் பெரிய நூல்கள் உண்மையில் நுண்ணுயிர் எதிர்ப்பிகளையும் வைட்டமின்களையும் பரிந்துரைக்கின்றன என்பது எனக்குத் தெரியாமல் போய்விட்டதே! நமது மருத்துவக் கல்லூரிகளை இனி மூடிவிடலாம்! ஒவ்வொரு நிகழ்ச்சியின் தொடக்கத்திலும், அவர் சிசேரியன் மூலம் பிரசவம் செய்ய மிகவும் சாதகமான நேரத்தையும் சொல்கிறார்- ஒருவேளை சிசேரியன் பிரசவத்திற்கு நல்ல நேரம் குறிப்பதற்கு ஒரு பெரிய மார்க்கெட் இருக்கலாம். எல்லாவற்றிற்கும் மேலாக, ஒவ்வொருவரும் தனது சொந்த வீட்டில் எதிர்காலத்தில் பிரபலமாக வரக்கூடிய ஒரு குழந்தையை விரும்புகிறார்கள். அதனால் அவர்கள் ஒவ்வொரு முறையும் செல்ஃபி எடுத்துக்கொள்ள ஏதுவாக ஒரு பிரமுகர் அவர்களது வீட்டிலேயே இருப்பார் அல்லவா? செல்ஃபி எடுப்பதற்காக ஒவ்வொரு முறையும் விமான நிலையத்திற்கோ நட்சத்திர விடுதிக்கோ போய்க்கொண்டிருக்க யார்தான் விரும்புவார்கள்? பாபா தன் நிகழ்ச்சியின் மற்றொரு பகுதியில், அன்றைய தினம் நோயாளிகளுக்கு இலவசமாக சிகிச்சை அளிக்குமாறு கும்ப ராசி மருத்துவர்களுக்கு அறிவுறுத்தினார்; அவ்வாறு செய்வது அவர்களுக்குத் தொழிலில் வெற்றியைக் கொடுக்குமாம்.

அலுவலக அரசியல், பதவி உயர்வுகள் போன்றவற்றிற்குத் தனது வருங்காலக் கணிப்புகளில் பாபா முக்கியத்துவம் கொடுத்தார். இதிலிருந்து, அலுவலகத்தையும் பணியிடத்தையும் பற்றிய ஒரு சராசரி இந்தியனின் பார்வை எவ்வளவு குறுகியது, ஒன்றுக்கும் உதவாதது என்பது நமக்குத் தெரிகிறது. பதவி உயர்வுகள், தனிப்பட்ட பெருமை மற்றும் தன்முனைப்பு ஆகியவற்றை மட்டுமே நாம் ஏற்றுக்கொள்வதாகத் தெரிகிறது. பின்னர், ஒரு பகுதியில், 'வேலை நேரத்தில் மாற்றம்' என்ற தலைப்பு சேர்க்கப்பட்டது. அவர் துலா ராசிக்காரர்களின் ஷிப்ட் நேரங்கள் அவர்களுக்குச் சிரமத்தைத் தரும் வகையில் மாறக்கூடும் என்று அறிவித்தார். உண்மையில், இந்தியா முழுவதும் லட்சக்கணக்கான அலுவலகங்களில்

ஊழியர்களுக்கு வேலை நேரம் மாறுகிறது. சிலர் இதற்குள்ளும் ஜோதிடத்தைக் கொண்டு வந்துவிட்டார்கள். மிதுன ராசிக்காரர்கள் தங்கள் வியாபாரத் திட்டங்களை ரகசியமாக வைத்திருக்க வேண்டுமென்றும் ஒருநாள் அவர் கூறலாம். அதே நாளில் அவர் தனுசு ராசிக்காரர்களுக்கு வியாபாரத்தில் பங்குதாரர்களைச் சேர்த்துக்கொள்வது நன்மை செய்யும் என்றும் பரிந்துரைக்கலாம். அந்தக் குறிப்பிட்ட நாளில், ஒரு மிதுன ராசிக்காரர் தனுசு ராசிக்காரருடன் தொழிலில் கூட்டு சேர முடியுமா என்பதுதான் இதில் எனக்குப் புரியவில்லை. ஏனென்றால், மிதுன ராசிக்காரர்கள் தங்கள் திட்டங்களை ரகசியமாக வைத்திருக்க வேண்டுமென்று பாபா ஏற்கெனவே சொல்லிவிட்டபடியால் அதே நாளில் ஒரு மிதுன ராசிக்காரர் தனுசு ராசிக்காரருடன் தொழிலில் கூட்டு சேர முடியுமா என்பதுதான் எனக்கு இதில் புரியவில்லை.

ஒருநாள், பாபா என்னைக் குழப்பிவிட்டார். ஆகஸ்ட் 27ஆம் தேதி அதிகாலை 2.18 மணிக்கு முந்தைய 12 நிமிடங்களிலும் பிந்தைய 12 நிமிடங்களிலும் சுபகாரியங்கள் ஏதும் செய்யக்கூடாது என்று சொல்லிவிட்டார். அது ஒரு கெட்ட நேரம் என்று எச்சரித்தார். அந்த நேரத்தில் யார்தான் எந்தச் சுபகாரியத்தைச் செய்வார்கள் என்று நீண்ட நேரம் நான் யோசித்துப் பார்த்தேன். ஒருவேளை பாபா உடலுறவு பற்றிச் சொன்னாரோ? சேச்சே, அப்படி இருக்காது. அதுதான் என்று தெளிவாகச் சொல்லப்படாதபோது எதற்காக அது பற்றி நாம் நினைக்க வேண்டும்? ஆனால் இன்றைக்குத் தென்கிழக்கு முகமாக இருந்து சந்தேகமோ அவநம்பிக்கையோ கொள்ள மாட்டேன் என்று சபதம் செய்துகொள்ள வேண்டும் என்று பாபா சொல்லி இருந்ததையும் நினைத்தவனாய், ஊர் தூங்கும் இரவுநேரத்தில், அதுவும் அதிகாலை 2.18 மணிக்கு, யாராவது ஒரு சுப காரியத்தைச் செய்வார்களா, அப்படிச் செய்ய வேண்டிய காரியம் என்னவாக இருக்கும் - இதையெல்லாம் பற்றி நான் யோசித்துக்கொண்டிருந்தேன். நீங்கள் சந்தேகிக்கவும் அவநம்பிக்கை படவும் கூடவே கூடாது என்று முடிவு செய்யவேண்டும். அந்தச் சபதத்தை நான் எடுத்தேன். ஆகஸ்ட் 27ஆம் தேதி அதிகாலை 2.18 மணிக்கு 12 நிமிடங்களுக்கு முன்னும், 12 நிமிடங்களுக்குப் பின்னும் செய்ய முடியாத அந்த மங்களகரமான பணி என்னவாக இருக்கும் என்ற கேள்வியிலிருந்து உடனடியாக விடுபட்டேன்.

அவருடைய தினசரி முன்னறிவிப்பில் நான் மிக முக்கியமாகக் கண்டறிந்த ஒரு விஷயம் 'யாயி ஜயத் யோகம்' எனப்படுவதாகும். இந்தியாவில் சட்ட வழக்குகள் நீண்ட காலமாக இழுத்துச் செல்வதை நாம் அனைவரும் அறிவோம். குர்மீத் சிங்கைப் போல் எல்லோரும் அதிர்ஷ்டசாலிகள் அல்ல. அவருடைய தீர்ப்பு 15 நீண்ட வருடங்கள் கழித்து வந்தது. தங்கள் வாழ்நாள் முழுமையும் தீர்ப்புகள் வராமல் போனதால் நீதி தேடும் தம்முடைய அந்த முயற்சியினாலேயே அநீதிக்கு இரையாகிப் போனவர்கள் பலர். நீதிமன்றங்களில் வழக்குகளைத் தாக்கல் செய்து நடத்தும் நடைமுறையை விடப் பெரிய அநீதி இந்தியாவில் இல்லை. ஆனால் 'யாயி ஜயத் யோகம்' என்பதன் ஆசீர்வாதத்துக்குள், ஒரு மனுவை எந்த நேரத்தில் தாக்கல் செய்ய வேண்டும், ஒரு வழக்கறிஞரை எந்த நேரத்தில் சந்திக்க வேண்டும், அந்த நேரத்தில் நீதிமன்றத்தில் வாதங்கள் முன்வைக்கப்பட வேண்டும் என்பதையெல்லாம் பாபா அறிவுறுத்துகிறார். நீதிமன்றத்திற்குப் போய் வந்துகொண்டிருக்கும் எவருக்கும் நீதிமன்றம் செல்லப் பொருத்தமான நேரங்கள் குறித்து பாபா சொல்லும் பரிந்துரைகளை நின்று கேட்பதற்கு அவகாசம் இருப்பதில்லை.

நீதிமன்றங்களுக்குச் செல்வதற்குப் பேருந்து நிறுத்தத்தில் மணிக்கணக்கில் ஒருவர் காத்திருக்க முடியுமானால், தொலைக்காட்சிப் பெட்டியின் முன் சிறிது நேரம் நிற்பது எவ்வகையில் கடினமானது? நீதிமன்றங்களில் நீதிபதிகளின் எண்ணிக்கையை அதிகரிக்க வேண்டும் என்று கேட்கையில் ஒரு தலைமை நீதிபதி கேமரா முன்பாக உடைந்து அழுகிறார் - இதுதான் இந்தியா. நீதிபதிகளே அழுகிறார்கள் என்றால், வழக்காடுபவர்கள் எப்படி அழாமலிருக்க முடியும்? பாபா இதிலும் ஒரு வாய்ப்பைக் கண்டுபிடித்துத் தனது வியாபாரத்தை விரிவுபடுத்தினார். ஒரு அத்தியாயத்தில், அன்றிரவு 8.10லிருந்து நள்ளிரவு 12.37மணிக்குள் 'யாயி ஜயத் யோக்' விழும் என்று பாபா அறிவுறுத்தினார். எனக்கு மயக்கமே வந்துவிட்டது; அந்த நேரத்தில் நீதிமன்றங்கள் மூடப்பட்டல்லவா இருக்கும்! ஆனால் எனது சந்தேகத்தைத் தனது அடுத்த வரியில் பாபா தீர்த்து வைத்தார், 'இந்த நேரத்தில் நீதிமன்றங்கள் மூடப்பட்டிருக்கும் என்று எனக்குத் தெரியும், ஆனால் நீங்கள் உங்கள் வழக்கறிஞர்களைச் சந்திக்கலாம். உங்கள் வழக்கைப் பற்றி அவர்களுடன் விவாதிக்கலாம்'. கற்பனை

செய்து பாருங்கள்: யாயி ஜயாத் யோக் காலை 12 மணி முதல் அதிகாலை 5 மணி வரை வருமானால், அடுத்த நாள் வழக்கறிஞர்கள் தங்கள் வழக்குகளைத் தூக்கத்தில் நடப்பது போல் நடத்த வேண்டி இருக்கும்.

ஒவ்வொரு நாளும், இந்திய சமூகத்தின் எண்ணற்ற வகையான பிரச்சினைகளைத் தன் எல்லைகளுக்குள் கொண்டு வரும் வகையில் தன் செல்வாக்கு மண்டலத்தை ஜோதிடம் விரிவுபடுத்திக்கொண்டு போகிறது. இந்தியாவின் பிரச்சினைகளில் ஏதோ ஒரு தனித்தன்மை உள்ளது - என்ன நடந்திருக்க வேண்டும் என்றால், கடந்து போன ஏதோ ஒரு யுகத்தில், இந்தப் பிரச்சினைகள் அழியாமையின் சிறப்பு அமுதத்தைப் பருகி நித்தியத்துவம் அடைந்திருக்க வேண்டும். மன்மோகன் சிங்கின் ஆட்சியோ நரேந்திர மோடியின் ஆட்சியோ, எது வந்தாலும் அவை தீர்க்கப்படாமலே இருக்கும். பிரச்சினைகளில் இருந்து மக்களைத் திசை திருப்ப ஒரே வழி ஜோதிடம் மட்டுமே என்பது இங்கு வெளிப்படை.

தொலைக்காட்சிகளில் இந்த ஜோதிட நிகழ்ச்சிகளின் பெருக்கம் என்னைத் திகைக்க வைக்கிறது. பெண் அறிவிப்பாளர்கள் ஆதிக்கம் செலுத்தும் வானிலை அறிக்கைகள் இந்தியா முழுவதும் உள்ள பல்வேறு நகரங்களின் வானிலை முன்னறிவிப்பை நமக்குச் சொல்வது போல், இந்த நிகழ்ச்சிகள் சனி கிரகத்தின் தீய தாக்கம் டெல்லி, மும்பை, போபால், லக்னோ, கொல்கத்தா, சண்டிகர் மற்றும் அகமதாபாத் போன்ற நகரங்களைப் பாதிக்கும் நேரத்தைத் தெரிவிக்கின்றன. பாட்னாவையும் ஜெயிப்பூரையும் மட்டும் ஏன் விட்டுவிட்டார்கள் என்று நான் வியக்கிறேன். ஒருவருடைய நாள் எப்படி எல்லாம் மாறி இருக்கக்கூடும் என்று ஜோதிடம் நிர்ணயிப்பதில் வெவ்வேறு மாறாத பெயர்கள் உண்டு - ஒரு மகத்தான நாள்; ஒரு அற்புதமான நாள்; ஒரு நல்ல ஆரம்பம் தென்படுகிறது; ஒரு சாதாரண நாள்; ஒரு சாதகமான நாள்; பொன்னான தருணங்களைக் கொண்டுவரும் நாள்; புதிய பரிசுகளைக் கொண்டுவரும் நாள்; ஒரு சிறந்த நாள்.

பொருளாதாரம் எப்படிப் பெரும்பாலும் விவசாயத்தைச் சார்ந்துள்ளதோ, அதுபோல மக்கள் பெரும்பாலும் ஜோதிடத்தைச் சார்ந்திருக்கும் நாடு இந்தியா. அதுதான் நமது யதார்த்தம். இங்கே ஜோதிடத்தை நம்பாதவர்களும் நிச்சயமாக இருக்கத்தான் செய்கிறார்கள். ஆனால், அவர்கள் ஒருவரை

ஒருவர் தனிப்பட்ட முறையில் அறிந்திருப்பார்கள் என்கிற அளவுக்கு அவர்கள் எண்ணிக்கையில் மிகக் குறைந்தவர்கள். தொலைக்காட்சிகளில் வரும் அந்த பாபாக்களைக் கவனித்துப் பாருங்கள். குர்மீத் சிங் என்பவர் சிர்சா என்ற ஊரில் மட்டும் பாபா ராம் ரஹீமாக மாறுவதில்லை, இந்தியாவில் எங்கு வேண்டுமானாலும், எந்த நேரத்திலும் அவர் அப்படி மாறலாம். இதற்கு வேண்டியதெல்லாம் யாரோ ஒருவர் கால்சக்ரா நிகழ்ச்சியைப் புத்தாக்கம் செய்யவேண்டும் அல்லது முடி வளர்ச்சியை ஊக்குவிக்கும் எண்ணெயை யாராவது தயாரிக்க வேண்டும், இல்லையேல் யாராவது ஒருவர் வெற்றியடைவது பற்றி புத்தகம் எழுதி அதை விளம்பரப்படுத்தி பிரபலமாக்க வேண்டும், அவ்வளவே. நம் காலத்தில், பல்வேறு வகையான குர்மீத் ராம் ரஹீம்கள் பல்வேறு வகையான பேக்கேஜ்களில் கிடைக்கிறார்கள். அதை நினைத்து நீங்கள் உள்ளம் நோக வேண்டியதில்லை. இதுதான் இந்தியா. இந்த பாபாக்கள் உங்களையும் என்னையும் போன்றவர்கள்தான்.

7

நாம் எப்படி நேசிக்கிறோம்

1.

காதலுக்கென ஓர் இடம்

எல்லோரும் காதலித்துக்கொண்டிருக்கவில்லை. எல்லோருக்கும் காதலிக்கும் தைரியமும் இல்லை. நம் நாட்டில், பெரும்பாலான மக்கள் தங்கள் கற்பனையில் மட்டுமே காதலிக்கிறார்கள். மற்ற நாடுகளில் இது எப்படி இருக்கிறது என்று எனக்குத் தெரியாது, ஆனால் இந்தியாவில், காதல் என்பது சமூகத்தாலும் மதத்தாலும் விதிக்கப்பட்ட எண்ணற்ற தடைகளுடன் போராடுவதாகும். நம் வீட்டின் நான்கு சுவர்களுக்குள் கூட காதல் என்பது தடை செய்யப்பட்ட விஷயம்தான். எத்தனை பெற்றோர்கள் தங்கள் குழந்தைகளிடம், 'உன் வாழ்க்கையில் உனக்கேயான யாராவது உண்டா?' என்று கேட்கிறார்கள், அல்லது எத்தனை பெற்றோர்கள் தங்கள் மகள்களிடம், 'உனக்கு யாரையாவது பிடித்திருக்கிறதா? காதலிக்கிறாயா?' என்று கேட்கிறார்கள்? இப்படி ஆதரவே இல்லாத சூழ்நிலையில் காதல் என்பது 'ஐ லவ் யூ' என்று சொல்வதில் முடியும் சாதாரண விஷயமல்ல.

நாம் அனைவரும் சினிமா மூலம் காதலைப் பற்றிக் கற்பிதம் செய்துகொள்கிறோம். திரைப்படங்கள் நமது தெய்வீகப் பித்தநிலையை வடிவமைக்கும் சிற்பியாக இருக்கின்றன. திரைப்படத் தயாரிப்பாளர்கள், பாடலாசிரியர்கள் மற்றும் இசைக்கலைஞர்களின் தலைமுறைகள் எப்படிக் காதலிக்க வேண்டுமென்று நமக்குச் சொல்லித் தருவதற்காகத் தங்கள் கற்பனைகளை எரித்து முடித்திருக்கிறார்கள். ஒருவரை முதன்முதலாக ஆவலுறப் பார்க்கும் கலையையும், தற்செயல்

போல் அவர்கள்மீது சென்று முட்டும் வித்தையையும் நமக்குக் கற்றுக்கொடுத்திருக்கிறார்கள். திரைப்படங்கள் இந்தச் செயல்முறையில் நம்மைச் சில சமயங்களில் காதலர்களாகவும், சில சமயங்களில் பொறுக்கிகளாகவும் மாற்றியுள்ளன.

ஏக் துஜே கே லியே (1981) ஒரு சக்திவாய்ந்த படம். ஹிந்தித் திரையுலகில் முதன்முறையாக, காதலர்கள் மொழி மற்றும் மொழி சார்ந்த கலாச்சாரத்தின் தடையைத் தாண்டி, ஒரு மகத்தான இந்தியா என்ற லட்சியத்துக்காகத் தங்கள் இன்னுயிரைத் துறந்தனர். மற்றபடி பார்த்தால் மகத்தான இந்தியா என்பது ராப்பகலாகக் கூரைகளின் மேலேறி நின்று கூவப்படும் ஒரு வெற்றுக் கோஷமாகவே இருக்கிறது. ரதி அக்னிஹோத்ரியும் கமல்ஹாசனும், அந்த மறக்க முடியாத ஜோடி, இன்றும் உங்களை அழ வைக்கக்கூடும். நாம் நீண்ட காலமாக உள்வாங்கிக்கொண்டிருக்கும் பன்முகம் கொண்ட இந்தியா என்ற இலகுவான, அதே சமயம் போலியான, சிந்தனையை இது கேள்விக்கு உள்ளாக்கியது என்பதாகக் கூட இருக்கலாம். 'மேரே ஜீவன் சாத்தி/பியார் கியே ஜா...' ஹிந்திப் படங்களின் தலைப்புகளை ஒன்றாக இணைத்துப் பாடல் எழுதுவது வெறும் திறமை மட்டுமல்ல; ஒரு ஹிந்திக்காரி ஒரு தமிழனைக் காதலிக்க முடியுமென்று சொல்வதற்கு ஒரு வழியாகவும் அது இருந்தது. அவனால் ஹிந்திப் படப் பெயர்களைக் கொண்டும்கூட காதல் மொழியைக் கட்டியெழுப்ப முடியும். அவளோ தமிழ்நாட்டின் மாவட்டங்கள் மற்றும் நகரங்களின் பெயர்களைப் பயன்படுத்தி அவனை நோக்கி அழைக்கலாம். அவளால் அவனுடன் பேசவும் அவனுடன் சேர்ந்து பாடவும் முடியும்.

ஆனால் திரைப்படங்கள் எல்லா சமயங்களிலும் நம்மை நல்ல காதலர்களாக மாற்றியதில்லை. மும்பையில் இருந்து வரும் படங்கள் பணக்காரர்களுக்கும் ஏழைகளுக்குமிடையிலான உயரமான குறுக்குச்சுவரை உடைக்க மட்டுமே முயற்சித்தன- அவர்களது புரட்சியின் எல்லை அவ்வளவுதான். "சண்டி கி தீவர் நா தோடி, பியார் பர தில் தோட் தியா/ ஏக் தன்வான் கி பேட்டி நே நிர்தன் கா டாமன் சோர் தியா" - வெள்ளியாலான சுவர்களை அவள் உடைக்கவில்லை/அவள் காதல் நிறைந்த இதயத்தை உடைத்தாள்/ஒரு பணக்காரனின் மகள் ஒரு ஏழைக் காதலனை ஏமாற்றினாள். (விஸ்வாஸ், 1969). காதலின் வலி! பணக்காரப் பெண்கள் எப்போதும் இதயத்தை

உடைப்பவர்கள், எப்போதும் விசுவாசமற்றவர்கள். சில படங்களில், பணக்காரப் பெண்கள் தங்கள் அன்பான காதல் துணையோடு இருக்க எல்லாவற்றையும் தூக்கி எறிந்தார்கள். ஆனால் அங்கே ஆதிக்கம் செலுத்திய கதையாடலில், செல்வம் என்பதும் காதலின் உலகில் ஒருவகையான சாதிதான் என்பதை நினைவூட்டுவதாக இருந்தது. ஒவ்வொருவரும் அவரவர் சாதியின் எல்லைக்குள் நின்று அந்த எல்லைக்குள்ளேயே காதலின் சாத்தியங்களைத் தேடிக்கொள்ள வேண்டியதுதான்.

எண்ணற்ற காதலர்கள் இந்தி வெள்ளித்திரையில் ஒளியேற்றியுள்ளனர். ஆனால் அவை இரண்டு அழகான உடல்கள் மட்டுமே. அவர்களுக்கு ஜாதி, மதம் கிடையாது. நம் திரைப்படத் தயாரிப்பாளர்களின் மிகு கற்பனை உலகில் காதலும் ஒரு தீவிர கற்பனைதான். ஓர் இளைஞன் தன் காதலியின் சமூகப் பின்னணியை எதிர்கொள்வது குறித்து ஒரு பாடலைப் பாடலாசிரியர்கள் எழுதியதில்லை. அவர்களின் எல்லாக் கதாநாயகர்களும் கபூர், மாத்தூர் அல்லது சக்சேனா எனப் பெயர் கொண்ட உயர் சாதியினர்தான். கதாநாயகிகளோ லில்லி, மிலி அல்லது அது போன்ற வேறு பெயர் கொண்ட அப்பாவிப் பெண்களாக இருப்பார்கள். கதாநாயகி ஒரு அப்பழுக்கற்ற முழு வடிவாய் வானத்திலிருந்து இறங்கி வந்தவளாக இருப்பாள். 'கிசி ஷாயர் கி கசல், ட்ரீம் கேர்ள்/ கிசி ஜீல் கா கமல், ட்ரீம் கேர்ள்-அவள் ஒரு கவிஞனின் இசைப்பாட்டு, கனவுக்கன்னி/ஒரு ஏரியில் தாமரை, ஆம், கனவுக்கன்னி' (ட்ரீம் கேர்ள் திரைப்படம், 1977).

இந்தி சினிமாவின் எண்ணற்ற கதைகள், நிலவும் சமுதாய நிலையின் கட்டுக்குள்ளேயே காதலை வைத்திருக்கின்றன. ஆனால் நீங்கள் காதல் கொண்டவர் என்றால் சமூகக் கட்டுக்குள் அடைபட முடியாது. நீங்கள் முதலில் சாதிச் சுவரைத் தாண்டியே ஆக வேண்டும். இந்து-முஸ்லிம் ஒற்றுமையைப் போதிக்கும் திரைப்படங்கள், இந்து முஸ்லிம் காதலிலிருந்து எச்சரிக்கையுடன் விலகியே இருந்திருக்கின்றன. ஒரு ஹிந்துப் பெண், ஒரு முஸ்லீம் பையனின் கையைப் பிடித்துக்கொண்டு, 'ஐ லவ் யூ' என்று சொல்லியிருக்கும் ஒரு திரைப்படம் கூட என் நினைவுக்கு வரவில்லை. ஒரு தலித் பெண்ணுக்காக எந்தக் கதாநாயகனும் தன் கபூர் குடும்பத்தைக் கைவிட்டதில்லை. ஓ, நான் இப்போது திரைப்படங்கள் மூலம்

சமூக மாற்றத்தை எதிர்பார்க்கிறேனோ! ரவீஷ், என்ன ஆச்சு உனக்கு?

எதார்த்தத்தில் நமது அரசியல்கூட, சாதி, மதத் தடைகளைத் தகர்க்கும் ஒரு காதலை நினைத்துப் பார்க்க முடியாது. சில முஸ்லீம் அரசியல் தலைவர்களின் மனைவிகள் இந்துக்களாக இருக்கிறார்கள். சில இந்து தலைவர்கள் முஸ்லிம் பெண்களை திருமணம் செய்திருக்கிறார்கள். இவை காதல் திருமணங்கள், ஆனால் இதுபோன்ற ஜோடிகள் தங்கள் காதலைப் பொதுவெளியில் காட்டிக் கொள்வதில்லை. அவர்கள் தங்கள் வாக்காளர்களின் அதிருப்திக்கு ஆளாவதை நினைத்து அஞ்சுகிறார்கள். ஆனால் உண்மையில் சமூகம் அப்படியா இருக்கிறது என்று கேட்டால், ஆம், அப்படித்தான் இருக்கிறது. ஆனால், துல்லியமாக அப்படிப்பட்ட சமூகத்தில்தான் புரட்சிகரக் காதலுக்கான சாத்தியங்கள் உருவாகின்றன. சாதி, மதச் சுவர்களை மக்கள் வீழ்த்துவதுண்டு. அவ்வாறு செய்தும் கூடச் சில சமயங்களில் உயிர் தப்பியதும் உண்டு.

‘சுவர்’ என்கிற வார்த்தையை நான் எத்தனை முறை பயன்படுத்தியிருக்கிறேன் என்பதை நீங்கள் கவனித்திருப்பீர்கள். அதுதான் உண்மையில் சோகமான விஷயம். இந்தியாவில், தடுப்புச் சுவர் இல்லாத காதல் இல்லை. ஒரு காதல் ஜோடி இல்லாமல் கூட காதல் சாத்தியம், ஆனால் தடுப்புச்சுவர் இல்லாத காதல் சாத்தியமில்லை! இது ஒரு சிக்கலான வேலை, அதாவது காதல். அது உங்களை ஒரு கிளர்ச்சியாளனாக மாற்றும், அது உங்களைப் பைத்தியமாக்கும் - ஆமாம், ஒரு பைத்தியக்காரன், ஒரு பைத்தியக்காரியாகத்தான். அப்படி ஒரு பதட்டம் இருக்கும். இந்தி திரைப்படத்தில் நடப்பது போல் நீங்கள் தப்பித்து ஒரு கனவுக் காட்சிக்குள் போக விருப்பம்கொள்ளலாம். உங்களது கால் சட்டையும் காலணிகளும் சட்டென ஒளிரும் வெண்மை கொண்டவையாக மாறிவிடுகின்றன. உங்கள் காதலி, அலைபாயும் வெள்ளை நிற உடையில், உங்களை நோக்கி மெதுவாக ஓடிவருகிறார். நீங்கள் ஒருவரையொருவர் கட்டி அணைத்துக்கொள்கிறீர்கள். பின்னர் பாடல் தொடங்குகிறது. ‘மே சே மீனா சே நா சாகி சே... நா பைமானே சே/ தில் பெஹெல்தா ஹை மேரா ஆப்கே ஆ ஜானே சே- மதுவோ மது தருபவரோ மதுக் கோப்பையோ எனக்கு மகிழ்ச்சி தரவில்லை/ உன் அருகில் மட்டுமே என் இதயம்

மகிழ்ச்சியாக இருக்கிறது'. குத்கர்ஸ் என்ற திரைப்படத்தின் (1987) பாடலில் இருந்து ஒரு காதலி அல்லது காதலன் கூட மற்றவரின் மகிழ்ச்சியூட்டும் கேளிக்கையாக மாறக்கூடும் என்பதை அறிந்துகொண்டோம். தொலைக்காட்சியில் நல்ல பாட்டு எதுவும் ஓடவில்லை. உங்கள் தந்தையுடன் நீங்கள் சண்டை போட்டீர்கள். அதையெல்லாம் மறந்துவிடுங்கள். ஒரு பாட்டுப்பாடுங்கள். அதை குல்சார் அல்லது ஆனந்த் பக்ஷி எழுதியதாகக் கற்பனை செய்துகொள்ளலாம். இந்தியாவில் காதலுக்கான ஒரே இடம் எதார்த்தத்தில் இருந்து தப்பி ஒளியும் இடம்தான்.

நம் நகரங்களில் காதலுக்கான வெளி இல்லை. நம்மைப் பொறுத்தவரை, பூங்காக்கள் என்பது சாமந்தி மற்றும் போகெய்ன்வில்லா பூக்கும் இடங்கள் மட்டுமே. அங்கே பணி ஓய்வு பெற்ற சில முதியவர்கள் நடை பயிற்சியோ அல்லது மெது ஓட்டமோ செய்ய வருவார்கள். ஒன்றிரண்டு காதல் ஜோடிகளும் இருக்கலாம்; அவர்களை மற்றவர்கள் வெறித்து நோக்குவார்கள். காதலுக்கு மட்டுமேயான ஓர் இடம் காதலுக்குத் தேவை. நம் நகரங்களில் உள்ள காதலர்கள் மிகப்பெரிய மால்களின் தூண்களுக்குப் பின்னால் மணிக் கணக்கில் நின்று நின்று களைத்துப் போகிறார்கள். ஜன்னல்களும் கண்ணாடிகளும் போர்வைகள் மற்றும் துவாலை கொண்டு மறைக்கப்பட்ட காரினுள் துணிந்து தம் காதலை அரங்கேற்றி அவர்கள் ஆபத்தை வரவழைத்துக்கொள்கிறார்கள். திரையரங்கில் இருட்டில் கைகளைக் கோத்துக்கொண்டு, விளக்குகள் எரியும்போது அவசரமாய்க் கைகளை விடுவித்துக் கொள்வார்கள். காதலர்கள் தங்களுடைய கஷ்டத்தை உண்மையில் யாரிடமும் சொன்னதில்லை. அவர்கள் அதைப் பற்றி முகநூலில் கூட எழுதுவதில்லை. 'மிலோ ந தும் தோ ஹம் கப்ராயேன், மிலோ தோ ஆன்க் சுராயேன், ஹூமெய்ன் க்யா ஹோ கயா ஹை' - நாம் சந்திக்காதபோது என் இதயம் சஞ்சலமடைகிறது, ஆனால், நாம் சந்திக்கும் வேளையில் நான் வெட்கத்தால் உன் கண்களைப் பார்க்க முடியாமல்- 'ஓ, எனக்கு என்ன ஆயிற்று?' ஹீர் ரஞ்சாவின் (1970) இந்தப் பாடலைக் கேட்கும்போது, நாம் எங்கே சந்திக்கலாம் என்பதை முதலில் சொல் - என்று கேட்க உங்களுக்குத் தோன்றாதா என்ன?

ஆனாலும் இந்தியக் காதலர்கள் அனைவருக்கும் நான் தலை வணங்குகிறேன் சந்திக்க இடமில்லை, ஆனால் நீங்கள் விட்டுக் கொடுக்கவில்லை; ஒரு வழியைக் கண்டறிகிறீர்கள். நீங்கள் ஆட்டோ ரிக்ஷாக்களில் பிளாஸ்டிக் திரைச்சீலைகளைக் கீழிறக்குகிறீர்கள், உங்கள் கைச்செலவுப் பணம் முழுவதையும் ஆட்டோ கட்டணத்தில் வீணடிக்கிறீர்கள். காலியாக இருக்கும் திரையரங்குகளைத் தேடிப் போய்க் குப்பையான திரைப்படங்களின் டிக்கெட் கட்டண வசூலை உயர்த்துகிறீர்கள். உங்களைக் கடந்து செல்கிறவர்களின் கண்கூசினாலும் உங்கள் தலை உங்கள் காதலரின் தோளில் இருக்கச் செய்தீர்கள். உங்கள் துணையுடன் சற்று நேரமாவது இருக்க வேண்டி மணிக்கணக்கில் நீங்கள் நடத்திய போராட்டம் உங்களைக் காதலர்கள் என்ற நிலையிலிருந்து செயற்பாட்டாளர்கள் என்ற நிலைக்கு மாற்றுகிறது. காதலித்தவர்கள் அனைவரும் இதுபோன்ற இக்கட்டுகளை அறிந்திருப்பார்கள். நான் ஒரு ஆட்சித் தலைவனாக இருந்திருந்தால், ஒவ்வொரு ஊரிலும் ஒரு காதல் பூங்கா கட்டி, அடுத்த தேர்தலில் மகிழ்ச்சியாகத் தோற்றிருப்பேன். ஏனென்றால் இயல்பாகவே சமூகம் இதை ஒப்புக்கொண்டிருக்காது.

இந்த 'இஷ்க் கோய் ரோக் நஹி' - காதல் ஒரு வியாதியல்ல - என்ற மயக்கத்திலிருந்து விழித்தெழுங்கள். நிச்சயமாக இது ஒரு நோய்தான், இந்த வகையான காதல். காதலுக்கான வெளியைக் கோருங்கள். இந்தியாவின் அறுபது சதவிகிதம் பேராக இருக்கும் 35 வயதிற்குக் கீழான இளைஞர்களே, இயந்திரங்களுக்கு நட்டுகளும் திருகுகளும் மாட்டவோ, கடைகளைத் திறக்கவோ, பக்கோடா விற்கவோ மட்டும் நீங்கள் இங்கே பிறக்கவில்லை. நீங்கள் எவ்வளவு நேரத்தை உங்கள் காதலுக்குக் கொடுத்தீர்கள், எவ்வளவு நேரத்தை உங்கள் பணியில் செலவிட்டீர்கள் என்பதை ஒருநாள் உங்களுடைய இளமை உங்களை நோக்கிக் கேட்கும். நீங்கள் பணியை மட்டுமே நேசித்திருந்தால், வாழ்ந்து என்ன பயன்? ஒருவர் கண்களை ஒருவர் நெடுநேரம் பார்த்துக் கொண்டிருக்கும் அந்தப் பித்த நிலை உங்களைப் பீடிக்காமல் இருந்திருப்பீர்களேயானால் உண்மையில் எதைத்தான் நீங்கள் கண்டீர்கள்? உங்களுக்குக் கிடைக்கும் வரதட்சணையை நீங்கள் விரும்பிய அளவு பெற்றிருந்தாலும் அதனுள் ஒரு காதலியையோ காதலனையோ உங்களால் கண்டறிய முடியாது. சமூகம் வரதட்சணைப் பொருளாதாரத்தின் மீதான தன்

கட்டுப்பாட்டை இழக்க விரும்புவதில்லை. அதனால்தான் காதல் திருமணங்களுக்கு அது எளிதில் இடம் கொடுப்பதில்லை. ஓர் ஆணின் தகுதியை மட்டுமே விலையாகக் கொடுத்துப் பெறக்கூடிய ஒரே பொருளாகப் பெண் இருக்க வேண்டும். இங்கே மணமகளோடு சேர்த்துப் பணமும் கொடுக்கப்படுகிறது. மணமகள் என்பவளே ஒரு வரதட்சணை தானே! இந்தத் தேசத்தின் இளைஞர்களே, நீங்கள் எங்காவது போய் மூழ்கித் தொலையுங்கள். இது உங்களுக்கு வெட்கக்கேடு!

அன்பு நம்மை மனிதர்களாக்கும். அதுதான் காதலுக்காக உயிரையும் தரச் சித்தமாக்கும் கைம்மாறு கருதாக் காதல். இது நம்மைப் பொறுப்புள்ளவர்களாகவும், முன்பு இருந்ததை விடச் சற்றேனும் சிறந்த மனிதர்களாகவும் ஆக்குகிறது. எல்லாக் காதலர்களும் லட்சிய மனிதர்கள் அல்ல, எந்த நேரமும் நல்லவர்களாக இல்லாமலும் இருக்கக்கூடும். ஆனால், காதல் வயப்பட்ட ஒருவரால் குறைந்தபட்சம் ஒரு சிறந்த உலகத்தைக் கற்பனை செய்து பார்க்க முடியும். நீங்கள் காதலிக்கும்போது, உங்கள் நகரத்தின் பல மூலைமுடுக்குகள் மற்றும் ரகசியங்களை நீங்கள் கண்டுபிடிப்பீர்கள். சில இடங்களில், நீங்கள் கைகோத்துக்கொண்டு நடக்கிறீர்கள். மற்ற இடங்களில், நீங்கள் சேர்ந்து நடக்கிறீர்கள், ஆனால் அது சிறிது தூரமே. காதலர்கள் நகரத்தைத் தங்கள் கற்பனைக்கேற்ற நகரமாக மாற்ற விரும்புகிறார்கள். அவர்களின் நினைவில் பதிந்திருக்கும் நகரம் மிர்ஸா காலிபின் கவிதை நகரம் அல்ல. உண்மையான காதலர்கள் நகரத்தை அறிவார்கள், அந்த நகரமாகவே வாழ்வார்கள். மாறும் பருவ காலங்களின் லயம் அவர்களது இதயங்களில் துடிக்கிறது. காதலிக்காமல் இருப்பவர்கள் யாரும் தங்களது நகரங்களில் குடிகொள்ள முடியாது.

ஜிஸ் டான் கோ சூவா துனே, உஸ் டான் கோ சூபாவோன்/ஜிஸ் மன் கோ லகே நைனா, வோ கிஸ்கோ திகாவூன்- நீ ஸ்பரிசித்த உடல், அதை நான் எனக்குள் மறைக்கிறேன்/நீ பார்த்த என் இதயத்தை நான் எவருக்கும் காட்டுவதில்லை (ருடாலி, 1993). ஆ! இந்தக் காதல் உணர்வை நம்மால் இங்கே வெளிப்படுத்த முடியாது. காதல்கொண்டு பாடியாடிய மீரா, நீ இந்த நாட்டில் தான் வாழ்ந்தாய், அப்படித்தானே?

காதல் நம்மைக் கொஞ்சம் எளிதில் காயப்படக்கூடியவர்களாகவும் கொஞ்சம் தயக்கம் மிக்கவர்களாகவும் ஆக்குகிறது. இந்த இரண்டில் ஒன்றாகவேனும் இல்லாத ஒரு மனிதன் இருந்தால், அவன் ஒரு அரக்கனாகவும் மாறக்கூடும். காதலிப்பது என்பது 'ஐ லவ் யூ' என்று சொல்வது மட்டுமல்ல. நேசிப்பது என்பது ஒருவரை அறிந்துகொள்வதும் அவருக்காக, உங்களை நீங்களே அறிந்துகொள்வதுமாகும். இது பிப்ரவரி மாதம். உங்கள் காதலரைத் தேடி உங்களின் சக்தி முழுவதையும் வீணாக்காதீர்கள். உங்களுக்காகவும், காதலைச் சாத்தியமாக்கும் உங்கள் நகரத்திற்காகவும் தேடுங்கள். மற்றவரின் நலனுக்காக வேண்டி நீங்கள் மெய்யாக்க விரும்பும் கனவுகளைத் தேடுங்கள்.

நமது நகரங்களை நாம் சுற்றுச்சூழலுக்கு ஏற்ப மட்டுமின்றி, காதலுக்கு ஏற்பவும் கட்டியமைக்க வேண்டும். சில அமைதியான தருணங்களைக் கழிக்கும் வெளிகளை நாம் அமைக்கவேண்டும். காதலிப்பதைக் கண்டால், லத்திகளால் அடிக்கும் காவல்துறையினர் இல்லாத வெளிகள். சாதி ஆணவம் மற்றும் சாதிய நம்பிக்கையின் காவலர்கள் துப்பாக்கிகள் மற்றும் கத்திகளுடன் தோன்றாத வெளிகள். நீங்கள் உரையாடத் தொடங்கும் அந்த நிமிடத்தில் கடலை, சுண்டல் விற்பவர்கள் தோன்றாத வெளிகள். நம் கனவுகளில் காதலுக்கான இடம் இருப்பது நல்லது, நமது திரைப்படங்களிலும் கூட. ஆனால், நமது நகரங்களில் மட்டும் காதலுக்கான இடமே இல்லை என்பது எப்படிச் சரியாகும்? அது முற்றிலும் நியாயமில்லை.

2.

டெல்லியில் ஒரு மரணம்

தான் காதலித்த பெண்ணின் குடும்பத்தாரால் பரபரப்பான சாலையில் இளைஞன் ஒருவன் கொல்லப்பட்டான். முத்தமிடும் காதலர்களைப் பிடிக்கப் புதர்களுக்குள் பதுங்கியிருக்கும் சமூகத்தில், அங்கித் சக்சேனாவின் மரணம் நிச்சயமாகக் கடைசி மரணம் அல்ல.

மகிழ்ச்சியான நேரங்களில் அவனது புகைப்படங்களை மௌனமாய்ப் பார்த்துக்கொண்டிருக்கிறேன். அவனுக்கு வயது

இருபத்து மூன்றுதான். பல வண்ணங்களைக் கொண்டிருந்த ஓர் உயிர்ச் சுடர் அணைக்கப்பட்டுவிட்டது. நேசிப்பவர்கள் வாளாலும் கத்திகளாலும் வெட்டப்படும் நாட்டில் நம்பிக்கையிழப்பின் ஆழம் எத்தகையதாக இருக்கக் கூடும்?

எங்கும் விரக்தி பரவிக்கிடக்கும் இக்காலகட்டத்தில், அந்தச் சம்பவத்தைப் பற்றி யார் எழுதுவார்கள் பார்க்கலாம் என்று காத்திருப்பவர்கள் ஏற்கெனவே ரத்தவெறி கொண்டவர்களாகவே இருக்கிறார்கள். சில குறிப்பிட்ட விதமான எழுத்தாளர்களின் எழுத்துப் பணியை அப்படிப்பட்டவர்கள் காலக் கணக்கு வைத்துக்கொண்டு கைகளில் ஓர் அபாயமணியுடன் கண் காணித்துக்கொண்டிருக்கிறார்கள் - இந்த நிமிடத்தில் அவர் என்ன செய்யப்போகிறார், இதைப் பற்றி, இப்போது, அவர் எழுதுவாரா? என்கிற கேள்வியுடன் அவர்கள் கண்காணித்துக் கொண்டிருக்கிறார்கள். பிணந்தின்னிக் கழுகுகளின் சமூகத்தில் எழுதுவது என்னும் செயல் மேன்மேலும் சிறைக் கொட்டடியின் ஆள் கணக்கெடுப்பில் கலந்துகொள்வது போல் ஆகிக்கொண்டிருக்கிறது.

அங்கித்தின் காதலை அது மலரும் தருணத்திலேயே பார்த்திருக்க எவரும் விரும்புவார்கள். சாவின் நிழலில்தான் தங்களது காதல் உறுதியைத் தாங்கள் பரிமாறிக் கொண்டிருக்கிறோம் என்பதை அந்தக் காதலர்கள் அவன் இறப்பதற்கு முன்பே அறிந்திருந்தார்கள். ஏன், அங்கித்தின் காதலி ஒரேயடியாக வீட்டைவிட்டு ஓடிப் போவது என்று முடிவு செய்துவிட்டாள், தன் சொந்தப் பெற்றோரைக் கூட வீட்டுக்குள் பூட்டி வைத்து விட்டாள். இந்தியாவில் கலகம் செய்யாமல் காதலிப்பது சாத்தியமில்லையா? இன்றும் இளம் பெண்கள் தங்கள் காதலுக்கு உண்மையாக இருப்பதற்காகத் தங்கள் வீடுகளை விட்டுத் தப்பவேண்டிய நிலை உள்ளது. அவர்களது பெற்றோர்கள் சாதி, மதம் என்ற கூரிய வாட்களைச் சுழற்றியபடி அவர்களைப் பிடிக்கத் துரத்துகிறார்கள்.

அவர் மீது கொண்ட காதலால் தான் ஒருபோதும் திரும்பி வருவதில்லை என்ற உறுதியுடன் வீட்டை விட்டு அவள் வெளியேறிய போது அங்கித்தின் காதலியின் மனதில் என்ன நிகழ்ந்துகொண்டிருந்தது? நவீன இந்தியாவின் நெருங்கி வரும் காலடி ஓசைகள் எதிரொலிக்கும் மெட்ரோ ரயில் நிலையத்தை நோக்கி அங்கே அவள் ஓடிக்கொண்டிருந்தாள். மறுமுனையில்,

ரகுபீர் நகரிலுள்ள அங்கித்தின் வீட்டில் அவனது தாயாரின் துக்கம் சுமந்த கதறலின் இதயத்தைப் பிழியும் பிம்பம் நிலவியது. இதில் இருமுனைகளிலும் பாதிக்கப்படுவது பெண் மக்கள்தான். காதலனும் நேசத்திற்கு உரியவனுமாக இருந்த மகன் கொல்லப்பட்டுவிட்டான்.

அவள் அவனுக்காக காத்திருந்த மெட்ரோ ரயில் நிலையம் போகும் திசையில்தான் அங்கித்தும் விரைந்து கொண்டிருந்தான். அந்த நாளில் அவர்கள் சந்திக்க ஒப்புக்கொண்ட இடத்தை அவன் அடைந்திருக்க வேண்டுமென்றே எவரும் விரும்புவார்கள். அவர்கள் தங்களின் அடையாளங்களை மாற்றியும் மறைத்தும் ஒரு பேருந்தில் ஒன்றாக ஏறி வெறுப்பு நிறைந்ததொரு உலகத்தின் பார்வையில் இருந்தே மறைந்திருப்பார்கள். ஆனால் அவனது பாழாய்ப்போன கார் போயும் போயும் அவளது தாயின் ஸ்கூட்டியின் மீதுதானா மோதித் தொலைக்க வேண்டும்? அவரது தாய்தான் வேண்டுமென்றே அவனது காரின் மீது மோதினாள் என்று பத்திரிகைகளில் வந்தது - அங்கித் சுற்றிவளைக்கப்பட்டான். அவன் உயிர் போகக் கழுத்தில் கத்தியால் குத்தப்பட்டான்.

அங்கித் சக்சேனா ஒரு இந்து. அவன் காதலி ஒரு முஸ்லிம். மேலும் நன்கு புரியும்படி விஷயத்தைச் சொல்லவேண்டுமென்றால் அவளுடைய தாய் முஸ்லிம், அவளுடைய சகோதரன் முஸ்லிம், அவளுடைய அப்பா ஒரு முஸ்லிம், அவளுடைய மாமாவும் ஒரு முஸ்லிம். ஒருவரின் மதச் சார்பைக் குறிப்பிடுவதில் எனக்கு எந்தத் தயக்கமும் இல்லை. இந்த உண்மையை நான் குறிப்பிடாமல் தவிர்த்திருந்தாலும், வெறுப்பை உருவாக்குவதற்கு அடிமையான இந்த ட்ரோல்களின் சமூகத்திற்கு அதனால் எந்த வித்தியாசமும் இருக்காது. அது எதைப் பார்க்க விரும்புகிறதோ அதை நிச்சயம் பார்த்தே தீரும் அதாவது ஒரு ஹிந்து, ஒரு முஸ்லிம்; அவர்களில் ஹிந்து கொல்லப்பட்டார் என்ற விஷயத்தைத்தான் அது பார்க்கும்.

ஒருவேளை கதை தலைகீழாக இருந்திருந்தால், அதாவது அவள் இந்துவாக இருந்து அவன் முஸ்லிமாக இருந்து இரு தரப்பிலும் பெற்றோர்கள் ஒப்புக் கொண்டிருந்தால் என்ன நடந்திருக்கும்? இப்போது அவனது மரணத்தை வைத்து அரசியல் மூலதனம் தேடிக்கொண்டிருக்கும் அதே குழுக்கள் அந்த இரண்டு குடும்பங்களின் வீட்டுக் கதவுகளுக்கு முன்பாகக் கூடிநின்று

பிரச்சினை செய்துகொண்டிருந்திருப்பார்கள் என்பதில் எந்தச் சந்தேகமும் இருக்கத் தேவையில்லை. இந்த நிமிடத்தில் நடந்துகொண்டிருக்கும் ட்ரோல்களின் செயல்பாட்டைப் பார்க்கும்போது அந்த விதிசூழ்ந்த காதலர்களின் திருமண ஊர்வலத்தை இவர்களே முன்னின்று நடத்தியிருப்பார்களோ என்று தோன்றலாம். இதில் நம்மை நோக்கி நாமே கேட்டுக் கொள்ள வேண்டிய கேள்வி என்னவென்றால் இப்படிப்பட்ட கலப்புத் திருமணங்களுக்கு எதிராக வெறுப்பின் விஷத்தை எப்போதும் பரப்பி வந்திருப்பவர்கள் யார் என்பதுதான்.

2016 டிசம்பரில் காஜியாபாத்தில் ஒரு பெண்ணின் தந்தை காட்டிய அளப்பரிய துணிச்சலை இது நினைவூட்டுவதாக இருக்கிறது, ஓர் இந்துப் பெண்ணுக்கும், முஸ்லிம் இளைஞனுக்கும் திருமணம் நடக்கவிருந்த நாளில் அவர்களுக்குச் சற்றும் சம்பந்தமில்லாத வெளியாட்கள் அன்று அங்கே ஒரு பெரும் சலசலப்பை ஏற்படுத்த முயன்றனர். அது குறித்துச் சற்றும் அச்சம் கொள்ளாத அந்தப் பெண்ணின் தந்தை அந்தத் திருமணம் எந்தச் சிக்கலும் இன்றி அந்த ஊரிலேயே நடப்பதை உறுதி செய்தார். நடந்தது என்னவென்றால் ஒரு குறிப்பிட்ட அரசியல் கட்சியின் மாவட்டத் தலைவர், திருமணம் நடக்காமல் தடுக்கும் முயற்சியாக அந்தப் பெண்ணின் வீட்டு முன்பு ஒரு கூட்டத்தைத் திரட்டி வந்தார். அவரது முயற்சி பலிக்காமல் போனதுடன் அவரது கட்சியும் அவரது பதவியைப் பறிக்க வேண்டியதாயிற்று.

இன்னார் இன்னாரைத்தான் காதலிக்க வேண்டும் என்று விதி ஏற்படுத்துகிற சக்தி வாய்ந்த நபர்கள் இங்கே யார்? இந்த விதிகள் நம் சமூகத்திற்கு என்ன விளைவுகளை ஏற்படுத்துகின்றன? யாருடைய மனங்களில் வெறுப்பு தூண்டப்படுகிறது, யார் கொலை செய்யத் திட்டமிடுகிறார்கள்? இதற்கான விடைகள் நீங்களே அறிந்துகொள்ளக் கூடியவைதான். உங்களால் முடியாவிட்டாலும் பரவாயில்லை, போகட்டும். அது எளிதானது இல்லைதான். உங்களுக்குள்ளும் வன்முறையின் அடுக்குகள் உள்ளன. அப்படி அதற்குள் இறங்காமல் நீங்கள் உங்களைத் தடுத்துக்கொள்கிறீர்கள் என்றாலும் அதற்கு எத்தனிக்கத்தான் செய்கிறீர்கள்.

தற்போது நிலவும் சூழல் அனைவரையும் பலவீனம் ஆக்கிவிட்டது. அந்த காசியாபாத் பெண்ணின் தகப்பனார்

போலத் தங்களுடைய பலவீனத்தை வென்றவர்கள் வெகுசிலர்தான். சிலர் ஹயாலாவைச் சேர்ந்த அந்த முஸ்லிம் பெற்றோர்களைப் போலத் தோற்றுப்போய்க் கொலைகாரர்களாக ஆகிவிடுகிறார்கள். அங்கித்தின் காதலியின் பெற்றோர்கள் தன் மகளை, அவளது சகோதரன் தனது சகோதரியை, வெறும் பண்டமாக - தங்களது அல்லது தங்கள் மதத்தின் பண்டமாக - நடத்தாமல் இருந்திருந்தால் எவ்வளவு நன்றாக இருந்திருக்கும் என்று யாரும் நினைப்பார்கள். வெறுப்பு நம்மைச் சுற்றிப் பல சுவர்களை எழுப்பிவிட்டது. அது நமக்குள் வன்முறையின் பல அடுக்குகளைப் பதித்து விட்டது. அவைகளை வெற்றி கொள்ள நாம் இடையறாது போராட வேண்டி இருக்கிறது. அந்தப் போரில் நாம் ஒருவேளை வெல்லலாம் - அல்லது தோற்றுக் கொலையாளிகளாகவும் மாறலாம்.

கோயம்புத்தூரைச் சேர்ந்த கௌசல்யா - சங்கர் தம்பதிகளைப் பற்றி யோசித்துப் பார்ப்போம். இத்தனைக்கும், இருவரும் இந்துக்கள். பிறகு ஏன் சங்கர் பட்டப்பகலில் கூர்மையான ஆயுதங்களால் வெட்டிக் கொல்லப்பட்டார்? கௌசல்யாவின் பெற்றோர் அவளது காதலைச் சாகடிக்க ஏன் சதி செய்தார்கள்? அவன் ஒரு தலித், அவளோ ஒரு 'மேல் சாதி'யைச் சேர்ந்த பெண். அவர்கள் காதலித்து, திருமணமும் செய்துகொண்டனர். அவர்கள் இருவரும் அங்காடியில் இருந்து வீடு திரும்பிக் கொண்டிருந்த போதுதான் கௌசல்யாவின் பெற்றோர்களால் கூலிக்கமர்த்தப்பட்ட குண்டர்கள் சங்கரின் வாழ்வுக்கு முற்றுப்புள்ளி வைத்தனர். இது நடந்தது 2016. அந்தச் சம்பவத்தின் காணொளி திகிலூட்டுவதாக இருக்கிறது.

சங்கரின் கொலைக்குத் தன் பெற்றோரே காரணம் என்று முதல் நாளிலிருந்தே கௌசல்யா கூறி வந்தார். விசாரணை ஒரு வருடம் நீடித்தது, வழக்கில் குற்றவாளிகளுக்குத் தண்டனை கிடைத்தது. இதுவும் ஒரு கௌரவக்கொலை எனப்படும் ஆணவக்கொலை நிகழ்வாகத்தான் இருக்க வேண்டும். அதிலிருந்து கற்றுக்கொள்ள வேண்டியது ஏராளமாக இருப்பதால் ஆன்லைனில் கிடைக்கும் அந்த வழக்கின் விவரங்களைப் படிப்பது அறிவூட்டுவதாக இருக்கும். கௌசல்யா செய்ததைச் செய்வதற்கான தைரியத்தை அங்கித்தின் காதலிக்குத் தெய்வம் கொடுக்கட்டும். அங்கித்தைக்

கொன்றது தனது பெற்றோர்தான் என்று அவர் உறுதியான வாக்குமூலம் அளித்துள்ளார்.

ஒவ்வொரு பெயரின் பின்னாலும் எத்தனை முறை 'இந்து' அல்லது 'முஸ்லிம்' என்ற அடையாளங்களைச் சேர்த்தாலும் நம் சமூகத்தில் ஆழமாக ஊன்றப்பட்டிருக்கும் வன்முறையின் யதார்த்தத்தை விளக்க அது போதுமானதாக இருக்காது. மிகச் சமீபத்தில்தான் வகுப்புவாதத்தின் கசப்பூட்டும் பயிரை அறுவடை செய்ய விரும்புகிறவர்கள் ஷம்புலால் ரீகருக்காக நன்கொடை வசூலித்துக்கொண்டிருந்தார்கள். அந்த மனிதன் தான் ராஜஸ்தானைச் சேர்ந்த முகமத் அப்ராசூல் என்பவரை வெட்டிக் கொலை செய்து உடலை எரித்துத் தன் மருமகனைக் கொண்டு அந்தக் கொலைச் சம்பவத்தைத் தொலைபேசியில் பதிவு செய்ய வைத்தவன். இவனைப் போன்றவர்கள் சமூகம் நிரந்தரமாகப் பற்றி எரியும் படிக்குத் தொடர்ந்து எரிபொருள் வழங்கப்பட வேண்டுமென்று விரும்புபவர்கள்.

ஆணவக் கொலை என்பது மாச்சரியம், வெறுப்பு மற்றும் பெண்ணைக் கீழானவளாகப் பார்க்கும் கருத்து ஆகியவற்றைக் கொண்டு தயாரிக்கப்பட்ட ஒரு கலவையாகும். நிகழ்வுகளுக்கு ஏற்றபடி மதம், சாதி, தந்தை அல்லது சகோதரர் அந்தக் கலவைக்கு ரத்தச் சிவப்பின் நிறத்தை வழங்குபவர்களாக இருக்கிறார்கள். ஆணவக்கொலைக்கு ஒருவர் காதலில் விழுவது என்பது மட்டுமே காரணமாக இருப்பதில்லை. மகள்கள் தாயின் வயிற்றில் கருவாக இருக்கும்போதே, குடும்பம் மற்றும் கௌரவத்தின் பெயரால் அவர்கள் கொல்லப்படுகிறார்கள். இதுதான் ஒரு சமூகத்தின், மதத்தின் எதார்த்தம். ஆனால் அந்த உண்மையை ஏற்றுக்கொள்ள நாம் தயாரா? இது ஒரு நாட்டின் மற்றும் அதன் சமூகத்தின் உண்மையுமாகும். இப்படிப்பட்ட நாட்டில், 'பேட்டி பச்சாவோ, பேட்டி பத்தாவோ' - பெண் குழந்தைகளைக் காப்பாற்றுங்கள் பெண் குழந்தைகளைப் படிக்க வையுங்கள்- என்ற எழுச்சியூட்டும் முழக்கத்துக்கு ஏதாவது பொருள் இருக்க முடியுமா? பெண் குழந்தைகளைக் காப்பாற்றுங்கள், பெண்குழந்தைகளைப் படிக்கச் செய்யுங்கள். நம் பெண் குழந்தைகளைக் காப்பாற்ற வேண்டியது யாரிடமிருந்து? நம் பெண் குழந்தைகள் பல கொலைகாரர்களை எதிர்கொள்கிறார்கள்- அவர்களில்

முதன்மையானவர்கள் அந்த குழந்தைகளின் சொந்தத் தாய் தந்தையர்கள்தான்.

மதமும் ஜாதியும் நம்மை அச்சத்தின் வாழ்நாள் கைதிகளாக்கிவிட்டன. வழக்கமாகக் காதல்கொள்ளும் தருணத்தில், பறவைகளைப் போலச் சிறகு விரித்துப் பறப்பது குறித்து ஒன்றிரண்டு ஸ்வரங்கள் பாடலாம், ஆனால் உண்மை என்னவென்றால், மதம் மற்றும் சாதியின் கூண்டில் நாம் தொடர்ந்து அகப்பட்டுக்கொண்டிருக்கிறோம். இந்தியாவில் விஷயங்கள் எப்படி இருக்கிறது என்றால், தம்பதிகள் தங்கள் காதலின் போக்கில் எப்போதும் அன்பை அரிதாகவும் வெறுப்பை மேலதிகமாகவும் காண நேரிடுகிறது. இதையெல்லாம் தாண்டியும் அவர்கள் காதலிக்கத் துணிவதால் அவர்கள் நமது போற்றுதலுக்கு உரியவர்களாகிறார்கள்.

காதலுக்கு எதிரான வாதங்களனைத்தும் மொத்தமாக நிரம்பிக் கிடக்கும் ஒரு சமூகத்தில், அங்கித் கொல்லப்பட்டது குறித்து மெய்யான துக்கம் இருக்க முடியாது. அந்தச் சமூகம் ஏற்கெனவே அந்தத் துக்கத்தில் உள்ளம் சில லாபங்களைக் காண்கிறது. எனில் அங்கித்தின் தந்தை எவ்வளவு மேலான வார்த்தைகளைப் பேசி இருக்கிறார் - அவருக்குத் தன்னுடைய வாழிடத்தைச் சுற்றிப் பதட்டம் ஏற்பட்டுவிடக் கூடாது. தனது மகனின் சாவுக்கு நீதி வேண்டும் என்பதுதான் அவரது விருப்பம். ஆனாலும் அவருக்கு அது மதத்தை வைத்து வந்ததாக இருக்கக்கூடாது.

எது எப்படி இருந்தாலும் பதற்றம் இருந்தே தீரும். எப்படியும் அமைதி திரும்புவதற்கு அனுமதி கிடைக்காது. நம் மகள்களைப் பணிழயக்கைதிகளாக வைத்துக்கொண்டு ‘லவ் ஜிஹாத்துக்கு’ எதிராக உருவாக்கப்பட்ட ‘காதலன் எதிர்ப்புக் குழுக்கள்’ தெருக்களில் சுற்றித் திரியும். ஒவ்வொரு கொலையும் மேலும் கொலைகளுக்கான அவாவைத் தூண்டுகிறது. நீங்கள் ‘முஸ்லிம் காதலன்’ இல்லை என்பதை நிரூபிக்க, ‘இந்துக் கொலைகள்’ பற்றி எப்போது எழுதுவீர்கள் என்று கேட்டுக் கொலைகாரர்களாக இருப்பவர்களே, உங்களை ட்ரோல் செய்தபடி இருப்பார்கள்.

அங்கித்தின் இறப்புக்குப் பிறகு நான் ட்ரோல் செய்யப்பட்டேன். நான் ஏதாவது செய்யப்போகிறேனா? நான் அதைப் பற்றிப் பொருட்படுத்தினேனா? என்று கண்காணிக்கப்பட்டேன்.

ஆனால் அவர்கள்தான் எவருடைய வாழ்க்கையையும் காதலையும் ஒரு பொருட்டாகவே கருதாதவர்கள்.

அதனால்தான் நான் அவர்களுக்குச் சொல்கிறேன்: 'உங்களை நீங்களே உள்நோக்கிப் பாருங்கள், நீங்கள் என்ன செய்கிறீர்கள் என்று சிந்தியுங்கள். பூங்காக்களில் காதல் ஜோடிகள் மீது தாக்குதல் தொடுத்து அவர்களை அடித்துத் துவைத்து அவர்களுடைய வாழ்க்கையை ஓர் அங்குலம் கூட நகர விடாமலே தடுக்கும் அந்தக் கூட்டத்தில் நீங்களும் ஒருவர் அல்லவா? இறந்து போன ஓர் இளைஞனைப் பற்றி நீங்கள் கவலைப்படப் போவதில்லை. அவன் காதலித்தான். ஆனால் உங்களது நோக்கம் காதலைச் சாகடிப்பதுதானே? ஆணவக் கொலைகளைச் செய்ய வேண்டி பூங்காக்களில் காதலர்களை வேட்டையாடுகிறார்கள். நியாயத்தைப் பற்றி நீங்கள் பேசக்கூடாது.

என் பெயருக்கு முன்னர் மௌலானா அல்லது முல்லா என்ற வார்த்தையைச் செருகுவதன் மூலம் நீங்கள் என்ன செய்கிறீர்கள் என்று நினைக்கிறீர்கள்? நீங்கள் எதை எதிர்த்து எழுத வேண்டும் என்று விரும்புகிறீர்களோ அதையே பிரதிபலிக்கிறீர்கள். உங்கள் வெறுப்பு அரசியலும் ஒவ்வொரு வீட்டிலும் இருக்கக்கூடிய காதலைத் துடைத்தழித்து விடவேண்டும் என்னும் உங்கள் அந்தக் கருத்துமே மரணம் விளைவிக்கும் தன்மை கொண்டவை. அந்த உன்மத்தம் மேல் எழுந்துகொண்டிருக்கிறது. அது உங்களையும் கூடத் தின்றுவிடும். நீங்கள் ஏன் இந்த நாட்டைச் சற்றே சுதந்திரமாகச் சுவாசிக்க அனுமதிக்கக் கூடாது? அதன் இளமையான கனவுகளுக்குச் சிறகுகளைக் கொடுக்கக் கூடாது?

காதல் நம்மைக் காக்கும். ஆனால் நாம் அதை நமது சமூகத்தில் மலரவிடுவதில்லை. இப்போது காதலைக் கண்காணித்து அதைக் கொள்வதற்கான ஓர் இராணுவத்தை எழுப்பிவிட்டோம். காதலிப்பது என்றால் என்ன, தான் விரும்பியவரையே திருமணம் செய்துகொள்வது என்றால் என்ன என்பது தெரியாத இளைஞர்கள் என்றென்றும், வாழ்காலம் முழுமையும் கோழைகளாக இருக்கிறார்கள். வெற்றிகாணாத, திராணியற்ற கோடிக் கணக்கான காதலர்களின் சமூகத்தில் வாழ்ந்து நாமும் கொலைகாரர்கள் ஆகிவிட்டோம். நமக்கு ஒருவேளை வாய்க்கக்கூடிய காதலுக்கான சாத்தியத்தையே முதலில் தீர்த்துக்கட்டுகிறோம். பின்னர் அடுத்தவர்களின் காதலைக் கொல்லக் குறி வைக்கிறோம்.

8

அந்தரங்கத்துக்கான அடிப்படை உரிமை

22 ஆகஸ்ட் 2017 அன்று என்ன நடந்தது என்பதைத் திரும்பிப் பாருங்கள்: உடனடி முத்தலாக்கைச் செல்லாததாக அறிவித்த உச்ச நீதிமன்றத் தீர்ப்பால் கிடைத்த புகழுக்கு உரிமை கொண்டாடுவதற்கு அரசு வட்டாரங்களில் ஒரு பரபரப்பு இருந்தது. அடுத்த இரண்டே நாள்களில் அதைவிடவும் மேலும் வரலாற்றுச் சிறப்புமிக்க ஒரு தீர்ப்பை உச்சநீதி மன்றத்தின் 9 நீதிபதிகள் கொண்ட அமர்வு வழங்கியது. தனியாரது அந்தரங்கத்துக்கான உரிமை ஓர் அடிப்படை உரிமையாகும் என்று பிரகடனம் செய்த அந்தத் தீர்ப்பை வாழ்த்திக் கொடுக்கப்பட்ட பூங்கொத்துகளைப் பெறுவதற்குப் பெரிய போட்டி ஒன்றும் இருக்கவில்லை. அரசு சிக்கலில் மாட்டிக்கொண்டது. அது அந்த உண்மையைச் சுற்றி வந்து ஒரு விகாரமான நடனத்தை நிகழ்த்தியது.

2014இல் என்டிஏ அரசு பதவிக்கு வந்த நாள் முதலே, அதன் அட்டர்னி ஜெனரல், அந்தரங்கத்துக்கான உரிமை என்பது அடிப்படை உரிமையல்ல என்றே கூறிவந்தார். இருப்பினும், ஆகஸ்ட் 24 தீர்ப்புக்குப் பிறகு ஒரு செய்தியாளர் கூட்டத்தில், மத்திய சட்ட அமைச்சர் ரவிசங்கர் பிரசாத், உச்ச நீதிமன்றத் தீர்ப்பில் அரசுக்கு வழங்கிய தோல்வியையே அதன் வெற்றியாகக் காட்ட முயன்றார். 'இந்தத் தீர்ப்பை அரசு வரவேற்கிறது' என்றார். 'குறிப்பாக ஆதார் தொடர்பான நேர்வில் அந்தரங்கத்துக்கான உரிமை ஓர் அடிப்படை உரிமையாக இருக்க வேண்டும் என்று கருதுகிறது. ஆதார் மசோதாவை முன்வைக்கும் போது நாடாளுமன்றத்தில் அரசு கூறியதையே உச்ச நீதிமன்றம் உறுதி செய்துள்ளது' என்றும் அவர் கூறினார்.

ஆதார் மசோதா மீதான விவாதத்தின் போது 16 மார்ச் 2016 அன்று ராஜ்யசபாவில் மத்திய நிதியமைச்சர் அருண் ஜேட்லி

வெளியிட்ட அறிக்கையை அவர் அங்கே குறிப்பிட்டார். "அந்தரங்கத்துக்கான உரிமை என்பது ஓர் அடிப்படை உரிமையாகவும் இருக்கலாம்; அது அப்படி இல்லை என்று சொல்வது இன்றைய தினத்தில் மிகத் தாமதமானதுதான்" என்ற ஜேட்லியின் சற்றே தெளிவற்ற அறிக்கை அரசியலமைப்பு அமர்வின் தீர்ப்புக்கு இசைவானது என்பது உண்மையானால், நீதிமன்றத்தில் இந்த அறிவிப்பை அட்டர்னி ஜெனரல் ஏன் நீதிமன்றத்தில் வெளியிடவில்லை? அந்தரங்கத்துக்கான உரிமை ஓர் அடிப்படை உரிமையாக இருக்கவே முடியாது என்று உறுதியாகவும் தொடர்ச்சியாகவும் எதற்காக அரசாங்கத்தின் சட்ட ஆலோசகர் நீதிமன்றத்தில் வாதிட வேண்டும்? உச்சநீதிமன்றத் தீர்ப்பில் அரசாங்கத்திற்கு வெற்றி என்று சட்ட அமைச்சர் இப்போது கூறிக்கொண்டிருக்கிறார். அது உண்மையானால் அவரது அட்டர்னி ஜெனரலின் எந்தெந்த வாதங்களை நீதிமன்றம் ஏற்றுக்கொண்டது என்பதையும் அவ்வாறு ஏற்றுக்கொள்ளப்பட்டது அந்தத் தீர்ப்பில் எங்கெங்கே பிரதிபலிக்கிறது என்பதையும் அவர் நம்மிடம் கூறியிருக்க வேண்டுமல்லவா?

ரவிசங்கர் பிரசாத்தின் செய்தியாளர் சந்திப்பின் தொனியிலிருந்து 24 ஆகஸ்ட் 2017இன் மாபெரும் முக்கியத்துவம் அரசாங்கத்தின் மீது எவ்வளவு பெரிய அழுத்தத்தை கொடுத்திருந்தது என்பது தெரியவந்தது. இந்தத் தீர்ப்பு அந்தரங்கம் குறித்ததே தவிர ஆதார் பற்றியது அல்ல. ஆதார் பற்றிய விஷயத்தில் ஐந்து நீதிபதிகள் கொண்ட அமர்வு பின்னாளில் தீர்ப்பளிக்க இருந்தது; ஆனால் பிரசாத் தனது ஆதார் அட்டையை உயர்த்திப் பிடித்துக்கொண்டு, அந்தரங்கத்துக்கான உரிமைக்கு ஆதரவானதாகச் சொல்லப்படும் அவரது சக அமைச்சரின் கூற்றை நினைவு கூர்ந்த வண்ணம் இருந்தார். 2016 மார்ச் மாதம் ஆதார் மசோதா மீதான விவாதத்தின் போது ஜெட்லி கூறியது உண்மையில் அரசாங்கத்தின் நிலைப்பாடுதான் என்றால் பின் ஆதார் பற்றிய வழக்கே விசாரணைக்கு உச்ச நீதிமன்றத்தின் முன்பு நடக்கையில் கண்மூடித்தனமாக எடுக்கப்பட்ட பயோமெட்ரிக் தரவுகள் என்பவை மக்களின் உடல்களை ஊடுருவுவதாக இருக்கிறது என்று முன்வைக்கப்பட்ட வாதங்கள் போலியானவை என்றும், ஒரு குடிமகனுக்கு அவரது உடல் மீது முழுமையான உரிமை இல்லை என்றும் அப்போதைய அட்டார்னி ஜெனரல் முகுல் ரோகத்கி வாதிட்டது எவ்வாறு?

ரோஹத்கியின் சில்லிடவைக்கும் வாதங்களுக்குப் பிறகும் கூட அரசியலமைப்பு அமர்வின் முன் அந்தரங்கம் குறித்த தனது நிலைப்பாட்டை மறுபரிசீலனை செய்ய இந்திய அரசுக்கு வாய்ப்பு கிடைத்தது. ஆனால், அரசு அதைச் செய்யவில்லை. பிறகு உச்சநீதிமன்றத்தில் அரசின் நிலைப்பாட்டின் தோல்வியை மறைக்க ஜெட்லியின் ராஜ்யசபா அறிக்கை ஒரு புகைத்திரையாகப் பயன்படுத்தப்பட்டது ஏன்? அரசாங்கம் தான் தவறிழைத்துவிட்டதை ஒப்புக் கொள்ளாத நிலையில் தீர்ப்பை வரவேற்கும் அதிகாரப்பூர்வ அறிக்கையானது வெறும் சம்பிரதாயமாகவும் நிர்பந்தத்தின் காரணமாக அமைந்ததாகவும் இருந்தது. . இந்திய மக்களுக்கு இது வரலாற்றுச் சிறப்புமிக்க ஒரு தீர்ப்பு. ஆனால் இந்திய அரசுக்கு அது அப்படிப்பட்ட ஒன்றாக இருந்ததாகத் தோன்றவில்லை.

அவசரகதியில் ஏற்பாடு செய்யப்பட்ட அந்தச் செய்தியாளர் கூட்டத்தில், சட்ட அமைச்சரிடம், அவர் உண்மைகளை மழுப்பித் திரிக்கிறார் என்று ஒரு பத்திரிகையாளர் கூறத்தான் செய்தார். இப்போது உச்ச நீதிமன்றம் பாலினத் தேர்வு ஒருவரது அடிப்படை உரிமை என்று தீர்ப்பளித்திருக்கும் நிலையில் தன்பாலினத் தம்பதிகள் வாடகைத் தாய் மூலம் குழந்தை பெற்றுக்கொள்வதைத் தடுக்கும் வகையில் சமீபத்தில் அறிமுகப்படுத்திய மசோதாவை அரசாங்கம் என்ன செய்யப் போகிறது என்பதை மற்றொரு பத்திரிகையாளர் அறிய விரும்பினார்.

அந்தக் கேள்வி அந்தப் பத்திரிகையாளர் சந்திப்பின் பேசுபொருளுக்குச் சற்றும் தொடர்பில்லாதது என்று அமைச்சர் சற்றும் கண்ணிமைக்காமல் பதில் அளித்தார். அதைவிடச் சாமர்த்தியமான முறையில் அருண் ஜேட்லியும் அந்த விஷயத்தை நேராகத் திசைதிருப்ப முயன்றார். அவர்கள் இருவருமே அரசாங்கத்திற்கு அவமானம் ஏற்படாமல் இருக்கும் பொருட்டு மக்களை முட்டாளாக்க முயன்றனர், . இந்த ஒரு காரணத்திற்காகவே, விழிப்புணர்வும் சிந்தனையும் கொண்ட ஒவ்வொரு குடிமகனும் அந்தத் தீர்ப்பை மீண்டும் மீண்டும் வாசிக்க வேண்டும்.

இந்திய உச்ச நீதிமன்றத்தின் இந்தத் தீர்ப்பு உலகம் முழுமைக்கும் முன்னுதாரணமாக இருக்கும். இந்தியாவுக்குப் புதியதொரு அடையாளத்தை அளிக்கக் கூடிய தீர்ப்பு

இது. அரசியலமைப்பு அமர்வின் முன் வாதிடுகையில் அட்டர்னி ஜெனரல் கே. கே. வேணுகோபால் கீழ்க்காணும் வாதத்தை முன்வைத்திருந்தார்: அந்தரங்கத்துக்கான உரிமை என்ற பிரச்சினை இந்திய சமுதாயத்தில் வசதி படைத்த பிரிவினருக்கு மட்டுமே பொருந்தும். பெரும்பான்மையான மக்களின் தேவைகள் மற்றும் அபிலாஷைகளிலிருந்து இது முற்றிலும் விலக்கப்பட்ட ஒரு விஷயமாகும். பல்வேறு சமூக நலத் திட்டங்களின் கீழ் ஏழைகளுக்கு அரசு வழங்கும் வசதிகளை முறையாக வழங்குவதற்காக அந்தரங்கத்துக்கான உரிமையைப் புறந்தள்ளிவிடலாம். முதன்மையானது, உயிர் வாழ்வதற்கான உரிமைதானே தவிர அந்தரங்கத்துக்கான உரிமையல்ல. அரசாங்கமும் அதன் ஆதரவாளர்களும் காலங்காலமாக எதைச் சொல்லி வந்தார்களோ அதையே அவரும் சொன்னார். அவர் கூறினார் - அந்தரங்கத்துக்கான வாதங்கள், பணக்காரர்களும் மேல்தட்டு வர்க்கத்தினரும் ஒரு பொழுது போக்குக்காக உண்டாக்கும் தேநீர்க்கோப்பையில் ஒரு புயலேயன்றி வேறில்லை. ஆனால், அரசின் வாதம் சாரமற்றது என்று உச்ச நீதிமன்றம் மிகத் தெளிவாகக் கூறியது. அத்துடன் நில்லாமல் மேலும் ஒரு படி சென்று, அத்தகைய வாதம் நமது அரசியலமைப்புச் சட்டத்தின் மெய்யுணர்வுக்கே துரோகம் செய்வதாகும் என்றும் நீதிமன்றம் கூறியது. நமது அரசியலமைப்புச் சட்டம் தனிமனிதனை அனைத்திற்கும் மேலாக முன்னிறுத்துகிறது. ஏழைகளுக்குத் தேவை பொருளாதார முன்னேற்றம் மட்டுமே என்றும், சிவில் மற்றும் அரசியல் உரிமைகள் அல்ல என்றும் கூறுவது தவறானதும் ஆபத்தானதும் ஆகும்.

கேள்வி இதுதான்: இந்திய அரசு என்பது இந்திய மக்கள் அனைவராலும் தேர்ந்தெடுக்கப்பட்டு இந்திய மக்கள் அனைவரின் பிரதிநிதியாகவும் இருக்கிறது என்பதைக் கருத்தில் கொள்ளும்போது, சிவில் மற்றும் அரசியல் உரிமைகள் வசதி படைத்தவர்களுக்குத்தான் பொருந்தும் என்றும் அதேசமயம் ஏழைகளுக்கு அந்த உரிமைகள் இன்றியமையாதவை அல்ல என்று நமது மேலான உச்சநீதிமன்றத்தின் முன்பாகவே இந்த அரசு எடுத்த நிலைப்பாட்டின் நோக்கம்தான் என்ன? மானியம் என்ற வகையில் ஏழைகளுக்கு அரசு வழங்கக்கூடிய எதுவும் ஏழைகளுக்கு அரசு இடுகிற பிச்சையல்ல. அரசானது மக்களுக்குக் கடப்பாடு உடையது என்பதாலும் அவர்களது

நலனுக்குப் பொறுப்பானது என்பதாலும்தான் அவர்களுக்கு மானியங்களை வழங்குகிறது. அதற்குக் கைம்மாறு என்ற வகையில் மக்களிடமிருந்து அது அவர்களது மற்ற உரிமைகளைப் பறிக்க முடியாது. மக்கள் பட்டினி கிடக்கிறார்களா, அவர்களது வயிறு நிரம்பியிருக்கிறதா என்பதையெல்லாம் தாண்டி அவர்கள் அரசுக்கு எதிரான கருத்தைக்கொள்ளலாம், அரசுக்கு எதிராக அணிதிரட்டலாம் அல்லது அரசுக்கு எதிராகத் தெருவில் இறங்கிப் போராடலாம். இந்தக் கருத்தைக் காதுகொடுத்துக் கேட்க விரும்பாதவர்களும் கூடக் கேட்கும் வகையில் உச்ச நீதிமன்றத்தின் ஒன்பது நீதிபதிகள் கொண்ட அமர்வு இந்த உண்மையை மிகத் தெளிவாக எடுத்துரைத்துள்ளது. தீர்ப்பின் முதன்மைப் பகுதி கூறுவது இதுதான்: 'ஏழைகளுக்கு சிவில் மற்றும் அரசியல் உரிமைகள் தேவையில்லை, பொருளாதார நல்வாழ்வை மட்டுமே அவர்கள் விரும்புகிறார்கள் என்ற பல்லவி, வரலாறு நெடுகிலும் மிக மோசமான மனித உரிமை மீறல்களுக்கு ஏதுவாகப் பயன்படுத்தப்பட்டிருக்கிறது. அரசாங்கத்தின் நடவடிக்கைகளை அறிவார்ந்த குடிமக்கள் சரியாக மதிப்பிடுவதற்காகத் தட்டிக்கேட்பது, ஆய்வுக்கு உள்ளாக்குவது மற்றும் கருத்து முரண்பாடு கொள்வது என்பதற்கான உரிமைகள் அனைத்திலும் மேலாகத் தேவை என்பது உணரப்பட வேண்டும். ஆள்கிறவர்கள் தங்களது அரசியலமைப்புக் கடமைகளைச் சரிவரச் செய்கிறார்களா என்பது குறித்துக் கேள்வியெழுப்பும் உரிமை ஆளப்படுகிறவர்களுக்கு உண்டு.

அந்தரங்கத்துக்கான உரிமை குறித்த தீர்ப்பு, தனது உரிமைகளின் முழு வீச்சையும் குடிமக்களுக்கு, அவர்கள் ஆணாயினும், பெண்ணாயினும் உணர்த்துகிறது. ஜனநாயகத்தை அதன் வடிவத்திலும், உள்ளடக்கத்திலும் உயிர்ப்புடன் வைத்திருப்பதற்கு முக்கியமான உரிமைகள் இவை. அரசாங்கத்தின் நடவடிக்கைகளை மறுபரிசீலனை செய்யவும், கேள்வி கேட்கவும், அவற்றுடன் வேறுபடவுமான உரிமைகள் பாதுகாக்கப்பட்ட உரிமைகள் என உச்ச நீதிமன்றம் கூறியுள்ளது. ஓர் அரசாங்கம் எவ்விதக் கட்டுப்பாடுகளும் இன்றிச் செயல்பட்டால் என்ன நடக்கும் என்பதை விளக்குவதற்கு பேராசிரியர் அமர்த்தியா சென்னின் ஆராய்ச்சியை அரசியலமைப்பு அமர்வு மேற்கோளிட்டுள்ளது - பற்றாக்குறை மற்றும் பஞ்சம் சூழ்ந்த நிலையிலும் கூட அது பொறுப்பற்றதாக

மாறும். ஆங்கிலேயர் ஆட்சியின் போது பத்திரிகைகளுக்கு விதிக்கப்பட்டிருந்த கட்டுப்பாடுகளால் வங்கத்தில் ஏற்பட்ட பெரும் பஞ்சம் குறித்துச் செய்திகள் வெளியாவது அரிதான ஒன்றாக ஆயிற்று. அரசாங்கம் அதற்குப் பொறுப்பேற்க எந்த நிர்பந்தமும் இல்லாது போயிற்று. லட்சக்கணக்கான மக்கள் பட்டினியால் மடிந்தனர்.

அந்தரங்கம் குறித்த தீர்ப்பு நம் ஒவ்வொருவருக்கும் மிகப்பெரும் முக்கியத்துவத்தைத் தாங்கியிருப்பதற்கு இதுவே காரணம். அந்தரங்கத்துக்கான உரிமை என்பது உயிர்த்திருப்பதற்கான உரிமையாகத் தன்னிலேயே விளங்குகிறது: அது அச்சமின்றி வாழும் உரிமை; அரசுகளிடமிருந்து நீதி, மாண்பு மற்றும் பாதுகாப்பைக் கோரும் உரிமை; ஆளப்படும் கூட்டமாக மட்டுமின்றி, குடிமக்களாக மதிக்கப்படுவதற்கான உரிமை ஆகும். 2014ஆம் ஆண்டு முதல் நிலவிவரும் அரசியல் சூழ்நிலையானது அரசாங்கத்தின் மீதான எந்தவொரு விமர்சனத்தின் மீதும் வெறுப்பு உமிழப்படுகிறது. நீங்கள் அதிகாரத்தில் இருப்பவர்களுடன் உடன்படவில்லை என்றால், நீங்கள் தலைவருக்கு எதிராகவும், அரசாங்கத்திற்கு எதிராகவும், நாட்டிற்கு எதிராகவும், வளர்ச்சிக்கு எதிராகவும் இருக்கிறீர்கள் என்று ஆகிவிட்டது. சுப்ரீம் கோர்ட்டின் அரசியலமைப்பு அமர்வு குடிமக்களுக்கு ஒரு தெளிவான செய்தியைக் கொண்டுள்ளது: அரசாங்கத்தைக் கேள்வி கேட்கவும் விமர்சிக்கவும் நீங்கள் முற்றுரிமை உள்ளவர்கள்; உண்மையில், அதைத் தொடர்ந்து நடைமுறைப்படுத்துவதன் மூலம், இந்திய ஜனநாயகத்தை வலுப்படுத்துகிறீர்கள். என் பார்வையில், உச்ச நீதிமன்றம் அந்தரங்கத்துக்கான உரிமையை வரையறுத்தது மட்டுமல்லாமல், குடிமகனின் ஜனநாயகக் கடமைகள் என்ன என்பதையும், அரசியலமைப்பு அவற்றை எவ்வாறு பாதுகாக்கிறது என்பதையும் விளக்கியுள்ளது.

இந்தத் தீர்ப்பின் மூலம், அரசின் மக்கள்விரோத வாதத்தை நிராகரித்ததோடு, தன் முந்தைய தீர்ப்புகளின் முரண்பாடுகளையும் கறைகளையும் உச்சநீதிமன்றம் நீக்கியிருக்கிறது. அந்தரங்கத்திற்கான உரிமை அடிப்படை உரிமை அல்ல என்று தீர்ப்பளித்த 1958ஆம் ஆண்டின் எம் பி சர்மா வழக்கிலும் 1961இன் கரக் சிங் வழக்கிலும் வழங்கப்பட்ட முந்தைய இரண்டு தீர்ப்புகளையும் நீதிமன்றம்

புறந்தள்ளிவிட்டது. அது சக்தி வாய்ந்த மற்றும் மறக்கமுடியாத வார்த்தைகளில் அதைச் செய்திருக்கிறது - நீதிபதி செல்லமேஸ்வரின் வார்த்தைகளில் "அந்தரங்கத்துக்கான உரிமை இளைப்பாறுதல், புகலிடம் மற்றும் அந்தரங்கமான முடிவெடுப்பை உள்ளடக்கியது"; நீதிபதி சந்திரசூட் எழுதுகிறார்: "வளர்ச்சி என்பது மக்களின் சுதந்திரத்தின் விரிவாக்கம்" மேலும் வாழ்வது என்றால் கண்ணியத்துடன் வாழ்வதே ஆகும்." நீதியரசர் நாரிமன், அந்தரங்கத்துக்கான உரிமை என்பது 'ஒவ்வொரு தனியரும் அவன் அல்லது அவள் ஒரு மானுடப் பிறவி என்ற உண்மையின் அடிப்படையில் உள்ளார்ந்திருக்கும் ஒரு மாற்றமுடியாத மனித உரிமை' என்று வரையறுக்கிறார். ஒன்பது நீதிபதிகளும் அந்தரங்கத்திற்கான உரிமையை ஒரு மனம் போலப் பொருள் விளக்கிய விதம், உரைநடையில் உள்ள ஒரு சட்ட நூலின் நேர்த்தியான கவிதையின் பகுதிபோல் நிலை கொண்டிருக்கிறது.

அரசியலமைப்பின் 19 வது பிரிவின் கீழ், குடிமக்கள் பேசுவதற்கும், எங்கும் அமைதியான முறையில் ஒன்றுகூடுவதற்கும், தடையின்றி நடமாடுவதற்கும் எந்த இடத்திலும் வாழவும் உரிமை பெற்றுள்ளனர். பிரிவு 21 இன் கீழ், குடிமகனின் வாழ்வுக்கான உரிமை மற்றும் தனிப்பட்ட சுதந்திரம் பாதுகாக்கப்படுகிறது; ஒரு தனிநபரின் உயிரைச் சட்டத்தால் நிறுவப்பட்ட நடைமுறையின்படி மட்டுமே அல்லாமல் வேறுவிதத்தில் எடுக்க முடியாது. அரசியலமைப்பு அமர்வு இப்போது ஒரு குறிப்பிடத்தக்க கருத்தை முன்வைத்துள்ளது - அரசியலமைப்புச் சட்டத்தின் சரத்துகளில் அந்தரங்கத்துக்கான உரிமை வெளிப்படையாகக் குறிப்பிடப்படவில்லை என்றபோதும், அவை இந்த உரிமையைத் தங்களுக்குள் தாங்கியிருக்கவில்லை என்று சொல்வது சரியாக இருக்காது. ஏனெனில், அந்தரங்கத்துக்கான உரிமையின் சுகந்தம் இந்த உரிமைகளிலிருந்தே எழுகிறது. அந்தரங்கத்துக்கான உரிமை என்பது ஒரு நபரின் தனித்துவத்தின் அரசியலமைப்பு அடிப்படையாகும்; அது இல்லாத பட்சத்தில் அவனோ அவளோ கண்ணியமான வாழ்க்கையை வாழ முடியாது. ஒரு தனி மனிதனின் சுயமரியாதை, சமத்துவம் மற்றும் சுதந்திரத்துக்கான விழைவுகளே இந்திய அரசியலமைப்பைத் தாங்கி நிற்கும் தூண்களாகும். வாழ்க்கையும் சுதந்திரமும் அரசியலமைப்பால் நமக்கு வழங்கப்பட்டவை அல்ல. அவை

எப்போதும் இருந்து வந்துள்ளன; அரசியலமைப்பு அவைகளை பாதுகாக்க மட்டுமே செய்கிறது.

உச்ச நீதிமன்றம் எவை எவையெல்லாம் அந்தரங்கத்திற்கான உரிமையில் அடங்கும் என்பது அனைத்தையும் பட்டியல் போட்டுச் சொல்லவில்லை என்பது உண்மைதான். நீங்கள் யாருடன் நெருங்கிய உறவில் இருக்கிறீர்கள், நீங்கள் யாருடன் உடலுறவு கொள்கிறீர்கள், யாரை மணந்து குழந்தைகளைப் பெறுகிறீர்கள், உங்களுக்காக எப்படிப்பட்ட இல்லத்தையும் குடும்பத்தையும் உருவாக்குகிறீர்கள் என்பது அனைத்தும் அந்தரங்கத்திற்கான உரிமை என்பதன் வீச்சுக்குள் அடங்கும் என்ற விஷயத்தை உச்சநீதிமன்றம் தெளிவாகச் சொல்லியுள்ளது. அந்தரங்கத்துக்கான உரிமையானது, ஒரு ஆண் அல்லது பெண் ஒரு தனி நபர் என்ற முறையில் தன் வாழ்க்கையின் சாரமான அம்சங்களைத் தன் கட்டுப்பாட்டில் வைத்திருக்க வேண்டும் என்பதை அந்தரங்கத்துக்கான உரிமை அங்கீகரிக்கிறது. அவ்வாறு செய்வதன் மூலம், அது நமது பண்பாட்டின் பன்முகத்தன்மையையும் பன்மையையும் பாதுகாக்கிறது.

அந்தரங்கத்துக்கான உரிமை பற்றிய தீர்ப்பு அரசியல் ஆளுகையைப் பற்றியது மட்டுமல்ல. கார்ப்பரேட் துறையும் கூட, அரசுகளுடன் கூட்டு சேர்ந்து ஏறக்குறைய கணக்கற்ற வழிகளில் நமது வாழ்வினுள் ஊடுருவி வருகிறது. இந்த அம்சத்தின் மீது கணிசமான கவனத்தைச் செலுத்தி இருக்கும் அரசியலமைப்பு அமர்வு ஜார்ஜ் ஆர்வெல் எழுதிய தீர்க்கதரிசன நாவலான 1984 ஐ விரிவாக மேற்கோள் காட்டியிருக்கிறது; சர்வாதிகாரம் மற்றும் அதிகார வெறிகொண்ட சர்வாதிகாரிகள் குறித்து அந்த எழுத்தாளர் கொண்டிருந்த இடையற்ற புரிதலுக்காக அவர் பெரும் புகழ் பெற்றிருந்தார். அந்த நூலைப் பற்றிய குறிப்பு அந்த தீர்ப்பில் இடம்பெற்றிருந்தது என்பது அந்தரங்க உரிமையை எதிர்த்தவர்கள் அல்லது அதற்கான கோரிக்கையைக் கேலி செய்தவர்கள் அனைவரின் முகத்திலும் ஓங்கி விடப்பட்ட ஓர் அறையாக இருக்கிறது. அரசியலமைப்பு அமர்வு கூறுவது போல், 1984 என்ற புதினம் ஒரு கற்பனையான நாட்டில் நடப்பதாகக் காட்டப்பட்டிருந்தாலும், அது நமது நாட்டின் தற்போதைய எதார்த்தத்தைச் சித்திரிப்பதாக இருக்கிறது என்றும் கொள்ளலாம். தொழில்நுட்பம் வளர்ச்சியடைந்த விதம், அரசுகள் மட்டுமின்றிப் பெருநிறுவனங்களும், தனியார்

நிறுவனங்களும் ஒரு பெரியண்ணன், 'பிக் பிரதர்', பாத்திரத்தைத் தம் கைக்கொள்ளும் வாய்ப்பினை வழங்குகிறது. ஒரு தனிமனிதனின் அல்லது மனுஷியின் வாழ்க்கையை தன் கட்டுப்பாட்டில் கொண்டுவரும்படிக்கு ஒரு சக்தியைப் பெற வேண்டி தனி நபர்களின் வாழ்க்கை குறித்த தகவல்களை தோண்டி எடுக்கும் அந்தச் செய்கையை அந்த அமர்வு தீர்ப்பின் ஓர் இடத்தில் பேசுபொருள் ஆக்கியுள்ளது. சேகரிக்கப்பட்ட தகவல்களும் தரவுகளும் எதிர்ப்புக் குரல்களை அடக்குவதற்குப் பயன்படுத்தப்படுவதற்கான சாத்தியக்கூறுகள் இன்றைய நாளில் மிக அதிகம். இந்தத் தரவுகள் எங்கு வைக்கப்பட வேண்டும், அவைகளை நிர்வகிக்கும் விதிமுறைகள் மற்றும் நிபந்தனைகள் எவ்வாறானவையாக இருக்க வேண்டும், அவைகளின் பயன்பாட்டிற்கான பொறுப்பை யார்மீது சுமத்துவது என்பதெல்லாம் கடுமையான விதிமுறைகளை இயற்றத் தேவையுள்ள பிரச்சினைகளாகும்.

மாற்றுப் பாலினத் தேர்வு கொண்டவர்கள் தங்கள் உரிமைகளுக்காகக் கடுமையான போராட்டத்தில் ஈடுபட்டுள்ளனர். தனியுரிமை மீதான தீர்ப்பு அவர்கள் தங்களது போராட்டத்தைத் தொடர்வதற்கான வலிமையைக் கொடுக்கும். ஒரு மதத்தைச் சேர்ந்த ஒரு பெண் மற்றொரு மதத்தைச் சேர்ந்த பையனைத் திருமணம் செய்துகொள்வதைக் காரணமாக்கி, ஒரு சில குண்டர்கள் நாள்தோறும் வெறியாட்டத்தில் ஈடுபடுகிறார்கள். அரசுகள், சாதிப்பஞ்சாயத்துகள், காவல்துறையினர் ஆகியோரது சாதிமதவெறி மற்றும் வன்முறைக்கு எதிராகத் தற்காத்துக்கொள்ள நாட்டின் உச்ச நீதிமன்றம் அன்பெனும் ஆயுதத்தைக் கொடுத்திருப்பதால் அந்த முட்டாள்தனங்களுக்கு இறுதி முடிவு வந்துவிடுமென்று யாரும் நம்பலாம். மக்கள் தேர்ந்தெடுக்கும் உணவு மற்றும் உடையின் பன்முகத்தன்மையை அந்தரங்கத்தின் அம்சங்களாக அரசியல் சாசன அமர்வு அடையாளம் கண்டுள்ளது. எந்த உரிமையும் முற்றானது அல்ல என்பதையும் அந்த உரிமைகளின் மீது நியாயமான கட்டுப்பாடுகள் இருக்கத்தான் செய்யும் என்பதையும் அந்த அமர்வு தெளிவுபடுத்தி இருக்கிறது என்பதும் உண்மை. ஆனால் பொதுவான நிகழ்வுகளின் போக்கில், யாரும் நம் வாழ்க்கைக்குள் வலுக்கட்டாயமாக நுழைய முடியாது என்பது உறுதி செய்யப்பட்டிருக்கிறது; அந்தரங்கத்துக்கான உரிமை நமது அடிப்படை உரிமையாக இருப்பதால் குறைந்தபட்சம்

சட்டப்படியாவது நம்மை வெறியர்கள் குண்டர்கள் கொடுமைக்காரர்கள் பெருநிறுவனங்கள் ஆகியவற்றுக்கு எதிராக, எல்லாவற்றிற்கும் மேலாக அரசிடமிருந்தும் அது நம்மைப் பாதுகாக்கிறது.

இந்தியாவின் மிகச்சிறந்த சட்ட நிபுணர்களில் ஒருவரான ஃபைசான் முஸ்தபா கூறியபடி ஓர் அடிப்படை உரிமை என்பது அரசாங்கத்தின் மீது கட்டுப்பாட்டை விதிக்கக் கூடியதே தவிர அரசாங்கம் அந்த உரிமையின் மீது கட்டுப்பாட்டை விதிக்கக் கூடுவதல்ல. எனவே அந்தரங்கத்துக்கான உரிமை குறித்த இந்தத் தீர்ப்பு ஒவ்வொரு இந்தியனுக்கும் கிடைத்த வெற்றியாகும். இது உண்மையாகவே உச்ச நீதிமன்றத்தை கடைக்கோடி மனிதனின் நீதிமன்றமாக ஆக்கியுள்ளது.

பெரும்பாலும், நமது அமைப்புகள் நமக்குத் துரோகத்தையே செய்துள்ளன. இப்போது, இருபத்தியோராம் நூற்றாண்டில் இயல்பாக மாறிவரும் வழிகளில் நமது ஜனநாயகம் தொடர்ந்து கேடுகளுக்கு உள்ளாக்கப்பட்டு வருகிறது. தனிமனிதச் சுதந்திரம் முன்னெப்போதும் அறிந்திராத வகையில் வளர அனுமதிக்கும் என்று தோன்றிய ஓர் உலகம், அதற்கு எதிர் மாறாக நம் ஒவ்வொருவரின் செயலாண்மையையும் கவர்ந்து போவதை மிகவும் எளிதாக்கிவிட்டது. நமது சுதந்திரத்தையும் கண்ணியத்தையும் மீட்டெடுப்பதற்கான கருவிகளைக் கண்டறியும் வழி நமது சிறப்பு வாய்ந்த அரசியலமைப்பில் உள்ளது என்பது மீண்டும் ஒருமுறை உறுதிப்பட்டிருக்கிறது. உச்ச நீதிமன்றம் நமக்குக் காட்டியிருப்பது இதுதான் - கடந்த காலத்தில் நமக்கு அது உதவாமல் போயிருந்தாலும், அந்தரங்கத்துக்கான உரிமைமீதான தீர்ப்பின் மூலம், நமது அரசியலமைப்பை உருவாக்கியவர்களால் வைக்கப்பட்டுள்ள கட்டுப்பாடுகள் மற்றும் சமநிலைக்கான அமைப்பு இன்னும் உறுதியான ஒன்றாக இருக்கும் என்பதை அது நமக்கு உறுதிப்படுத்தியிருக்கிறது. ஆம், நிச்சயமாக அதில் நம்பிக்கை இருக்கத்தான் செய்கிறது.

9

அச்சத்திலிருந்து விடுதலை என்பது இன்றைய நாளில் முதன்மை ஊடகங்களில் இருந்து விடுதலை பெறுவதே

பரந்த நிலப்பரப்பில் இருந்து வேறுபடுதலும் பன்முகத் தன்மையும் இந்நாளில் பிரதானமான இந்திய ஊடகங்களில் மறைந்துவிட்டன. மொழி எதுவானாலும் உரிமையாளர் யாரானாலும், பிராந்தியம் எதுவானாலும் ஒரே வரைவில் வடிக்கப்பட்ட அதே செய்திதான் நாள்தோறும் தொடர்ந்து இரவு பகலாக நமக்கு - ஓங்கிய குரலில் - வாசிக்கப்படுகிறது. இங்கே பிரச்சாரம்தான் செய்தியாகவும் அவதூறுதான் விவாதமாகவும் ஆகிவிட்டது.

ஒரு காலத்தில் பொதுவெளியில் ஏற்றுக்கொள்ளத்தகாதது, நெறிமுறையற்றது என்று கருதப்பட்டதெல்லாம் முற்றிலும் ஏற்றுக்கொள்ளக்கூடியதாகவும் நெறிமுறையாகவும் மாற்றப்பட்டுள்ளன. தற்போதுள்ள ஒழுக்கக்கேடுகளைக் கொண்டாடுவதோடு நிறுத்தாமல் ஊடகங்கள் முறைகேட்டின், செம்மையின்மையின், புதிய உச்சங்களை நோக்கிப் போய்க்கொண்டிருக்கின்றன. பிரதான ஊடகங்களின் கொச்சைத்தனம் இந்திய ஜனநாயகத்தின் நெறிமுறைகளை அழித்துவிட்டது. தெருக்களிலோ, செய்தி சேனல்களின் ஒளிப்பதிவு அரங்கங்களிலோ எங்கெங்கும் அநாகரிகமாகவும், எல்லைகள் மீறியும் இருப்பதென்பது இனிமேலும் தவறானதாக இருக்காது. இது எங்கோ ஒரு விந்தையான சேனல் அல்லது அறிவிப்பாளரின் திருப்பணி அல்ல; அவை நூற்றுக்கணக்கான சேனல்கள் எல்லா நேரங்களிலும் எல்லா நாள்களிலும் நமது குடிமையின் வேர்களின் மீது தாக்குதல்களை நடத்திக் கொண்டிருக்கின்றன.

இந்த உருமாற்றமானது முதன்மை ஊடகங்கள் மற்றும் அரசியல் அதிகாரத்தின் முழுமையான இணைப்பால்

சாத்தியமாக்கப்பட்டுள்ளது. ஊடகங்கள் இப்போது அரசியல் ஆதரவாளரை மட்டுமே தமது ஒரே வகையான நேயராக அங்கீகரிக்கின்றன. இந்த ஊடகத்தின் நுகர்வோரும் ஆதரவாளர்களும் ஆளும் சித்தாந்தத்தையும் அரசியல் கட்சியையும் பின்பற்றுபவர்கள் என்பதால், பார்வையாளருக்கும் கட்சி ஆதரவாளருக்கும் இடையிலான எல்லைக்கோடு அழிக்கப்பட்டுவிட்டது. செய்திகளில் இருக்க வேண்டிய தகவல்களின் பல்வகைத் தன்மைக்கு முற்றுப்புள்ளி வைப்பதன் மூலமாக அரசியல் ஆதரவாளர்களே நேயர்களாக உருவெடுத்த அந்தத் திரள் உருவாக்கப்பட்டிருக்கிறது. நான் அவர்களைத் 'தகவல் அற்ற' கூட்டம் என்பதாகவே கருதுகிறேன். இது மிகவும் பெரியதாக வளர்ந்துள்ளது, இந்தக் கூட்டம். அது எல்லா இடங்களிலும் பரவியிருக்கிறது. அந்த ஒரே காரணத்திற்காக நான் அதை மிகுந்த சிரத்தையுடன் எடுத்துக்கொள்கிறேன், அதன் முட்டாள்தனங்களைக் கேலி செய்வதைத் தவிர்க்கிறேன். கற்றலின் இடத்தை அறியாமை ஆக்கிரமிக்கும்போது, அது சிரிப்பதற்கான விஷயமாக இருப்பதில்லை.

இந்தக் கூட்டத்தின் ஒருமித்த தகவல் அறியாமை அவ்வப்போது பரிசோதனைக்கு உள்ளாகிறது. உதாரணமாக, புல்வாமா சம்பவத்தைத் தொடர்ந்து எழுந்த விவாதம், (விரைவில் தொடங்கவிருக்கும் தேர்தல் பிரச்சாரத்திற்கான வார்த்தைச் சூறாவளியைத் தன் கையிருப்பில் வைத்துக்கொண்டு) பிரதமர் ஏன் நாட்டு மக்கள் முன்போ ஊடகங்களிலோ பேசவில்லை என்பது பற்றியதாக இருக்கவில்லை; மாறாக விவாதம் எதைக் குறித்து இருந்தது என்றால் சச்சின் டெண்டுல்கர் ஏன் பேசவில்லை என்பது குறித்தே! ஆனால் உண்மையில் சச்சின் டெண்டுல்கர் தீவிரவாதத் தாக்குதலுக்குக் கண்டனம் தெரிவித்திருந்தார். ஆயினும் பாகிஸ்தானுடனான உலகக் கோப்பை கிரிக்கெட் போட்டியை இந்தியா தவிர்க்கக் கூடாது என்று கூறிய அவர், அதன் காரணமாக நாடு தன் எதிரியிடம் இரண்டு தோல்விகளை ஒப்புக்கொடுக்க நேரிடுவதைத் தான் காணவிரும்பவில்லை என்றும் கூறியிருந்தார். அந்தச் செய்தியும் திரித்தே வெளியிடப்பட்டது. தகவல்தொடர்பு ஊடகங்களின் விரிவாக்கத்தால் தகவல்களின் விரிவாக்கமும் நிகழும்ன்ன ஊகிக்கும் அடிப்படைத் தவற்றை நாம் செய்து விட்டோம். ஆனால் அது அப்படியில்லை. பிரச்சினைகளின் பன்முகத்தன்மை தீர்க்கமாக அழிக்கப்படும்போது அது

தகவல் இழப்புக்கு - அதாவது ஒரு தகவலற்ற நிலைக்கு இட்டுச் செல்கிறது. பல்கிப் பெருகிக்கொண்டிருக்கும் பிரதான ஊடகங்களில் நடந்துள்ளது அதுதான்.

2014ஆம் ஆண்டு முதல் பெரும்பாலான செய்தி சேனல்கள் தங்களால் நடத்தப்படும் 'தேசிய பாடத்திட்டத்தின்' துவக்க நாளிலிருந்தே தம் உள்நோக்கத்தைக் குறித்துத் தெளிவாக இருந்துவந்திருக்கின்றன: உங்களுக்குள் இருக்கும் கவனமும் விழிப்புணர்வும் கொண்ட பார்வையாளரை அற்றுப்போகச் செய்வது. அப்போதுதான் ஜனநாயகத்தைக் கொல்லாமல் உயிருடன் கைப்பற்றும் செயல்முறை முழுமையடையும். அந்தச் செயல்முறையின் போக்கில் தெருக்களில் இரத்தம் பெருக்கெடுத்தது என்பது வேறு விஷயம் - தகவலற்ற கூட்டம், சுபோத் குமார் சிங்கோ, முகமது அக்லாக்கோ, அது யாரானாலும் விட்டு வைக்கவில்லை. இன்றைய ஆட்சி அதிகாரமும் அதன் ஊடகமும் அதன் தகவல் தொழில்நுட்பப் பிரிவும் தொடங்கி நடத்திக்கொண்டிருக்கும் தேசியப் பாடத்திட்டம் அப்படிப்பட்ட தாக்கத்தை ஏற்படுத்தியுள்ளது. இது நமது ஜனநாயகத்தையும், நாம் குடிமக்களாக, நாட்டு மக்களாக இருப்பதற்கான விழிப்புணர்வையும் ஏறத்தாழ முழுமையாகவே ஆக்கிரமித்து முடித்துவிட்டது.

2014இல் மோடி அரசாங்கம் ஆட்சிக்கு வந்தவுடனேயே முதன்மை ஊடகம் தன் தேசியப் பாடத்திட்டத்தைத் துவக்கியது. இந்து-முஸ்லிம் பிளவை இடையறாது உறுதி செய்யும் எண்ணம் அல்லது நோக்கம் அதன் மையமாக இருந்தது. குடிமக்களிடையே பிளவு உணர்வை உருவாக்கி, அது தொடர்ந்து வளர்வதை உறுதி செய்வது என்பது அதற்கு அவசியமாக இருந்தது. எனவே கூட்டுக் குடியுரிமை என்ற கருத்தையே சிதைப்பதற்கு ஊடகங்கள் முயன்று வந்துள்ளன. குடியுரிமைக்கும் ஒற்றுமைக்கும் தகவலும் கேள்வி கேட்பதும் அடிப்படைகளாக விளங்குவதால் அவை இரண்டின் சாத்தியங்களும் கடுமையாகச் சுருக்கப்பட்டு வந்துள்ளன. நமது முக்கிய ஊடகங்கள் அரசாங்கத்தைக் கேள்வி கேட்கவில்லை; மாறாக, அரசாங்கத்தின் சார்பாக மக்களையல்லவா விசாரணைக்கு உள்ளாக்கி வருகின்றன! புல்வாமா குண்டு வெடிப்பைத் தொடர்ந்து இந்த சேனல்களில்

இருந்து வெளிப்பட்ட அரசியல் நிலைபாடு அதைத் தெளிவாகக் காட்டிவிட்டது.

குடிமக்கள் திரளிலிருந்து எதிரிகள் செயற்கையாக உற்பத்தி செய்யப்படுகிறார்கள். அந்த நோக்கத்திற்காக, 'இந்து விரக்தி' மற்றும் 'முஸ்லீம் விரக்தி' என்ற உணர்வு - அரைவேக்காட்டுத்தனமான தகவல்களையே கொண்டிருக்கும் - நம் அனைவருக்குள்ளும் உற்பத்தி செய்யப்படுகிறது. விரக்தி முன்பும் இருந்தது, ஆனால் அது பலமடங்கு ஊதிப் பெரிதாக்கப்பட்டு ஊடகங்களில் நிறுவப்படுகிறது. அதனாலேயே இன்றைய முதன்மை ஊடகங்கள் மக்களது ஊடகங்களாக இருப்பதில்லை - அவை போர்க்குணம் கொண்ட இந்துக்களுக்கான ஊடகங்களாக ஆகிவிட்டன. இன்னும் துல்லியமாகச் சொல்ல வேண்டும் என்றால், அது இந்து மதத்தின் பெயரால் அரசியல் விளையாட்டு நடத்துபவர்களின் குரலாக இருக்கிறது; அதாவது அவர்கள் இந்துத்துவத்தை ஆதரிப்பவர்கள், இந்து மதத்தை அல்ல. இந்த இந்துத்துவா இராணுவம் கிட்டத்தட்ட தொண்ணூறு சதவீத பிரதான ஊடக வெளியை ஆக்கிரமிக்கும் என்று ஐந்து ஆண்டுகளுக்கு முன்பு கூட யார்தான் நினைத்திருப்பார்கள்? ஆனாலும் தூலமாக அதுதான் நடந்திருக்கிறது. மேலும் மிகுந்த பன்முகத்தன்மை கொண்ட தேசம் என்று நவீன உலகத்தால் அறியப்பட்ட நாட்டின் குடிமக்களாகிய நம்மில் பலர் நமது மத நம்பிக்கைகள் குறித்து ஒருபுறம் மூர்க்கத்தனமும் அதே சமயத்தில் மற்றொருபுறம் உத்திரவாதமற்ற நிலையும் கொண்டவர்களாக உணரத் தொடங்கி இருக்கிறோம்.

இதனால் பெரும்பான்மையான இந்தியக் குடிமக்கள் இதற்கு முன்பு தங்களை இந்துக்களாக உணரவில்லை என்று சொல்ல வரவில்லை. ஆனால் அந்த இலகுவான, பண்பட்ட புரிதல் இருந்த இடத்தில் இப்போது இந்துவாக இருப்பதுபற்றிய ஒரு புதிய கண்ணோட்டம் - அறவே துணிச்சல் அற்றவராய், தன்னருகே நிற்பவரைப் பார்த்துப் பயந்து ஒதுங்குபவராய் இருக்கும் கண்ணோட்டம் - வந்துவிட்டது. தனக்கு அடுத்திருப்பவர் இந்துவாய் இருந்தாலும் அவர் இந்து விரோதியோ என்று சந்தேகிக்கும் மனோநிலை வந்துவிட்டது. சக இந்துக்களைப் பார்த்துப் பயப்படும் ஒரு இந்துவை நான் முதன்முறையாகக் காண்கிறேன். இதை இன்றைய

முதன்மை ஊடகம் தந்த பரிசாகக் கருதலாம். அதன் நடத்தை, யாவற்றுக்கும் மேலானது என்று சொல்லப்பட்டுத் தொடர்ந்து போற்றப்படும் அந்த இந்து மரபுகளுக்கு முற்றிலும் எதிரானது. நல்லது, கெட்டது என்று பகுத்துப் பார்க்கும் நமது ஆற்றலை நமது கோபம் அழித்துவிடும் என்று கீதை கூறி இருக்கலாம். ஆனால் கீதையின் பெயரால் பேசுபவரான நமது செய்தித் தொகுப்பாளரோ, கோபத்தில் மட்டுமே பேசிக்கொண்டு அதே மூச்சில் தொடர்ந்து கொந்தளிப்புடன் ஆர்ப்பரித்துக் கொண்டிருக்கிறார்.

முக்கிய செய்தி ஊடகங்களும் சமூக ஊடகங்களும் ஒரு புதிய வகையான பக்தர்களை உருவாக்கியுள்ளன. அல்லது ஊடகம் இன்றைக்கு இருக்கும் நிலையை அடைவதற்கு உதவியவர் அந்த பக்தர்தான் என்பதாகவும் இருக்கலாம். ஒவ்வொரு குடிமகனும் கபீராகவோ, ரவிதாஸாகவோ இருந்தாகவேண்டும் என்று நான் உணர்கிறேன் - அதாவது நிறுவன மதங்களும் இந்த நாளில் நிலவும அரசியல் ரீதியான அமைப்புகளும் கடைப்பிடிக்கும் நடைமுறைகளை எதிர்த்துக் கேள்வி எழுப்புபவராக இருப்பது. குரு ரவிதாஸை உதாரணம் காட்டாமல் மனத்தூய்மை, இதயத் தூய்மை என்றால் என்னவென்பதை நாம் புரிந்துகொள்ள முடியாது. ஒருவரின் மத நம்பிக்கையை நிரூபிக்க கங்கையில் நீராடுவது மட்டுமே ஒரே வழி. அதுவே அவர் டெண்டுல்கர் என்றால், தனது தேசபக்தியை நிரூபிக்கச் சில செய்தி சேனல்களுக்கும் செல்ல வேண்டியிருக்கும். இன்றைய முதன்மை ஊடகம் அனைத்து இந்திய மரபுகளுக்கும் எதிரானது. அது செய்ய முயன்று செய்து முடித்து இருப்பதெல்லாம் முற்றிலும் தகவல் அற்ற ஒரு பக்தரை உருவாக்கியிருப்பதுதான். மேலும் தகவலற்ற ஒருவன் அன்பற்றவனாகவும் இருக்கிறான். அவன் ஒரு பொருத்தமான காலாட்படை வீரனாகத் திகழ்கிறான்.

இதுதான் இன்றைய நாளில் நமது ஜனநாயக அமைப்பின் அடிக்கோடாக இருக்கிறது. அதன் அடிப்படை மாறிவிட்டது மட்டுமின்றி அதன் அணுகுமுறையே கூட மாறிப்போய்விட்டது. நீங்கள் ஒரு கேள்வி கேட்டால், நீங்கள் காங்கிரஸ் ஏஜென்ட், நக்சல், நகர்ப்புற நக்சல், ஹிந்து வெறுப்பாளர், முஸ்லிம் நேசர் என்று முத்திரை குத்தப்பட்டு அது இறுதியாக நீங்கள் மோடி எதிர்ப்பாளர் என்று அழைக்கப்படுவதில் போய் முடியும். அதுதான் உச்சகட்டமான தேச விரோதச் செயலாகச்

சித்திரிக்கப்படுகிறது. தாக்குதல்முறைத் தற்காப்புக்கான இந்த இறுதிப் புள்ளி - மோடிதான் இந்தியா, அவரை ஏன் எதிர்க்கிறீர்கள்? என்ற கேள்வி எழும் புள்ளி - அதுதான் நம் ஜனநாயக அமைப்பின் அழிவுக்கான துவக்கப் புள்ளியாகும்.

'இந்து விரக்தி' என்ற உணர்வை உருவாக்க, முஸ்லிம்களின் மீதான அச்சம் ஊடகங்களால் உசுப்பிவிடப்பட்டது - உண்மையில், இந்துக்களின் கோபத்தைக் கட்டியெழுப்பும் முழுத் திட்டத்துக்கும் இந்தக் கருத்தே மையமாக இருந்து வந்திருக்கிறது. இதில் குறிப்பிடத்தக்கது என்னவென்றால் இத்திட்டம் இந்துக்கள் மீது ஏற்படுத்திய அதே தாக்கத்தை முஸ்லிம்கள் மீதும் ஏற்படுத்தியது என்பதுதான். அரசாங்கத்திடம் கேள்வி கேட்பதை இந்துக்கள் நிறுத்தியது போல், முஸ்லிம்களும் அச்சத்தின் காரணமாக நிறுத்தினார்கள். உண்மையில், பிந்தையவர்கள் கேள்வி கேட்பதை நிறுத்திவிட்டது மட்டுமல்லாமல், தங்கள் அரசியல் பிரதிநிதித்துவ உரிமையையும் கைவிட்டு வருகின்றனர். சமூகத்தில் மேலும் துருவங்களாகப் பிளவுபடுவதைத் தடுக்கும் முயற்சியில், அவர்கள் பொதுவெளிகளில் இருந்தும் அரசியல் வெளிகளில் இருந்தும் பின்வாங்குகிறார்கள். இந்த அச்சம் உருவாக்கப்படுவதால் பிஜேபி நீங்கலாக மற்ற கட்சிகளும் பாதிக்கப்பட்டுள்ளன - தங்களுடைய வாக்குகளை இழக்க நேரிடுமோ என்ற அச்சத்தில் அவர்களும் இந்தப் பிரச்சனையின் மீது கேள்வி எழுப்புவதில் இருந்து பின்வாங்கிவிட்டனர். காலப் பொருத்தத்தை அது இழந்துவிடும் ஆபத்து இருந்தபோதும் நமது முதன்மை எதிர்க்கட்சியும் தனது அசலான லட்சியங்களை நோக்கித் திரும்புவதற்கான துணிவைக் கொண்டிருக்கவில்லை. 'இந்து விரோதி'யாகப் பார்க்கப்படுவோமோ என்ற அச்சம்தான் அதற்குக் காரணம்.

ஒவ்வொருவரும் தத்தம் அச்சத்தையே முன்னிறுத்தும் கோழைத்தனமான ஒரு இந்தியாவை நான் என் முன் காண்கிறேன். குடிமக்கள் என்ற உணர்வை நாம் மீளப்பெறுவது இன்றைய நாளின் அடைந்தே தீரவேண்டிய தேவையாகும். தவறினால், ஒரு நூற்றாண்டுப் போராட்டத்திற்குப் பிறகு நாம் அடைந்த இந்தியாவை நாம் இழந்துவிடலாகும். இந்துக்கள், முஸ்லிம்கள் இருவருமே அச்சத்திலிருந்து விடுதலை பெறவேண்டும். அதற்கு, அவர்கள் முதன்மை

ஊடகங்களிலிருந்து தங்களை விடுவித்துக்கொண்டாக வேண்டும்.

அரசியல்வாதிகளின் பேச்சுகள், செய்தித் தொகுப்பாளர்களின் சினம் கொண்ட நடத்தை, டிவி திரைகளை அலங்கரிக்கும் முழக்கங்கள் ஆகியவைகளையும் வாட்ஸ்ஆப் செய்திகளின் மொழி நடையையும் கவனிக்கையில், ஒரு குறிப்பிட்ட மனப்பாங்கு தெளிவாகத் தெரிகிறது. டெண்டுல்கரின் மொழி நடை அந்த மனப் பாங்கைப் பிரதிபலிக்காத பட்சத்தில் அவர் ஒரு தேசவிரோதியாகக் கருதப்படலாம். லெப்டினன்ட் ஜெனரல் சையத் அட்டா ஹஸ்னைன் போன்ற விருதுகள் பெற்ற இராணுவ வீரரும் கூட அந்த நிலைக்கு ஆளாகலாம். முட்டாள்தனம், ஆபாசம், அதிகப்பிரசங்கம் முதலானவை நல்ல வணிகத்திற்கான வருவாய் மாதிரியை வழங்க முடியும் என்பது இன்றைய முதன்மை ஊடகங்களால் வெளிப்படுகிறது.

இந்தச் செயல்முறை எதிர்க்கப்படவில்லை என்று சொல்ல முடியாது. யூடியூப் மூலம் பொதுமக்கள் அரசுகளிடம் கேள்விகளை எழுப்பி வருகின்றனர். தி வயர், ஸ்க்ரோல், தி கேரவன் என்றொரு புதிய வகை ஊடகங்கள் மேலெழுந்து வருகின்றன. தி டெலிகிராப் போன்ற செய்தித்தாள்களும் உள்ளன. நாங்களும் எங்கள் சேனலில் இதற்காக உழைத்து வருகிறோம். ஊடகங்கள் எப்படி இருக்க வேண்டும் என்பதைப் புரிந்துகொள்பவர்களின் எண்ணிக்கை படிப்படியாக அதிகரித்து வருகிறது. இந்த அமைப்பிற்கு எதிராகப் போராடும் துணிச்சலான பெண் பத்திரிகையாளர்களும் நம்பிக்கையளிக்கின்றனர். நாம் எதை எதிர்க்கிறோமோ அதன் பெரும் பரிமாணத்தை நோக்குகையில், இந்த முயற்சிகள் அனைத்தும் சிறியவைதான். ஆனால் இந்த நம்பிக்கையின் அறிகுறிகள் காலப்போக்கில் மேலும் வளருமென்று நான் நம்புகிறேன்.

அது நடக்கும் வரை நம்மிடம் இருக்கப்போவது ஜனநாயகத்தின் நான்காவது அலகாக விளங்கும் ஊடகம் அல்ல. அது ஓர் அரசியல் கட்சியின் முதன்மை அலகாக இருக்கும் ஊடகமாகும். முதுகெலும்பில்லாத முதன்மை ஊடகத்தை நாட்டிற்கு வழங்கியதற்காக பாஜகவுக்கும் மோடிஜிக்கும் நன்றி. உண்மையில் மோடி ஜி, உங்களுக்குப் பிடித்தமான பாலிவுட் நட்சத்திரத்தைப் போலவே நானும் உங்களிடம் ஒன்றைக்

கேட்க ஆசைப்படுகிறேன்: ஒரு துறவியின் குணம் உங்களிடம் எங்கே இருக்கிறது? உலகத்தின் மீது அக்கறையே இல்லாத ஒருவரால் மட்டுமே இதுபோன்ற ஊடகங்களுக்கு ஆசி வழங்க முடியும்.

நாளின் 24 மணி நேரமும், வாரத்தின் ஏழு நாள்களும் பிரதமர் மீதான தமது பக்தியை ஒளிபரப்பும் செய்தி சேனல்களில் பிரதமர் தன்னைப் பார்க்கும்போது அவர் எப்படி உணர்வார் என்று நான் அடிக்கடி வியப்பதுண்டு. அவர் மகிழ்ச்சியாக இருக்கிறாரா? அவர் ஆச்சரியப்படுகிறாரா? நமது ஜனநாயகத்திற்காக அவர் ஏதேனும் சிந்திக்கிறாரா? ஆனால் அவர் ஒரு ஃபக்கீர், அதாவது ஒரு துறவி. ஒரு துறவி இதற்கெல்லாம் தன்னை வருத்திக்கொள்ள வேண்டுமா என்ன?

10

1984-ஐ 2019இல் வாசித்தல்

நாஜி காலத்தைய வரலாற்றைத் திரும்பி நோக்கும்போது, ‘தூய்மைப்படுத்துவது’ என்ற வார்த்தையானது வரக் காண்பீர்கள். யூதர்களை அப்புறப்படுத்தும் சூழலில் - தங்கள் அக்கம்பக்கத்தில் யூதர்களை இல்லாமல் அழிக்கும் பொருட்டு வலுக்கட்டாயமாக அப்புறப்படுத்துவதில் துவங்கி யூத இனத்தையே அழித்தொழிப்பது வரையான மொத்தமான அர்த்தத்தில் - அந்தச் சொல் பயன்படுத்தப்பட்டது. இந்த முறையில் மக்கள்தொகையில் ஒரு பிரிவினரைத் திட்டமிட்டுக் குறிவைத்து ஒழிப்பது என்பதைத்தான் ‘தூய்மைப்படுத்தல்’ என்ற அந்தச் சொல் குறிக்கிறது.

நாஜி ஆட்சியால் ‘தூய்மைப்படுத்தல்’ என்ற சொல் பயன்படுத்தப்பட்ட சூழல்களில் தூய்மைப்படுத்தல் திட்டம் எவ்வாறு செயல்படுத்தப்பட்டது என்பதை நீங்கள் அறிய விழைகையில், ஜார்ஜ் ஆர்வெல்லின் 1984 நாவலின் ஒரு பக்கத்தை, இன்னும் சொல்லப்போனால் அதன் எந்தப் பக்கத்தையும் நீங்கள் திருப்பிப் படிக்கவும் விரும்பக்கூடும். இதில் ‘சிந்தனைக் காவல்துறை’ என்றோர் அமைப்பு பற்றிய குறிப்பு காணப்படுகிறது குடிமக்களின் மனதில் உருவாகும் ஒவ்வொரு எண்ணத்தையும் வாசித்து அவர்களைக் கடும் கண்காணிப்பில் வைத்திருக்கக் கூடிய ஓர் அமைப்பை ஆர்வெல் கற்பனை செய்கிறார். எந்தக் குடிமகனும் கட்சிக்கு எதிராகச் சிந்திக்கவோ, எதிராக எழுதவோ, எதிராகப் பேசவோ முடியாது. அங்கே, இங்கே என எல்லா இடங்களிலும் ஒலிவாங்கிகள் நிறுவப்பட்டுள்ளன; அத்துடன் மிகப்பெரிய தொலைக்காட்சித் திரைகளும் உள்ளன. திரைக்குப் பின்னால் யாரோ ஒருவர் உங்களைக் கண்காணித்துக் கொண்டிருக்கிறார். யாரோ ஒருவர் நீங்கள் பேசுவதையெல்லாம் கேட்டுக்கொண்டிருக்கிறார். எந்த விதமான மனித உணர்வுகளும், கட்டற்ற மகிழ்ச்சி

உட்பட, குடிமக்களுக்குள் உயிருடன் இருப்பதைச் சிந்தனைக் காவல்துறை விரும்பவில்லை. அனைத்துக் குடிமக்களின் உணர்வுகளையும் மொத்தமாகக் கட்சியே தன் கட்டுப்பாட்டில் வைத்திருக்கிறது.

ஆர்வெல்லின் 1984 நாவல், 1949இல் வெளியிடப்பட்டது. இந்த நாள்களில் அந்த நாவல் அமெரிக்காவில் மீளவும் புதிதாக வாசிக்கப்படுகிறது. எழுபது ஆண்டுகளுக்கு முன்பே நம்முடைய இன்றைய சமூகச் சூழலின் நிகழ்காலங்களைத் துல்லியமாக எழுத்தில் வடிக்கும் வகையில் இந்த மனிதனால் எப்படித் தெளிவாகப் பார்க்க முடிந்தது? இந்தியாவில், 2019ஆம் ஆண்டில், க்ளீன் தி நேஷன் (சிடிஎன்) என்ற குழு உருவானதை எண்ணிப் பாருங்கள். நடந்தது இதுதான்: புல்வாமா தாக்குதலுக்கு ஒரு நாள் கழித்து, அதாவது 15 பிப்ரவரி 2019 அன்று, ஒன்பது இளைஞர்கள் முகநூலில் CTN ஐ உருவாக்குகிறார்கள். அடுத்த இரண்டு நாள்களில், புல்வாமா தாக்குதல் குறித்துக் கேள்வியெழுப்பும் நபர்களை அடையாளம் கண்டு, அவர்கள் மீது போலீசில் புகார்களைப் பதிவு செய்கிறார்கள். அடையாளம் காணப்பட்டவர்கள் ட்ரோல் செய்யப்படுகிறார்கள். பின்னர் போலீசார் அவர்களைக் கைது செய்கிறார்கள் ('தேசத்துரோகம்' உட்பட்ட குற்றச்சாட்டுகளின் அடிப்படையில்). அதைத் தொடர்ந்து அவர்கள் பல்கலைக்கழகங்களில் இருந்தும் தங்கள் பணிகளிலிருந்தும் இருந்து இடைநீக்கம் செய்யப்படுகின்றனர். இந்த நேரத்தில் சிடிஎன் இன் உறுப்பினர் தொகை 4500 ஆக உயர்கிறது. 40 பேர் சிடிஎன் இன் முகநூல் பக்கத்தின் நிர்வாகிகள் ஆகிறார்கள். அவர்களில் பெரும்பாலானோர் 20 வயதுகளில் உள்ளவர்கள். அவர்கள் நொய்டாவிலும் டில்லியிலும் IT நிபுணர்களாகப் பணிபுரிகிறவர்கள். 'தேச விரோதிகளை அப்புறப்படுத்திக் களையெடுக்க வேண்டும்' என்கிற நோக்கத்தில் அவர்கள் ஒன்றுபட்டிருக்கிறார்கள். பேஸ்புக் சிடிஎன் இன் முகநூல் பக்கத்தையும் ட்விட்டர் அதனது ட்விட்டர் ஹேண்டிலையும் தடை செய்தன. ஆனாலும் ஏதோவொரு ஸ்தாபனத்தின் வெளிமுகமாக இருப்பதாகத் தோன்றும் CTN, விரைவில் இரு தளங்களிலும் மீண்டும் தோன்றித் தன் வேட்டையைத் தொடர்கிறது.

CTN அமைப்பின் மைய உறுப்பினர் மதுர் சிங் இடம்பெறும் வீடியோவை வெளியிட்டு சிடிஎன் திட்டம் துவக்கப்பட்டது.

‘இந்தியன் ஆர்மி’ என்ற வாசகம் எழுதப்பட்ட டி-ஷர்ட்டை அணிந்துகொண்டு, ‘இன்று நமது ராணுவ வீரர்களைப் பார்த்து நகைப்பவர்கள் யார்யார் என்பதைக் கண்டுபிடியுங்கள்... அவர்களின் முதலாளிகளைத் தொடர்புகொள்ளுங்கள், அவர்கள் படிக்கும் பல்கலைக்கழகங்களைத் தொடர்பு கொள்ளுங்கள், அவ்வழியில் அவர்களுக்குத் தொல்லை கொடுங்கள். அவர்களைப் பணி நீக்கம் செய்ய வையுங்கள், பல்கலைக்கழகங்களில் இருந்து இடைநீக்கம் செய்ய வையுங்கள்’ என்று வேண்டுகோள் விடுத்தார்.

மதுர் சிங் மற்றும் CTN இன் பிற முக்கிய உறுப்பினர்களுடன் இந்தியன் எக்ஸ்பிரஸின் கரிஷ்மா மெஹ்ரோத்ரா பேசினார். ‘இந்தியாவின் பகைவர்களைப்’ பற்றிய தகவல்களை முகநூலில் இருந்து தங்கள் குழு சேகரித்ததாகவும் அதற்கான காரணம் முகநூலில் மட்டுமே அப்படிப்பட்டவர்களைக் குறித்த, அவர்களின் தனிப்பட்ட இருப்பிடம் குறித்த, தகவல்கள் இருப்பதாகவும் அவர் கூறினார். தேசவிரோதிகளுக்கு எதிரான பலவிதமான நடவடிக்கைகள் எடுக்கப்பட்ட சுமார் 45 நிகழ்வுகள் குறித்து அவர்கள் பேசினர்: கவுகாத்தியிலுள்ள ஒரு கல்லூரி, உதவிப் பேராசிரியர் ஒருவரை இடைநீக்கம் செய்தது; ராஜஸ்தான் பல்கலைக்கழகம் நான்கு காஷ்மீரி மாணவிகளை இடைநீக்கம் செய்தது; ஒரு ட்விட்டர் பதிவு ஜெய்ப்பூரில் ஒருவரைக் கைது செய்ய வழிவகுத்தது, கிரேட்டர் நொய்டாவில் ஒரு பொறியியல் கல்லூரி காஷ்மீரி மாணவர் ஒருவரை இடைநீக்கம் செய்தது; பீகார் மாநிலம் கதிகாரில், முகநூலில் அவர் இட்ட பதிவின் காரணமாக மாணவர் ஒருவர் கைது செய்யப்பட்டார். பல நிறுவனங்கள் தாங்கள் வழங்கிய இடைநீக்கக் கடிதங்களை CTN க்கு அனுப்பின.

பின்னர், 29 ஜூன் 2019 அன்று, சமூக ஊடக இதழுக்கான ஒரு விருது சிடிஎன்னுக்கு வழங்கப்பட்டது: சோசியல் மீடியா பத்ரகரிதா நாரத் சம்மான் என்ற அந்த விருது, இந்திரபிரஸ்தா விஸ்வ சம்வத் கேந்திரா (IVSK) அல்லது இந்திரபிரஸ்தா உலக உரையாடல் மையம் என்ற கம்பீரமான பெயர் கொண்ட அமைப்பினால் ஏற்படுத்தப்பட்டது. விருது வழங்கும் விழா மேடையில் ஆர்எஸ்எஸ் அமைப்பின் மன்மோகன் வைத்யா, மத்திய அமைச்சர் ஸ்மிருதி இரானி ஆகியோர் இருந்தனர்.

IVSK இன் செயலாளர் வாகீஷ் இஸ்ஸரிடம் இந்தியன் எக்ஸ்பிரஸ் பத்திரிகை இது குறித்துப் பேசியபோது அவர் சொன்னார்: 'இந்தக் குழுவினர் தங்கள் தேசத்தை எவ்வளவு நேசிக்கிறார்கள் என்பதை நாங்கள் கண்டோம் என்ற காரணத்திற்காகவே இந்த விருதைப் பெற்றது. அப்படிப்பட்ட பலர் இருந்தாலும், சிலரே தங்கள் நாட்டைச் செயலூக்கத்துடன் நேசிக்கிறார்கள்'.

குவாஹாட்டியில் உள்ள கல்லூரியிலிருந்து இடைநீக்கம் செய்யப்பட்ட உதவிப் பேராசிரியர், *தி இந்தியன் எக்ஸ்பிரஸ்ஸிடம்*, ஊடகங்களின் இடைவிடாத வேட்டையில் இருந்து தப்பிக்கத் தனது வீட்டைவிட்டு வெளியேற வேண்டியிருந்தது என்று கூறினார். ஒரு மாதத்திற்குப் பிறகு அவர் தன் வீடு திரும்பிய பின்னரும் தன் இடைநீக்கம் குறித்து எவ்வித முடிவும் எடுக்கப்படவில்லை என்பதை அறிந்தார். ஜெய்ப்பூரில் நான்கு காஷ்மீரி சிறுமிகளுக்கு எதிராக நீதிமன்றத்தில் வழக்கு தொடரப்பட்டது - அவர்களது வாட்ஸ்ஆப் பதிவு புல்வாமா தாக்குதலைக் குறித்து மகிழ்ச்சி தெரிவித்த ஒன்றாகப் பொருள்கொள்ளப்பட்டது. அவர்கள் கல்லூரியில் இருந்தும், விடுதியில் இருந்தும் இடைநீக்கம் செய்யப்பட்டனர். அவர்களுக்கு எதிராக அப்பகுதி மக்களும் ஆர்ப்பாட்டத்தில் ஈடுபட்டனர். அவர்கள் மீது முதல் தகவல் அறிக்கை ஒன்றும் பதிவு செய்யப்பட்டது, ஆனால் நல்லவேளையாக யாரும் கைது செய்யப்படவில்லை. சிறுமிகள் மீது வழக்கு பதிவு செய்ய எந்த முகாந்திரமும் இருக்கவில்லை என்று சம்பந்தப்பட்ட காவல் நிலையத்தின் நிலைய அதிகாரி *இந்தியன் எக்ஸ்பிரஸ்ஸிடம்* தெரிவித்தார்.

நிச்சயமாக அந்தச் சம்பவங்கள் உள்ளூர் மட்டத்தில், அக்கம்பக்கத்தில், அலுவலகங்களில், குடியிருப்புப் பகுதிகளில் ஒரு விவாதத்தைத் தூண்டியிருக்கும். மக்கள் மத்தியில் சச்சரவுக்கான உணர்வுகளைத் தூண்டுவதற்குப் போலியான தகவல்கள் பயன்படுத்தப்பட்டிருக்க வேண்டும். ஊடகங்களும் உயர் டெசிபல் விவாதத்தில் குதித்திருக்கும். இப்போது இந்த விவகாரம் முடிவுக்கு வந்துவிட்டது, ஆனால் சமூகமோ அல்லது ஊடகமோ இது பற்றி ஏதும் வருந்தியதற்கான அறிகுறிகள் இல்லை. எல்லா இடங்களிலும், இந்த முறையில் சர்ச்சைக்குரிய விவாதங்களுக்கான பிரச்சினைகள் செயற்கையாகத் தயாரிக்கப்படுகின்றன. 'தேச விரோதிகள்'

ஒவ்வொரு நாளும் இனங்காணப்பட்டும், இகழப்பட்டும் துன்புறுத்தப்படுகிறார்கள். மக்கள் அக்கறைகொள்ள வேண்டிய உண்மைப் பிரச்சினைகளிலிருந்து அவர்களை திசை திருப்ப வேண்டி ஒவ்வொரு நாளும் ஒரு புதிய வழக்கு உருவாக்கப்படுகிறது; இல்லையெனில் அரசாங்கம்தான் அந்தப் பிரச்சினைகளுக்குப் பதில் கூற வேண்டியிருந்திருக்கும். இதுதான் இப்போது தினசரிப் பயிற்சியாக இருக்கிறது. மக்கள் 1984 நூலில் உள்ளவர்களைப் போன்ற குடிமக்களாகிவிட்டனர் - அவர்கள் ஆர்வெல் படைத்த பிரபஞ்சத்தில் உள்ளனர். அவர்களுக்கு இனி சொந்த மனம் இல்லை, பகுத்தறிவு இல்லை. அவர்கள், தாம் விரும்பும்போது சிரிக்கமாட்டார்கள் - தலைவரும் அவரது அரசாங்கமும் அவர்களைச் சிரிக்கச் சொல்லும்போது மட்டுமே அவர்களால் சிரிக்க முடியும்.

CTN கும்பல் மட்டுமே நம்மைச் சுற்றியிருக்கும் போலீஸ் அல்ல; இன்னும் பலரும் உண்டு. உங்கள் வீட்டு வாசலுக்கு அவர்கள் இதுவரை வரவில்லை என்றாலும், அவர்கள் எந்த நேரமும் வருகை தரலாம் என்பது பற்றிய பயம் நிலையாக உள்ளது. சுதந்திரமாகவும் பகிரங்கமாகவும் எழுதுவது குறித்து நீங்கள் பயப்படுகிறீர்கள். ட்ரோல் தாக்குதலுக்குப் பயந்து தடையின்றிப் பேசுவதில் இருந்து பின்வாங்கிவிட்டீர்கள். CTN போன்ற குழுக்கள் உங்களைப் பார்த்துக்கொண்டிருக்கின்றன. பெரியண்ணன் உங்களைக் கண்காணித்துக்கொண்டிருக்கிறார். CTN போன்ற குழுக்கள் பெரியண்ணனின், பிக் பிரதரின், சிசிடிவி கேமராவாக விளங்குகின்றன.

புதிய குடியரசுக்கு உங்களை வரவேற்கிறோம். நீங்கள் இனி குடிமகன் அல்ல; நீங்கள் கட்சியாக மாறிவிட்டீர்கள். அப்படி இல்லாதவர்கள் பற்றியும், அப்படி இருப்பதற்கு அவர்கள் என்ன விலை கொடுக்க வேண்டியிருக்கிறது என்பது பற்றியும் உங்களுக்குக் கவலையில்லை.

தொடக்கத்தில் நான் பயன்படுத்திய 'தூய்மைப்படுத்தல்' என்ற வார்த்தையை மீண்டும் நினைவுபடுத்துகிறேன். நாஜிகளின் தூய்மைப்படுத்தும் திட்டம் யூதர்களிடமிருந்து தொடங்கியது. பின்னர் மக்கள்தொகையின் மற்ற பிரிவுகள் அந்தப் பட்டியலில் சேர்க்கப்பட்டன. அது ஒரு நீண்ட பட்டியலாக ஆகி, வளர்ந்துகொண்டே இருந்தது. 'நாஜிகளுக்குப் பலியான மற்றவர்கள்' என்கிற தனது கட்டுரையில், எழுத்தாளர் இனா ஆர்.

ப்ரீட்மேன், ஆறு மில்லியன் யூதர்களைத் தவிர, இனரீதியாகத் தூய்மையற்றவர்கள், ஜெர்மன்-எதிர்ப்பாளர்கள், உடல் வலிமை இல்லாதவர்கள், பயனற்றவர்கள், ஒழுக்கம் கெட்டவர்கள் என்ற வகையில் ஐந்து மில்லியனுக்கும் அதிகமான மக்களை நாஜிகள் கொன்றதை நமக்கு நினைவூட்டுகிறார். ஜிப்சிகள், கறுப்பர்கள், யெகோவாவின் சாட்சிகள், உடல் ரீதியாகவும் மன ரீதியாகவும் ஊனமுற்றவர்கள், கம்யூனிஸ்டுகள், சமூக ஜனநாயகவாதிகள், நாஜிகளின் அரசியல் எதிர்ப்பாளர்கள், கருத்து வேறுபாடு கொண்ட மதகுருமார்கள், ஓரினச்சேர்க்கையாளர்கள், திருநங்கைகள், போர்க் கைதிகள், வலிப்பு நோயாளிகள், குடிகாரர்கள், ஸ்லாவிக் எழுத்தாளர்கள், ஓவியர்கள், இசைக்கலைஞர்கள், இன்ன பிற கலைஞர்களின் கருத்துகள் மற்றும் எவரெவருடைய எண்ணங்களும் படைப்புகளும் ஹிட்லருக்குப் பிடிக்கவில்லையோ அவர்கள் அனைவரும் கொல்லப்பட்டவர்களில் அடங்குவர்.

ப்ரீட்மேன் எழுதுகிறார், "'மக்களிடமிருந்தும் அரசில் இருந்தும் மன அழுத்தத்தை அகற்றுவதற்கான சட்டம்' என்ற துணைத் தலைப்பு கொண்ட ஒரு சட்டம்... ஜெர்மன் அரசியலமைப்பால் முன்னதாக உத்திரவாதப்படுத்தப்பட்டிருந்த சிவில் மற்றும் மனித உரிமைகளை முற்றிலும் புறக்கணிக்க நாஜிகளை அனுமதித்தது. மனித உரிமைகள் மறுப்பை நியாயப்படுத்தும் சட்டங்களை இயற்றியதோடு நில்லாமல், நாஜிக்கள் எவரையெல்லாம் பலி கொடுக்க உத்தேசித்தார்களோ அவர்களையெல்லாம் எலிகளாகவும் புழு பூச்சிகளாகவும் 'அன்டர்மென்ச்சென்' (அரைமனிதர்கள்) என்று சித்திரிப்பதற்காகப் பத்திரிகைகளிலும் வானொலியிலும் பிரச்சாரத்தைத் தொடங்கினர்."

அவர் வரலாற்றை நமது வாசற்படிகளுக்குக் கொண்டு வரும் வகையான ஒரு அவதானிப்பைச் செய்கிறார். ஒரு தூய்மையான ஆள்பவர்களாக இருக்கும் இனத்தைக் குறித்த நம்பிக்கை என்பது ஹிட்லருக்கும் நாஜிகளுக்கும் மட்டுமே உரித்தானது அல்ல என்பதை அவர் சுட்டிக்காட்டுகிறார். இதில் ஒப்பீடு இன்றித் தனித்து நிற்பது என்னவென்றால் விஞ்ஞானிகள், மருத்துவர்கள், மானுடவியலாளர்கள், பொறியாளர்கள் மற்றும் மாணவர்கள் உட்பட ஜெர்மன் சமூகத்தின் பல்வேறு பிரிவினரும் கூட 'விரும்பத்தகாத குழுக்களை' அடையாளம் கண்டு அகற்றும் செயல்பாட்டில் எப்படிப்பட்ட ஆர்வத்துடன்

ஒத்துழைத்தனர் என்பதேயாகும். அவர்கள் தேச விரோதிகளைக் களையெடுப்பதின் மூலம் நமது தந்தையர் நாட்டைத் தூய்மைப்படுத்திக்கொண்டிருந்தார்கள்.

நீங்கள் ஆர்வெல்லின் *1984* நாவலைப் படிக்கும்போது, ஃப்ரீட்மேனின் கட்டுரையையும் கண்கொள்ள மறக்காதீர்கள். இது ஆன்லைனில் கிடைக்கிறது.★

★ *https://www.socialstudies.org/sites/default/files/publications/se/5906/590606.html*

11

இந்த சுதந்திர தினத்தில் ஐஸ்கிரீம் உண்டு அனுபவிப்போம்

ஆகஸ்ட் 15ஆம் தேதியை நோக்கி நாள்கள் நகர்கையில், சுதந்திரத்திற்குப் பிறகு நாடு செய்த சாதனைகள் என்னவென்று பலர் கேள்வி கேட்கத் தொடங்குகிறார்கள். நாம் எதையும் சாதிக்கவில்லை என்கிற ஒருவிதமான 'ஆகஸ்ட் பதினைந்தின்' உள்ளீடற்ற வெறுமையை அவர்கள் உணர்கிறார்கள். எதைச் சாதித்தோம் அல்லது சாதிக்கவில்லை என்கிற கேள்வியும் அந்தச் சாதனையின் பயணமுமே எல்லையற்றவை.

சுதந்திரம் அடைந்து வெறும் எழுபது ஆண்டுகளுக்குச் சற்று மேலான காலத்திலேயே இந்தியா வெகுதூரம் முன்னேறியுள்ளது. நாம் உலகின் எந்த மூலையில் இருந்தாலும், இந்தத் தேசத்தைப் பற்றி நாம் பெருமைகொள்ளலாம். மக்களாகிய நாம்தான் இந்த நாட்டைப் பெருமைமிக்கதாக ஆக்கினோம். தொடர்ந்தும் அதைச் செய்வோம். மேம்படுவதற்கு எப்பொழுதும் தேவை இருந்துகொண்டிருக்கும். ஆயின், அதற்கான உழைப்பே இந்திய மக்களை இந்தியர்களாக ஆக்குகிறது. என்ன சாதிக்கப்பட்டிருக்கிறது என்று கேட்பதற்குப் பதிலாக, நாம் என்ன சாதிக்க முடியுமென்று கேட்கத் தொடங்க வேண்டும். பெரிய செயல்களில் இருந்தல்லாமல் நாம் சிறியவற்றிலிருந்து தொடங்க வேண்டும்.

ஆனால் எதையாவது செய்ய வேண்டுமென்று ஆசைப்படுவதால் மட்டுமே நாம் தேடும் விடை கிடைக்காது. நமக்காக நாமே தேர்ந்தெடுக்கும் பாதையில் அதையும் கண்டறிவோம். எப்போதும் எல்லோருடைய நன்மைக்காகவும் இருப்பதாகச் சொல்லப்படும் அந்த நிதி மற்றும் அரசியல் அமைப்புகளை அலசி ஆராயும் பணியை நாம் சரியாகச் செய்கிறோமா? ஜனநாயகத்தின் அடையாளமாக விளங்கும் யாவற்றிலும்

இருக்கும் ஜனநாயக உணர்வு கொள்ளைபோவதை நாம் கண்டுகொள்கிறோமா? நிதி வளர்ச்சி என்பது ஒவ்வொரு குடிமகனுக்கும் பொருளாதார உத்தரவாதமாக இருப்பதைப் பற்றியதாக இருக்க வேண்டுமே தவிர, அது ஒரு பங்குச்சந்தை எழுச்சி பற்றியதாக இருக்கக்கூடாது என்று நாம் கோரியிருக்கிறோமா?

நிதிச் சமத்துவமின்மை என்பது வளர்ச்சியின் கோமான்கள் என்று மதிக்கப்படும் நாடுகளால் கூட ஒழிக்க முடியாத ஒன்றாகும். இந்தச் சகாப்தத்தின் பல்வேறு தொழில்நுட்ப வசதிகளை அடைந்த பிறகும் நம் வாழ்வின் அழுத்தங்கள் குறைவதாய் இல்லை. எனவே, அதிலிருந்து வெளிச்செல்வதற்கான எளிதான வழியைத் தேர்வுசெய்ய ஏறத்தாழ அனைவருமே ஒப்புக் கொண்டுவிட்டோம்; அது என்னவென்றால் ஒரு புதிய வழிமுறையைக் கண்டறிய முயலாமல் இருந்து கொண்டு அதற்கு மாற்றாக ஒரு சிலருக்கு மட்டுமே பயனளிக்கும் அமைப்பை ஆதரிப்பது என்பதாகும். நாம் அந்தத் தேர்வைச் செய்தவுடன், பொறுக்கியெடுக்கப்பட்ட சிலரின் குழுவில் சேர்ந்துகொள்வோம் அல்லது அந்தப் புனிதமான அரங்குகளில் நுழைய நம்மைத் தகுதிப்படுத்திக்கொள்ள வேண்டி நம்முடைய திறமைகளை மேலும் மெருகேற்றிக் கொள்வோம்.

பல சமயங்களில் நாம் ஆன்மிகத்தையும் பொருளாதாரச் சாதனையையும், அந்த இரண்டின் பயணப்பாதைகளும் வேறு வேராக இருந்தாலும், ஒன்றாக இணைத்துவிடுகிறோம். நாம் நுகர்வுவாதியாக இல்லாமல் பொருளாதார முன்னேற்றத்தின் ஒரு பகுதியாக இருக்கமுடியாது, நுகர்வுவாதியாக இருக்கும் அதே சமயத்தில் ஆன்மிகவாதியாக இருக்க முடியாது. நிச்சயமாக இவை இரண்டுக்கும் இடையே ஒரு சமநிலையை நாம் உண்டாக்க முடியும்.

உலக வரலாற்றின் ஆவணங்களில் இந்திய சுதந்திரப் போர் அற்புதமான ஒன்றாகும். நமது சுதந்திரக் கனவை நனவாக்கத் தொண்ணூறு ஆண்டுகளுக்கு மேலாகப் போராடிக்கொண்டே இருந்தோம். பல சமூகங்களை, பல மதங்களைச் சேர்ந்த மக்கள் - அவர்கள் தங்களுக்குள் சண்டை போட்டுக்கொண்டிருந்தாலும் கூட - தேசத்துக்காக வேண்டி இணைந்து நடத்திய போர் அது. சுதந்திர இந்தியாவில் வர்க்க வேறுபாடுகளுக்கு இடமில்லை என்பதை அனைவரும் புரிந்துகொள்ள ஆரம்பித்தோம். மத

துவேஷத்துக்கும் இடமில்லை என்ற கொள்கையை நாம் வலியுறுத்திக்கொண்டிருந்தோம். சகிப்புத்தன்மையின், அன்பின் கொள்கைகளை நாம் உயிராதாரமாக ஏற்றுக்கொண்டோம்.

சுதந்திரத்தை அடைவதற்கான வழிகளைப் பற்றியும் நாம் தொடர்ந்து வாதிட்டோம். அத்துடன் சுதந்திர இந்தியாவில் அனைவரும் சமத்துவமான, கண்ணியமான வாழ்க்கையைக் கண்டடைய வேண்டும் என்று தொடர்ந்து பாடுபட்டோம். இருபதாம் நூற்றாண்டின் தேசியவாதங்களின் பின்புலத்தில் இந்தியா தனது புவியியல் மற்றும் அரசியல் இருப்பை அடையும்போது, அது எந்தப் பிரச்சினையையும் தொடாமல் விட்டுவிடவில்லை, எந்தக் கேள்வியையும் கேட்காமலும் விடவில்லை.

இருப்பினும், சுதந்திரப் போராட்டத்தின் போது, நாட்டுக்காகப் பெரும்பாலான மக்கள்திரள்கள் ஒன்றிணைந்தபோதும், இந்தியாவை எப்போதும் ஒரு நோய் போலப் பீடித்திருக்கும் வகுப்புவாதக் கலவரங்கள் ஓயவில்லை. கலவரங்கள் பிரிட்டிஷ் ஆட்சி நமக்குத் தந்த பரம்பரைச் சொத்தாகும். ஒலிபெருக்கி அரசியலின் பல்வேறு நிகழ்ச்சிகளை நீங்கள் அலசிப் பார்த்தால், மசூதிகளில் மௌல்விகளின் தொழுகைப் பாங்கின் ஒலி அளவு குறித்து மிக எளிதாக எழுப்பப்படும் என்றும் ஓயாத சர்ச்சை - அத்தோடு மத ஊர்வலங்கள் - முஸ்லிம்களின் வசிப்பிடங்களுக்குள் கலவரத்தை தூண்டும் எண்ணத்தோடு இந்துக்கள் அணிவகுத்துச் செல்வது, முஸ்லிம்கள் அதே எண்ணத்தோடு ஹிந்துக்கள் இருக்கும் இடத்துக்குள் கூட்டமாகச் செல்வது - இவைகளின் ஒரு அச்சமூட்டும் தொடர்ச்சியை நவீன இந்தியாவின் வரலாற்றில், சுதந்திரத்திற்கு முன்னரும் அதன் பின்னரும் நீங்கள் காண்பீர்கள். ஒருவேளை பகத்சிங் தன்னை ஒரு நாத்திகர் என்று அறிவித்துக்கொண்டதும் கான்பூரில் ஒரு மதக் கலவரத்தை அடக்க முயன்று பத்திரிகையாசிரியரும் நிருபருமான கணேஷ் சங்கர் வித்யார்த்தி உயிர்த் தியாகம் செய்ததும் இந்தப் பைத்தியக்காரத்தனத்திற்குப் பதிலடியாக இருக்கலாம். இன்றைக்கு ஏதாவது ஒரு காரணத்தைச் சுட்டிக்காட்டியோ, நிலவும் பல்வேறு ஏற்றத்தாழ்வுகளை நமக்குச் சாதகமாக்கிக் கொண்டோ, வெறுப்பைப் பரப்புபவர்களின் எண்ணிக்கை பெரும் வேகத்தில் அதிகரித்துவிட்டது. அனைத்துக் கணக்குகளும் உடனடியாகத் தீர்க்கப்பட

வேண்டுமென்று அவர்கள் விரும்புகிறார்கள். எந்தவொரு சம்பவமுமே ஒரு முழுச் சமூகமும் சேர்ந்து செய்ததாக ஆக்கப்படுகிறது - இரு தரப்பினரும் இதைச் செய்கிறார்கள். உடனே வெறுப்பு அரசியல் ஆரம்பமாகிறது.

2014ஆம் ஆண்டில், உத்தரபிரதேசத்தின் மீரட் மாவட்டத்தில் உள்ள சரவா கிராமத்தில் இருந்து ஒரு கதை வெளிவந்தது. தான் கிராமத் தலைவரால் கடத்திச் செல்லப்பட்டு, வலுக்கட்டாயமாக இஸ்லாமுக்கு மதமாற்றம் செய்யப்பட்டு, கூட்டுப் பலாத்காரம் செய்யப்பட்டதாக உள்ளூர் மதரஸாவில் ஹிந்தி கற்பித்துக்கொண்டிருந்த 20 வயதுப் பெண் ஒருத்தி குற்றம் சாட்டினாள். இது சமூக ஊடகங்களில் பெரும் வன்மையான அணிதிரட்டலைத் தூண்டியதுடன் மீரட் முழுமையும் சிறிது காலம் பதற்றத்தில் இருந்தது. மேலும் அந்த வழக்கு உள்ளூர் காவல்துறையினரால் விசாரிக்கப்பட்டு வரும் வேளையில், முஸ்லிம் சமூகத்தைச் சேர்ந்த ஒருவர் கொல்லப்பட்டிருந்த அல்லது பாலியல் அத்துமீறலுக்கு ஆளான அந்த நிகழ்வுகளை நியாயப்படுத்தும் முயற்சிக்கு இதுவொரு சாக்காகப் பயன்படுத்தப்பட்டது.

வெறுப்புணர்வைப் பரப்ப எத்தனிப்பவனால் மட்டுமே ஒரு குற்றச்செயலைக் கையில் எடுத்து அதை மதப் 'பெருமைக்கான' 'போரின்' ஒரு பகுதியாக்க இயலும்.

காலப்போக்கில், மீரட்டில் நடந்த நிகழ்வு போலீஸ் விசாரணையின் போது பெண்ணின் கூற்றுகளைக் குறித்துக் கேள்விகள் எழுப்பப்பட்ட பின்னர் சர்ச்சைக்குரியதாக மாறியது. கேள்விகள் எழுப்பப்பட்டவுடன், வெறுப்புப் படைகள் கலைந்துபோயின.

இந்தச் சம்பவம் தொடர்பாக சர்ச்சை உச்சத்தில் இருந்த நேரத்தில், இதுபோன்ற பிரச்சினைகளை நான் ஏன் எழுப்பிப் பேசுவதில்லை என்பதை அறிந்துகொள்ள வேண்டி எனக்கு ஏராளமான தொலைபேசி அழைப்புகள் வந்தன. எனக்கு வந்த அழைப்புகளில் பெரும்பாலானவை எல்லா விஷயங்களிலும் மதம் தொடர்பான உட்பொருளை அல்லது தாத்பரியத்தைக் கண்டறிய முயலும், பைத்தியக்காரத்தனத்தைப் பரப்ப முற்படும், நபர்களிடமிருந்தே வந்தது ஏனென்று நான் வியப்புற்றேன். இல்லை, இவை இட்டுக்கட்டப்பட்ட, புறக்கணிக்கப்பட

வேண்டிய விவகாரங்கள்; அவ்வாறு புறக்கணிக்காவிட்டால் அவை சமூகத்தில் விஷத்தைப் பரப்பும் அபாயம் உள்ளது என்று என்னிடம் ஏன் ஒருவர் கூடச் சொல்லவில்லை? வாழ்க்கையை உறுதிப்படுத்தும், வாழ்க்கையைப் பாதிக்கும் கேள்விகளைப் பற்றி விவாதிக்க வேண்டுமென்ற கோரிக்கையுடன் இந்த மக்கள் ஏன் ஒருபோதும் என்னை அழைக்கவில்லை? மற்றொரு விஷயம், அழைப்பாளர்களில் பலர் பயமுறுத்தல்களை என்னிடம் கொண்டுவந்து சேர்த்தார்கள். நான் அந்தப் பிரச்சினையை எழுப்பவில்லை என்றால் எனக்கு என்ன நடக்கும் என்பது குறித்தும் எச்சரிக்கை செய்தார்கள். அதே சமயம், நகை முரணாக, இந்த மக்களே மதத்தைப் பொறுத்தவரை தாங்கள் பெருந்தன்மையும் பரந்த மனப்பான்மையும் கொண்டவர்கள் என்று அறிவித்தனர். பெருந்தன்மையும், பரந்த மனப்பான்மையும் கொண்ட ஒருவர் எவ்வாறு வெறுப்பைப் பற்றிப் பேசி வன்முறையின் அச்சுறுத்தலைப் பட்டுவாடா செய்ய முடியும்?

இதில் நாம் அனைவரும் சேர்ந்து முடிவு செய்ய வேண்டியது இதுதான். நாம் சில்லறை காரணங்களுக்காக, அவை உண்மையோ கற்பனையோ, வெறுப்பைப் பரப்ப விரும்புகிறோமா அல்லது அதை ஒழிக்க விரும்புகிறோமா? வெறுப்பில் நம்பிக்கை கொண்டவனுக்குக் காரணங்களே தேவையில்லை. அவன் வெறுப்பதற்கு எப்பொழுதும் ஏதாவது ஒரு சமூகத்தையோ அல்லது மற்ற சமூகத்தையோ கண்டுபிடித்துக்கொள்வான். இப்படிப்பட்டவர்களை நாம் புறந்தள்ளிவிட வேண்டும் என்பதுதான் முக்கியம்.

வெறுப்பை எந்த வாதத்தின் மூலமாவது நியாயப்படுத்த முடியுமா? இந்த நாட்டில் சட்ட நீதி வழங்கப்படாத கதைகள் எத்தனையோ உண்டு; சமூகத்தில் விஷத்தை விதைப்பதற்கு அவைகளை ஒரு சாக்காகப் பயன்படுத்தலாகுமா? ஒரு குறிப்பிட்ட நபரையோ அல்லது ஒரு பிரச்சினையையோ குறித்து ஊடகங்கள் பேசினவா, இல்லையா என்பது நிச்சயமாகக் கேட்கப்பட வேண்டிய கேள்விதான். ஆனால், வெறுப்பைப் பரப்பும் ஒரே நோக்கத்துடன், அதற்கேற்ற விதத்தில்தான் அந்தக் கேள்வியைக் கேட்க வேண்டுமா?

நமக்குள் கருணை இல்லாவிட்டால், இந்துவாகவோ, பௌத்தராகவோ, முஸ்லீமாகவோ இருப்பதன் அர்த்தம்

என்னவென்பதை நாம் ஒருபோதும் புரிந்துகொள்ள முடியாது. இரக்கம் இல்லாமல் யாரும் ஒரு மதத்தில் இருக்க முடியாது. கருணையில்லாத மனிதன் பக்தி மற்றும் மதப்பற்று என்னும் போர்வைக்குள் உண்மையில் ஒரு காட்டுமிராண்டியாகவே இருப்பான். அவனைப் பொறுத்தவரை மதம் என்பது தனது ஆதிக்கத்தை நிலைநிறுத்துவதற்கான ஒரு வழி மட்டுமே. சமயம் என்பது முடிவில் சகிப்புத்தன்மையுடன் இருக்கக உங்களுக்குக் கற்றுக்கொடுப்பதேயாகும்.

***

சிலர் - ஆகஸ்டு பதினைந்தின் உள்ளீடற்ற வெறுமையைத் தங்களுக்குள்ளேயே உணரும் சிலர் - சுதந்திர தினத்தை ஏன் கொண்டாட வேண்டும் என்று என்னிடம் கேட்கிறார்கள். அவர்களைப் பொறுத்தவரை, இங்கே எதுவும் சாதிக்கப்படவில்லை.

உங்களுக்குள்ளேயே எல்லா விதமான வெறுப்பையும் அடக்கியாளக் கற்றுக்கொண்டுவிட்டீர்கள், உங்கள் சகிப்புத்தன்மையின் மட்டம் மிக உயர்ந்திருக்கிறது, இந்தியாவின் சுதந்திரத்தைக் கொண்டாட உங்களுக்கு முழு உரிமை உண்டு என நான் அவர்களுக்குச் சொல்கிறேன். நீங்கள் மற்றொரு மதத்தையோ அல்லது சமூகத்தையோ வெறுக்கவில்லை என்றால், ஆகஸ்ட் பதினைந்தாம் தேதியை நீங்கள் கொண்டாடலாம். நீங்கள் வெறுப்புக்கு எதிராகக் குரல் எழுப்பியிருந்தால், அல்லது உங்களுக்குள்ளேயே ஒரு மோதலை, ஒரு போரை உணர்ந்திருந்தால், ஆகஸ்ட் பதினைந்தாம் தேதியை நீங்கள் கொண்டாடலாம். பகத்சிங் உயிர் தியாகம் செய்தது உங்களுக்காக, குதிராம் போஸ் தூக்கு மேடையில் ஏறியது உங்களுக்காக, மகாத்மா காந்தி நெஞ்சில் குண்டுகளை ஏந்தியது உங்களுக்காக என்பதை நீங்கள் புரிந்து கொண்டால், ஆகஸ்ட் பதினைந்தாம் தேதியை நீங்கள் நிச்சயம் கொண்டாட வேண்டும்.

நீங்கள் ஒரு குறிப்பிட்ட சமூகத்தை வெறுப்பவராக இருந்து கொண்டே, பகத்சிங்கின் உயிர்த்தியாகத்தை உங்கள் தலையில் கிரீடமாக அணிந்துகொண்டு, நீங்கள் உங்களை ஒரு தேசப்பற்றாளர் என்று அழைத்துக்கொள்வது ஏற்றுக்கொள்ள முடியாதது. நீங்கள் அவ்வாறு செய்பவர் இல்லையென்றால்,

லட்சக் கணக்கான மக்கள் தங்கள் இன்னுயிரைத் தியாகம் செய்து சாதித்த இந்தியாவின் கனவுகளை நீங்கள் உயிரோடு வைத்திருக்கிறீர்கள். சுதந்திர தினம் உங்களுக்கானது.

இன்னும் செய்து முடிக்க வேண்டியதும், பல துறைகளில் நாம் செய்ய வேண்டிய பணிகளும் நிறைய இருக்கின்றன. ஆயின் அந்தத் துறைகளைப் பற்றி, செய்து முடிக்க வேண்டிய பணிகளைப் பற்றி நாம் விழிப்புடன் இருக்கிறோம் என்றால், ஒருநாள் ஓய்வெடுத்துச் சுதந்திர தினத்தைக் கொண்டாடலாம். நாம் ஒரு ஐஸ்கிரீம், ஒரு குலாப் ஜாமூன், இரண்டு ஜிலேபி சாப்பிடலாம். நாம் சில இனிப்புகளை வாங்கி, நம்மை விட வசதியற்றவர்களுக்கு வழங்கலாம். நமக்குள் நல்லனவும் சரியானவைகளும் வந்து சேர்ந்ததன் காரணம் எண்ணற்ற தலைமுறைகளாக நமக்கு முன்னே இங்கே வாழ்ந்தவர்கள் அந்த இந்தியக் கனவினை ஓர் அழகிய ஸ்வெட்டரைப் போலப் பின்னி வைத்திருந்ததுதான். மென்மையான அரவணைப்பால் நமக்கு அந்த ஸ்வெட்டர் தரும் இதம்தான் நம் இதயங்களைப் பெரியவையாகவும், பெருந்தன்மை கொண்டவைகளாகவும் ஆக்குகிறது. சுதந்திரம் என்கிற பெருநிகழ்வைக் கொண்டாடும் துணிவை அதுவே நமக்குத் தருகிறது.

12

ஜனநாயகத்தை முன்னெடுப்பதற்கான குடிமக்கள் பத்திரிகையின் சக்தி

[2019ஆம் ஆண்டிற்கான ரமோன் மகசேசே விருதுகள் வழங்கும் விழாவில் மணிலாவில் ரவீஷ் குமார் ஆற்றிய உரையின் முழு வடிவம் இது. 'குரலற்றவர்களுக்குக் குரல் கொடுக்க இதழியலைப் பயன்படுத்தியதற்காக', 'தொழில்முறையான, தார்மீகமான, மிகவும் உயர்தரமான இதழியலுக்கான அவரது மாறாத அர்ப்பணிப்புக்காக' அந்த விருது வழங்கப்பட்டு அவர் கௌரவிக்கப்பட்டார்.]

வணக்கம்.

இந்தியா, நிலவை வெற்றிகொண்டுவிட்டது. இந்தப் பெருமையான தருணத்தில், நான் நிலவையும் என் கால்களுக்குக் கீழே இருக்கும் தரையையும் ஒருசேரப் பார்க்கிறேன். எனது தெருக்களில் இருக்கும் பள்ளங்களும் குழிகளும் நிலவில் இருப்பதை விடவும் அதிக எண்ணிக்கையில் உள்ளன. உலகெங்கும் பற்றியெரிந்துகொண்டிருக்கும் ஜனநாயகங்கள் நிலவின் குளிர்ச்சிக்காக ஏங்குகின்றன. ஆனால் அந்த நெருப்பை வெறும் சொல்லாட்சியால் மட்டும் அணைத்து விட முடியாது. கறைபடாத தகவல்களும், துணிச்சலும் கொண்டே அதை அணைக்க முடியும். நமது தகவல்கள் எவ்வளவு தூய்மையானதோ, அந்த அளவுக்கு நமது குடிமக்கள் மத்தியில் நம்பிக்கையும் ஆழமாக இருக்கும். தேசங்களைக் கட்டமைப்பதற்குத் தகவல் உதவுகிறது. மாறாக, போலிச் செய்திகள், பிரச்சாரங்கள் மற்றும் பொய்யான வரலாறு ஆகியவை கும்பல்களையே உருவாக்குகின்றன.

உலகின் பிற பகுதிகள் முன்பாக எனது கருத்துகளை முன்வைக்க இந்த வாய்ப்பை வழங்கிய ரமோன் மகசேசே அறக்கட்டளைக்கு

நான் நன்றிகளைத் தெரிவித்துக்கொள்கிறேன். நான் ஒரு ஹிந்திக்காரன் என்பதை நீங்கள் அறிவீர்கள். உங்கள் வசதிக்காக எனது நண்பர்கள் இந்த விரிவுரையை ஆங்கிலத்தில் மொழிபெயர்த்துள்ளனர், எனவே எனது உச்சரிப்பையும் சில சிறிய இலக்கணப் பிழைகளையும் மன்னித்தருள வேண்டுகிறேன்.

இரண்டு மாதங்களுக்கு முன்பு, நான் என் அலுவலகத்தில் அமர்ந்து அன்றைய நாளுக்கான ஒளிபரப்பு குறித்த வேலையைச் செய்துகொண்டிருந்தபோது எனது செல்போனில் ஒரு அழைப்பு வந்தது. பிலிப்பைன்ஸில் இருந்து அறியப்படாத சர்வதேசத் தொலைபேசி எண் திரையில் ஒளிர்ந்தது. இது ஒரு ட்ரோல் அழைப்பு என்று எனக்கு உறுதியாகத் தோன்றியது. சில காரணங்களால், எனக்கு வரும் ட்ரோல் அழைப்புகள் பிலிப்பைன்ஸில் இருந்து வருகின்றன. அவர்கள் அனைவரும் உண்மையில் பிலிப்பைன்ஸில் வசிப்பவர்களாக இருந்தால், அவர்களுக்கு நல்வரவு கூற இந்த வாய்ப்பைப் பயன்படுத்த விரும்புகிறேன்: நான், இப்போது இங்கேதான் இருக்கிறேன்! எப்படியானாலும், அந்த நாளைத் திரும்ப நினைவு கூர்கையில், அப்போது நான் என் சக ஊழியரிடம் திரும்பி, என் ட்ரோல்கள் பயன்படுத்தும் மொழியைக் கேட்க ஆர்வமா என்று கேட்டேன். எனது தொலைபேசியை நான் ஒலிபெருக்கி முறைக்கு மாற்றிவைத்தேன், மறுமுனையில் இருந்து ஒரு பெண் குரல் வாழ்த்தியது. பின்னர் கேட்டது 'தயவுசெய்து ரவீஷ் குமாரிடம் பேசலாமா?' என் வாழ்க்கையில் ட்ரோல்களிடமிருந்து எனக்கு ஆயிரக் கணக்கான அழைப்புகள் வந்துள்ளன, ஆனால் அவை ஏதும் ஒரு பெண்ணிடமிருந்து வந்ததில்லை. வேகமாக ஸ்பீக்கரை அணைத்துவிட்டு ஃபோனை காதில் வைத்தேன். மெருகேற்றப்பட்ட ஆங்கிலத்தில், ரமோன் மகசேசே விருதை நான் வென்றிருப்பதாக அந்த அழைப்பாளர் என்னிடம் தெரிவித்தார்.

அந்தத் தருணத்திலிருந்து மனோ வேகத்தில் இந்தக் கணத்துக்கு வந்தால், இதோ இங்கே உங்களோடு நான் இருக்கிறேன். நான் இங்கு தனியாக வரவில்லை. கணேஷ் சங்கர் வித்யார்த்தி மற்றும் பீர் முனிஸ் முகமது போன்றவர்கள் நடைமுறைப்படுத்திய இந்தி இதழியல் உலகம் முழுவதையும் என்னுடன் கொண்டு வந்துள்ளேன்.

பத்திரிகையாளர்களாகவும், சாதாரணக் குடிமக்களாகவும் நாம் இப்போது சோதனைமிக்க காலகட்டத்தில் வாழ்ந்து கொண்டிருக்கிறோம். நமது குடியுரிமையே இப்போது சோதனைக்குள்ளாகியுள்ளது - ஏமாந்துவிடாதீர்கள், நாம் மீண்டும் போராடியாக வேண்டும். குடிமக்களாகிய நாம் நமது கடமைகளையும், பொறுப்புகளையும் மறு சிந்தனைக்கு உள்ளாக்க வேண்டியிருக்கிறது. நமது குடியுரிமை மீதான தாக்குதலானது எல்லாவற்றையும் சுற்றி வளைத்துள்ளதாகவும், அரசின் கண்காணிப்பு எந்திரம் முன்னெப்போதையும் விட வல்லமை கொண்டதாக மாறிவிட்ட காலமாகவும் இது இருக்கிறது என்றே நான் காண்கிறேன். இந்தத் தாக்குதலுக்கு எதிராகத் தாக்குப் பிடித்து அதிலிருந்து மேலும் வலிமை கொண்டு வெளிவரும் தனிமனிதர்களும் குழுக்களும்தான் மேலும் சிறந்த ஒரு குடிமைக்கான அடித்தளத்தை நிறுவுவார்கள். சொல்லப்போனால், அவர்கள்தான் எதிர்காலத்தில் இன்னும் சிறந்த மேலான அரசுகள் அமைவதற்கான அடித்தளத்தையும் அமைப்பவர்களாக இருப்பார்கள்.

நமது உலகம் ஏற்கெனவே அத்தகைய உறுதிகொண்ட குடிமக்களால் நிரம்பியுள்ளது; பரவலான வெறுப்பும், செயற்கையாக உற்பத்தி செய்யப்பட்ட தகவல் பற்றாக்குறையும் நிலவிய போதிலும் அவர்கள் தரிசாகக் கிடக்கும் வெறுமையான பாலையில் பூக்கும் கற்றாழை மலர் போல எதிர்த்துப் போராடி அதனால் மலர்ந்து கொண்டிருக்கிறார்கள். எல்லாத் திசைகளிலும் முடிவற்றுச் சூழ்ந்திருக்கும் பாலை நிலத்தில் தனித்து நிற்கும் ஒரு கள்ளிச்செடி, இருத்தலின் பொருள் குறித்து வெறுமனே சிந்தித்துக் கொண்டிருப்பதில்லை; அது சாத்தியம் என்பதை உங்களுக்கு அறிவிக்கவே அது அங்கே நிற்கிறது. எங்கெல்லாம் ஜனநாயகத்தின் வளமான சமவெளிகள் பாலைவனங்களாக மாற்றப்படுகின்றனவோ அங்கெல்லாம் குடியுரிமையைக் கைக்கொள்வதும், அதற்காகப் போராடுவதும் தகவலுக்கான உரிமை கோருதலும் ஆபத்தானவையாக மாறியிருக்கலாம், ஆனால் அவை அடைய முடியாதவையாக இல்லை.

அதன் உண்மைத் தன்மையைச் சரி பார்க்க அனுமதிப்பதாக விளங்கும் தகவலின் சீரான ஓட்டம் குடிமைக்குத் தேவைப்படுகிறது. ஊடக நிறுவனங்களின் மீது அரசு

இன்று முழுக் கட்டுப்பாட்டை நிறுவியுள்ளது. ஊடகத்தின் மீதான இந்தக் கட்டுப்பாட்டிலும், அதன் தொடர்பான உங்களது தகவல் பரவலின் மீதான கட்டுப்பாட்டிலும் உட்பொதிந்திருக்கும் விளைவு, உங்கள் குடியுரிமையின் வீச்சினை வரம்புக்குட்படுத்துகிறது, குறைக்கிறது. வேறு வார்த்தைகளில் கூறுவதானால், கட்டுப்படுத்தப்பட்ட ஊடகங்கள் செய்திகளின் பன்முகத்தன்மையைக் கட்டுப்படுத்தி, செய்தி நிகழ்வுகளின் உட்பொருளை விளக்கும் வழிகளில் இவையிவை மட்டுமே ஏற்றுக்கொள்ளத்தக்கவை என்று வரம்பு கட்டிவிடுகின்றன. ஊடகங்கள் இப்போது கண்காணிப்பு அரசமைப்பின் ஒரு பகுதியாக இருக்கின்றன. இனிமேலும் ஊடகங்கள் நான்காவது எஸ்டேட்டாக (அதிகாரமாக) இருக்கப் போவதில்லை, அவை முதல் எஸ்டேட்டாக மாறிவிட்டன.

செய்திச் சேனல் விவாதங்கள் யாவும் பிரித்துவைக்கும் இயல்புகொண்ட தேசியத்தின் சொல்லாடலைக் கொண்டு நடத்தப்படுகின்றன. அவை தேசத்தின் கூட்டிணைவு கொண்ட வரலாற்றின், நினைவுகளின், இடத்தை ஆளும் கட்சியின், அத்துடன் தமது பார்வையாளர்களின், சித்தாந்தத்தைக் கொண்டு நிரப்பும் வேலையை அங்கே செய்கின்றன. இந்தச் செய்திப் பிரபஞ்சத்தின் கதையாடலில் இரண்டு வகையான மக்கள் மட்டுமே உள்ளனர்: ஒன்று, தேச விரோதிகள், இன்னொன்று, மற்ற அனைவரும். இது ‘நாம்’, ‘அவர்கள்’ என்று பிரிக்கும் நயமான தந்திரம். கேள்வி எழுப்புவது, உடன்படாதிருப்பது, கருத்து வேறுபாடு கொள்வது ஆகியவைதான் தேச விரோதிகளால் உண்டாகும் பிரச்சினை என்று இவர்கள் சொல்கிறார்கள். கருத்து வேறுபாடு என்பது ஜனநாயகத்தின், குடியுரிமையின் உயிர் - ஆத்மா அல்லது சாராம்சம். இந்த ஜனநாயக ஆத்மா ஒவ்வொரு நாளும் இடைவிடாத தாக்குதலுக்கு உள்ளாகிறது. குடியுரிமை அச்சுறுத்தலுக்கு உள்ளாகும்போது, அதன் அர்த்தமே மாற்றப்படும் போது, குடிமக்கள் பத்திரிகையின் இயல்பு என்னவாக ஆகும்? தேசமாக நின்று பேசுவதாகச் சொல்லிக் கொள்பவர்களும் அப்படிப்பட்டவர்களது ஏளனத்திற்கு இரையானவர்களும் என இருவருமே, இங்கே குடிமக்களாக இருப்பவர்கள்தான்.

நீதித்துறையையும் இணைத்துக்கொண்ட இத்தகைய ஆட்சியதிகாரம் உலகில் பல நாடுகளில் மக்கள் மத்தியில் சட்டப்பூர்வமான அங்கீகாரம் பெற்றனவாக உள்ளன. இருப்பினும், ஹாங்காங்கிலும் காஷ்மீரிலும் என்ன நடந்து கொண்டிருக்கிறது என்பதைப் பார்க்கும்போது, மக்கள் இன்னும் தங்கள் குடியுரிமைக்காகப் போராடிக்கொண்டிருப்பது நமக்கு விளங்குகிறது. ஹாங்காங்கில் ஜனநாயகத்திற்காகப் போராடும் லட்சக்கணக்கான மக்கள் சமூக ஊடகங்களை ஏன் கைவிட்டனர் தெரியுமா? ஏனென்றால், அவர்களின் அரசாங்கம் தங்களை விட நன்றாக அந்த மொழியில் பேசுவதை அறிந்துகொண்டதால் அவர்கள் அதன் மீது நம்பிக்கை இழந்தார்கள். எனவே அவர்கள் தங்கள் சொந்த மொழியை உருவாக்கி, அவர்கள் புதிதாகக் கண்டறிந்த மொழிநடையில் போராட்டத்தின் செயல்திட்டங்களையும் உத்திகளையும் அறிவித்துக்கொண்டனர். இது குடியுரிமைக்கான போராட்டத்தின் புதுமை செய்த நோக்கு ஆகும்.

ஹாங்காங்கின் குடிமக்கள் தங்கள் உரிமைகளைக் காப்பாற்றுவதற்காக, இப்போது லட்சக்கணக்கானவர்கள் ஒரு புதிய வழியில் பேசுவதற்கான இணை வெளிகளை உருவாக்கி வருகிறார்கள். அங்கே அவர்கள் புதிய, புதிதாகக் கண்டுபிடிக்கப்பட்ட வடிவங்களில் போராடி, நிமிடங்களில் போராட்டத் தளங்களில் கூடியும் கலைந்தும் போகிறார்கள். அவர்கள் தங்கள் சொந்தச் செயலிகளை உருவாக்கி, மின்னணு மெட்ரோ கார்டுகளின் பயன்பாட்டை மாற்றியமைத்துள்ளனர். அவர்கள் தங்கள் தொலைபேசிகளின் சிம் கார்டுகளை மாற்றியமைத்துள்ளனர். ஹாங்காங்கின் குடிமக்கள், தங்களைக் கட்டுப்படுத்தும் பொருள்களைத் தமது விடுதலைக்கான சாதனங்களாக மறுவடிவமைப்பதன் மூலம் தமது குடியுரிமையை உள்ளீடற்றதாக்கும் அரசாங்கத்தின் முயற்சிக்குச் சவால் விடுத்துள்ளனர். ஹாங்காங்கின் குடிமக்கள் எதேச்சாதிகாரத் தகவல் வலையமைப்பிலிருந்து தங்களைத் தாங்களே விடுவித்துக்கொள்ளச் சித்தமாகவும் அதற்கான வல்லமை பெற்றும் இருந்தார்கள். குடியுரிமையை அரசு இன்னும் தோற்கடிக்கவில்லை என்பதை இது நமக்குச் சொல்கிறது.

காஷ்மீரின் கதை வேறு. பல வாரங்களாகத் தகவல் மற்றும் தகவல் தொடர்பு முடக்கமானது விதிக்கப்பட்டுள்ளது. பத்து மில்லியனுக்கும் அதிகமான மக்கள் எல்லாவிதமான தகவல் வணிகத்திலிருந்தும் துண்டிக்கப்பட்டுள்ளனர். இணையம் முடக்கப்பட்டுள்ளது. மொபைல் தொலைபேசி எண்கள் பயனற்றவையாக்கப்பட்டு விட்டன. தகவலே பெறமுடியாத ஒரு குடிமகனை உங்களால் கற்பனை செய்ய முடியுமா? தகவல்களைச் சேகரிப்பது, முறைப்படுத்துவது, மறு விநியோகம் செய்வது என்பதைத் தன் பணியாகக் கொண்ட ஊடகமே, தகவல் பெறும் அனைத்து வழிகளும் மூடப்படுவதை ஆதரிக்குமானால் அப்போது என்ன நடக்கும்? அவ்வாறு செய்வதன் மூலம் - வெறும் ஆர்வத்துக்காக அல்லாமல், தன் வாழ்வையும் தன் குடும்பத்தின் நலனையும் காப்பாற்றுவதற்காக - தன்னைச் சுற்றியுள்ள உலகத்தைப் பற்றி அறிய முயலும் குடிமகனுக்கு எதிராக ஊடகங்கள் நிற்கின்றன.

இந்தியாவின் பெரும்பாலான அண்டை நாடுகளும் பத்திரிகை சுதந்திரக் குறியீட்டு வரிசையிலும் அதன் அடுத்த நாடுகளாக இருப்பது கெடுவாய்ப்பான தற்செயல் நிகழ்வாகும். எல்லைகள் இல்லாத செய்தியாளர்கள் என்கிற அமைப்பு வெளியிட்ட பத்திரிகைச் சுதந்திரக் குறியீட்டு வரிசையின் கடைசி வரிசையில் இந்தியா, பாகிஸ்தான், சீனா, இலங்கை, வங்காளதேசம், மியான்மர் முதலான நாடுகள் அனைத்தும் தரவரிசையில் ஒன்றுக்கொன்று மிகக்குறுகிய எண்ணிக்கைக்குள் காணப்படுகின்றன. சுதந்திரம் பல்வேறு வழிகளில் வெளிப்படலாம். விரும்பியதைச் சொல்லும் சுதந்திரமென ஒன்றுண்டு. மேலும், தான் சொல்ல விரும்பாத விஷயத்தை ஒருவர் மறுக்கும் சுதந்திரமும் உண்டு.

ஒருவரது பேச்சும் சிந்தனையும் எந்த வழியில் செல்ல வேண்டும் என்பதைத் தானே நிர்ணயித்துக்கொள்ளும் சுதந்திரமும் இங்கே உண்டு என்று சொல்லும்போது நான் குறிப்பாக ஊடகங்களைப் பற்றிப் பேசுகிறேன்.

இந்தியத் துணைக் கண்டத்திலுள்ள இரண்டு மிக முக்கியமான தேசங்களைப் பற்றி நான் இங்கே பேசுகிறேன் என்பதைக் குறித்துக்கொள்ளுங்கள். சில நாள்களுக்கு முன்பு, எனது ட்விட்டர் ஊட்டத்தைப் பார்க்கும்போது, பாகிஸ்தான் மின்னணு ஊடக ஒழுங்குமுறை ஆணையத்தால் வெளியிடப்பட்ட ஓர்

அறிவிக்கையை நான் எதிர்கொள்ள நேரிட்டது, அது காஷ்மீரின் நிலைமையைக் குறித்து செய்திகள் வழங்குவதில் அந்த நாட்டின் செய்தி சேனல்களுக்குத் தெளிவான வழிகாட்டுதல்களைக் கொண்டிருந்தது. பொருத்தமாக - நகை முரண் ஏதும் இல்லாமல் - 'அறிவுரை' என்ற தலைப்பில் துக்கம் அனுஷ்டிப்பதன் அடையாளமாக அனைத்து ஈத் கொண்டாட்டங்களையும் நிறுத்துவது, சிறுபான்மையினர் மீதான இந்திய அட்டூழியங்கள் பற்றிய செய்திகளை வெளியிடல், காஷ்மீர் மக்களுக்கு ஆதரவு தெரிவிக்கும் படியான செய்திகளை ஒளிபரப்புதல், ஆகஸ்ட் 15ஆம் தேதியைக் கருப்பு தினமாக அனுசரிப்பது ஆகியவை அந்த அறிவிக்கையில் கண்டிருந்த வழிகாட்டுதல்கள் ஆகும். இந்தியாவின் சுதந்திர தினமான ஆகஸ்ட் 15ஆம் தேதியன்று டிவி சேனல் லோகோக்களில் கருப்பு மற்றும் வெள்ளை வண்ணங்களை மட்டுமே பயன்படுத்தப் பரிந்துரைக்கும் அளவிற்கு இந்த அறிவிக்கை துல்லியமாக இருந்தது.

அத்தகைய வழிமுறைகளை எவ்வாறு பின்பற்றுவது என்று ஒருவர் வியக்கலாம். தொலைக்காட்சித் திரையின் காட்சிக்கூத்து அதன் நிறங்களைப் பயன்படுத்துவதைப் பெரிதும் நம்பியுள்ளது - பிரகாசமான சிவப்பு, பச்சை மற்றும் மஞ்சள் நிறங்கள். 15ஆம் தேதியன்று பாகிஸ்தான் செய்தி சேனல்கள் இவ்வளவு குறைந்த அளவு வண்ணங்களைக் கொண்டு எப்படி வேலை செய்ய முடிந்தது என்று நான் ஆச்சரியப்பட்டேன். ஏனென்றால் அதன் அருகே உள்ள என் தாயகமான இந்தியாவில் தொலைக்காட்சி சேனல்கள் தங்களது அடையாளக் குறிகளையும் வரைகலைகளையும் பத்துக்கும் குறைவான நிறங்களையும் வடிவங்களையும் கொண்டு எந்த நேரத்திலும் நிகழ்ச்சிகள் நடத்துவதை என்னால் கற்பனை செய்யக்கூட இயலாது.

இந்திய தொலைக்காட்சி சேனல்களில் பாகிஸ்தானைப் பற்றி எந்த வகையான தலைப்புச் செய்திகள் பயன்படுத்தப்படுகின்றன என்பதை மட்டும் பார்த்தால் போதும். ஒவ்வொரு இரவும், நமது இரவு 8 அல்லது 9 மணி செய்தி நிகழ்ச்சிகள் பளிச்சிடும், பேரழிவு குறித்த தலைப்புச் செய்திகளைக் கொண்டு, மிகச் சாதாரணமான ஒவ்வொரு செய்தியையும் பாகிஸ்தான் மீதான வசையாக மாற்றுகின்றன. அதன் மூலம் தமது இரவு உணவை உண்டபடி நிகழ்ச்சிகளைப் பார்த்துக்கொண்டிருக்கும்

நேயர்களைத் தமது தொகுப்பாளர்களின் கர்ணகடூரமான கூச்சலையும் பங்கேற்பாளர்கள் குரல் கம்மிப்போகும் அளவுக்குக் கத்துவதையும் கொண்டு கட்டிப்போட்டு விடுகிறார்கள். சமீபத்தில், இந்திய பிரஸ் கவுன்சில், காஷ்மீர் பள்ளத்தாக்கில் விதிக்கப்பட்ட ஊடகங்களுக்கான தடையை ஆதரித்து, 'தேசிய நலன்' மற்றும் 'உயர்தரமான பொது ரசனை' ஆகியவற்றைக் காரணம் காட்டி, நமது உச்சநீதிமன்றத்தில் ஒரு மனுவைத் தாக்கல் செய்தது. எடிட்டர்ஸ் கில்ட் இந்த விஷயத்தைக் கவனத்தில் எடுத்துக்கொண்டது. பத்திரிகையாளர்களுக்கு எதிராக பிரஸ் கவுன்சில் செயல்படுவதாகக் கூறி அதைக் கண்டித்து ஒரு கடிதத்தை வெளியிட்டது.

இயல்பாக, பிரஸ் கவுன்சில் பின்வாங்கி ஓர் அறிக்கையை வெளியிட்டது, ஊடகங்கள் மீதான கட்டுப்பாடுகளைத் தான் ஆதரிக்கவில்லை என்று தடித்த எழுத்துகளில் அது அறிவித்தது.

இத்தகைய சம்பவங்கள் கிட்டத்தட்ட வேடிக்கையானவை, ஆனால் ஊடகங்களின் பார்வையாளர்கள், குடிமக்கள் என்ற வகையில் நமது சுதந்திரங்களின் மீது கடுமையான தாக்கங்களை ஏற்படுத்தக் கூடியவை. இங்கு சுதந்திரம் என்பது கேலிக்கூத்தாகிவிட்டது. செய்தியாளரின் செய்தி தரும் உரிமையைப் பாதுகாக்க வேண்டியவர்களே வெளிப்படையாகவும் வெட்கங்கெட்ட வகையிலும் சுதந்திரத்தைக் கேலிப்பொருளாக ஆக்குவார்களானால், பார்வையாளர்களாகிய நமது புத்திசாலித்தனம் அவமதிக்கப்படுவது மட்டுமல்லாமல், குடிமக்களது பத்திரிகை என்ற கனவும் பலவீனமடையத் தொடங்கும்.

முதன்மையான பத்திரிகையால் அதன் சொந்த உரிமைகளையோ அல்லது பத்திரிகை பற்றிய மாசற்ற கருத்தையோ ஆதரிக்க முடியாமல் போகும்போது, குடிமக்களது பத்திரிகையாளர்கள், குடிமக்களது இதழியல் என்கிற இரண்டின் இருப்புமே இடையறாது அச்சுறுத்தப்படுகின்றன. இங்கே அச்சுறுத்தல் என்பது செய்தி அறிவிப்பதன் நடைமுறைப் பயன்பாடுகள், பார்வையாளர்களின் எண்ணிக்கை அல்லது பொருளாதார ரீதியில் தாக்குப்பிடித்தல் என்பதைக் குறித்தது மாத்திரமல்ல. அது போலித்தனமும் அறிவு வறட்சியும் வளர்ந்து செழிக்க அனுமதிக்காத சூழலையும் பற்றியது. அத்தகைய ஊடகங்கள் - அவைகளின் பார்வையாளர்கள் கூட - உலகில் எங்கிருப்பினும்,

கறைபடாத தகவலுக்கும் உறுதியான உண்மைகளுக்கும் ஆதரவாக நிற்க முடியாதென்று நான் ஒரு படி மேலே போய்ச் சொல்கிறேன். முதன்மை ஊடகம் தனது அடிப்படை லட்சியங்கள் மற்றும் கொள்கைகளிலிருந்து எவ்வளவு வெகு தொலைவு விலகிவிட்டதென்றால், அதனால் இனிமேல் - ஏன், இப்போது கூட - நான் சுட்டிக்காட்டிய நிகழ்வுகளிலுள்ள நகைமுரணையும் சோகத்தையும் புரிந்து கொள்ளவே முடியாத அளவுக்கு அது விலகிவிட்டது.

இதே ஊடகம்தான் தன்னுடைய செயல்பாட்டுச் செலவுகளை குறைத்துக்கொள்ள வேண்டி 'குடிமக்கள் இதழியலை' ஒரு சமயத்தில் ஊக்குவித்தது. அதனால் வந்த ஆபத்தை மட்டும் அது உங்களுக்குக் கடத்திவிட்டது.

முதன்மைப் பத்திரிகையின் உள்ளிருக்கும் குடிமக்கள் இதழியல், முதன்மைப் பத்திரிகைக்கு வெளியே இருக்கும் குடிமக்கள் இதழிலிருந்து வேறுபட்டது. சமூக ஊடகங்கள் துவங்கிய அந்த நாள்களில், மக்கள் ஆன்லைனில் கடினமான கேள்விகளைக் கேட்கத் தொடங்கியபோது, பாரம்பரிய ஊடக நிறுவனங்கள் சமூக ஊடகங்களுக்கு எதிராகத் திரும்பி அதை விமர்சித்தன. செய்தி அறைகளுக்குள் வலைப்பதிவுகளும் இணையதளங்களும் விலக்கப்பட்டிருந்தன. இன்றும் கூட, பல செய்தியறைகள், தங்கள் தனிப்பட்ட கருத்தைத் தெரிவிக்கச் செய்தியாளர்களை அனுமதிப்பதில்லை. இது வேறு விஷயம். இருப்பினும், 'ரிவர்பெண்ட்' என்ற பெயர் கொண்டஇருபத்தி நான்கு வயதுப்பெண், ஈராக் போரையும் அதன் அழிவுகளையும் தினசரி வலைப்பதிவுகளின் வடிவத்தில் ஆவணப்படுத்தத் தொடங்கியபோது (பின்னர் 2005ஆம் ஆண்டில் *Baghdad Burning: Girl Blog from Iraq* - பாக்தாத் பற்றி எரிகிறது: ஈராக்கில் இருந்து ஓர்இளம் பெண்ணின் வலைப்பதிவு என்ற தலைப்பில் நூலாக வெளியிடப்பட்டது), சமூக ஊடகங்கள் மூலம் இந்தப் பெயர் தெரியாத சிறுமி செய்ததை தங்கள் நிருபர்கள் செய்திருக்கவே முடியாதென்று உலகம் முழுமையும் உள்ள முதன்மையான ஊடக நிறுவனங்கள் ஒப்புக்கொண்டன.

'பாக்தாத் பற்றி எரிகிறது' என்கிற அதே பாணியில் இன்று ஒரு காஷ்மீரிப் பெண் வலைப்பதிவு எழுத முடிவு செய்தால், நமது முதன்மை ஊடகங்கள் அவளைத் தேச விரோதி என்று முத்திரை குத்தும் என்பது உறுதி. குடிமக்கள் இதழியலுக்கான

வெளியைச் சட்டத்திற்குப் புறம்பானதாகப் பெரிய அளவில் இன்றைய ஊடகம் சித்திரிக்கிறது. ஏனெனில் அது இதழியலில் ஆர்வம்கொள்ளவோ முதலீடு செய்யவோ இல்லை. பத்திரிகை என்ற போர்வையில், ஊடகங்கள் இன்று அரசின் தரகர்களாக உள்ளன.

ஊடகங்களும் முதன்மையான பத்திரிகைகளும் தகவல்களுக்கு விரோதமாக மாறும்போது குடிமக்களின் இதழியல் காலத்தின் தேவையாக அது மாறுகிறது என்பது என்னுடைய கருத்து. தகவலுக்கான போராட்டமே தேச விரோதமாகக் கருதப்படுகையில், கருத்து வேறுபாடுகொள்வது தேச துரோகம் என்று இகழப்படும் நிலையில், நமது இன்றைய சூழலில் 'சோதனைக் காலம்'.என்று அதை வர்ணிப்பது ஒரு பலவீனமான மங்கல வழக்காகவே இருக்கிறது. ஊடகங்கள் குடிமகனுக்கு எதிராகத் திரும்பும்போது, குடிமகன் ஊடகத்தின் பாத்திரத்தை வகிக்க வேண்டிய நேரம் வருகிறது. அரசின் வன்கொடுமையும் கண்காணிப்பும் நிகழ்த்தப்படும் காலங்களில் வெற்றிக்கான வாய்ப்புகள் மிகக் குறைவு என்பதை அறிந்து அவள் செயல்பட வேண்டும். அரசு மென்மேலும் வெளிப்படைத் தன்மையற்றுப்போய் தகவல் வராது தடுக்கிறது.

பிரதான ஊடகம் லாபத்தை அதிகரிக்க முயல்வதையே யாவற்றிற்கும் மேலாகக் கருதுவதால், அந்த ஒற்றை நோக்கம் அதை அரசின் பொதுத் தொடர்பு முகவராக மாறும் கட்டாயத்தை ஏற்படுத்துகிறது. அரசாங்க விளம்பரங்கள் இன்று ஊடகங்களுக்கு வரும் வருவாயின் கணிசமான பகுதியாக இருக்கின்றன. மற்றொருபுரத்தில் குடிமக்களின் இதழியலோ, அரசாங்க ஆதரவு மற்றும் விளம்பரதாரர்கள் என்ற வலையமைப்பிற்கு வெளியே இருப்பதால், தான் பிழைத்திருப்பதற்குக் கூட பொதுமக்களின் ஆதரவை மட்டுமே நம்பிப் போராடும் நிலையில் அது இருக்கிறது.

இந்தியாவின் முதன்மை ஊடகம் நமது குடிமக்களைக் 'கல்லாதவர்க்கும் பிந்தையவர்களாக' மாற்ற இரவு பகலாக உழைத்து வருகிறது. மூடநம்பிக்கை கொண்டவர்களைப் பகுத்தறிவுச் சிந்தனை கொண்டவர்களாக மாற்றும் முயற்சியை அது கைவிட்டுவிட்டது. அதன் பாடத்திட்டம் சிந்தனையற்ற 'தேசியவாதம்' மற்றும் வகுப்புவாதத்தை உள்ளடக்கியது. முதன்மை ஊடகங்கள் அரசின் கதையாடலைத் தூய தகவல்

என்று கருதத் தொடங்கியுள்ளது. தொலைக்காட்சியில் பல சேனல்கள் உள்ளன. ஆனால் இந்த எல்லா சேனல்களிலும் செய்திகளின் சொல்லும் விதமும் உள்ளடக்கமும் ஒன்றுதான். இந்த ஊடகத்திற்கு எதிர்க்கட்சி என்ற வார்த்தை இழிவானது.

இந்தியா ஒரு சிறந்த தேசம், அது உலகிலேயே தலைசிறந்து விளங்கும் மகத்தான சாதனைகளை வெளிக்காட்ட வல்லது. இருப்பினும், அதன் முதன்மையான தொலைக்காட்சி ஊடகத்தின் பெரும்பாலானவை கெட்டுக் குட்டிச்சுவர் ஆகிவிட்டன. இந்திய குடிமக்கள் ஜனநாயகத்தின் மீது மிகுந்த வேட்கை கொண்டுள்ளனர், ஆனால், ஒவ்வொரு இரவும் செய்தி சேனல்கள் அந்த வேட்கையை மிதித்து நசுக்கத்தான் வருகை தருகின்றன. இந்தியாவின் மாலை நேரங்களின் வருகையானது சூரியன் அஸ்தமிக்கும் வேளையில்தான் என்றாலும், இரவின் இருளைப் பரப்புவதென்னவோ செய்தி ஊடகத்தின் அறிக்கைகள்தான்.

இருந்தபோதும் இந்தியாவின் மக்களிடையே ஜனநாயகம் உண்மையில் உயிர்ப்புடன் உள்ளது. ஒவ்வொரு நாளும், அரசாங்கத்திற்கு எதிராகச் சொல் வலிமை மிக்க ஆர்ப்பாட்டங்கள் நடக்கின்றன. ஆனால், ஊடகங்கள் கொண்டிருக்கும் ஒளிபரப்புச் செயல்முறையானது இந்தப் போராட்டங்கள் குறித்த எந்த அறிக்கையையும் இடம் பெறாமல் விலக்கி வைக்கிறது. ஊடகங்கள் அவை ஒரு பயனற்ற விஷயம் என்று கருதுவதால், அந்தப் போராட்டங்களைக் குறித்து எந்தச் செய்தியும் வெளியாவதில்லை.

பொது ஆர்ப்பாட்டங்கள் இல்லாமல் எந்த ஜனநாயகமும் ஜனநாயகமாக இருக்க முடியாது. இதன் விளைவாக, இந்த ஆர்ப்பாட்டங்களில் பங்கேற்பவர்கள் தற்போது தாங்களாகவே வீடியோக்களைப் பதிவு செய்யத் தொடங்கியிருக்கிறார்கள். அவர்களின் தொலைபேசிகளில் பதிவுசெய்யப்பட்ட இந்த வீடியோக்களில், அவர்கள் பத்திரிகையாளர்களின் பாத்திரத்தை வகிக்கத் துவங்குகிறார்கள். போராட்டக் களத்தின் நடப்புகளைக் காட்சிப்படுத்தி, பின்னர் ஆர்ப்பாட்டத்தில் பங்கேற்றவர்களின் வாட்ஸ்ஆப் குழுக்களில் அந்த வீடியோக்களைப் பகிர்ந்து கொள்கிறார்கள்.

குடியுரிமை என்றால் இதுதான் என ஊடகங்களால் ஊதி முழக்கப்படும் வரையறையானது, அரசுக்கு எதிராக கோஷங்கள் எழுப்புவதை அனுமதிப்பதில்லை. இதனால்தான் குடிமக்கள் தங்கள் வாட்ஸ்ஆப் குழுக்களின் வீடியோக்களை உருவாக்குவதன் மூலம் அந்த இன்றியமையாத அம்சத்தைத் தாங்களே பாதுகாக்க முயற்சிக்கின்றனர். அவர்கள் தங்கள் வீடியோக்களை யூடியூப்பில் பதிவேற்றத் தொடங்கிவிட்டனர். கிளர்ச்சியாளர்கள் குடிமக்களின் இதழியலை இப்போது நடைமுறைப்படுத்தத் தொடங்கிவிட்டார்கள். யூடியூப்பில் தங்கள் வீடியோக்களைப் பதிவேற்றம் செய்வதன் மூலம், கிளர்ச்சியாளர்கள் குடிமக்களின் பத்திரிகையாளர்களாக ஆகியிருக்கிறார்கள்.

குடிமக்களைக் கட்டுப்படுத்துவதற்காக அரசும் ஊடகங்களும் ஒன்றிணையும்போது, ஒரு குடிமகன் ஒரு பத்திரிகையாளராகச் செயல்பட இயலுமா? ஒரு குடிமகனாக இருந்து குடிமையுடன் இணைந்த அனைத்து உரிமைகளையும் கைக்கொள்ள வேண்டுமென்றால், அவன் எந்த ஜனநாயகத்தின் குடிமகனாக இருக்கிறானோ, அந்த ஜனநாயகமே அதற்கான ஒரு அமைப்பை அவனுக்கு வழங்கியாக வேண்டும். நீதித்துறையும், காவல்துறையும், ஊடகங்களும் அவைகளில் இருந்து பிரித்தறிய முடியாத அளவுக்கு அணி சேர்ந்துகொண்டுவிட்ட ஒரு பகுதிச் சமூகமும் சேர்ந்து குடிமக்களை விலக்கி வைக்கையில், பாதுகாப்பற்ற ஒரு குடிமகன் அதை எதிர்த்துப் போராட முடியுமென்று எவ்வளவுதான் எதிர்பார்க்க முடியும்? ஆனாலும், குடிமகன் போராடிக்கொண்டுதான் இருக்கிறார். அந்தக் கற்றாழை உயிர்கொண்டு வளர்கிறது. ஒவ்வொரு நாளும் நான் வாட்ஸ்ஆப்பில் *500 முதல் 1000 செய்திகளையும்* சில நேரம் அதற்கு மேலும் பெறுகிறேன். ஒன்றுக்கு அடுத்து வரும் ஒவ்வொரு இரண்டாவது செய்தியிலும், மக்கள், அவர்களின் பிரச்சினைகளை எழுதுவதுடன் சேர்த்து இதழியல் என்பதை அவர்கள் எவ்வாறு அர்த்தப்படுத்திக்கொண்டிருக்கிறார்கள் என்பதையும் எழுதுகிறார்கள். முதன்மை ஊடகங்கள் இதழியல் என்றால் என்ன என்பதை மறந்துவிட்டிருக்கலாம், ஆனால் அது எவ்வாறு வரையறுக்கப்பட வேண்டுமென்பதை மக்கள் நினைவில் வைத்திருக்கிறார்கள்.

ஒவ்வொரு முறையும் எனது அலுவலகக் குழுவின் அப்டேட்களைச் சரிபார்க்க எனது வாட்ஸ்ஆப்பைத் திறக்கும்போதும், அந்த அளவு கூடப் போவதில்லை. மாறாக ஆயிரக் கணக்கான மக்கள் தங்கள் செய்திகளைப் பகிர்ந்து கொள்ளும் விடுகைகளில் நான் ஆழ்ந்துபோகிறேன். என் பாதையில் அவதூறுகள் வரச் செய்யும் பொருட்டு ட்ரோல்கள் என்னுடைய தொலைபேசி எண்ணைப் பொதுவெளியில் வெளியிட்டனர். அவதூறுகள் வந்தன, மிரட்டல்களும் வந்தன. அவை தொடர்கின்றன. ஆனால் கூடவே மக்களும் வந்தார்கள். தங்கள் கதைகளையும் செய்திகளையும் தங்களுடைய பகுதிகளில் இருந்து எடுத்துக் கொண்டு என்னிடம் வந்தார்கள். செய்தி சேனல்களின் புரிதலில் இவை முடிந்துபோன, பொருத்தமற்ற கதைகளும் செய்திகளும் ஆகும். தாங்களே பிரச்சினைகளை எதிர்கொள்ள நேர்கையில், இந்த முதன்மைச் செய்தி சேனல்களின் பார்வையாளர்கள், பத்திரிகை என்பதன் பொருளை உணர்ந்து கொள்கிறார்கள். இதழியலின் அர்த்தமானது இன்னும் அவர்கள் மனதில் இருந்து அழிக்கப்படவில்லை.

ஆளுங்கட்சியினர் எனது நிகழ்ச்சியைப் புறக்கணித்தபோது, எனக்கான எல்லாப் பாதைகளும் மூடப்பட்டன. அந்த நேரத்தில், இந்த மக்கள்தான் எனது நிகழ்ச்சியை அவர்களது பிரச்சினைகளைக் கொண்டு நிறைத்தவர்கள். இதழியலுக்கும் அதிகாரத்துக்கும் எதிராகவும்கூட வெளியாட்களைக் கொண்டு குரல் எழுப்பச் செய்து, ஒரு செயல்படும் ஊடகம் இருப்பதான மாயையை குடிமக்களின் இதழியல் என்ற பெயரில் முதன்மை ஊடகங்கள் நிலை நிறுத்திக்கொண்டிருந்த வேளையில், அந்தக் குடிமக்களின் குழுக்கள்தான் முதன்மை ஊடகத்துக்குள் என்னை மக்களின் பத்திரிகையாளராக ஆக்கின. இதுதான் ஊடகங்களின் எதிர்காலம். மக்கள் குடிமக்களாக இருக்க வேண்டுமென்றால் ஊடகத்தின் பத்திரிகையாளர்கள் குடிமக்களின் பத்திரிகையாளர்களாக ஆகவேண்டும்.

செய்திச் சேனல்களில் இருந்து சாதாரண மக்கள் அழிக்கப்பட்டு, ஒற்றை அரசியல் திட்டம் மக்களுக்குக் கட்டாயப்படுத்தி ஊட்டப்பட்ட போது, சிலபேர் மட்டும் அந்தத் தொடர்பில் இருந்து விடுபடும் முயற்சியைக் கைவிடவில்லை. அனைத்து வசைகளுக்கும் மிரட்டல்களுக்கும் மத்தியில், அரசாங்கத்தின்

மீது கோரிக்கைகளை வைக்கும் செய்திகளின் எண்ணிக்கை உயரத் தொடங்கியது. மக்களின் பிரச்சினைகளை நான் பேசியதால் ட்ரோல் செய்யப்பட்டேன். "எங்களுக்காகக் குரல் கொடுக்கமாட்டீர்களா? அரசுக்கு அஞ்சுகிறீர்களா?' என்று இடைவிடாமல் என்னிடம் கேட்டுக்கொண்டிருந்தார்கள்.

நான் அவர்களுக்குச் செவி சாய்க்கத் துவங்கினேன். எனது நிகழ்ச்சியான பிரைம் டைமின் சுபாவம் மாறியது. அரசுப் பணிகளுக்கான தேர்வுகள் அறிவிக்கப்பட்டு இரண்டு அல்லது மூன்று ஆண்டுகள் ஆகியும் மத்திய, மாநில அரசமைப்புகள் எப்படித் தேர்வுகளை நடத்தாமல் இருக்கின்றன என்பது குறித்து ஆயிரக்கணக்கான இளைஞர்களும் இளம் பெண்களும் எனக்குச் செய்தி அனுப்பத் தொடங்கினர். தேர்வு முடிவுகள் வெளியான பிறகும் பணி நியமனக் கடிதங்கள் அனுப்பப்படுவதில்லை. இந்தத் தேர்வுகளில் பங்குகொள்ளும் இளைஞர்களின் எண்ணிக்கையை நான் கிட்டத்தட்ட சரியாக கணித்துச் சொல்வதென்றால், அவ்வாறு தங்கள் தேர்வுமுடிவுகளுக்காகக் காத்திருக்கும் ஆண்களும் பெண்களும் சுமார் ஒரு கோடி அல்லது பத்து மில்லியனாக இருப்பார்கள். 2018ஆம் ஆண்டின் பிற்பகுதியில், என் சொந்த மாநிலமான பீகார், 2014இல் நடத்தப்பட்ட தேர்வுகளின் முடிவுகளை 2018 வரை வெளியிடவில்லை. பிரைம் டைமின் 'வேலை தொடரின்' தாக்கம் விரைவில் உணரப்பட்டதோடு வெளியிடப்படாமல் கிடப்பில் இருந்த பல தேர்வு முடிவுகளும் வெளியிடப்பட்டு நியமனக் கடிதங்கள் வழங்கப்பட்டன.

எனது வாட்ஸ்ஆப் எண் ஒரு பொதுச் செய்தியறையாக ஆகிவிட்டது. அரசியல் கட்சிகளுக்குள்ளும் அரசாங்கத்துக்குள்ளுமிருந்த ரகசியமான தகவல் வழிகள் என்னிடமிருந்து விலகி நிற்கத் தொடங்கியபோது, பொதுமக்கள் எனது வெளிப்படையான ஆதாரமாக மாறினார்கள். பிரைம் டைம் நிகழ்ச்சி மக்களின் வாட்ஸ்ஆப் செய்திகளையே பெரிய அளவில் நம்பியுள்ளது. எனக்கு எதிராக அதிகாரத்தில் இருப்பவர்கள் நடத்திய வாட்ஸ்ஆப் பிரச்சாரத்தை நாங்கள் அதைக் கொண்டுதான் முறியடித்தோம். ஒருபுறம், கட்சி 'ஐடி செல்கள்' மில்லியன்கணக்கான செய்திகளைக் கொண்டு ஒளிபரப்புப் பட்டியல்கள் மீதும் குழுக்கள் மீதும் குண்டு வீச்சு போன்ற தாக்குதலை நடத்தி வகுப்புவாத வெறுப்பையும்

அயலார் வெறுப்பையும் பரப்பி வருகையில், மறுபுறம் உண்மையான செய்திகள் அதே ஊடகத்தின் மூலம் என்னை நோக்கிப் பயணித்தன.

என்னுடைய செய்தியறை என்டிடிவி யின் நியூஸ்ரூமில் இருந்து மக்கள் மத்திக்கு மாறிவிட்டது. இந்தியாவின் ஜனநாயகத்துக்கு இன்னும் நம்பிக்கை மிச்சமிருக்கிறது. ஏனென்றால் மக்கள் அரசாங்கத்தின் மீதான எதிர்பார்ப்புகளைக் கைவிடவில்லை, அரசாங்கத்தை நோக்கிக் கேள்விகளை எழுப்புவதை நிறுத்தவும் இல்லை. அதனால்தான் அவர்கள் முக்கிய ஊடகங்களில் ஒரு வாய்ப்பைத் தேடிக்கொண்டிருக்கிறார்கள்.

இந்திய பல்கலைக்கழகங்கள் உலகளாவிய தரவரிசையில் உயர்ந்து வருகின்றன என்ற பொய்யைக் கிளிப்பிள்ளைகள் போல் ஊடகங்கள் திரும்பத் திரும்பச் சொல்லிக்கொண்டிருந்த நேரத்தில், எண்ணற்ற கல்லூரிகளின் மாணவர்கள் தங்கள் வகுப்பறை குறித்தும் ஆசிரியர்களின் எண்ணிக்கை குறித்தும் எனக்குச் செய்திகளை அனுப்பிக்கொண்டிருந்தனர். இந்த மாணவர்கள் என்னை அணுகாமல் இருந்திருந்தால், 10,000 மாணவர்களுக்கு 10 அல்லது 20 ஆசிரியர்களை மட்டுமே கொண்ட கல்லூரியை நான் எப்படிச் சென்று கண்டிருக்க முடியும்? குடிமக்களும் குடியுரிமையும் இல்லாமல் இதழியல் ஒருபோதும் முழுமையடையாது; இது குடிமக்களின் பணியில் பத்திரிகையாளரின் பங்களிப்பாகும். ஊடகங்கள் குடிமகனை அரசின் அளவுகோல்களுக்கு ஏற்ப வரையறுத்துக்கொண்டிருந்த காலங்களில், குடிமக்கள் என்னை அவர்களின் விதிமுறைகளின்படி வரையறுக்கத் தொடங்கினர். இந்த ஜனநாயகத்தில் நம்பிக்கையின் கற்றாழை மலர்கள் மலரத் தொடங்கின.

சண்டிகரில் ஒரு பெண்ணிடம் இருந்து வந்த செய்தி இன்னும் எனக்கு நினைவிருக்கிறது. அவளுடைய தந்தை தொலைக்காட்சியை அணைத்தபோது அவள் பிரைம் டைம் பார்த்துக்கொண்டிருந்தாள். தன் தந்தையின் சொல்லைக் கேட்காமல் அவள் தொடர்ந்து நிகழ்ச்சியைப் பார்த்துக் கொண்டிருந்தாள். அவள் இந்திய ஜனநாயகத்தின் குடிமகள். அந்தப் பெண் இங்கே இருக்கும்வரை, அதன் முன்னால் உள்ள சவால்களை ஜனநாயகத்தால் முறியடிக்க இயலும். என்னை ட்ரோல் செய்தவர்களும் அவதூறு செய்தவர்களும்

பலர் தாங்களாகவே மன்னிப்புக் கேட்டிருக்கிறார்கள் என்பதையும் இங்கு குறிப்பிட விரும்புகிறேன். எனக்கு லட்சக்கணக்கான வசைகள் வந்திருந்ததன என்றாலும் இதுபோன்ற ஆயிரக்கணக்கான செய்திகளும்கூட வரத்தான் செய்தன.

மகாராஷ்டிராவைச் சேர்ந்த ஒரு சிறுவனின் நினைவு எனக்கு வருகிறது. அவன் தனது கடையின் தொலைக்காட்சியில் பார்த்துக்கொண்டிருந்த செய்தி விவாதத்தின் போது உமிழப்பட்ட வெறுப்புணர்ச்சியால் மிகவும் கலங்கிப் போய், தனிமையை நாடி வேறு இடத்தைத் தேடிப் போனான். வீட்டில் அவன் பிரைம் டைம் பார்க்க முயன்றபோது, நான் ஒரு தேச விரோதி என்று கூறி, தொலைக்காட்சியை அணைக்குமாறு அவரது சகோதரரும் தந்தையும் வற்புறுத்தினார்கள். முதன்மை ஊடகங்களும், ஐடி செல்களும் எனக்கு எதிராக இந்தப் பிரச்சாரத்தை நடத்தி வருகின்றன. அதை அவைகள் நன்றாகவே நடத்தி இருக்கின்றன. ஏனெனில் தங்களுக்குக் கிடைக்கும் தகவல்களைக் கட்டுப்படுத்துவதற்குக் குடிமக்கள் விருப்பத்துடன் இணங்குவது என்பது சட்டப்பூர்வமான சரணாகதி, பொறுப்புத் துறப்பு ஆகியவற்றின் அடையாளமாகும்.

இன்று ஒரு குடிமகன் பத்திரிகையாளராக இருப்பதற்கு அரசுடனும், அரசின் விருப்பத்திற்கு ஏற்ப நடந்துகொள்ளும் குடிமகனுடனும் போராட வேண்டியிருக்கிறது என்பதால் இதைச் சொல்கிறேன். இங்கே சவாலாக விளங்குவது அரசு மட்டுமல்ல, அதற்குச் சம அளவிலும் பல சமயங்களில் அதற்கு மேலும் கூட அரசின் விருப்பத்திற்கு ஏற்ப செயல்பட்டவர்களும் அத்தகைய சவாலாக விளங்குகிறார்கள்: அரசு மிகவும் சிரமத்திற்கிடையில் செயல்பட வேண்டி இருக்கிறது என்று நினைப்பவர்கள் அட்டூழியங்கள் செய்வதைத் தங்கள் வேலையாக எடுத்துக் கொள்கிறார்கள். முதன்மை ஊடகமும், சமூக ஊடகங்களும் குடிமக்களைக் கும்பல்களுக்கு நடுவில் நிறுத்துவதன் மூலம் அவர்களைத் தனிமைப்படுத்தி, பேசமுடியாதபடி செய்து, அச்சுறுத்தும் செயல்பாட்டிற்குப் பங்களிப்பு செய்கின்றன. ஆபத்து பற்றிய உணர்வு அதிகரிக்கிறது - அத்துடன் அச்சத்தின் அனுபவம் முடக்கிப் போடுகிறது. இன்றைய குடிமக்கள் பெரும் அழுத்தத்தில் உள்ளனர். தங்கள் பெயரால் வியாபாரம் செய்யும்

இந்த ஊடகத்தை எப்படி எதிர்த்துப் போராடுவது என்பதுதான் அவர்கள் முன் உள்ள சவால் ஆகும்.

மக்கள் அரசாங்கத்தை அணுக வேண்டுமானால் ஊடகங்களின் அரண்களுடன் மல்லுக்கட்டியாக வேண்டும் என்ற நிலையில் இந்தத் தருணத்தில் நாம் இருக்கிறோம். இல்லையேல் அவர்களின் குரல் வாட்ஸ்ஆப் இன்பாக்ஸில்தான் சுற்றிக்கொண்டிருக்கும். மக்கள் முதலில் குடிமக்களாக மாற வேண்டும், அதன்பின்னரே குடியுரிமை செழிக்கும் வகையிலான அச்சமற்ற சூழலை உருவாக்குவதும் வளர்த்தெடுப்பதும் அதன் கடமைகள் என்று அரசுக்கு நினைவூட்ட இயலும். அரசை நோக்கிக் கேள்வி எழுப்பும் சூழலை ஏற்படுத்தியதற்கு அரசாங்கமும் ஒரு காரணம்தான். ஓர் அரசின் ஆட்சிக் காலத்தில் ஊடகங்கள் கட்டற்றும் சுதந்திரமாகவும் இருக்கும் போதுதான் நீங்கள் அரசாங்கத்தை மதிப்பிட முடியும்.

தாக்குதலுக்கு உள்ளானவற்றில் தகவலுக்கு அடுத்த வரிசையில் இருப்பது நமக்கு நமது வலிமையையும் உத்வேகத்தையும் கொடுப்பதான வரலாறு ஆகும். அந்த வரலாறு நம்மிடமிருந்து பறிக்கப்படுகிறது. சுதந்திரப் போராட்ட காலத்திலும் அப்படித்தான் இருந்தது. பாலகங்காதர திலகர், மகாத்மா காந்தி, டாக்டர் அம்பேத்கர், கணேஷ் சங்கர் வித்யார்த்தி, பீர் முஹம்மது யூனுஸ் - அந்தப் பட்டியல் முடிவற்றது. அவர்கள் அனைவரும் குடிமக்களின் பத்திரிகையாளர்கள். 1917ஆம் ஆண்டில், சம்பாரண் சத்தியாகிரகத்தின் நாள்களில், மகாத்மா காந்தி பத்திரிகையாளர்களை ஒரு சில நாள்களுக்குச் சம்பாரணுக்கு வர வேண்டாம் என்றும் அந்தப் பகுதியில் இருந்து பொதுவாக விலகி இருக்குமாறும் ஒரு கடிதத்தின் மூலம் கேட்டுக்கொண்டார். பின்னர் விவசாயிகளைச் சந்தித்து அவர்களின் கதைகளைக் கேட்கத் தொடங்கினார். சம்பாரண் மக்கள் காந்தியைச் சுற்றி ஒரு செய்தி அறையை உருவாக்கினர். அவர்கள் தங்கள் குறைகளை அவரிடம் சொல்லி அதற்கான ஆதாரங்களையும் அவரிடம் கொடுக்கத் தொடங்கினர். அன்றிலிருந்து இந்திய சுதந்திரப் போராட்டத்தின் வரலாறு அனைவரும் அறிய காணக்கிடைக்கிறது.

செய்தி இல்லாமல் எந்தத் தேசமும் இருந்திருக்கவோ இருக்கவோ முடியாது. நாம் நம்மவர்கள் என்று கருதியவர்களின் உண்மைக் கதைகள் நம்முடைய கற்பனையைத் தூண்டியதால்தான் ஒரே

சமூகமாக இந்தத் தேசம் உருவானது. ஒவ்வொரு தேசமும் வேறுபட்டது. மற்றவர்களின், குறிப்பாக நம்மிடையே இருக்கும் பலவீனமானவர்களின், நல்வாழ்வு பற்றிய ஆர்வமும் அக்கறையும், இந்தியாவின் சுதந்திரத்திற்கான நமது போராட்டத்தைச் சிறப்பான ஒன்றாக ஆக்கியது. எந்தவொரு நாட்டிற்கும் தகவல் மெய்யானதாகவும் உண்மை விவரங்களாகவும் இருப்பது மிகவும் முக்கியமானது. தகவல் உண்மையற்றதாகவும் நடந்தவற்றின் விவரங்கள் மேல் அமைந்ததாக இல்லாமலும் இருந்தால், குடிமக்களிடையே நம்பிக்கை குறையும். அதனால்தான் குடிமக்களின் இதழியலுக்கு மீண்டும் ஒருமுறை கடுமையான தேவை எழுந்துள்ளது: அது முதன்மை ஊடகங்களின் வணிக உத்தியிலிருந்து விடுதலை பெற்ற இதழியலின் தேவை.

இந்த நிராசைமிக்க காலத்திலும் கூட இந்த இடைவெளியை நிரப்புவதற்கு எண்ணற்றவர்கள் முயற்சி செய்துகொண்டிருக்கிறார்கள். நகைச்சுவை நிகழ்ச்சிகள் தொடங்கி யூடியூப் சேனல்கள் வரை, அவர்கள் இதழியலின் சாரத்தை உயிருடன் வைத்திருக்க முயன்றனர்: அது குடி மக்களுக்கான பணியில் குடியுரிமையைப் பிரயோகிக்கும் செயலாகும். இந்தியாவின் ஜனநாயகத்தில் எல்லாம் ஒருதலைப்பட்சமாகிவிடாதபடி அவர்களது வலிமையும் உறுதிப்பாடும்தான் தடுத்து நிறுத்தியிருக்கின்றன. யுத்தத்தில் அவர்கள் இன்னும் வெற்றி பெறவில்லை என்றாலும் மக்கள் தொடர்ந்து போரிட்டுக்கொண்டிருக்கிறார்கள்.

1947ஆம் ஆண்டு ஏப்ரல் 12ஆம் தேதி தனது பிரார்த்தனைக் கூட்டத்தில், மகாத்மா காந்தி செய்தித்தாள்களைப் பற்றி விவாதித்தார். அவரது கருத்துகள் பிரிவினை செய்யும் இன்றைய ஊடகங்களுக்கு மிகவும் பயனுள்ளதாக இருக்கும். காங்கிரஸ் காரிய கமிட்டியில் யார் ஒருவரும் அவரை ஒரு பொருட்டாகவே கருதவில்லை என்று அந்தக் காலத்தின் ஒரு முன்னணி நாளிதழ் ஒரு செய்தியை வெளியிட்டது என்பதை காந்தி நினைவு கூர்ந்தார். அந்தச் செய்திக்கு அவரது எதிர்வினை என்னவென்றால், செய்தித்தாள்கள் நம்பகத்தன்மையுடன் இருக்கப் போவதில்லை என்றால், இந்தியாவின் சுதந்திரத்தால் எந்தப் பயனும் இருக்கப்போவதில்லை என்ற வாக்கியம் ஆகும்.

இன்று பத்திரிகைகள் அச்சத்தில் உள்ளன. எந்தவொரு விமர்சனமும் தேசத்திற்கு எதிரான அவதூறாகவே பார்க்கப்படுகிறது. முதன்மை ஊடகங்கள் மீது, அதிலும் குறிப்பாக செய்தி சேனல்கள் மீதான எனது விமர்சனத்தின் ஒரே நோக்கம் எனது மகத்தான நாட்டைக் குறித்தது மட்டுமே. இந்தியாவின் செய்தித்தாள்களும் செய்தி சேனல்களும் இன்று சமூகங்களுக்கு இடையே மோதலைத் தூண்டிக் கிளறி விடுகின்றன. காந்தி சொன்னார்: இந்தக் கேடுகெட்ட செய்தித்தாள்களைத் தூக்கி எறிந்துவிடுங்கள். ஏதேனும் செய்திகள் வேண்டுமானால் ஒருவரையொருவர் கேட்டுத் தெரிந்துகொள்ளுங்கள். நீங்கள் படிக்க வேண்டுமென்று நிச்சயம் விரும்பினால், இந்திய மக்களுக்குச் சேவை செய்வதற்காக நடத்தப்படும் செய்தித்தாள்களைக் கவனமாகத் தேர்வு செய்யுங்கள்; அவை இந்துக்களையும் முஸ்லீம்களையும் ஒற்றுமையாக இருக்கக் கற்றுக்கொடுப்பதாக இருக்க வேண்டும்.

காந்தி உயிருடன் இருந்திருந்தால், 1947 ஏப்ரல் 12ஆம் தேதி என்ன சொன்னாரோ, அதையேதான் சொல்லி இருப்பார். அதைத்தான் இங்கே நான் மறுபடியும் சொல்கிறேன்.

இன்றைய காலத்தில் குடிமக்களின் ஊடகவியலாளர்கள் நமக்கு அவசரமாகத் தேவைப்படுகிறார்கள். ஆனால் அதற்கும் மேலாக, ஜனநாயகவாதியாக இருக்கிற குடிமகன்தான் நமக்கு இப்போது தேவை.

என்டிடிவி யைப் பார்க்கும் கோடிக்கணக்கான பார்வையாளர் களுக்கு நன்றி சொல்ல விரும்புகிறேன். என்டிடிவி யில் உள்ள எனது சக ஊழியர்கள் அனைவரையும் இன்று நினைத்துக் கொண்டிருக்கிறேன். டாக்டர் பிரணாய் ராய் மற்றும் ராதிகா ராய் பற்றி நான் நினைத்துக்கொண்டிருக்கிறேன்.

எனது பத்திரிகை ஹிந்தியில் உள்ளது, ஆனால் நான் இந்தியாவில் அனைத்து மொழிகளிலும் நேசிக்கப்பட்டுள்ளேன்-மராத்தி, குஜராத்தி, மலையாளம், பங்களா. நான் அனைவருக்கும் சொந்தமானவன். இந்தியா என்னை ஒரு குடிமகனாக மாற்றியது.

எனது வரலாற்றுப் பேராசிரியர்களை நான் எப்போதும் நினைவில்கொள்வேன். சண்டி பிரசாத் பட் உடன் நான் மணிலாவுக்கு வந்த என் வழிபாட்டுக்குரிய அனுபம்

மிஸ்ராவையும் நினைத்துப்பார்க்கிறேன். அனுபம் ஜியை நினைத்து நான் வாடுகிறேன். என் நண்பர் அனுராக் இங்கே இருக்கிறார். என் மகள்களும் என் வாழ்க்கைத் துணை நயனாவும் இங்கே இருக்கிறார்கள். நாயனாவின் அடியொற்றி நடந்தே இங்கு வந்தடைந்தேன். அறிவார்ந்த பெண்களின் அடிச்சுவடுகளை நீங்களும் பின்பற்றுவீர்கள் என்று நம்புகிறேன். நீங்கள் நல்ல குடிமக்களாக வருவீர்கள் என்றும் நம்புகிறேன்.

13

காந்தியைக் குறித்து மோடியும் ஷாவும் பொய் சொல்லி வருகிறார்கள். சிறுபான்மையினரைப் பற்றி காந்தி உண்மையில் சொன்னது இதுதான்

'மூன்று அண்டை நாடுகளில் சிறுபான்மைச் சமூகத்தவர்களாயிருந்து, துன்புறுத்தலில் இருந்து தப்புவதற்காக இந்தியாவுக்கு ஓடி வந்த அந்த மக்களுக்கு குடியுரிமைத் திருத்தச் சட்டம் 2019 மூலமாக ஓரளவு உதவியும் நிவாரணமும் வழங்கப்பட்டுள்ளது; அவர்களுக்குச் சற்று இரக்கமும் காட்டப்பட்டுள்ளது. இந்தச் சலுகைகள் மோடியின் சிந்தனையில் இருந்து வெளிவந்தவை என்று சொல்லத் தேவையில்லை. இந்தச் சிந்தனை ஒரே இரவில் மோடியின் மனதில் உருவானது என்பதோ மோடிதான் அதை நிகழச்செய்தார் என்பதோ இல்லை. இந்தச் சலுகைகள் காந்தியின் சிந்தனையின் மெய்க் கருத்துக்கு இணக்கமானவை. மகாத்மா காந்திதான் அவ்வாறு சொன்னார் - தேசத்தின் நிலை குறித்து அவரது பெயரைப் பயன்படுத்திப் புனிதச் சொற்பொழிவாற்றுபவர்களும் தங்களது சொந்த நலங்களுக்காகத் தொடர்ந்து அவரது குடும்பப் பெயரைப் பயன்படுத்தி வருபவர்களும் இதைக் கவனமாகக் கேட்பது நல்லது. காந்திஜி அவ்வாறு சொன்னார், நீங்கள் மோடியை நம்பினாலும் நம்பாவிட்டாலும் சரி, குறைந்தது காந்தியை நம்புங்கள்! எப்போதெல்லாம் பாகிஸ்தானில் வாழ்ந்து வரும் நமது இந்து, சீக்கிய சகோதரர்களும் சகோதரிகளும் இந்தியாவுக்கு வர வேண்டுமென்று விரும்பினாலும் அவர்கள் வரவேற்கப்படுவார்கள் என்று மகாத்மா காந்தி சொல்லியிருக்கிறார். குறித்துக் கொள்ளுங்கள்! இதை நான் சொல்லவில்லை மரியாதைக்குரிய மகாத்மா காந்திதான் சொல்லியிருக்கிறார்'.

2019 டிசம்பர் 22ஆம் நாள் டில்லியில் உள்ள ராம் லீலா மைதானத்தில் பிரதமர் நரேந்திர மோடி ஆற்றிய உரையின் ஒரு பகுதிதான் மேற்காணும் பிரகடனமாகும். அந்த நிகழ்வு நடந்து சரியாக ஒரு மாதம் கழித்துதான் நான் இதை எழுதுகிறேன். மகாத்மா காந்தியைக் குறித்தும் கூட நம்முடைய பிரதமர் பொய் சொல்ல வல்லவர் என்று உங்களுக்கு மிகுந்த வருத்தத்தோடு தெரிவித்துக்கொள்கிறேன். ஒரு பொய்யைச் சொல்வதற்கு ஒரு கண நேரம்தான் ஆகும் என்றாலும் அது பொய்யென்று கண்டுபிடிப்பதற்கு ஒரு பத்தாண்டுகள் கூட ஆகக்கூடும். நமக்குத் தெரிவிக்கப்பட்ட அந்த விதமான கூற்றை காந்தி ஒரு போதும்சொல்லவில்லை - அதாவது பாகிஸ்தானிலுள்ள நமது இந்து, சீக்கிய சகோதரர்கள் எப்போது விரும்பினாலும் இந்தியாவுக்குத் திரும்பி வரலாமென்று அவர் சொல்லவே இல்லை. மாறாக, பாகிஸ்தானிலும் இந்தியாவிலும் உள்ள சிறுபான்மை மக்கள் தங்கள் மீது ஏவப்படும் அநீதிக்கு எதிராகப் போராடி அதனால் மரணம் அடைந்தாலும் அது தனக்கு மகிழ்ச்சி தருவதாக இருக்கும் என்று அவர் சலிக்காமல் சொல்லி வந்திருக்கிறார்.

ஒன்றிய உள்துறை அமைச்சர் அமித்ஷா மோடியை விடவும் ஒரு படி மேலே போய்ப் பேசியிருக்கிறார். 2020ஆம் ஆண்டு ஜனவரி மாதம் 16ஆம் தேதி பீகாரில் உள்ள வைஷாலி மாவட்டத்தில் ஒரு பொதுக்கூட்டத்திற்கு அவர் சென்றார். அப்போது எழுத்து மூலமாக ஒரு குறிப்பை அவர் தன்னுடன் எடுத்துச் சென்று அதை அந்தக் கூட்டத்தில் படித்துக் காட்டவும் செய்தார். காந்தி அந்தக் குறிப்பிலுள்ள வாசகத்தை 1947 செப்டம்பர் 26ஆம் தேதி பேசியதாக அவர் குறிப்பிட்டார்: 'எந்தக் கோணத்தில் இருந்து பார்த்தாலும் பாகிஸ்தானில் வாழும் இந்துக்களும் சீக்கியர்களும் இந்தியாவிற்குத் திரும்பி வருவதற்குத் தகுதியுள்ளவர்கள் என்று மகாத்மா காந்தி சொன்னார். அவர்களுக்கு வேலை வாய்ப்புகளை வழங்கி சுகமான வாழ்க்கைக்கான வசதிகளை ஏற்படுத்தித் தந்து குடியுரிமையும் வழங்குவது சுதந்திர இந்தியாவின் முதலாவதும் முக்கியமானதுமான கடமையாகும்'.

மோடியும் ஷாவும் சொன்னபடிதான் மகாத்மா காந்தி உண்மையில் அதைப் பேசினாரா?

டெல்லியில் உள்ள ரசா பவுண்டேஷன் மற்றும் ராஜ்கமல் பிரகாஷன் என்ற பதிப்பகங்கள் வெளியிட்டிருக்கும் 'பிரார்த்தனா பிரவச்சன்' என்று தலைப்பிடப்பட்ட, இரண்டு வால்யூம்கள் கொண்ட, ஹிந்தி மொழியில் காந்தி நிகழ்த்திய பிரார்த்தனைக் கூட்டச் சொற்பொழிவுகள் அடங்கிய தொகுப்பு என் முன்னே இருக்கிறது. 1947 ஏப்ரல் ஒன்றாம் தேதி முதல் 1948 ஜனவரி 29ஆம் தேதி வரை காந்தி நிகழ்த்திய எல்லாப் பிரார்த்தனைச் சொற்பொழிவுகளும் அந்தத் தொகுப்பில் அடங்கியுள்ளன. 1947 ஜூலை ஐந்தாம் தேதி நிகழ்த்தப்பட்ட சொற்பொழிவை, குறிப்பாக அதன் கீழ் வரும் பகுதியை வாசிப்பது அறிவூட்டுவதாக இருக்கும்:

> 'ஆனால் அங்கு வாழ்கிற தேசிய முஸ்லிம்கள் கிறிஸ்தவர்கள், சீக்கியர்கள், இந்துக்கள் ஆகியோரை அந்த நாடு எப்படி நடத்துகிறது என்பதில்தான் பாகிஸ்தானின் உண்மையான சோதனை இருக்கப்போகிறது. மேலும் முஸ்லிம்களிடையே கூடப் பல பிரிவுகள் உள்ளன. ஷியாக்கள், சன்னிகள் ஆகிய பிரிவுகள் நன்கறியப்பட்டவை. மேலும் மற்ற பிரிவுகளும் உள்ளன. அவர்களெல்லாம் எப்படி நடத்தப்படுகிறார்கள் என்பதை இனிமேல்தான் பார்க்க வேண்டும். அவர்கள் இந்துக்களுடன் சண்டையிடுவார்களா அல்லது அவர்களுடன் நேசம்கொள்வார்களா?'

பாகிஸ்தானில் ஷியாக்களும் சன்னிகளும் மட்டுமே இருக்கவில்லை என்பதையும் அங்கே மற்ற முஸ்லிம் பிரிவுகளும் உள்ளன என்பதையும் காந்தி தெளிவாகச் சொல்கிறார். பாகிஸ்தான் அவர்களை எவ்வாறு நடத்தப்போகிறது என்பதை அவர் காண விரும்புகிறார். இந்திய குடியுரிமைச் சட்டத் திருத்த மசோதா (இப்போது அது சட்டமாக ஆகிவிட்டது) மீதான விவாதம் பாராளுமன்றத்தில் நடந்தபோது துல்லியமாக இந்த விஷயம்தான் எதிர்க்கட்சிகளால் எழுப்பப்பட்டது - அதாவது, விஷயத்தை மதத்துடன் இணைப்பதன் மூலம் முஸ்லிம்களுக்கு இடையிலேயே துன்புறுத்தலுக்கு ஆளாகக்கூடிய குழுக்களுக்கு வாயிலை அரசு மூடிவிடுகிறது; எனவே இந்த நகர்வு அரசியலமைப்புச் சட்டத்தின் உட்பொருளுக்கும் காந்தியின் கொள்கைகளுக்கும் ஒவ்வாத ஒன்றாக இருக்கிறது.

இதில் அரசின் சிந்தனை எளிதில் யூகிக்கக்கூடிய ஒன்றாகத்தான் இருந்திருக்க வேண்டும். "இப்போதெல்லாம் காந்தியை யார் படிக்கிறார்கள்? ஹிந்திப் பத்திரிகைகள் நாம் சொல்வதைத் தான் வெளியிடும். அதை வேதவாக்காக எடுத்துக்கொண்டு மோடி ஜி என்ன செய்துகொண்டிருக்கிறார் அது எப்படி இந்த நாட்டுக்கு நல்லது என்பதைப் பற்றி வாசகர்கள் உற்சாகமாக விவாதித்துக்கொண்டிருப்பார்கள்."

துல்லியமாக அதுதான் நடந்தது. மோடியும் ஷாவும் காந்தியின் வாசகங்களை எவ்வாறு பிழையாக மக்களுக்கு எடுத்துச் சொன்னார்கள் என்பது பற்றி எந்த ஹிந்தி பத்திரிகையும் எதுவும் எழுதவில்லை. வேறு வார்த்தைகளில் சொன்னால், அவர்கள் பொய் பேசினார்கள்.

1947 ஜூலை 5 ம் தேதிய தனது உரையில் காந்திஜி தெரிவித்த முதல் கவலை புதிய பாகிஸ்தான் தேசத்தில் தேசியவாத முஸ்லிம்கள் எப்படி நடத்தப்படுவார்களோ என்பதுதான். இங்கே ஒரு கேள்வி எழுகிறது: பாகிஸ்தானில் குடியிருக்கப் போகிற அந்த தேசியவாத முஸ்லிம்கள் என்பவர்கள் யார்?

1947 ஜூலை 10ஆம் தேதியன்று தான் ஆற்றிய உரையில் அவர் சொல்கிறார்:

'சிந்துவிலும் மற்ற இடங்களிலிருந்தும் அச்சத்தின் காரணமாக மக்கள் தங்கள் வீட்டை விட்டு இங்கே ஓடி வருவார்களென்றால், நாம் அவர்களைத் திருப்பி அனுப்பி விடுவோமா? அப்படிச் செய்வோமானால் எந்த முகத்தை வைத்துக்கொண்டு நாம் இந்தியர்கள் என்று நம்மை அழைத்துக்கொள்ள முடியும்? ஜெய்ஹிந்த் என்கின்ற கோஷத்தை நாம் எப்படி எழுப்ப முடியும்? அவர்களை நாம் வரவேற்போம். அப்போது நாம் சொல்வோம்' அந்த நாடு எப்படி உங்கள் நாடோ அப்படியே இந்த நாடும் உங்கள் நாடுதான்.' இவ்வாறுதான் நாம் அவர்களை நடத்த முடியும். தேசியவாத முஸ்லிம்களும் பாகிஸ்தானை விட்டு வெளியேற நிர்ப்பந்திக்கப்பட்டு இங்கே வருவார்களானால் பின்னர் அவர்களும் இங்கேதான் வாழ்வார்கள். ஹிந்துஸ்தானிகள் என்ற முறையில் நாம் அனைவரும் ஒரே மாதிரியானவர்கள். இது சாத்தியமில்லை என்றால் பிறகு இந்துஸ்தான் என்பது தோன்ற முடியாது'.

1947 ஜூலை 12ஆம் தேதி காந்தி சொல்கிறார்:

'இந்த நாள்களில் பல முஸ்லிம்கள் என்னைச் சந்திக்க வருகிறார்கள். பாகிஸ்தான் என்று சொன்னாலே அவர்கள் பதட்டப்படுகிறார்கள். கிறிஸ்தவர்கள், பார்சிகள், மற்றுமுள்ள முஸ்லிம் அல்லாதவர்களின் அச்சங்கள் புரிந்து கொள்ளக் கூடியவைதான். ஆனால் முஸ்லிம்கள் எதற்காக அஞ்ச வேண்டும்? அவர்கள் சொல்கிறார்கள் 'நாங்கள் துரோகிகளாகப் பார்க்கப்படுகிறோம். பாகிஸ்தானில் இந்துக்களுக்கு ஏற்படப்போகும் தொந்தரவுகளை விடவும் நாங்கள் எதிர்கொள்ள வேண்டிய பிரச்சினைகள் மிகவும் பெரியதாக இருக்கும். அரசாங்கம் அங்கே முழு கட்டுப்பாட்டைக் கைக்கொண்ட உடனே காங்கிரஸ் கட்சியுடன் நாங்கள் கொண்டிருக்கும் தொடர்பு ஷரியத் சட்டத்தின் கீழ் ஒரு குற்றமாகக் கருதப்படும்'. இதுதான் இஸ்லாம் என்றால் நான் அதை ஒப்புக்கொள்ளமாட்டேன். தேசியவாத முஸ்லிம்களை துரோகிகள் என்று எப்படி அழைக்கலாம்? முஸ்லிம் அல்லாதவர்களைப் பாதுகாப்பது போன்றே ஜின்னா சாகிப் இந்த முஸ்லிம்களையும் பாதுகாப்பார் என்று நான் நம்புகிறேன்.'

தேசியவாத முஸ்லிம் என்பவர் காந்தியார் காட்டிய வழியில் நடந்து காங்கிரஸ் கட்சியோடு தன்னை இணைத்துக் கொண்டவர்கள் என்பதை 1947 ஜூலை 12ஆம் தேதிய உரையின் இந்தப் பகுதியிலிருந்து தெளிவாக அறிய முடிகிறது. அதே சமயம் காங்கிரஸ் உடனான தொடர்பு கொண்டிருப்பது புதிய தேசமான பாகிஸ்தானில் ஷரியத் சட்டத்தின் கீழ் ஒரு குற்றமாகப் பார்க்கப்படுமோ என்று அவர் அஞ்சவும் செய்கிறார். இந்த அச்சத்தின் பின்புலம் என்பது, காங்கிரசை ஆதரித்த முஸ்லிம்களுக்கும் முஸ்லிம் லீக் கட்சியை ஆதரித்த முஸ்லிம்களுக்கும் இடையிலான சண்டையிலிருந்து அறியக்கூடியதாக இருக்கிறது. தனது நூலான 'பெரும் பிரிவினை: இந்தியா மற்றும் பாகிஸ்தானின் உருவாக்கம்' என்ற தனது நூலில் வரலாற்று ஆசிரியர் யாஸ்மின் கான் இது குறித்து விரிவாக எழுதியிருக்கிறார்.

சுதந்திரம் வழங்குவது குறித்து தேர்ந்தெடுக்கப்பட்ட பிரதிநிதிகளுடன் மட்டும்தான் பேச்சுவார்த்தை நடத்துவது

என்று பிரிட்டிஷ் அரசாங்கம் முடிவு செய்தது என்பது அனைவரும் அறிந்த விஷயம். ஆகவே 1945 டிசம்பர் மாதத்தில் இருந்து 1946 மார்ச் மாதம் வரை மத்திய, மாகாண சட்ட சபைகளுக்கான தேர்தல்கள் நடத்தப்பட்டன. அந்தத் தேர்தல்களில் முஸ்லிம்களுக்காக ஒதுக்கப்பட்ட தொகுதிகளில் முஸ்லிம்கள் மட்டுமே வாக்களித்து முஸ்லிம் வேட்பாளர்களை தேர்ந்தெடுக்க முடியும். இந்தத் தொகுதிகளை வெல்வதற்கான போட்டி 'லீகி' முஸ்லிம்களுக்கும் 'காங்கிரசி' முஸ்லிம்களுக்கும் இடையே தீவிரமாக நடந்தது. முஸ்லிம்கள் பெரும்பான்மையாக இருந்த பகுதிகளில் 'காங்கிரசி' முஸ்லிம்கள் மேலும் மேலும் தனிமைப்படுத்தப்பட்டார்கள். அவர்கள் முஸ்லிம் லீக் ஆதரவாளர்களின் கோபத்துக்கு ஆளானார்கள். சமயத்தில் தாக்குதலுக்கும் ஆளானார்கள். ஆனாலும் காந்திய வழியிலேயே உறுதியாக நடந்தார்கள். அதனால் முஸ்லிம் லீக் ஆதரவாளர்களான மௌலானாக்கள் அவர்களை காஃபிர்கள் (விசுவாசமற்றவர்கள்) என்று வசைபாடப்பட்டார்கள். ஜமியத் உல் உலமாவின் தலைவர் அவர் பங்குக்கு 1945இல் ஜின்னாவை காஃபீர் இ ஆஸம் என்று பெயரிட்டு அவருக்கு எதிராக ஒரு சமயக் கட்டளையைப் பிறப்பித்தார்.

இந்தியாவிலும், புதிதாகப் பிறந்திருந்த பாகிஸ்தானிலும் இருந்த, ஜின்னாவைத் தொடர்ந்து நிராகரித்து வந்த இந்தத் தேசியவாத முஸ்லிம்கள்தான் காந்தியின் கவலைக்கு ஆளானவர்கள். ஜின்னாவை எதிர்த்து நிலைப்பாடு எடுத்தது மட்டுமின்றித் தன்னுடைய வீட்டிலும் குடும்பத்திலும் உள்ள தன் சொந்த பந்தங்களுக்கே எதிராக நிறுத்தப்படும் சூழ்நிலையில் ஒவ்வொரு தேசியவாத முஸ்லிமும் இருந்த ஒரு காலகட்டம் அது. பிரிவினைக்குப் பிறகும் பல தேசியவாத முஸ்லிம்கள் பாகிஸ்தானிலேயே தங்கிவிட்டார்கள். ஆனால் அதன் அர்த்தம் அவர்கள் ஜின்னாவின் பாகிஸ்தானை நம்பினார்கள் என்பதல்ல. இந்த முஸ்லிம்கள்தான் காந்தியிடம் வந்து ஜின்னாவின் பாகிஸ்தானில் தாங்கள் அச்சத்துடன் வாழ்வதாகச் சொன்னவர்கள்.

பல முஸ்லிம்கள் ஜின்னாவின் பாகிஸ்தானை மறுதலித்து இந்தியாவிற்கு வந்தார்கள். அப்படி இல்லாவிடில் ஹிந்தி திரை உலகின் மணிமகுடமாக விளங்கிய திலீப் குமார் என்ற பெரும் நடிப்புக் கலைஞர் நமக்குக் கிடைத்திருக்கமாட்டார். எல்லை

தாண்டுவதா, தாண்டுவதில்லையா என்ற இந்த விவாதங்களுக்கு இடையே ஒரு முக்கியமான விஷயத்தை நாம் நினைவில் கொள்ள வேண்டும் - எல்லைப் பிரிவினை நடந்தபோது மக்கள் தங்களுக்கிடையே ஒரு பிரிவினை வருவதை அனுமதிக்க மாட்டார்கள் என்றும் அனைவரும் ஒருநாள் ஒன்றாகச் சேர்வார்கள் என்றும் எண்ணியிருந்தவர்கள் பலர் உண்டு.

ஜின்னா எதற்காகவெல்லாம் நின்றாரோ அவை அனைத்திற்கும் எதிராகப் போராடிய தேசியவாத முஸ்லிம்களை மோடியும் ஷாவும் தங்கள் உரைகளில் நிராகரிக்கிறார்கள். அவர்களைப் பற்றி இவர்கள் பேசுவதே இல்லை. அவர்கள் என்ன உடை அணிகிறார்கள் என்பதைப் பொறுத்தே எல்லா முஸ்லிம்களும் அடையாளம் காணப்பட வேண்டும் என்ற வகையில்தான் அவர்கள் பார்க்கிறார்கள். அந்த உடையும் அவர்களைப் பொறுத்தவரை ஒரேயொரு விதமானதுதான் - ஆனால் இந்த நாட்டில் முஸ்லிம்கள் வேட்டிகளும், ஷெர்வானிகளும், கோட்டு சூட்டும் (அவர்களின் கோட்டு சூட்டு 26 லட்ச ரூபாய் மதிப்புள்ளதாக இருப்பதில்லை என்றாலும்) அணியும் வழக்கமும் உண்டு. தேசியவாத முஸ்லிமை நிராகரித்து அல்லது புறந்தள்ளி விடக்கூடிய அதே சமயத்தில் காந்தியாரைப் பின்பற்றுவதாகச் சொல்லிக் கொள்கிற ஓர் அரசியலமைப்பைக் கற்பனை செய்து பார்ப்பது இயலுகிற காரியமா? இதற்கு என் உறுதியான பதில், அது நிச்சயம் சாத்தியம் இல்லை என்பதே.

வைஷாலி மாவட்டத்தில் அவர் நடத்திய யாத்திரையில் உள்துறை அமைச்சர் அமித்ஷா காந்தியை மேற்கோள் காட்டியதோடு நிறுத்தவில்லை. ஒரு தேதியையும் குறிப்பிட்டு (அதாவது 26 செப்டம்பர் 1947) அந்தத் தேதியில்தான் காந்திஜி அந்தக் கூற்றைக் கூறியதாகவும் அவர் சொன்னார். காந்தியின் அந்த நாளைய உரையை நான் பிரார்த்தனா பிரவச்சன் என்ற நூலில் வாசித்தேன். உள்துறை அமைச்சர் கொடுத்த தேதி சரியானதுதான் என்பதும் அந்தத் தேதியில் காந்திஜி உரையாற்றினார் என்பதும் தெரிய வந்தது. ஆனால் அவர் படித்துக் காண்பித்த அந்தக் கூற்று தவறானது; 26 செப்டம்பர் 1947இல் ஆற்றப்பட்ட உரையில் அந்தப் பகுதி இருக்கவில்லை. பாகிஸ்தானில் இருந்து தன்னைச் சந்திக்க வந்த மரியாதைக்குரிய வைத்தியரான குரு தத் என்பவருடனான தனது உரையாடலை காந்தி அன்றைய கூட்டத்திற்கு வந்திருந்தவர்களுடன் பகிர்ந்து

கொண்டார். அந்த உரையாடலில் குருதத் காந்தியிடம் செல்கிறார்,' நான் உங்கள் அறிவுரைப்படி நடக்கவில்லை, திரும்பி வந்துவிட்டேன்'.

காந்தியின் எந்த அறிவுரையை குருதத் கேளாமல் போனார்? மக்கள் எங்கிருந்தாலும் அவர்கள் தங்களது அரசுகள் செய்யும் அநீதிகளை எதிர்த்துத் தொடர்ந்து போராடிக் கொண்டிருக்க வேண்டும் - அதனால் தங்களது உயிரையே இழக்க நேரிட்டாலும் சரி என்று மக்களிடம் காந்தி சொல்லி வந்தார்.

அந்த நாளின் உரையில் காந்தி ஒரு பதத்தைப் பயன்படுத்துகிறார், அது 'ஐந்தாம் படை'. தங்களது நாட்டை உள்ளிருந்தே நாசம் செய்யக்கூடிய செயல்பாடுகளின் மூலம் தமது நாட்டின் எதிரிகளுக்கு ரகசியமாக உதவி செய்யக்கூடிய மக்களைக் குறிப்பதற்குப் பயன்படுத்தப்படும் பதம் அது. காந்திஜியின் 26 செப்டம்பர் 1947 தேதிய உரையின் ஒரு பகுதியை, இந்துக்களும் சீக்கியர்களும் பாகிஸ்தானில் இருந்து எப்போது அவர்கள் விரும்புகிறார்களோ அப்போது இந்தியாவிற்கு அவர்கள் வரலாம் என்று காந்தி எப்போதும் சொன்னதில்லை என்பதை மோடிக்கும் ஷாவுக்கும் உணர்த்த வேண்டி இங்கே குறிப்பிடுவது அவசியமாகிறது. உண்மையில் சொல்லப்பட்டது இதுதான்:

> *'பாகிஸ்தானில் இருக்கும் இந்துக்களையும் இந்தியாவில் இருக்கும் முஸ்லீம்களையும் ஐந்தாம் படையினராக, நம்பிக்கைக்குtஹ் தகுதியற்றவர்களாகப் பார்ப்பது என்பது முடியாது. இங்கே வாழும்போது அவர்கள் பாகிஸ்தானுக்கு விசுவாசம் அற்றவர்களாக இருந்தால் நாம் ஒருதலைப்பட்சமாகப் பேச முடியாது. இங்கே உள்ள முஸ்லிம்களை நான் ஐந்தாம் படைகளாகக் கருதினால் பாகிஸ்தானில் வாழும் இந்துக்களையும் சீக்கியர்களையும் கூட ஐந்தாம் படையினராகத்தானே கருதவேண்டும்? இது சரிவராது. அங்கே வாழ்பவர்களில் தொடர்ந்து வாழ விரும்பாதவர்கள் இங்கே வரவேற்கப்படலாம். அவர்களுக்கு வேலை வாய்ப்புகளை வழங்குவதும் அவர்களது சுக வாழ்வைப் பராமரிப்பதும் நமது ஒன்றிய அரசின் முக்கியக் கடமையாகிறது. ஆனால் அவர்கள் அங்கேயே தொடர்ந்து இருந்துகொண்டு*

பாகிஸ்தானிற்காக வேலை செய்யாமல் நமக்காகச் சிறு சிறு உளவாளிகளாக மாறுவது நிச்சயம் நடக்கக்கூடாது. இது நிச்சயம் எப்போதும் சரி வராது, நான் அதற்கு உடன்பட மாட்டேன்.'

பாகிஸ்தானிலுள்ள சிறுபான்மை இந்துக்களின், இந்தியாவில் உள்ள சிறுபான்மை முஸ்லிம்களின் தேசிய அந்தஸ்தை சந்தேகத்துக்கு உள்ளாக்கும் எந்த விதமான யோசனையையும் காந்தி முற்றாக எதிர்த்தார். முஸ்லிம்களை அவர்களுடைய உடைகளை வைத்து அடையாளம் காணுங்கள் என்று ஒருபோதும் காந்தி சொன்னதில்லை.

தனது 26 செப்டம்பர் 1947 தேதியச் சொற்பொழிவின் இறுதிப் பகுதியில் காந்தி மற்றொன்றையும் சொல்லியிருக்கிறார். அதை அமித்ஷா கவனிக்கத் தவறிவிட்டார் - சத்தியமேவ ஜெயதே, நன்றிதம்; வாய்மை மட்டுமே வெல்லும், பொய்ம்மை வெல்லாது.

அதற்கு ஒரு வாரம் முன்னர் 18 செப்டம்பர் 1947இல் தனது உபதேச உரையில் காந்தி சொல்கிறார்: 'பாகிஸ்தானில் இருக்கும் எல்லா முஸ்லிம்களும் மோசமானவர்கள் என்று வைத்துக் கொள்வோம். அதனாலென்ன? அழுக்கு அடித்துச் செல்லப்படும் பெருங்கடலாக இந்தியா இருக்கட்டும் என்பதே நான் உங்களுக்குச் சொல்லும் அறிவுரையாகும். மற்ற யாரோ ஒருவர் தப்பான காரியங்கள் செய்கிறார் என்பதற்காக நாமும் அதையே செய்துகொண்டிருக்க முடியாது'.

தனது 'மனதின் குரலை' (மன் கி பாத்) மோடி, காந்தியிடம் பேச வேண்டும் என்று நான் விரும்புகிறேன்; மகாத்மாவின் பிரார்த்தனைச் சொற்பொழிவைப் படித்தபடி அவர் மகாத்மாவிடம் பேசிக்கொண்டிருப்பதாக அவர் கற்பனை செய்துகொள்ள வேண்டும். பிரதமரின் கைகள் நடுங்கத் துவங்கும், அவரது உதடுகள் இழுத்துக்கொள்ளும். அரசியல்வாதிகளும் மக்களும் அவரை ஒதுக்கிவிட்ட பின்னரும் கூட தனியே எழுந்து நடந்து டெல்லிக்கும் நவகாளிக்கும் பின்னர் பீகாருக்கும் காந்திஜியால் பயணம் செய்ய முடிந்தது என்பதை மோடியால் காண முடியும். தானே தன்னை உயிராபத்துக்கு உட்படுத்திக் கொண்டிருப்பதை அவர் அறிந்திருந்த போதும் மீண்டும் ஒரு முறை அவர் நேசித்த கொள்கைகளான அகிம்சை,

சத்தியம் குறித்து அவர் சோதனைகள் மேற்கொண்டார். அந்தக் கொள்கைகளை சமூகத்தில் நடு நாயகமாக நிறுத்த அவர் மேற்கொண்ட இறுதி முயற்சியே அவரது உயிரைப் பறித்தது.

அவர் காந்தியை நோக்கிச் செல்வாரானால், மகாத்மாவுடன் பேசுவாரானால், மோடியாகிய அவர், காந்தியைக் கொன்ற கோட்சேவைப் புகழ்ந்துகொண்டிருக்கும் ஒருவரைத் தேசபக்தர் என்று பெயரிட்டு அவருக்கு 2019 போபாலில் இருந்து மக்களவைக்குப் போட்டியிட ஏன் வாய்ப்புகளைக் கொடுத்தார், பாராளுமன்றத்தில் அந்த நபருடன் இன்று வரை ஏன் சேர்ந்து உட்கார்ந்துகொண்டிருக்கிறார் என்பதன் பின்னுள்ள அருவருப்பான உண்மையைப் பிரதமரால் மறுக்க இயலாது. டிவி டுடே இன் ஒரு தொலைக்காட்சி விவாதத்தில் கன்ஹய்யா குமாரின் நேரடியான கேள்விக்குப் பதில் அளிக்கையில் கோட்சேவுக்கு எதிராகத் தான் எதையும் சொல்ல முடியாது என்று பதிலளித்த அமிதாப் சின்ஹா போன்றவர்களை ஏன் அவர், மோடி, தன் கட்சியில் வைத்திருக்கிறார் என்பதன் பின்னுள்ள உண்மையை அவரால் சொல்லமுடியாது.

காந்தியின் பிரார்த்தனைச் சொற்பொழிவுகளை நாணயமான இதயத்துடன் படித்த பின்னர் மோடி ராம்லீலா மைதானத்திற்குத் திரும்பிச் சென்று இப்படிப் பேசுவார் என்று நான் உறுதியாக நம்புகிறேன்: 'இந்த மைதானத்தின் பெயர் ராமனின் பெயருடன் பிணைக்கப்பட்டிருக்கிறது; ராமனின் பெயர் சத்தியத்தோடு இணைந்தது.

காந்தியின் பெயரும் சத்தியத்தோடு இணைந்தது. நான் ராமன் பெயராலும் காந்தியின் பெயராலும் பொய் சொல்லிவிட்டேன். நான் அதற்கு 130 கோடி இந்தியர்களிடமும் மன்னிப்பு கோருகிறேன்.'

14

இன்று இந்தியாவில் நமக்கு இருப்பது இதழியலின் உண்மையான இருண்ட காலம்தான்

செய்தி சேனலான என்டிடிவியை கௌதம் அதானி கையகப்படுத்திய பிறகு டிசம்பர் 2022இல் ரவீஷ் குமார் தன் ராஜினாமாவைச் சமர்ப்பித்தார். இது அவரது வழியனுப்பு நிகழ்ச்சி உரையின் சுருக்கமான வடிவம்.

இந்திய பத்திரிகைத் துறையில் ஒரு பொற்காலம் என்பது இருந்ததில்லை. ஆனால் இன்றைக்கிருக்கும் அளவுக்கு அது எப்போதும் இவ்வளவு மோசமாகவும் இருந்ததில்லை. இதழியலின் ஒவ்வொரு நல்ல அம்சமும் வேகமாக அழிக்கப்பட்டு வருகிறது. இது எதிர்பார்த்ததுதான். ஆனால் இன்றைக்கு நமக்கு இருப்பது உண்மையில் இதழியலின் இருண்ட காலமாகும். இந்தியாவில் ஏராளமான செய்தி சேனல்கள் உள்ளன. ஆனால் அவையனைத்தும் தங்களது நெறிகளை விட்டுக் கொடுத்து அதிகாரத்தில் இருப்பவர்களின் துதிபாடிகளாக மாறிவிட்டன. நமது ஊடகங்களின் சுற்றுச்சூழல் கீழ்நிலைக்குத் தள்ளப்பட்டு அழிக்கப்பட்டுவிட்டது.

ஆனாலும், இன்றைக்கு யார் வேண்டுமானாலும் பத்திரிகையாளர் என்று சொல்லிக்கொள்கிறார். குறிப்பாக அதிகாரத்தில் இருப்பவர்களோடு நெருக்கமாக இருப்பவர்களும் இணைந்துகொண்டு விட்டவர்களும் இப்போது அப்படி சொல்லிக்கொண்டிருக்கிறார்கள். இந்த நாட்டில் இதழியல் மிதித்து நசுக்கப்படுவதற்கு இந்த முகங்களும் நிறுவனங்களும் தான் காரணமென்பது ஒரு நகை முரணாகும். நல்ல இதழியல் செய்வதாக இவர்கள் சொல்லிக்கொள்கிறார்கள். இவர்கள் சொல்வதை நம்ப வேண்டாமென்று உங்களை நான் மன்றாடிக் கேட்டுக்கொள்கிறேன். கேள்வி கேட்காத இந்தப் பத்திரிகையாளர்களும் அரசும் கூட இதழியல் என்றால்

என்ன என்பது பற்றிய தங்களது வரையறையை உங்களுடைய தொண்டைக்குள் இறக்கிவிட விரும்புகிறார்கள்.

நான் சார்ந்திருந்த இந்த நிறுவனம் குறித்து அதிகமாக எதுவும் சொல்ல நான் விரும்பவில்லை. ஏனென்றால் ஒருவர் உணர்ச்சிவசப்பட்டு இருக்கும்போது அவரால் புறநிலை எதார்த்தத்தில் நின்று பேச முடியாது. உணர்ச்சிகள் உண்மை விவரங்களை ஆட்கொண்டு மறைத்துவிடக்கூடும். எனவே உணர்ச்சிகளை சற்றே ஒதுக்கி வைத்துவிடுவது நல்லது.

நான் 27 வருடங்கள் பணி புரிந்த என்டிடிவியைக் குறித்து எனக்குப் பல சுவாரசியமான நினைவுகள் உண்டு. யாராவது ஒருவருக்கு மட்டும் இதில் நன்றி சொல்வது எனக்கு மிகவும் கடினம். உங்களது தொழிற்பயணம் பலரது கொடையாக இருக்கும் நிலையில் எப்படி ஒரே ஒருவருக்கு நீங்கள் நன்றி சொல்ல முடியும்? எனது பல முன்னாள் சக பணியாளர்களும் கூட்டாளிகளும் தங்களின் ஒரு பகுதியாக என்னைக் காண்கிறார்கள் என்பது எனக்குத் தெரியும். அவர்கள் அப்படிக் காண்பதற்கு உரிமை உள்ளவர்கள்தான். நான் ஒவ்வொருவரிடமிருந்தும் ஏதாவது பெற்றிருக்கிறேன் என்ற வகையில் நன்றி உள்ளவனாக இருக்கிறேன்.

ஒரு புது மணமகள் தன் தாய்வீட்டை விட்டுப் புறப்பட அடியெடுத்து வைக்கும்போதே அந்த வீட்டுக்காக அவள் ஏங்குவாள். அப்படி ஒரு புதுமணப் பெண்ணைப் போல நான் இப்போது என்னை உணர்கிறேன். ஒருவேளை இந்த நொடி என்பது அப்படி ஓர் உணர்வில் திளைத்திருப்பதற்கான நேரமாகவும் இருக்கலாம். வருங்காலத்தில் ஒருநாள் நான் என்டிடிவியைக் குறித்து இன்னும் தெளிவான தொனியில் பேசுவேன்.

தொலைக்காட்சி என்பது பணி செய்யும் அணிகளால் ஆனது என்பதை என்டிடிவி எனக்குக் கற்பித்தது. செய்தித் தொகுப்பாளர்கள் நட்சத்திரங்களாய் ஆகிவிட்ட பிறகு அந்தக் கருத்து கொஞ்சம் அசைக்கப்பட்டுவிட்டது. ஆனால் இன்று வரை ஒருவரது பணி என்பது அவரது அணி எவ்வளவு நன்றாக இருக்குமோ அந்த அளவு நன்றாக இருக்குமென்று நான் நம்புகிறேன்.

ஆகஸ்ட் 1996இல் நான் என்டிடிவியில் முறைப்படி ஒரு மொழிபெயர்ப்பாளனாகச் சேர்ந்தேன். ஆனால், அதற்கு முன்பே அங்கு சில காலம் பணி செய்துகொண்டிருந்தேன். பார்வையாளர்கள் அனுப்பி இருக்கக்கூடிய கைப்பட எழுதப்பட்ட எல்லாக் கடிதங்களையும் வாசிப்பது என்னுடைய வேலையாக இருந்தது. வேறு வேறு நிகழ்ச்சிகளின் தொகுப்பாளர்களுக்கு அவர்கள் தங்கள் கடிதங்களை எழுதியிருந்தார்கள். அவைகளைப் படிக்கையில் நான் நாட்டின் தொலைக்காட்சி நேயர்கள் உருவாவதைக் காணலுற்றேன். இந்தக் கடிதங்களைக் குறித்து ஓர் அறிக்கை தயார் செய்து அதை ஒவ்வொரு நிகழ்ச்சியின் தயாரிப்பாளர்களுக்கும் கொடுப்பது என்னுடைய வேலையாக இருந்தது. அப்போதெல்லாம் நான் தினக்கூலி தொழிலாளியாக இருந்து அதற்கான ஊதியம் பெற்று வந்தேன்.

இன்னும் அந்த வேலையைச் செய்து கொண்டிருப்பதைப் போலவே நான் உணர்கிறேன். இன்றைய நாளிலும் உங்களில் ஆயிரக்கணக்கானவர்கள் எனக்கு எழுதிக் கொண்டிருக்கிறார்கள். உங்களிடம் இருந்து இப்போதும் எனக்கு கையால் எழுதப்பட்ட கடிதங்கள் வந்துகொண்டிருக்கின்றன. அவைகளில் பெரும்பாலானவற்றை நான் படித்துவிடுவேன். எவ்வளவுக்குப் பதிலளிக்க முடியுமோ அவ்வளவு கடிதங்களுக்குப் பதிலளித்துவிடுவேன். உங்கள் அனைவர் முன்னிலையிலும் நான் என்னை வெளிக்காட்டிக்கொள்கிறேன். ஏனென்றால் நான் இப்போது எப்படி உணர்கிறேன் என்பதை குறித்து நாணயமாக இருக்க விரும்புகிறேன். என்னுடைய எண்ணங்களை நான் தணிக்கை செய்து உங்களிடம் சொல்வேன் எனில் நான் உங்களிடம் நாணயமற்றவனாக நடந்துகொள்வதாக அர்த்தம். ஒரு விதத்தில் நான் ஒரு முழுச் சுற்று வந்துவிட்டதாகவே எண்ணுகிறேன். இன்னும் பார்வையாளர்களின் பின்னூட்டக் கடிதங்களை நான் வாசித்துக்கொண்டிருக்கிறேன்.

உங்கள் அனைவரின் ஆலோசனைகள், எதிர்வினைகள், எதிர்பார்ப்புகள், விமர்சனங்கள், அவ்வளவு ஏன், எப்போதாவது வரும் கண்டனங்கள், கடிந்துரைகள் ஆகியவற்றுக்கு நடுவேதான் என் வாழ்க்கையை நான் வாழ்ந்திருக்கிறேன். இது என்னை உங்களுக்கு வெகு அருகில் கொண்டு நிறுத்தியிருக்கிறது. உங்களுடன் நான் இருந்த காலங்களில் உண்மையில் நான்

எனக்கென வாழவில்லை. இனிமேல் எனக்கு அதற்கான நேரம் கிடைக்கும் என்றே நம்புகிறேன்.

யாரோ தன் கூட்டைப் பறித்துக்கொண்டதால் அதை இழந்துவிட்ட ஒரு பறவையைப் போல நான் உணர்கிறேன். ஆனாலும் அந்தப் பறவைக்கு இப்போது வானம் முழுமையும் காத்திருக்கிறது.

நிருபர்களின் அறிக்கைகள் பலவற்றை நான் ஆங்கிலத்தில் இருந்து ஹிந்திக்கு மொழிபெயர்த்திருக்கிறேன். பின்னர் நானே ஒரு நிருபர் ஆகி 'ரவீஷ் கி ரிப்போர்ட்' என்ற தினசரி அறிக்கையைத் தயாரித்திருக்கிறேன். கடிதங்களைப் படிக்கும் பணி செய்துகொண்டிருந்த ஒருவன் குழு ஆசிரியனாக வளர்ந்தான். அது என்டிடிவியில் மட்டுமே சாத்தியமாக இருந்தது.

இன்று அந்த மனிதன் ராஜினாமாவைச் சமர்ப்பித்துவிட்டான்.

அதிகாரம் வாய்ந்த பல மனிதர்கள் இன்றைக்கு இந்த நிறுவனத்தின் கட்டுப்பாட்டுக் கயிறுகளைக் கையில் வைத்திருக்கிறார்கள். என்றாலும் இந்த நாள் வரும் என்பது வெளிப்படையாகத் தெரிந்ததுதான். இன்று இந்த நாள் வந்துவிட்டபின் வருத்தம் மேலிடத்தான் செய்கிறது.

என்னை நீங்கள் மதிப்பீடு செய்கையில், நான் சாதாரண சூழ்நிலையில் இருந்து வந்தவன் என்பதைக் குறித்து என் மீது இரக்கம் கொள்ளமாட்டீர்கள் என்று நம்புகிறேன். தாம் ஏழ்மை நிலையில் இருந்து வந்ததை வெளிச்சம் போட்டுக் காட்டி அதன் மூலம் அனுதாபம் தேடும் நபர்களைப் போன்று நான் இல்லை. தாம் விலை உயர்ந்த விமானப் பயணங்களை மேற்கொள்கிற தருணத்திலும் ஒரு சாதாரண தேநீர் விற்பவனாகக் கழிந்த தனது குழந்தை பருவத்தைப் பற்றி அவர்கள் சட்டென்று பேசுவார்கள். எனது பயணம் அசாதாரணமானது என்று நான் எண்ணவில்லை. இந்த நாட்டில் ஒவ்வொருவரும் கடினமான வாழ்க்கையே வாழ்கிறார்கள். அகில இந்திய மருத்துவ நிறுவன மருத்துவமனையில் அனுமதிக்கப்பட்டுள்ள நோயாளிகளின் குடும்பத்தினரிடம் பேசிப் பாருங்கள். நாம் கற்பனை மட்டுமே செய்யக்கூடிய கடினமான மலைகளில் ஏறி வந்ததைப் போல அவர்களது வாழ்க்கை இருக்கும். ஒப்பிட்டுப் பார்த்தால், நமது துன்பங்கள் அற்பமானவை.

***

தொலைக்காட்சி நேயர்களைப் பற்றி நான் உங்களிடம் பேச விரும்புகிறேன். நிறுவனங்களின் வீழ்ச்சியையும் சமூகங்கள் வெறுப்பு அலைகளால் சூழப்படுவதையும் நாம் அனைவரும் கண்டிருக்கிறோம். புதிய நிறுவனம் உருக்கொள்வதை நான் காண்கிறேன் - அதன் பெயர் குடிமை. எப்போதெல்லாம் என்டிடிவி எனக்கு வாய்ப்பு கொடுத்ததோ அப்போதெல்லாம் நான் உங்களுக்காகப் பணி செய்ய முயன்றிருக்கிறேன். எனவே அந்த சந்தர்ப்பங்களை நான் உங்களது கதைகளால் நிறைத்திருக்கிறேன்.

என் மீது உங்களுக்கு ஒரு மிகப்பெரும் உரிமை உண்டு. உங்களது இல்லங்களிலும் உங்களது மனங்களிலும் எனக்கான ஒரு செய்தியறையை நீங்கள் உருவாக்கினீர்கள். உலகம் முழுவதும் நேயர்கள் எனக்கு உதவ முன் வந்தார்கள். இதற்காக நீங்கள் என்னிடம் பணம் கேட்கவும் இல்லை, இதை ஒரு சலுகையாக எனக்குச் செய்யவும் இல்லை. பலர் எனது வீடியோக்களைப் பதிவு செய்தார்கள். எனக்கு ஆய்வு செய்ய உதவினார்கள். எனது நிகழ்ச்சிகளின் ஒவ்வொரு பகுதியும் உங்களுடைய ஒத்துழைப்புக்கான சாட்சியமாக இருக்கிறது. நீங்கள் எனக்குத் தகவல் கொடுத்து உதவினீர்கள், என் தவறுகளுக்காகக் கடிந்து கொண்டீர்கள், என் நிகழ்ச்சிகளில் உங்களை இணைத்துக் கொண்டீர்கள்.

வல்லுநர்கள், மாணவர்கள், வெளிநாடு வாழ்வோர், இந்தியாவில் இருப்பவர்கள் எனப் பலர் எனக்குப் பார்வையாளர்களாக மட்டும் இல்லாமல் என்னுடன் பயணிப்பவர்களாகவும் இருந்தார்கள். ஒரு வகையில் அவர்கள் பத்திரிகையாளர்களாகவும் ஆனார்கள். அது நடக்கையில், அவர்கள் இதழியலில் ஒரு சிறிய தீவை ஆபத்திலிருந்து காப்பாற்றிக்கொண்டிருந்தார்கள்.

அந்த அர்த்தத்தில் தொலைக்காட்சிப் பார்வையாளர்கள் உருவாக்கப்படுவதையும் அவர்களது மொத்தச் சிதைவையும் நான் கண்டேன். ஆனால், இப்போது அவர்கள் ஒரு நிறுவனமாக மீண்டும் எழுந்து நிற்பதையும் நான் காண்கிறேன்.

நீங்கள் என்னுடைய எழுத்துகளைப் பல மொழிகளில் மொழிபெயர்த்தீர்கள். எல்லா நேரங்களிலும் எனக்கு எல்லா வளங்களும் வாய்த்ததில்லை என்றாலும் நீங்கள் அவற்றை நான்

அடைவதை உறுதிப்படுத்தினீர்கள். என்னுடைய நிகழ்ச்சியான பிரைம் டைம் உங்களுடைய பிரைம் டைமாக இருந்தது. அதில் ஏதேனும் குற்றம் குறைகள் இருந்தபோது நீங்கள் ஏமாற்றத்தை வெளிப்படுத்தினீர்கள். நேயர்களே என்னுடைய வழமையான தொகுப்பாளர்களாக இருந்து வருகிறார்கள். ஒரு மனிதன் தன்னைச் சுற்றி இருப்பவர்களின் முழுமையாகவே இருப்பான் என்று நான் எப்போதும் சொல்வதுண்டு. நேயர்களாகிய உங்களால்தான் இன்றைக்கு இந்த ரவீஷ்குமார் இங்கே நிற்க முடிகிறது.

உங்கள் ஆதரவின் காரணமாகவே பல பத்திரிகையாளர்களும் யூடியூபிலும் ட்விட்டரிலும் இன்றைக்குத் தங்களை இருத்திக் கொள்ள முடிந்திருக்கிறது. வலைத்தளங்களுக்கு நீங்கள் சந்தாதாரர்கள் ஆகும்போது நீங்கள் அவைகளை மூழ்கி விடாமல் காக்கிறீர்கள்.

ஜனநாயக நிறுவனங்கள் பலவீனப்பட்டு நீதிமன்றங்களும் பலவீனமாகத் தோற்றமளித்த போது நீங்கள் உறுதியாக நின்றீர்கள். அந்தச் சமயங்களில் நீங்கள்தான் இதழியலின் மிகப்பெரும் நிறுவனங்களாக இருந்தீர்கள். இதழியல் இன்று விழிப்படைந்த பார்வையாளர்களால்தான் வாழ்கிறதே ஒழிய உயர்ந்த நிறுவனங்களால் அல்ல. கடினமான கேள்விகளை எழுப்புகிற பத்திரிகையாளர்களின் பக்கத்தில் துணையாய் நீங்கள் நிற்பது என்பதுதான் இன்றைய காலங்களில் உங்களுடைய மிகப் பெரிய பங்களிப்பாக இருக்கிறது.

இந்தக் கடினமான காலங்களில் என் கன்னத்தைச் செல்லமாக கிள்ளிய மூதாட்டிகள், எனக்குத் தொட்டிச் செடிகளைப் பரிசளித்தவர்கள், நான் ஊக்கமாக இருக்கும் பொருட்டு எனக்கு ஊட்டமான உணவைக் கொடுத்தவர்கள் ஆகியோர் அனைவருக்கும் நான் நன்றி உணர்வு கொண்டவனாக இருக்கிறேன். தகிக்கும் வெப்பத்திலிருந்து என்னைக் காப்பதற்காகச் சிலர் குடைகளை உயர்த்திப் பிடித்தார்கள். மற்றவர்கள் லாவகமாக விலையுயர்ந்த பேனாக்களை என் சட்டைப் பைக்குள் போட்டார்கள்.

அதனால்தான் உங்கள் அனைவருக்கும் நான் இன்று நன்றி சொல்ல விரும்புகிறேன். நீங்கள் எல்லோரும் இல்லையென்றால் நானும் இல்லாது போயிருப்பேன். பல சமயங்களில் நான்

என்னுடைய நிறுவனத்தின் பிரதிநிதியாக உணர்வதற்குப் பதில் உங்களுடைய பிரதிநிதியாக உணர்ந்திருக்கிறேன். என் பணியைச் செய்வதற்கு எனக்கு மிகுந்த சுதந்திரம் கொடுக்கப்பட்டது. விழிப்படைந்த நேயர்களான நீங்கள் என்னை எப்போதும் கண் காணித்துக்கொண்டிருக்கிறீர்கள் என்பதாலேயே நான் எனக்குக் கொடுக்கப்பட்ட அந்தச் சுதந்திரத்தை என்னுடைய உயிரைப் போலக் காப்பாற்றிவந்தேன். அவ்வாறு நடந்தால் என்னுடைய சுதந்திரம் பறிக்கப்பட்டுவிடும் என்ற காரணத்தாலேயே நான் தவறுகளும் செய்யவில்லை, ஆணவத்துடன் நடந்துகொள்ளவும் இல்லை.

உலகம் என் கண் முன்னால் மாறிக்கொண்டிருந்த போது நான் டெஸ்ட் மேட்சில் ஆடும் ஒரு பேட்ஸ்மேன் போல என் ஆட்டக் களத்தில் நின்றுகொண்டிருந்தேன். ஆனால் யாரோ மேட்ச்சை ரத்து செய்து விதிகளையும் மாற்றிவிட்டார்கள்.

தங்களுடைய நேயர்களை வெகு எளிதாகக் கருதி எடுத்துக் கொண்டுவிடும் நபர்கள் ஒவ்வொரு நாட்டிலும் உண்டு. போலவே, இந்தியாவிலும் அப்படிப்பட்ட சிலர் இருக்கிறார்கள். அவர்கள் உங்களுக்கான ஒரு முகத்தைத்தான் கொடுக்கிறோம் என்று சொல்லிக் கொள்வார்களானால், உங்கள் ரூபாய்களையும் டாலர்களையும் தங்கள் சட்டை பைக்குள் போட்டுக் கொண்டிருக்கிற அதே நேரத்தில் அவர்கள் உங்களுக்குச் சில புகழ் மொழிகளையும் தருகிறார்கள் என்று அதற்குப் பொருள். இந்தப் பெரிய ஆட்டக்காரர்களின் தில்லு முல்லுகளை யாராவது சில பத்திரிகையாளர்களோ செய்தி நிறுவனங்களோ அம்பலப்படுத்த முயற்சித்தால் அவர்கள் மீது ஏராளமான சட்ட நடவடிக்கைகள் பாயும். அதே ஆட்டக்காரர்கள் அதன்பிறகு தாங்கள் அர்த்தமுள்ள இதழியலைக் குறித்து அக்கறை கொண்டிருப்பதாக நைச்சியமாகச் சொல்லுவார்கள்.

***

ஹிந்தி மொழியில் அலுவல் புரியும் பல திறமை மிக்க பத்திரிகையாளர்கள் தங்களுடைய கருத்துகளை ஏன் உலகத்துடன் பகிர முடிவதில்லை? அவர்களது அறிவின் ஆழத்தைக் குறித்து நான் வியப்படைந்ததுண்டு. ஆனால் அவர்கள் தாங்கள் அடைய வேண்டிய உயரங்களை ஒருபோதும் அடைந்ததில்லை.

இந்தியாவில் மிகவும் மதிக்கப்படும் பத்திரிகையாளர்கள் எல்லாம் ஆங்கில ஊடகங்களில் பணி புரிகிறவர்கள்தான். ஹிந்தி இதழியலுக்கு ஒரு மரியாதையைக் கொண்டுவர வேண்டும் என்பதற்காக நான் முயற்சித்தேன். ஏனெனில் அந்த மொழிக்கு இருக்கும் முக்கியத்துவம் தொடர வேண்டும் என்பதால் தான். இந்தியா முழுவதும் உள்ள மக்களை என்னுடைய ஹிந்தியோடு நேசம்கொள்ள வைக்கவேண்டும் என்று நான் முயன்றேன். என்னுடைய தாய்மொழி ஹிந்தி அல்ல, போஜ்புரி மொழியாகும். போஜ்புரியின் கிராமத்திலிருந்து ஹிந்தியின் பெரு நகரத்திற்கு நான் நடை பயணம் மேற்கொண்டேன்.

நாட்டின் ஹிந்தி பேசாத பகுதிகளில் இருந்து என்னுடைய ஹிந்தியை வளமாக்கிய எல்லா மக்களுக்கும் நான் நன்றி கூற விரும்புகிறேன். என்னுடைய எழுத்துகளை அவர்கள் தங்கள் மொழிகளில் மொழிபெயர்த்ததோடு தங்கள் மொழிபெயர்ப்புகளில் உள்ள வாசகங்களை எனக்காக ஹிந்தியிலும் மொழிபெயர்த்தார்கள்! பலர் இணைந்து கொண்டு தோள்கள் உரசி நடந்த ஒரு பெரும் பயண வண்டிக் கூட்டத்தில் நான் இருப்பது போல் உணர்ந்தேன்.

ஆனால் இதை ஹிந்தி இதழியலுக்கும் ஆங்கில இதழியலுக்கும் இடையிலான ஒரு குஸ்திச் சண்டையாக மாற்றுவது என் நோக்கமல்ல. என் வாழ்க்கையில் ஆங்கில மொழிப் பத்திரிகையாளர்கள் பல பங்களிப்புகளைச் செய்திருக்கிறார்கள் என்பதை நான் நன்றியோடு ஒப்புக் கொள்கிறேன்.

***

நாள்தோறும் என்னுடைய நேரத்தை என் நேயர்களான உங்களுடன் பகிர்ந்துகொண்டபோது பத்திரிகையாளர்கள் மீது நீங்கள் கொண்டிருந்த நம்பிக்கையைக் கண்டு நான் நெகழ்ந்திருக்கிறேன். பிரச்சினைகளைப் பற்றி உங்களுடைய ஆழமான புரிதலைக் கண்டு வியந்திருக்கிறேன். நீங்கள் சொல்வதற்கு ஏராளமாக இருந்தது. அதைத்தான் அரசாங்கமும் கேட்டுக்கொண்டிருந்திருக்க வேண்டும்.

உங்களுடைய குரலை மிக உயர்ந்த இடங்களுக்குக் கொண்டு செல்லும் ஓர் ஊடகமாக இருப்பதுதான் பத்திரிகையாளர்களின் வேலை. உங்கள் கண்களினூடே இந்தத் தேசத்தைப் பார்ப்பதற்கு நான் எப்போதும் முயன்றேன். உங்களது ஊக்கமான செயல்பாடு

இந்திய ஜனநாயகத்தை உயிர்ப்புடன் வைத்திருக்கிறது. ஷாஹீன் பாக் மற்றும் விவசாயிகளின் போராட்டங்கள் உங்களிடம் நான் கொண்டிருந்த நம்பிக்கையை உறுதிப்படுத்தின. நீங்கள் பொறுப்பான குடிமக்களாக உருமாறிக்கொண்டிருப்பதை நான் கண்டேன். எதிர்காலத்தில் இன்னும் மேலான சமூகங்களை உங்களைப் போன்ற குடிமக்களே உருவாக்குவார்கள்.

நமது சமூகத்தின் எல்லா மேலான அம்சங்களையும் தங்கள் கட்டுப்பாட்டில் வைத்திருப்பதாகச் சிலர் இன்று நம்புகிறார்கள். மக்கள் தூக்கியெறியப்படத் தக்கவர்கள் என்று அவர்கள் நினைக்கிறார்கள். ஊடகம் என்பது மரித்துவிட்டது. அரசியல் எதிர்த்தரப்பு போராடிக்கொண்டிருக்கிறது. இவையெல்லாம் உண்மைதான். ஆனால் அப்படிப்பட்ட நிலை என்றைக்கும் நிலைத்திருக்கப்போவதில்லை. ஒருநாள் மக்கள் தங்கள் வெறுப்புணர்வை வென்றுவிடுவார்கள். அவர்கள் ஒரு புதிய சமூகத்தைக் கட்டுவதற்கு எத்தனிப்பார்கள். அப்போது அவர்கள் இதழியலைக் கருதுவார்கள்.

என்டிடிவியில்தான் நான் படிக்கவும் எழுதவும் பேசவும் கற்றுக் கொண்டேன். நல்ல உடை உடுத்துவதற்கும் கழுத்துப்பட்டை அணிவதற்கும் கற்றுக்கொண்டேன். ஆனால் நேரமின்மை காரணமாக என்னால் நடனம்தான் கற்றுக்கொள்ள முடியவில்லை.

***

என்னுடைய சக பெண் ஊழியர்களை நான் விசேஷமாக நினைவு கூற விரும்புகிறேன். சிரத்தை, கடின உழைப்பு, நெறிமுறை முதலானவற்றை அவர்கள்தான் எனக்குக் கற்றுக் கொடுத்தார்கள். சமூகப் பிரச்சினைகள் குறித்த எனது புரிதலை அவர்கள் விரிவாக்கினார்கள். என்னுடைய பயணம் என்பது பல பெண்களின், சிறுமிகளின் அனுபவங்களை உள்ளடக்கியது. என்னுடைய இணை, என் பெண்மக்கள், என் தாய், என் மைத்துனி அனைவரும் என்னை ஆதரித்தார்கள். இதழியல் என்பது ஆண்களின், ஆணாதிக்கத்தின் ஆளுகைக்கு உட்பட்டு இருக்கிறது. அவர்களது ஆக்கிரமிப்பு மூச்சைத் திணறச் செய்கிறது. அப்படியான ஆக்கிரமிப்பு படைப்பாற்றலையும் சிந்தனையையும் கொல்கிறது. என்னுடைய சக பெண்

ஊழியர்கள் அப்படிப்பட்ட ஆக்கிரமிப்பாளனாக நான் ஆகாமல் காப்பாற்றினார்கள்.

இப்போதுதான் இந்தத் துறையில் நீங்கள் காலெடுத்து வைக்கிறீர்கள் என்றால் உங்களுடைய சக பெண் ஊழியர்களிடம் மரியாதையாக இருக்கும் படி நான் உங்களுக்கு அறிவுரை கூறுவேன். அவர்களது ஆற்றலை நீங்கள் ஒப்புக்கொள்ளவும், மதிக்கவும் வேண்டும்.

***

இந்தியாவின் ஊடகவெளி மாறிவிட்டது. அரசாங்கத்தின் முகவர்களாகப் பணி புரியவேண்டி இருப்பதால் பத்திரிகையாளர்களாகப் பயிற்சி பெற வேண்டி லட்சக்கணக்கில் பணம் செலுத்திக்கொண்டிருக்கும் அந்த இளம் இந்தியர்களுக்காக என் இதயம் அழுகிறது. நெறி கொண்ட பத்திரிகையாளர்களுக்காக இங்கே ஒரு நிறுவனமும் எஞ்சியிருக்கவில்லை.

பத்திரிகையாளர்கள் எப்படி இருக்க வேண்டுமோ அப்படி இருக்க இன்னும் முயற்சி செய்துகொண்டிருக்கும் மிகச் சிலரும் அவர்கள் இன்று வரை இந்தத் தொழிலைவிட்டு வெளியே போகாமல் இருந்தால் மூச்சுத் திணறுவது போல் உணர்ந்து கொண்டிருப்பார்கள். வாழ்க்கைக்குச் சம்பாதிக்க வேண்டி இருக்கும் மற்ற தொழில்களைப் போல இதுவும் இன்னொரு தொழிலாகிவிட்டது என்று பல பத்திரிகையாளர்கள் என்னிடம் சொன்னது உண்டு. இங்கே வேறெந்த உந்துதலும் இல்லை.

அச்சத்தின் பிடியில் இருக்கும் ஒரு பத்திரிகையாளனால் இறந்துபட்ட குடிமக்கள் தொகுப்பை மட்டுமே உருவாக்க முடியும். எனவே (நான் உங்களுக்குச் சொல்லுகிறேன்) அச்சமின்றி எழுந்து பேசுங்கள். வெறும் காலுடன் நடந்தே வல்லமை மிக்க பிரிட்டிஷ் அரசாங்கத்தை மண்டியிட வைத்த மக்கள் வாழ்ந்த தேசத்தின் குடிமக்கள் நீங்கள். உங்களை நம்பாமல் இருப்பதற்கு எந்த முகாந்திரமும் இல்லை. நெறியற்ற ஊடகக் குறுஞ்செய்திகளின் விலங்குகளை உடைத்து நீங்கள் விடுதலை பெறுவீர்கள். நீங்கள் இதற்கு எதிராகப் போரிட்டே ஆக வேண்டும். போரிடவில்லையென்றால் நீங்கள் தலைநிமிர்ந்து நடக்க முடியாது. நீங்கள் போரிடவில்லையென்றால் ஒருவேளை ஒரு சுதந்திர நாட்டின் குடிமக்களாக வேண்டுமானால்

நீங்கள் இருக்கலாம். ஆனால், தன்னையே விற்றுவிட்ட ஊடகங்களின் அடிமைகளாகத்தான் நீங்கள் தொட முடியும். அவ்வாறு ஒரு சூழ்நிலை வராமல் காத்துக்கொள்ளுங்கள். சட்ட விரோதமானதெல்லாம் சட்டப்படியானது என்று காட்சியளிக்கும் அளவுக்குச் சட்டத்தின் பெயராலேயே மக்களின் உரிமைகள் நசுக்கப்படுகின்றன.

இந்தக் கட்டத்தில் என்னுடைய எதிர்காலம் உறுதியாக இல்லை. உறுதியாக இருப்பது நம்பிக்கை மட்டுமே.

15

ஆரோக்கியமான, கடப்பாடு மிக்க, சுதந்திரமான ஊடகங்களுக்குப் பெரும்பணம் உத்தரவாதம் அல்ல

'மோடி மீதான நம்பிக்கை என்பது பத்திரிகைகளின் தலைப்புச் செய்திகளிலிருந்தோ அல்லது தொலைக்காட்சியின் ஒளிரும் முகங்களிலிருந்தோ பிறந்ததல்ல. என்னுடைய வாழ்க்கை முழுவதையும், அதன் ஒவ்வொரு தருணத்தையும் இந்த மக்களுக்காகவே கொடுத்திருக்கிறேன்'. ஹிண்டன்பர்க் அறிக்கை, கௌதம் அதானி குறித்து எதிர்க்கட்சிகள் பதில்களைக் கோரிய நேரத்தில், பிப்ரவரி 2023இல் தன்னைப் பற்றி பிரதமர் நரேந்திர மோடி கூறியது இதுதான்.

அவரது மௌனத்தைக் குறித்து ஊடகங்கள் கேள்வி கேட்டிருந்தாலோ அல்லது அவருடைய அரசாங்கத்தைக் குறித்து எழுப்பப்பட்ட குற்றச்சாட்டுகளுக்கு அவர் உண்மையில் பதிலளித்திருந்தாலோ ஒருவேளை பிரதமரின் இந்தத் தற்புகழ்ச்சியில் துளியளவு உண்மை இருந்திருக்கலாம். மாறாக, நமக்குக் கிடைத்தது மக்களவையில் பிரதமர் இவ்வாறு பேசியதுதான்: 'நியாயவிலை அங்காடிகளில் இலவச ரேஷன் பெறும் எண்பது கோடி நாட்டு மக்களில் யாராவது ஒருவராவது போலிக் குற்றச்சாட்டுகளை எழுப்பவர்களை நம்புவார்களா?'.

'உலகத்தின் மிகப்பெரிய ஜனநாயகத்தின்' பிரதமர் இந்த ஒற்றைப் பேச்சைக் கொண்டு குற்றச்சாட்டுகளுக்குப் பதில் கூறுவதற்கான தனது கடமையை உதறித் தள்ளிவிட்டார்.

கடந்த 10 ஆண்டுகளாக 'கோடி மீடியா' எனப்படும் மடிநாய் ஊடகத்தின் செய்தித் தொகுப்பாளர்கள் பிரதமரின் சேவையில் இருந்து வருகிறார்கள். அந்தச் செயல் போக்கில் அவர்கள் இதழியலைச் சாக்கடையில் வீசிவிட்டார்கள். இருந்தாலும் அதே பிரதமர் அவர்களுக்குத் தான் எந்த விதத்திலும் கடமைப்படவில்லை என்றும் சொல்லிவிட்டார். 9 வருடங்களில்

ஒரு செய்தியாளர் சந்திப்பையும் நடத்தாத தலைவரின், மடிநாய் ஊடகத்தால் ஒரு போதும் கேள்விக்கு ஆளாக்கப்படாத ஒரு தலைவரின் தம்பட்டம் இது.

ஊடகத்தை மோடியிடமிருந்தும் மோடியை ஊடகங்களிடமிருந்தும் பிரிப்பது சாத்தியமில்லை. ஊடகங்களில் இந்த மடிநாய்ப் பகுதிகள் அவரைக் குறித்து மௌனமாகவே இருக்கும். அப்படிப் பேசினாலும் அவருக்காக மட்டுமே பேசும். அவர்களுடைய வழிபாட்டுக் குழுவுக்கு அப்பாலுள்ள ஒரு சமூக சேவகரோ பத்திரிகையாளர்கள் வெளிநாடுகளில் மரியாதை பெறும்போது அவர்கள் அதை இந்திய விரோதச் சதி என்று அழைப்பார்கள். அதேசமயம் அதே நாடுகளில் பிரதமருக்கு மரியாதை கிடைக்கும் போது அவர்கள் அதை விஸ்வகுரு தருணம் என்று விவரிப்பார்கள். இந்தியாவின் புகழ் - அதாவது நரேந்திர மோடியின் பெயர் பூமிப் பந்து எங்கும் எதிரொலிக்கும் அந்த அற்புதமான தருணம்.

2014இல் இருந்து ஏறத்தாழ 10 ஆண்டுகள் எப்படி மோடிக்குச் சொந்தமோ அப்படியே மடிநாய் ஊடகத்துக்கும் சொந்தம். இந்த சேனல்களுக்கு வேறு வேறு பெயர்கள் இருந்தாலும் உள்ளடக்கம் என்னவோ ஒன்றுதான். அவர்களின் இந்தப் பொட்டலம் மிகவும் மோசம். அவர்களின் கதைகள் ஒரே மாதிரியானவை. இன்னும் சொல்லப்போனால் அவர்கள் இந்தச் செயல் போக்கில் பல கற்பனைக் கதைகளைக் கட்டுடைத்துவிட்டார்கள்.

பணம் இல்லை என்பது இனிமேலும் ஒரு சாக்கு அல்ல

2014க்கு முன் தொலைக்காட்சி இதழியல் என்பது 'பணம் இல்லை' என்ற பிசாசால் பீடிக்கப்பட்டிருந்ததாக நாம் நம்பினோம். வழக்கமாகப் பத்திரிகையாளர்களாக இல்லாத செய்தி சேனல் உரிமையாளர்கள் பணம் இல்லாமல் கஷ்டப்படுகிறார்கள் என்று நமக்குச் சொல்லப்பட்டது. நாம் இதில் தரத்தை எதிர்பார்க்க முடியாது; அவர்களுடைய கஷ்டத்தைப் புரிந்துகொள்ள வேண்டும். டி ஆர்பி கிடைக்கும் என்ற நம்பிக்கையிலேயே எல்லாம் நடந்தது - நிலைமை அப்படித்தான் இருந்தது. சேனலை மூடிவிட்டுப் போவதுதான் ஒரே மாற்று ஏற்பாடாக இருந்தது.

இந்த உரிமையாளர்களில் பெரும்பாலானவர்கள் இதழியல் பற்றி ஒன்றுமே கவலைப்பட்டதில்லை. மற்றபடி நல்ல எண்ணம் கொண்ட ஆனால் 'ஆதரவற்ற' நிறுவன சேனல்களின் உரிமையாளர்களும் இந்த உதாரணத்தையே பின்பற்ற வேண்டி இருந்தது. அல்லாவிடில் அவர்களுக்கு விளம்பரங்கள் கிடைக்காது. தரமற்ற உள்ளடக்கத்திற்கு இப்படித்தான் ஒரு நியாயம் ஏற்படுத்தப்பட்டது - மார்க்கெட் என்னும் கட்டுக்கதை.

அந்தக் கட்டுக்கதை இப்போது உடைக்கப்பட்டுவிட்டது. முகேஷ் அம்பானியும் கௌதம் அதானியும் பெரிய ஊடகங்களின் புதிய முதலாளிகள். அம்பானி ஏற்கெனவே பல சேனல்களுக்கு உரிமையாளராக இருக்கிறார். அதானி 2023இல் பல செய்தி சேனல்களை ஆரம்பித்திருக்கிறார். இந்தக் கனவான்களிடம் உள்ள சேனல்களின் எண்ணிக்கையையும் அவர்களுக்குள் அவர்கள் வைத்திருக்கிற செல்வத்தையும் கொண்டு பார்க்கும் போது 'பணம் இல்லை' என்ற பேய் ஓடிப் போயிருக்க வேண்டும். ஆனால் உள்ளடக்கத்தில் இந்தச் செல்வத்தின் விளைவுகளை நாம் ஏன் காண முடியவில்லை? அவர்களுடைய செல்வமும் வியாபார நுண்ணறிவும் தொலைக்காட்சி இதழியலில் மோசமான நிலையை ஏன் மாற்றவில்லை, அதுவும் அவர்களின் மற்ற தொழில்களை விடவும் இதில் உள்ள செலவுகள் மிகவும் குறைவாக இருக்கும்போது? இதழியலில் என்ன மாதிரியான உதாரணங்களை அம்பானி, அதானி ஆகியோரது சேனல்கள் ஏற்படுத்தி இருக்கின்றன? புதியதாகவோ, ஏன், பிரம்மாண்டமானதாகவோ அவர்கள் என்ன செய்திருக்கிறார்கள்?

இவை என்னுடைய கேள்விகள். பதில்கள் மிக எளிமையானவை.

நல்ல இதழியலுக்கு இரண்டு இன்றியமையாத அடிப்படையான முன் நிபந்தனைகள் உண்டு. அவை துணிச்சலும், கேள்விகளும்தான். துணிச்சல் இல்லாமல் உங்களால் கேள்வி எழுப்ப முடியாது. கேள்வி எழுப்பாமல் இருக்கும் துணிச்சலுக்கு எந்த அர்த்தமும் கிடையாது.

எனவே, மடிநாய் ஊடகத்தின் உள்ளடக்கத்தை நீங்கள் தொழில் திறமை கொண்டோ பணம் கொண்டோ மாற்றிவிட முடியாது. உங்களுக்குத் துணிச்சல் தேவை. நீங்கள் கேள்வி

கேட்டாக வேண்டும். மாறாக, ஏற்கெனவே இருக்கக்கூடிய கார்ப்பரேட் ஊடகங்களின் பெருந்தலைகளின் கியூ வரிசையில் அம்பானியும் அதானியும் கூடப் போய் நின்றுகொண்டார்கள். அந்த நீண்ட வரிசையில் இருக்கும் எல்லோருமே கோழைகள் தான்.

முக்கிய ஊடகங்களில் கடந்த பத்தாண்டுகளில் நிகழ்ந்திருக்கும் மிகப்பெரும் மாற்றம் இதுதான். அவைகளின் உள்ளடக்கம் அவைகளின் முதலாளிகளின் செல்வாக்கினால் வந்ததல்ல. அது இந்த முதலாளிகளின் 'அறியப்படாத முதலாளியின்' செல்வாக்கினால் விளைந்தது. தி டெலிகிராஃப் பத்திரிகை கேட்பதைப் போன்ற கேள்விகளை இந்த சேனல்கள் கேட்கும் என்று எதிர்பார்க்க முடியாது. ஒரு சேனலைத் துவங்குவதோ, ஒரு பத்திரிகையை ஆரம்பிப்பதோ ஒருவரைப் பத்திரிகையாளர் ஆக்குவது இல்லை. மோடி அரசோடு அவர்களுக்குள்ள உறவை பற்றி நாம் அறிந்து கொள்ள வேண்டியது அனைத்தையும் இந்த சேனல்கள் மற்றும் பத்திரிகைகளின் உள்ளடக்கம் நமக்குச் சொல்லிவிடுகிறது. தங்களது முன்னோடிகள் மீது தொடுக்கப்பட்ட தாக்குதலை எதிர்த்து டெல்லியில் பத்திரிகையாளர்கள் போராடுகையில் இந்த சேனல்களின், இந்தப் பத்திரிகைகளின் பத்திரிகையாளர்கள் எவ்வளவு பேர் அங்கே இருக்கிறார்கள் என்பதைப் பாருங்கள்.

தி வயர், கேரவன், ஸ்க்ரோல், நியூஸ் லாண்டரி, ஆல்ட் நியூஸ், நியூஸ் கிளிக், தி நியூஸ் மினிட், பூம் லைவ், ஆர்டிகள் 14 ஆகியவற்றை நான் முக்கிய ஊடகங்களுக்கு மாற்றாகப் பார்க்கவில்லை. அப்படிச் சிந்தித்தால் அது தங்களின் குற்றத்திலிருந்து முக்கிய ஊடகர்களை விடுவிப்பதாக ஆகிவிடும். மேற்சொன்ன நட்சத்திரம் போல் ஒளிரும் நிறுவனங்கள் தனிநபர் முயற்சியாகவே பார்க்கப்பட வேண்டும். அவைகளும் இந்தச் சகாப்தத்தின் படைப்புகள்தானே என்று கூறி மடிநாய் ஊடகம் பற்றிய விவாதத்தில் அவைகளைச் சேர்த்து விடக் கூடாது. ஏனென்றால் அவை மடிநாய் ஊடகங்களில் சேர்த்தியல்ல - அரசாங்கம் அவர்களுக்கு விளம்பரங்கள் கொடுப்பதில்லை. கார்ப்பரேட் விளம்பரங்களும் அவைகளுக்கு எப்போதாவதுதான் கிடைக்கும். அவைகள் அரசாங்கத்தால் ஆதரிக்கப்படும் புது முயற்சிகள் அல்ல.

நாம் பேச வேண்டியது அரசாங்க விளம்பரங்கள் மற்றும் அரசாங்கத்தால் ஆதரிக்கப்படுகிற விளம்பரங்கள் என்கிற வடிவத்தில் கோடிக்கணக்கான பொதுப் பணத்தைப் பெறுகிற ஊடக நிறுவனங்களைப் பற்றித்தான். நாம் இதழியல் என்று இனம் காண்கிற அதை அவர்கள் ஏன் நடத்துவதில்லை?

இதழியல் சாத்தியமில்லை என்றால், லாபகரமானதில்லை என்றால், பின்னர் ஏன் இந்தியாவின் பெரும் பணக்காரர்கள் செய்தி சேனல்களைத் தொடங்க வேண்டும்?

இதழியல் என்ற பெயரால் இயங்குகிற மடிநாய் ஊடகத்திற்குள் உலகின் இரண்டு பெரும் பணக்காரர்களான தொழில் முதலாளிகள் தங்கள் பணத்தை இறக்கியிருக்கிறார்கள். எனவே இதழியலுக்கென்று அதற்காகவே ஒரு சந்தை இருக்கிறது, அது நல்ல வியாபாரமாக இருக்கிறது என்று நாம் முடிவு செய்ய வேண்டி இருக்கிறது. ஆனால் இங்கே கொள்கை உறுதியும், திருப்தியும், இதயத்தில் இருந்து ஒரு பொருளை உருவாக்கினோம் என்பதும் காணப்படவில்லை.

நான் உங்களை ஒன்று கேட்க அனுமதியுங்கள்: எந்தப் படித்த இளைஞனும் ஏன் ஒரு புதிய ஊடகத்தை, புது தொழில் முயற்சியாக துவங்குவது பற்றிச் சிந்திக்கவில்லை? ஊடகத்தில் கட்டற்ற உள்ளடக்கத்தை உருவாக்குவதற்கான சுதந்திரம் இல்லை, இருக்காது என்பதை அவர்கள் அறிந்திருப்பதுதான் அதற்குக் காரணம். சுதந்திரம் இல்லையேல் இதழியல் சாத்தியம் இல்லை; சுதந்திரம் இல்லாமல் உருவாக்கப்படுவது எதுவாக வேண்டுமானாலும் இருக்கலாம், அது நிச்சயம் இதழியலாக இருக்காது.

ஆனால் மடிநாய் ஊடகம் இதில் ஒரு புதிய மாதிரியை உருவாக்கி இருக்கிறது - இதழியல் என்ற பெயரில் அது இயங்குகிறது. ஆனால் அதன் உற்பத்திப் பொருளுக்கு இதழியலுடன் எந்தத் தொடர்பும் இல்லை.

என்டிடிவியை கையகப்படுத்திய போது கௌதம் அதானி சொன்னது இதுதான்: இந்தியாவில் 'பைனான்சியல் டைம்ஸ் அல்லது அல் ஜஸீரா உடன் ஒப்பிடக்கூடிய ஒரு நிறுவனமும் இல்லை'. இது ஏன் இப்படி இருக்கிறது என்று அவர் வியந்தார். அவர் சொல்ல வந்தது பணத்துக்குப் பஞ்சம் இல்லை, ஆனாலும் ஏன் இப்படி என்பதுதான். இதழியல்

என்பது பணத்தால் நடத்தப்படுவது அல்ல என்பதை அதானி தெரிந்துகொள்ள வேண்டும்.

இதே கனவான், கௌதம் அதானி, தனது சாம்ராஜ்யத்தின் வெளிநாட்டு முதலீடுகள் குறித்த ஓர் அறிக்கையை பைனான்சியல் டைம்ஸ் திரும்பப் பெற வேண்டும் என்று கோரினார் என்பதையும் நாம் நினைவில் வைத்துக்கொள்ள வேண்டும். பைனான்சியல் டைம்ஸ் பத்திரிகை அந்த அறிக்கையை நீக்க முடியாது என்றும் அதில் உறுதிபட நிற்பதாகவும் சொல்லிவிட்டது.

பெரும்பாலும் மிகப்பல உலகளாவிய ஊடக நிறுவனங்கள் அந்த அளவுக்கு நாணயமும் துணிச்சலும் படைத்தவை. எனவே ஏதோ ஒரு வடிவில் இதழியல் இன்னும் அங்கே வாழ்ந்து கொண்டிருக்கிறது. அதற்கும் பணத்திற்கும் சம்பந்தமில்லை.

தங்களுடைய செய்தித் தொகுப்பாளர்களுக்காக இந்திய செய்தி சேனல் உரிமையாளர்கள் விலை உயர்ந்த கார்களை வாங்குகிறார்கள். ஆனால் தங்களது நிருபர்களை தங்களது ஸ்டுடியோக்கள் இருக்கும் பெருநகரங்களுக்கு வெளியே எங்கும் அவர்கள் அனுப்புவதில்லை. அதானி ஓர் உலகளாவிய ஊடக வணிகச் சின்னத்தை உருவாக்க விரும்பினால் அவர் இங்கே அதைச் செய்யலாம்.

மோடிக்கும் உலகளாவிய ஊடக வணிகச் சின்னம் ஒன்று தேவைப்படுகிறது என்று நாம் கேள்விப்படுகிறோம். ஆனால் தூர்தர்ஷனுக்கு நடந்ததைப் பாருங்கள். மோடியின் இந்தியாவில் கடந்த 9 வருடங்களில் அதற்கு ஏராளமான பணம் இருக்கிறது. 15 அல்லது 20 வருடங்களுக்கு முன்பு அது எப்படி இருந்ததோ அதன் நிழல் கூட அங்கே இல்லை. அரசாங்கத்திடமிருந்து அது பெற்றுக்கொண்டிருக்கும் மிகப்பெரிய பொதுப் பணம் எங்கே போகிறது? மடிநாய் ஊடக விளையாட்டை விளையாடுவதில் தான் அந்தப் பணம் முழுவதும் செலவாகிறது.

குறிக்கோளைத் தொலைத்து வாழ்தல்

மடிநாய் ஊடகத் தொழிற்சாலை, எப்போதுமே அரசாங்கத்திற்கு எதிரான கேள்விகளை உற்பத்தி செய்வதில்லை. யார் கேள்வி எழுப்புகிறார்களோ அவர்களுக்கு எதிராகப் பயன்படும்

ஆயுதங்களை அது தயாரிக்கிறது. அவர்களை அது துரோகிகள், பயங்கரவாதிகள் என்று அழைக்கிறது.

ஆனால் நிறைய நேயர்களுக்கு இது சுவாரஸ்யமற்றதாகி விட்டது. இது குறைந்து செல் விளைவு விதி என்ற வகையைச் சேர்ந்ததா? இருக்கலாம். ஆனாலும் இந்த சர்க்கஸ் தொடரும்.

ஒரு வகையில் பார்த்தால் காட்சி மாறிக்கொண்டிருப்பதாகத் தோன்றுகிறது. பழைய முகங்கள் ஒரு சேனலில் இருந்து இன்னொரு சேனலுக்கு மாறிக் கொண்டிருக்கின்றன. புதிய சேனல்கள் புத்தம் புதிய முகங்களுடன் துவங்கப்படுகின்றன. ஆனால் அவை எல்லாமே ஒரே உற்பத்திப் பொருள் வேறு வேறு மொந்தைகளில் மாற்றி அடைக்கப்பட்டது போல உள்ளன. அனைத்துமே ஒரே கடமையைத்தான் செய்துகொண்டிருக்கின்றன. சினிமாவின் பொற்காலத்தில் எடுக்கப்பட்ட மாபியா திரைப்படங்களைப் போல இது இருக்கிறது: கும்பலின் பழைய தலைவன் கொல்லப்பட்டு புதிய தலைவர் உடனே அவருடைய இடத்தை எடுத்துக் கொள்கிறான். அந்த சாம்ராஜ்யம் தொடர்கிறது.

சமூக ஊடகங்களில் செல்வாக்குடன் விளக்குகிறவர்களுக்கு அமைச்சர்கள் பேட்டிக்கு ஓடுகிற அளவுக்கு நம்பகத்தன்மை மிகவும் குறைந்துபோய்விட்டது - தன்னைப் பேட்டி எடுப்பதற்கு பாலிவுட் நடிகர் அக்ஷய் குமாரை 2019-இல் மோடி தேர்ந்தெடுத்த அந்தக் கதை போலவேதான் இதுவும். அதானி, அம்பானி ஆகியோரின் சேனல்களும் அவற்றின் தொகுப்பாளர்களும் தங்களுக்கு இன்னும் கொஞ்சம் நம்பகத்தன்மையை ஏற்படுத்தி இருப்பார்கள் என்றால் இதைச் செய்ய வேண்டிய அவசியம் வந்திருக்காது.

மோடியின் 'மடிநாய் ஊடகம்' கொண்டுள்ள சக்தி இன்னதென்று புரிந்துகொள்வதற்கு எதிர்க்கட்சிகளுக்கு நீண்ட காலமாயிற்று என்பதை நாம் நினைவில்கொள்ள வேண்டும். பாரத் ஜோடோ யாத்திரையின் போது ராகுல் காந்தி தனது பத்திரிகையாளர் சந்திப்புகளை இந்தச் செய்தி சேனல்களுக்கு ஒரு மாற்று என்கிற முறையில் நிறுவிய போது இறுதியில் இது தெரிய வந்தது. 'நீங்கள் பிரதமரிடம் இந்தக் கேள்வியைக் கேட்க முடியாது, ஆனால் என்னிடம் கேட்க முடியும்' என்று சொல்லி

அவர் நிருபர்களைச் சவாலுக்கு உட்படுத்தினார். என்றாலும் அவர்கள் கேட்டார்கள் - அவரும் பதில் சொன்னார்.

'மடிநாய் ஊடகம்' ராகுலின் யாத்திரையைப் புறக்கணித்தது என்பது உண்மைதான். அந்த யாத்திரை இப்போது முடிந்து விட்டதால் ராகுல் 'மடிநாய் ஊடகத்தைப்' பற்றி இப்போது தனது உரைகளில் அதிகம் பேசுவதில்லை. அவர் சற்று துணிச்சலையும் கற்பனை வளத்தையும் காட்டிய போதும் காங்கிரஸ் அரசுகள் அதிலிருந்து எந்தப் பாடமும் கற்றுக் கொள்ளவில்லை. தமது தலைவரை அந்த சேனல்கள் மோசமாக நடத்திய போதும், காங்கிரஸ் அரசுகள் அவைகளுக்கே தொடர்ந்து விளம்பரங்கள் கொடுத்துக்கொண்டிருக்கிறார்கள். இந்த நகைமுரணை எண்ணிப் பாருங்கள்: மோடியின் அமைச்சர்கள் செல்வாக்கு மிக்கவர்களை நோக்கி மந்தை மந்தையாய்ச் சென்று கொண்டிருக்கிறார்கள். இதே வேளையில் காங்கிரஸ் அரசுகள் மடிநாய் ஊடகத்தை நோக்கித் தமது விளம்பரங்களைத் திருப்பிக் கொண்டிருக்கிறார்கள்.

அதே வேளையில்தான் இதழியலின் இறுதி கொண்டாடப்பட்டுக் கொண்டிருக்கிறது.